"தங்களுடைய பொருள
நிர்ணயிக்கத் தேவையான கட்டு
கைவசப்படுத்திக் கொள்ள விரும்பும் எவரொருவரும்
துவக்க வேண்டிய இடம் பணக்காரத் தந்தை ஏழைத்
தந்தை எனும் இப்புத்தகம்தான்."

- யுஎஸ்ஏ டுடே

பணக்காரத் தந்தை
ஏழைத் தந்தை

பணக்காரத் தந்தை
ஏழைத் தந்தை

ராபர்ட் கியோஸாகி

தமிழில்: நாகலட்சுமி சண்முகம்

MANJUL
மஞ்சுள் பப்ளிஷிங் ஹவுஸ்

Copyright © 2011 by Robert T. Kiyosaki

This edition published by arrangement with Rich Dad Operating Company, LLC.

First published in India by

Manjul Publishing House
Corporate and Editorial Office
• 2nd Floor, Usha Preet Complex, 42 Malviya Nagar, Bhopal 462 003 - India
Sales and Marketing Office
• C-16, Sector 3, Noida, Uttar Pradesh 201301 - India
Website: www.manjulindia.com

Distribution Centres
Ahmedabad, Bengaluru, Bhopal, Kolkata, Chennai,
Hyderabad, Mumbai, New Delhi, Pune

This edition first published in 2013
Twentieth impression 2022

ISBN 978-81-8322-375-1

Translation by Nagalakshmi Shanmugam
Editing and Layout by PSV Kumarasamy

Tamil edition of The International Bestseller Rich Dad Poor Dad:
What the Rich Teach Their Kids About Money that the Poor
and Middle Class Do Not / Robert T. Kiyosaki

Printed and bound in India by Replika Press Pvt. Ltd.

ஒரு குழந்தையின் மிகமிக முக்கியமான ஆசான்களான பெற்றோர்கள் அனைவருக்கும் நான் இப்புத்தகத்தைக் காணிக்கையாக்குகிறேன்.

நன்றியுரை

நன்றி சொல்லக் கடமைப்பட்டுள்ளவர்களின் எண்ணிக்கை கணக்கில் அடங்காத அளவு இருக்கும்போது, யாருக்கெல்லாம் நன்றி சொல்வது? எனக்கு சக்திமிக்க வழிகாட்டிகளாக விளங்கிய என் இரண்டு தந்தைகளுக்கும் அன்பையும் கருணையையும் எனக்குக் கற்றுக் கொடுத்த என் அன்னைக்கும் இப்புத்தகம் காணிக்கை.

இப்புத்தகம் உருவாக நேரடியாகக் காரணமாக இருந்தவர்களில் என் வாழ்க்கையின் பூர்த்தியாய் விளங்கும என் மனைவி கிம் முக்கியமானவர். கிம் என் வாழ்க்கை மற்றும் என் திருமணத்தில் கூட்டாளியாக விளங்குவதோடு, என் வியாபாரத்திலும் கூட்டாளித் திகழ்கிறார். அவள் இல்லாவிட்டால் நான் திக்குத் திசையறியாது தடுமாறுவேன். கிம்மின் பெற்றோர்களான வின்னி மற்றும் பில் மேயருக்கு, இப்படிப்பட்ட அற்புதமான மகளை வளரத்தமைக்காக. ஊக்குவிப்பிற்காகவும் நட்பு என்னும் பரிசை வழங்கியமைக்காகவும் லேரி மற்றும் லிசா கிளார்க்குக்கு. தொழில்நுட்ப மேதமைக்காக ரால்ஃப் பாட்ராவுக்கு. கற்பித்தலில் உள்ள உள்நோக்குகளைக் காண்பித்தமைக்காக ஆனி நெவின், பாபி டிபோர்ட்டர் மற்றும் ஜோ சேப்போனுக்கு. தொழில்முறை ரீதியான ஆதரவுக்காக, டிசி மற்றும் ஜான் ஹேரிஸன், ஜேனி டே, சான்டி கூ, ரிச்சர்டு மற்றும் வெரோனிகா டேனுக்கு, ஜாக்குலின் சியோ, நெயில் ஹென்சன், மைக்கேல் மற்றும் மோனட் ஹாம்லின், எட்வின் மற்றும் கமில்லா கூ, கே.சி. சி மற்றும் ஜெஸிக்கா சி ஆகியோருக்கு. பொருளாதார மேதமையை வழங்கியமைக்காக பில் மற்றும் சின்டி ஷோபோஃப், வான் தார்ப், சி.டபிள்யு. ஆலன், மரிலு டெய்னன், கிம் அர்ரிஸ், டாம் வெயிசன்பார்ன் ஆகியோருக்கு. குழப்பமற்ற மனநிலையை உருவாக்கிக் கொடுத்தமைக்காக ஸாம் ஜார்ஜஸ், ஆன்டனி ராபின்ஸ், எனிட் வீன், லாரன்ஸ் மற்றும் ஜேய்ன் ஜாக்ஸன், ஆலன் ரைட், சிக் சிக்லர் ஆகியோருக்கு. சிறந்த நண்பர்களாகவும் இத்திட்டத்தின் சிறந்த ஆதரவாளர்களாகவும் விளங்கியமைக்காக, ஜே. டபிள்யூ. வில்சன், மார்ட்டி வெப்பர், ரான்டி கிராப்ட், டான் முல்லர், பிராட் வாக்கர், பிராட் மற்றும் ஈலின் ஸிங்கர், வெயின் மற்றும லின் மோர்கன், மிமி பிரன்னன், ஜெரோம் சம்மர்ஸ், டாக்டர் பீட்டர் பவர்ஸ், வில் ஹெப்பர்ன், டாக்டர் என்ரிக் டுஷர், டாக்டர் ராபர்ட் மாரின், பெட்டி ஆய்ஸ்டர், ஜூலி பெல்டன், ஜேமி டேன்ஃபோர்த், செர்ரி கிளார்க், ரிக் மெரிக்கா, ஜோயா ஜிட்டாஹைடு, ஜெஃப் பேஸட், டாக்டர் டாம் பர்ன்ஸ், பில் கால்வின் ஆகியோருக்கு. மிகச் சிறந்த வியாபாரக் கூட்டாளியாக விளங்கியமைக்காக ஃபிராங் செரிரி, கிளின்ட் மில்லர், தாமஸ் ஆலன், நார்மன் லாங் ஆகியோருக்கு.

உள்ளடக்கம்

முன்னுரை

பணக்காரத் தந்தை ஏழைத் தந்தை

இரண்டு தந்தையரைப் பெற்றிருந்தது இரண்டு முரண்பட்டக் கண்ணோட்டங்களுக்கான விருப்பத்தேர்வை எனக்குக் கொடுத்தது. ஒன்று, ஒரு பணக்காரத் தந்தையின் கண்ணோட்டம். மற்றொன்று, ஓர் ஏழைத் தந்தையின் கண்ணோட்டம்.

எனக்கு இரண்டு தந்தையர் இருந்தனர். ஒருவர் பணக்காரர், மற்றொருவர் ஏழை. ஒருவர் உயர்ந்த கல்வியறிவைப் பெற்றவராகவும் அறிவுக்கூர்மை நிறைந்தவராகவும் இருந்தார். அவர் ஒரு முனைவர் பட்டமும் பெற்றிருந்தார். தனது நான்கு வருட இளங்கலைப் பட்டப்படிப்பை இரண்டு வருடங்களில் படித்து முடித்தவர் அவர். பிறகு ஸ்டான்ஃபோர்டு பல்கலைக்கழகம், சிக்காகோ பல்கலைக்கழகம், மற்றும் நார்த்வெஸ்டர்ன் பல்கலைக்கழகங்களில் முழுமையான கல்வி உதவித் தொகையைப் பெற்றுத் தன் மேற்படிப்பைத் தொடர்ந்தார். என்னுடைய மற்றொரு தந்தை எட்டாம் வகுப்பைக்கூடப் பூர்த்தி செய்திருக்கவில்லை.

இவர்கள் இருவருமே தங்கள் வாழ்நாள் முழுவதும் கடினமாக உழைத்து வந்தபோதிலும், அதில் ஒருவர் மட்டும் எப்போதுமே பொருளாதாரரீதியாகப் போராடிக் கொண்டிருந்தார். இன்னொருவர் ஹவாய் மாநிலத்தின் மிகப் பெரிய பணக்காரர்களில் ஒருவராக ஆனார். ஒருவர் தான் இறந்தபோது தன் குடும்பத்திற்கும், நற்காரியங்களுக்கும், தன் தேவாலயத்திற்கும் கோடிக்கணக்கான டாலர்கள் பணத்தை விட்டுச் சென்றார். மற்றொருவர் ஏராளமான கடன்களை விட்டுச் சென்றார்.

இந்த இரண்டு பேருமே வலிமையானவர்களாகவும் வசீகரமானவர்களாகவும் செல்வாக்கு மிக்கவர்களாகவும் இருந்தனர். இருவருமே எனக்கு ஆலோசனைகளை வழங்கினர். ஆனால்

அவர்கள் எனக்குக் கொடுத்த ஆலோசனைகள் ஒரே மாதிரியாக இருக்கவில்லை. இருவருமே கல்வியில் ஆழமான நம்பிக்கை கொண்டிருந்தனர், ஆனால் அவர்கள் எனக்குப் பரிந்துரைத்தப் படிப்பு வெவ்வேறாக இருந்தது.

எனக்கு ஒரே ஒரு தந்தை மட்டும் இருந்திருந்தால், அவரது ஆலோசனையை நான் ஏற்றுக் கொள்ள வேண்டியிருந்திருக்கும் அல்லது நிராகரிக்க வேண்டியிருந்திருக்கும். ஆனால் இரண்டு தந்தைகளைப் பெற்றிருந்தது இரண்டு முரண்பட்டக் கண்ணோட்டங்களுக்கான விருப்பத்தேர்வை எனக்குக் கொடுத்தது. ஒன்று, ஒரு பணக்காரத் தந்தையின் கண்ணோட்டம். மற்றொன்று, ஓர் ஏழைத் தந்தையின் கண்ணோட்டம்.

அவர்களில் ஒருவர் கூறுவதை ஏற்றுக் கொள்வதற்கோ அல்லது மறுப்பதற்கோ பதிலாக, அவர்கள் இருவரும் கூறியவற்றைப் பற்றி நான் தீவிரமாகச் சிந்தித்தேன், அவற்றை ஒப்பிட்டுப் பார்த்தேன், பிறகு என் விருப்பப்படி தேர்ந்தெடுத்தேன். பிரச்சனை என்னவென்றால், பணக்காரத் தந்தை அந்த நேரத்தில் பணக்காரர் ஆகியிருக்கவில்லை, ஏழைத் தந்தையும் ஏழையாக ஆகியிருக்கவில்லை. இருவருமே அப்போதுதான் தத்தம் தொழில்வாழ்க்கையைத் துவக்கியிருந்தனர். இருவருமே பணம் மற்றும் குடும்பம் குறித்துப் போராடிக் கொண்டிருந்தனர். ஆனால் அவர்கள் இருவரும் பணத்தைப் பற்றி வெவ்வேறு கண்ணோட்டங்களைக் கொண்டிருந்தனர்.

எடுத்துக்காட்டாக, ஒரு தந்தை, "பணத்தின்மீதான காதல்தான் தீயவை அனைத்திற்கும் மூலகாரணம்," என்று கூறுவார். இன்னொருவர், "பணமின்மைதான் தீயவை அனைத்திற்கும் மூலகாரணம்," என்று கூறுவார்.

இரண்டு வலிமையான தந்தைமார்கள் ஒரே நேரத்தில் என்மீது தாக்கம் ஏற்படுத்திக் கொண்டிருந்தது சிறுவனாக இருந்த எனக்குச் சிரமமாக இருந்தது. நான் ஒரு நல்ல மகனாகவும், அவர்கள் கூறுவதைக் கவனமாகக் காதுகொடுத்துக் கேட்பவனாகவும் இருக்க விரும்பினேன். ஆனால் எனது இரண்டு தந்தையரும் ஒரே விஷயங்களை என்னிடம் கூறவில்லை. அவர்களுடைய முரண்பட்டக் கண்ணோட்டங்கள், குறிப்பாகப் பணத்தைப் பற்றி அவர்கள் கொண்டிருந்த வெவ்வேறு கண்ணோட்டங்கள், இரு துருவங்களாக இருந்தன. இது என்னுடைய ஆர்வத்தைத் தூண்டியது. அவர்கள் இருவரும் கூறிக் கொண்டிருந்த விஷயங்களைப் பற்றி நான் ஆழமாகச் சிந்திக்கத் துவங்கினேன்.

நான் எனது தனிப்பட்ட நேரத்தின் பெரும்பகுதியை என்னிடம் நானே கேள்விகள் கேட்டுக் கொள்வதிலும், என் தந்தையர் கூறியதை நினைவுபடுத்திப் பார்ப்பதிலும் செலவிட்டேன். "அவர் ஏன் அவ்வாறு கூறுகிறார்?" என்று என்னிடம் நானே கேட்டுவிட்டு,

என்னுடைய இன்னொரு தந்தை கூறிய விஷயத்தை நினைத்துப் பார்த்து, அதே கேள்வியை நான் மீண்டும் கேட்டேன். “ஆமாம், அவர் கூறுவது சரிதான். நான் அதை ஒப்புக் கொள்கிறேன்,” என்று கூறுவது எளிதான காரியமாக இருந்திருக்கும். அல்லது, “தான் என்ன கூறிக் கொண்டிருக்கிறோம் என்று அந்தக் கிழவருக்குத் தெரியவில்லை,” என்று கூறி அவரது கண்ணோட்டத்தை நிராகரிப்பது எனக்கு எளிதானதாக இருந்திருக்கும். மாறாக, நான் அன்பு செலுத்திய இரண்டு தந்தையரை நான் பெற்றிருந்தது, நான் சிந்திப்பதற்கும், இறுதியில் எனக்கென்று ஒரு சிந்தனைமுறையைத் தேர்ந்தெடுப்பதற்கும் எனக்கு வாய்ப்பளித்தது. வெறுமனே ஒருவருடைய கண்ணோட்டத்தை ஏற்றுக் கொள்வதற்கு அல்லது நிராகரிப்பதற்குப் பதிலாக இவ்வாறு சிந்தித்துத் தேர்ந்தெடுத்தது, காலப்போக்கில் எனக்கு மிகவும் மதிப்பு வாய்ந்த ஒன்றாக விளங்கியது.

பணக்காரர்கள் மேலும் பணக்காரர்களாக ஆவதற்கும், ஏழைகள் மேலும் ஏழைகளாக ஆவதற்கும், நடுத்தர வர்க்கத்தைச் சேர்ந்த மக்கள் கடன்களில் தத்தளிப்பதற்குமான காரணங்களில் ஒன்று, பணத்தைப் பற்றி வீட்டில் மட்டுமே கற்றுக் கொடுப்படுகிறது, பள்ளிக்கூடத்தில் அல்ல என்பது. பணத்தைப் பற்றி நம்மில் பெரும்பாலானவர்கள் நமது பெற்றோரிடமிருந்துதான் கற்றுக் கொள்கிறோம். அப்படியிருக்கும்போது, பணத்தைப் பற்றி ஏழைப் பெற்றோர்களால் தங்கள் குழந்தைகளிடம் என்ன கூற முடியும்? அவர்கள் வெறுமனே, “ஒழுங்காகப் பள்ளிக்குச் சென்று கடினமாகப் படி,” என்று கூறுகின்றனர். அக்குழந்தைகள் நன்றாகப் படித்துச் சிறப்பாகப் பட்டம் பெறக்கூடும், ஆனால் அவர்களிடம் ஓர் ஏழையின் பொருளாதார மனப்போக்கும் பயிற்றுவிப்பும் மட்டுமே இருக்கும்.

பணத்தைப் பற்றிப் பள்ளிகளில் கற்றுக் கொடுக்கப்படுவதில்லை என்பது வருத்தத்திற்குரிய விஷயம். பள்ளிகள் கல்வியின்மீதும் தொழில்முறைத் திறமைகள்மீதும்தான் கவனம் செலுத்துகின்றனவே அன்றி, பொருளாதாரத் திறமைகள்மீது அல்ல. கல்லூரிகளில் சிறந்த மதிப்பெண்களைப் பெற்ற சாமர்த்தியமான வங்கியாளர்களும் மருத்துவர்களும் கணக்காளர்களும் தங்கள் வாழ்வில் பொருளாதாரரீதியாகப் போராடிக் கொண்டிருப்பதற்கு இதுதான் காரணம். பணத்தைப் பற்றிக் குறைவான பயிற்சி பெற்றுள்ள அல்லது எந்தப் பயிற்சியும் பெற்றிராத, ஆனால் அதிகமாகப் படித்த அரசியல்வாதிகளும் அரசாங்க அதிகாரிகளும் நாட்டின் பொருளாதாரத் தீர்மானங்களை மேற்கொள்வதுதான் நம் நாடு பெரும் கடனுக்கு ஆளாகியிருப்பதற்கு முக்கியக் காரணம்.

கோடிக்கணக்கான மக்களுக்குப் பொருளாதார உதவியும் மருத்துவ உதவியும் தேவைப்படும் காலம் வரும்போது என்ன நிகழும்

என்று இன்று நான் அடிக்கடி வியக்கிறேன். அவர்கள் பொருளாதார உதவிக்காகத் தங்கள் குடும்பங்களை அல்லது அரசாங்கத்தைச் சார்ந்திருப்பார்கள். அரசாங்கத்தின் மருத்துவக்காப்பு மற்றும் சமூகப் பாதுகாப்புத் துறைகளில் உள்ள பணம் முழுவதும் காலியாகிவிட்டால் என்ன நிகழும்? குழந்தைகளுக்குப் பணத்தைப் பற்றிக் கற்றுக் கொடுக்கும் பணி, ஏற்கனவே ஏழைகளாக இருக்கின்ற அல்லது ஏழைகளாக ஆகப் போகின்ற பெற்றோரிடம் தொடர்ந்து விட்டு வைக்கப்பட்டால் ஒரு நாடு எப்படிப் பிழைத்திருக்கும்?

செல்வாக்கு நிறைந்த இரண்டு தந்தையர் எனக்கு இருந்ததால், நான் இருவரிடமிருந்தும் கற்றேன். ஒவ்வொரு தந்தையின் அறிவுரையையும் பற்றி நான் சிந்தித்துப் பார்க்க வேண்டியிருந்தது. நான் அவ்வாறு செய்தது, ஒருவர் தனது வாழ்க்கை குறித்துக் கொண்டிருக்கும் எண்ணங்கள் எவ்வளவு சக்தி வாய்ந்தவை என்பதைப் பற்றியும், அவற்றின் தீவிரமான தாக்கத்தைப் பற்றியும் மதிப்பு வாய்ந்த உள்நோக்குகளை எனக்குக் கொடுத்தது. எடுத்துக்காட்டாக, என்னுடைய ஒரு தந்தை, "எனக்கு அது கட்டுப்படியாகாது," என்று கூறும் பழக்கத்தைக் கொண்டிருந்தார். எனது இன்னொரு தந்தை நான் இந்த வார்த்தைகளைக் கூறக்கூடாது என்று எனக்குக் கட்டளையிட்டிருந்தார். "இது எனக்குக் கட்டுப்படியாவதற்கு நான் என்ன செய்ய வேண்டும்?" என்று நான் கேட்க வேண்டும் என்று அவர் என்னிடம் வலியுறுத்தினார். முதலாவது, ஒரு வாக்கியம். இரண்டாவது, ஒரு கேள்வி. ஒன்று நீங்கள் உங்கள் பொறுப்பைத் தட்டிக் கழிக்கும்படிச் செய்கிறது, மற்றொன்று நீங்கள் சிந்திப்பதற்கு உங்களைக் கட்டாயப்படுத்துகிறது. "எனக்கு அது கட்டுப்படியாகாது," என்ற வார்த்தைகளை ஒருவர் கூறும்போது அவரது மூளை வேலை செய்வதை நிறுத்திவிடுகிறது என்று, விரைவில் பணக்காரராக ஆகவிருந்த எனது தந்தை எனக்கு விளக்கமளித்தார். நீங்கள் விரும்பும் அனைத்தையும் நீங்கள் வாங்க வேண்டும் என்று அவர் கூறவில்லை. உலகிலேயே மிக அதிக சக்திவாய்ந்த கணினியான உங்கள் மனத்தைப் பயிற்றுவிப்பதில் அவர் தீவிரமாக இருந்தார். அவர் என்னிடம், "நான் ஒவ்வொரு நாளும் என் மூளையைப் பயிற்றுவிப்பதால், அது நாளுக்கு நாள் வலிமையடைந்து கொண்டே இருக்கிறது. அது எவ்வளவுக்கு எவ்வளவு வலிமையடைகிறதோ, என்னால் அவ்வளவுக்கு அவ்வளவு அதிகமான பணத்தைச் சம்பாதிக்க முடியும்," என்று கூறுவார். "எனக்கு அது கட்டுப்படியாகாது," என்று கூறுவது மனச்சோம்பேறித்தனத்தின் அறிகுறி என்று அவர் நம்பினார்.

இரண்டு தந்தையருமே கடின உழைப்பாளிகள் என்றாலும்கூட, பொருளாதாரம் என்று வந்தபோது, என்னுடைய ஒரு தந்தை தன் மூளையைத் தூங்கச் செய்யும் பழக்கத்தைக் கொண்டிருந்தார் என்பதையும், இன்னொருவர் தன் மூளையைப் பயிற்றுவிக்கும்

பழக்கத்தைக் கொண்டிருந்தார் என்பதையும் நான் கவனித்தேன். இதன் விளைவாக, காலப்போக்கில் ஒரு தந்தை பொருளாதாரரீதியாக வலிமையடைந்தார், இன்னொருவர் பலவீனமடைந்தார். தினமும் உடற்பயிற்சி நிலையத்திற்குச் சென்று உடற்பயிற்சி செய்பவருக்கும், எந்நேரமும் வீட்டில் படுத்துக் கொண்டு தொலைக்காட்சி பார்க்கும் ஒருவருக்கும் இடையே உள்ள வித்தியாசத்தைப் போன்றதுதான் இது. முறையான உடற்பயிற்சி உங்கள் ஆரோக்கியத்திற்கான வாய்ப்புகளை அதிகரிக்கிறது. அதேபோல், முறையான உளப்பயிற்சி செல்வத்திற்கான உங்கள் வாய்ப்புகளை அதிகரிக்கிறது.

என்னுடைய இரண்டு தந்தையரும் எதிரெதிரான மனப்போக்குகளைக் கொண்டிருந்தனர். அது அவர்கள் சிந்தித்த விதத்தில் தாக்கத்தை ஏற்படுத்தியது. பணவசதி இல்லாதவர்களுக்கு உதவுவதற்குப் பணக்காரர்கள் அதிக வரிகள் செலுத்த வேண்டும் என்று ஒரு தந்தை நினைத்தார். இன்னொருவர், "உற்பத்தி செய்பவர்களை வரிகள் தண்டிக்கின்றன, உற்பத்தி செய்யாதவர்களுக்கு அவை வெகுமதி அளிக்கின்றன," என்று கூறினார்.

"ஒரு நல்ல நிறுவனத்தில் ஒரு வேலையைத் தேடிக் கொள்ளும் விதத்தில் கடினமாகப் படி," என்று ஒரு தந்தை பரிந்துரைத்தார். "ஒரு நல்ல நிறுவனத்தை விலைக்கு வாங்கும் விதத்தில் நன்றாகப் படி," என்று இன்னொருவர் பரிந்துரைத்தார்.

"எனக்குக் குழந்தைகள் இருப்பதுதான் நான் பணக்காரனாக இல்லாததற்குக் காரணம்," என்று ஒரு தந்தை கூறினார். இன்னொருவர், "எனக்குக் குழந்தைகள் இருப்பதுதான் நான் பணக்காரனாக ஆக வேண்டியதற்கான காரணம்," என்று கூறினார்.

சாப்பாட்டு நேரத்தில் பணத்தைப் பற்றிப் பேசுவதற்கு ஒரு தந்தை தடை விதித்தார். உணவு உண்ணும் நேரத்தில் பணத்தையும் வியாபாரத்தையும் பற்றிப் பேசுவதை இன்னொரு தந்தை ஊக்குவித்தார்.

ஒருவர், "பணம் என்று வரும்போது, பாதுகாப்பாக நடந்து கொள். தேவையின்றி சவாலான காரியங்களில் இறங்காதே," என்று கூறினார். இன்னொருவர், "சவாலான முயற்சிகளை நிர்வகிக்கக் கற்றுக் கொள்," என்று கூறினார்.

ஒருவர், "நமது வீடுதான் நமது மிகப் பெரிய முதலீடு, நமது மிகப் பெரிய சொத்து," என்று நம்பினார். இன்னொருவர், "உன் வீடுதான் உனக்குச் சுமை. உன் வீடுதான் உனது மிகப் பெரிய முதலீடாக இருந்தால், நீ பிரச்சனையில் சிக்கியிருக்கிறாய் என்று அர்த்தம்," என்று கூறினார்.

இரண்டு தந்தையருமே தாங்கள் செலுத்த வேண்டிய கட்டணத் தொகைகளைச் சரியான சமயத்தில் செலுத்தினர். ஆனால் ஒருவர்

அவற்றை முதலில் செலுத்தினார், இன்னொருவர் கடைசியில் செலுத்தினார்.

தன்னையும் தன் தேவைகளையும் பார்த்துக் கொள்கின்ற ஒரு நிறுவனம் அல்லது அரசாங்கத்தில் ஒருவர் நம்பிக்கை கொண்டிருந்தார். சம்பள உயர்வுகள், ஓய்வுக்காலத் திட்டம், மருத்துவ அனுகூலங்கள், நோய்க்கால விடுப்பு, விடுமுறை நாட்கள், மற்ற பிற அனுகூலங்கள் ஆகியவற்றைப் பற்றி அவர் எப்போதுமே கவலைபட்டார். ராணுவத்தில் சேர்ந்து இருபது வருடங்கள் சேவை செய்து ஓய்வு பெற்ற அவரது இரண்டு மாமன்மார்களுக்குக் கிடைத்த ஓய்வூதியச் சம்பளத்தையும் பிற அனுகூலங்களையும் கண்டு அவர் பிரமித்தார். ராணுவத்தில் இருந்து ஓய்வு பெற்றவர்களுக்குக் கிடைத்த மருத்துவ உதவித் தொகைகள் மற்றும் பிற நன்மைகள் பற்றிய யோசனையை அவர் விரும்பினார். பல்கலைக்கழகத்தின் வாயிலாகக் கிடைக்கக்கூடிய சில அனுகூலங்களை அவர் விரும்பினார். சில சமயங்களில், வேலையைவிட வாழ்நாள் முழுவதற்குமான வேலைப் பாதுகாப்பு மற்றும் வேலையில் கிடைக்கும் பலன்கள் அவருக்கு முக்கியமானவையாக இருந்தன. அவர் அடிக்கடி, "நான் அரசாங்கத்திற்காக வேலை பார்த்து வந்துள்ளேன். அந்த அனுகூலங்களைப் பெறுவதற்கு நான் தகுதியானவன்தான்," என்று கூறுவார்.

இன்னொரு தந்தை முழுமையான பொருளாதாரத் தற்சார்பில் நம்பிக்கை கொண்டிருந்தார். 'உதவித் தொகையைப் பெறுவதற்கு நான் தகுதியானவன்' என்று சிலர் கொண்டிருந்த மனப்போக்கிற்கு எதிராக அவர் பேசினார். அது பலவீனமான, பொருளாதாரத் தேவைகளைக் கொண்ட மக்களை உருவாக்குவதாக அவர் குற்றம் சாட்டினார். மாறாக, பொருளாதாரரீதியாகத் திறமையாக இருப்பதை அவர் வலியுறுத்தினார்.

ஒரு தந்தை ஒருசில டாலர்களைச் சேமிப்பதற்குத் திணறினார். இன்னொருவர் முதலீடுகளை உருவாக்கினார். ஒரு நல்ல வேலை கிடைப்பதற்காக ஒரு சுயதகவல் தொகுப்பை எவ்வாறு எழுத வேண்டும் என்று ஒரு தந்தை எனக்குக் கற்றுக் கொடுத்தார். பல வேலைகளை உருவாக்குவதற்குத் தேவையான ஒரு வலிமையான வியாபாரம் மற்றும் பொருளாதாரத் திட்டங்களை எவ்வாறு எழுத வேண்டும் என்று இன்னொரு தந்தை கற்றுக் கொடுத்தார்.

இரண்டு வித்தியாசமான தந்தையினரின்கீழ் வளர்ந்தது, வெவ்வேறு எண்ணங்கள் ஒருவரது வாழ்க்கையில் ஏற்படுத்தக்கூடிய விளைவுகளைக் கண்காணிப்பதற்கு எனக்கு வாய்ப்புக் கொடுத்தது. மக்கள் உண்மையிலேயே தங்கள் எண்ணங்கள் மூலமாகத் தங்கள் வாழ்க்கையை வடிவமைத்ததை நான் கவனித்தேன்.

எடுத்துக்காட்டாக, எனது ஏழைத் தந்தை எப்போதும், "நான் ஒருபோதும் பணக்காரனாக ஆகப் போவதில்லை," என்று கூறினார்.

அவரது தீர்க்கதரிசனம் நிஜமானது. மறுபுறம், எனது பணக்காரத் தந்தை, எப்போதும் தன்னை ஒரு பணக்காரனாகவே குறிப்பிட்டார். "நான் ஒரு பணக்காரன். பணக்காரர்கள் இக்காரியத்தைச் செய்வதில்லை," என்பது போன்ற விஷயங்களை அவர் கூறுவார். ஒரு பெரும் பொருளாதாரப் பின்னடைவுக்குப் பிறகு பொருளாதாரரீதியாக அவர் நொடிந்து போனபோதுகூட, தொடர்ந்து தன்னை ஒரு பணக்காரனாகவே அவர் குறிப்பிட்டு வந்தார். "ஏழையாக இருப்பதற்கும் நொடிந்து போயிருப்பதற்கும் இடையே ஒரு வித்தியாசம் உள்ளது. நொடிந்து போயிருப்பது தற்காலிகமானது, ஏழையாக இருப்பது நிரந்தரமானது," என்று அவர் கூறுவார்.

என் ஏழைத் தந்தை, "எனக்குப் பணத்தில் ஆர்வம் இல்லை," அல்லது "பணத்தில் எனக்கு அக்கறை இல்லை," என்று கூறுவார். என் பணக்காரத் தந்தை எப்போதும், "பணம்தான் சக்தி," என்று கூறுவார்.

நம் எண்ணங்களின் சக்தியை நம்மால் ஒருபோதும் அளவிடவோ அல்லது வியந்து பாராட்டவோ முடியாது. ஆனால் என் எண்ணங்கள் குறித்து நான் விழிப்புணர்வுடன் இருக்க வேண்டும் என்பதும், நான் எவ்வாறு என்னை வெளிப்படுத்திக் கொள்கிறேன் என்பதும் எவ்வளவு முக்கியம் என்பது ஒரு சிறுவனாக இருந்தபோதே எனக்கு வெளிப்படையாகத் தெரிந்தது. என் ஏழைத் தந்தை எப்போதும் ஏழைத் தந்தையாகவே இருந்தார் என்பதை நான் கவனித்தேன். அவரது வருவாய் அதற்குக் காரணமல்ல. ஏனெனில், அவர் குறிப்பிடத்தக்க அளவு சம்பாதித்தார். அவர் ஏழையாக இருந்ததற்குக் காரணம் அவரது எண்ணங்களும் நடவடிக்கைகளும்தான். இரண்டு தந்தையரைப் பெற்றிருந்த ஒரு சிறுவன் என்ற முறையில், அவர்கள் இருவரில் யாருடைய எண்ணங்களை எனது சொந்த எண்ணங்களாக சுவீகரித்துக் கொள்ள நான் தேர்ந்தெடுத்தேன் என்பது பற்றி நான் எச்சரிக்கையாக இருக்க வேண்டியதன் அவசியத்தை நான் நன்றாகவே அறிந்திருந்தேன். நான் என் பணக்காரத் தந்தை கூறுவதைக் கேட்க வேண்டுமா அல்லது என் ஏழைத் தந்தை கூறுவதற்குச் செவிமடுக்க வேண்டுமா?

> **ஏழையாக இருப்பதற்கும் நொடிந்து போயிருப்பதற்கும் இடையே ஒரு பெரிய வித்தியாசம் உள்ளது. நொடிந்து போயிருப்பது தற்காலிகமானது, ஏழையாக இருப்பது நிரந்தரமானது.**

இருவருமே கல்வியின்மீதும் கற்றலின்மீதும் அளப்பரிய மதிப்பு வைத்திருந்தாலும்கூட, எதைக் கற்றுக் கொள்வது முக்கியம் என்பது குறித்து அவர்கள் முரண்பட்டனர். நான் கடினமாகப் படிக்க

வேண்டும், ஒரு பட்டம் பெற வேண்டும், பணத்தைச் சம்பாதிப்பதற்கு ஒரு நல்ல வேலையைப் பெற வேண்டும் என்று ஒரு தந்தை விரும்பினார். நான் ஒரு வழக்கறிஞராகவோ அல்லது ஒரு கணக்காளராகவோ ஆவதற்குத் தேவையான படிப்பை நான் படிக்க வேண்டும் என்றும், நிர்வாகவியலில் முதுகலைப் பட்டம் பெற வேண்டும் என்றும் அவர் விரும்பினார். ஆனால் மற்றொரு தந்தையோ, பணக்காரனாக ஆவதற்கும், பணம் எப்படி வேலை செய்கிறது என்பதைப் புரிந்து கொள்வதற்கும், பணத்தை எனக்காக வேலை செய்ய வைப்பது எப்படி என்பதைக் கற்றுக் கொள்வதற்கும் நான் படிக்க வேண்டும் என்று என்னை ஊக்குவித்தார். “நான் பணத்திற்காக வேலை செய்வதில்லை! பணம் எனக்காக வேலை செய்கிறது!” என்ற வார்த்தைகளை அவர் மீண்டும் மீண்டும் கூறிக் கொண்டே இருந்தார்.

எனக்கு ஒன்பது வயதாக இருந்தபோது, பணத்தைப் பற்றி எனது பணக்காரத் தந்தை கூறுவதைக் கேட்பதென்றும், அவரிடமிருந்து கற்றுக் கொள்வதென்றும் நான் தீர்மானித்தேன். என் ஏழைத் தந்தை அனைத்துக் கல்லூரிப் பட்டங்களையும் பெற்றிருந்தும்கூட, பணம் குறித்த விஷயத்தில் அவர் கூறுவதைக் கேட்கக்கூடாது என்றும் நான் முடிவு செய்தேன்.

உயர்ந்த கல்வித் தகுதியைப் பெற்றிருந்த என் தந்தை, பணத்தைப் பற்றிக் கொடுத்த அறிவுரையையும், பணம் குறித்து அவர் கொண்டிருந்த மனப்போக்கையும் நான் செவிமடுக்கப் போவதில்லை என்று நான் தேர்ந்தெடுத்தது ஒரு வேதனையான தீர்மானம்தான். ஆனால் என் எஞ்சிய வாழ்நாளைச் செம்மையாக வடிவமைத்த ஒரு தீர்மானமாக அது அமைந்தது.

யார் கூறுவதைக் காதுகொடுத்துக் கேட்பது என்பதை நான் தீர்மானித்தக் கணத்தில், பணத்தைப் பற்றிய என் படிப்பு துவங்கியது. எனக்கு 39 வயதாகும்வரை, என் பணக்காரத் தந்தை முப்பது வருடங்களாகப் பணத்தைப் பற்றி எனக்குக் கற்றுக் கொடுத்தார். என் தலைக்குள் எந்த யோசனைகளைப் புகுத்துவதற்கு அவர் முயற்சித்துக் கொண்டிருந்தாரோ, அதை நான் அறிந்து கொண்டேன் என்பதையும், முழுமையாகப் புரிந்து கொண்டேன் என்பதையும் அவர் உணர்ந்த நேரத்தில், எனக்குக் கற்பிப்பதை அவர் நிறுத்தினார்.

பணம் என்பது ஒரு வகையான சக்தி. ஆனால் பொருளாதாரக் கல்வி அதைவிட சக்தி வாய்ந்தது. பணம் வரும், போகும். ஆனால் பணம் எவ்வாறு வேலை செய்கிறது என்பது பற்றி நீங்கள் கற்றிருந்தால், அதன்மீது உங்களால் அதிகாரம் செலுத்த முடியும், செல்வத்தை உருவாக்கத் துவங்க முடியும். நேர்மறைச் சிந்தனை மட்டுமே ஒருவருக்குப் பலனளிக்காமல் போவதற்குக் காரணம், பள்ளிக்குச் சென்ற பெரும்பாலான மக்கள், பணம் எவ்வாறு வேலை செய்கிறது என்பதை ஒருபோதும் கற்றுக் கொள்ளாததால்

பணத்திற்காக வேலை பார்ப்பதில் தங்கள் வாழ்நாள் முழுவதையும் செலவிடுகின்றனர் என்பதுதான்.

பணத்தைப் பற்றிய கல்வி எனக்குத் துவக்கப்பட்டபோது நான் வெறும் ஒன்பது வயதுச் சிறுவனாக இருந்ததால், என் பணக்காரத் தந்தை எனக்குக் கற்றுக் கொடுத்தப் பாடங்கள் மிக எளிமையாக இருந்தன. பின்னர் ஆழமான பாடங்களை அவர் கற்றுக் கொடுக்கத் துவங்கினார். ஆனால் ஆறு முக்கியமான படிப்பினைகளைத்தான் அவர் திரும்பத் திரும்ப முப்பது வருடங்களாகக் கற்றுக் கொடுத்து வந்தார். இப்புத்தகம் அந்த ஆறு முக்கியப் படிப்பினைகளைப் பற்றியதுதான். என் பணக்காரத் தந்தை அவற்றை எனக்கு எவ்வளவு எளிமையாகக் கற்றுக் கொடுத்தாரோ, அதே எளிமையான வார்த்தைகளில் அவற்றை இங்கு நான் விளக்குகிறேன். இப்படிப்பினைகள் உங்கள் கேள்விகளுக்கான விடைகள் அல்ல; மாற்றமும் நிச்சயமின்மையும் கைகோர்த்துக் கொண்டு உலா வரும் இவ்வுலகத்தில் நீங்களும் உங்கள் குழந்தைகளும் செல்வச் செழிப்பானவர்களாக வளர்வதற்கு உதவுவதற்கான வழிகாட்டுதல்களாகவே இவற்றை நான் அமைத்துள்ளேன்.

அத்தியாயம் ஒன்று

பாடம் 1: பணக்காரர்கள் பணத்திற்காக வேலை செய்வதில்லை

ஏழைகளும் நடுத்தர வர்க்கத்தைச் சேர்ந்த மக்களும் பணத்திற்காக வேலை செய்கின்றனர். பணக்காரர்கள் பணத்தைத் தங்களுக்காக வேலை செய்ய வைக்கின்றனர்.

"அப்பா, பணக்காரனாக ஆவது எப்படி என்று எனக்கு உங்களால் கூற முடியுமா?"

என் தந்தை தன் மாலைநேரச் செய்தித்தாளைக் கீழே வைத்துவிட்டு, "நீ ஏன் பணக்காரனாக ஆக விரும்புகிறாய்?" என்று கேட்டார்.

"ஏனென்றால், இன்று ஜிம்மி தன் தாயாருடன் அவர்களது புதிய 'காடிலாக்' காரில் போவதை நான் பார்த்தேன். வார இறுதியைக் கழிப்பதற்காக, கடற்கரையில் அமைந்துள்ள தங்கள் வீட்டிற்கு அவர்கள் சென்று கொண்டிருந்தனர். ஜிம்மி தன் நண்பர்களில் மூவரையும் தன்னுடன் அழைத்துச் சென்றிருக்கிறான், ஆனால் மைக்கையும் என்னையும் மட்டும் அழைக்கவில்லை. நாங்கள் ஏழைச் சிறுவர்களாக இருப்பதால் அவன் எங்களை உடனழைத்துச் செல்லவில்லை என்று அந்த நண்பர்கள் எங்களிடம் கூறினர்."

"அப்படியா கூறினார்கள்?" என்று என் தந்தை நம்ப முடியாமல் கேட்டார்.

"ஆமாம், அவர்கள் அப்படித்தான் கூறினார்கள்," என்று காயம் தோய்ந்த குரலில் நான் பதிலளித்தேன்.

என் தந்தை அமைதியாகத் தலையாட்டிவிட்டு, தன் மூக்குக் கண்ணாடியைத் தூக்கி விட்டுக்கொண்டு, மீண்டும் செய்தித்தாளைப் படிப்பதில் மூழ்கினார். நான் அவருடைய பதிலுக்காகக் காத்துக் கொண்டிருந்தேன்.

அது 1956ம் ஆண்டு. அப்போது எனக்கு ஒன்பது வயது. ஏதோ விதிவசமாக, பணக்காரர்கள் தங்கள் குழந்தைகளை அனுப்பி வைத்த அதே அரசுப் பள்ளிகூடத்தில்தான் நானும் பயின்றேன். நாங்கள் வாழ்ந்த நகரத்தில் சர்க்கரை உற்பத்திதான் முக்கியத் தொழிலாக இருந்தது. சர்க்கரை உற்பத்தி நிறுவனங்களின் மேலாளர்களும், மருத்துவர்கள், தொழிலதிபர்கள், வங்கியாளர்கள் போன்ற செல்வாக்குமிக்க மக்களும் இந்த ஆரம்பநிலைப் பள்ளிக்குத்தான் தங்கள் குழந்தைகளை அனுப்பினர். ஆறாவது வகுப்பிற்குப் பிறகு, அவர்களது குழந்தைகள் பொதுவாக வேறு தனியார்ப் பள்ளிகளுக்குச் சென்றனர். எனது குடும்பம் அந்த அரசுப் பள்ளி அமைந்திருந்த அதே தெருவில் வசித்து வந்ததால் நான் அப்பள்ளிக்குச் சென்றேன். எங்கள் வீடு வேறு ஏதேனும் ஒரு தெருவில் அமைந்திருந்தால், எங்கள் குடும்பத்தைப் போன்ற குடும்பங்களிலிருந்து வந்த குழந்தைகள் பயிலும் வேறு ஏதேனும் ஒரு பள்ளிக்கு நான் சென்றிருந்திருப்பேன். ஆறாவது வகுப்பிற்குப் பிறகு, இக்குழந்தைகளும் நானும் அரசு நடுநிலைப் பள்ளிக்கும், அதன் பிறகு அரசு உயர்நிலைப் பள்ளிக்கும் சென்றோம். எங்களைப் போன்றவர்களுக்கு எந்தத் தனியார்ப் பள்ளியும் இருக்கவில்லை.

என் தந்தை ஒருவழியாகத் தனது செய்தித்தாளைக் கீழே வைத்தார். அவர் சிந்தித்துக் கொண்டிருந்தார் என்பது வெளிப்படையாகத் தெரிந்தது.

“நீ பணக்காரனாக ஆக விரும்பினால், பணம் சம்பாதிப்பது எப்படி என்பதை நீ கற்றுக் கொள்ள வேண்டும்,” என்று அவர் மெதுவாகத் தன் பேச்சைத் துவக்கினார்.

“நான் எவ்வாறு பணம் பண்ணுவது?” என்று நான் கேட்டேன்.

அவர் புன்னகைத்தபடி, “உன் மூளையைப் பயன்படுத்து,” என்று கூறினார். உண்மையிலேயே அவர் என்ன கூறினார் என்று எனக்குப் புரிந்தது. “என்னால் இப்போதைக்கு உனக்கு அவ்வளவுதான் கூற முடியும்,” அல்லது “அதற்கான விடை எனக்குத் தெரியாது. எனவே, என்னை தர்மசங்கடத்திற்கு ஆளாக்காதே,” என்று என்னிடம் அவர் சொல்லாமல் சொன்னார்.

ஒரு கூட்டணி உருவாக்கப்படுகிறது

அடுத்த நாள் காலையில், என் தந்தை என்னிடம் கூறியிருந்ததை என் நண்பன் மைக்கிடம் நான் கூறினேன். எனக்குத் தெரிந்தவரை, மைக்கும் நானும் மட்டுமே அப்பள்ளியில் பயின்ற ஏழை மாணவர்கள். மைக்கும் ஏதோ விதிவசமாகத்தான் இப்பள்ளியில் சேர்ந்திருந்தான். அதனால் நாங்கள் இருவரும் பணக்கார மாணவர்களுடன் சேர்ந்து பயில வேண்டியதாயிற்று. நாங்கள் ஒன்றும் பரம ஏழைகள் அல்ல, ஆனால் மற்ற மாணவர்கள்

அனைவரும் புதிய கையுறைகளுடனும் புதிய சைக்கிள்களிலும் வலம் வந்தபோது, அவர்களிடமிருந்த அனைத்துப் புதிய பொருட்களும் எங்கள் இருவரையும் ஏழைகளாக உணர வைத்தன.

உணவு, உடை, உறைவிடம் போன்ற எங்களது அடிப்படைத் தேவைகளை எங்கள் பெற்றோர் நிறைவேற்றி வைத்தனர். அவர்களிடமிருந்து அதற்கு மேல் எதுவும் எங்களுக்குக் கிடைக்கவில்லை. என் தந்தை, "உனக்கு ஏதேனும் வேண்டுமென்றால், அதற்காக நீ உழைக்க வேண்டும்," என்று கூறுவது வழக்கம். நானும் மைக்கும் பலவற்றை விரும்பினோம், ஆனால் ஒன்பது வயதுச் சிறுவர்களுக்கு ஏற்ற வேலைகள் எதுவும் அவ்வளவாக இருக்கவில்லை.

"பணத்தை ஈட்டுவதற்கு நாம் என்ன செய்ய வேண்டும்?" என்று மைக் கேட்டான்.

"எனக்குத் தெரியவில்லை, ஆனால் நீ என் கூட்டாளியாக ஆக விரும்புகிறாயா?" என்று நான் கேட்டேன்.

அவன் அதற்கு ஒப்புக் கொண்டான். எனவே, அந்த சனிக்கிழமை காலையன்று, மைக் என்னுடைய முதல் வியாபாரக் கூட்டாளியாக ஆனான். எவ்வாறு பணம் சம்பாதிப்பது என்பது பற்றிச் சிந்திப்பதில் நாங்கள் அன்றைய காலைநேரம் முழுவதையும் செலவிட்டோம். அவ்வப்போது, ஜிம்மின் கடற்கரை வீட்டில் குதூகலமான நேரத்தை அனுபவித்துக் கொண்டிருந்த சிறுவர்களைப் பற்றி நாங்கள் பேசினோம். அது எங்கள் மனத்தை நோகடித்தது. ஆனால் அந்த வேதனை நல்லதுதான், ஏனெனில் பணம் பண்ணுவதற்கு ஏதேனும் ஒரு வழியைப் பற்றிச் சிந்திப்பதற்கு அது எங்களுக்கு உத்வேகமளித்தது. இறுதியில், அன்று மதியம் ஒரு பெரும் உள்நோக்கு எங்களுக்குக் கிடைத்தது. தான் படித்திருந்த ஓர் அறிவியல் புத்தகத்திலிருந்து மைக்கிற்குக் கிடைத்த ஒரு யோசனை அது. நாங்கள் உற்சாகமாகக் கைகுலுக்கிக் கொண்டோம். இப்போது எங்கள் கூட்டணிக்கு ஒரு தொழில் கிடைத்துவிட்டது.

அடுத்தப் பல வாரங்களுக்கு, மைக்கும் நானும் எங்கள் அண்டைவீட்டுக் கதவுகளைத் தட்டி, அவர்களது காலியான பற்பசை டியூபுகளை பத்திரப்படுத்தி எங்களுக்குக் கொடுக்குமாறு அவர்களைக் கேட்டுக் கொண்டோம். எங்கள் கோரிக்கை பலருக்கு வினோதமாகப் பட்டது. பெரும்பாலான வளர்ந்தவர்கள் ஒரு புன்னகையுடன் எங்களுக்கு ஒப்புதல் அளித்தனர். பற்பசை டியூபுகளைக் கொண்டு நாங்கள் என்ன செய்யவிருந்தோம் என்று சிலர் எங்களிடம் கேட்டனர். அதற்கு நாங்கள், "அதை எங்களால் கூற முடியாது. அது ஒரு வியாபார ரகசியம்," என்று பதிலளித்தோம்.

வாரங்கள் செல்லச் செல்ல, என் தாயாரின் கவலை அதிகரித்துக் கொண்டே போனது. அவரது துணி துவைக்கும் இயந்திரம் இருந்த இடத்திற்கு அருகே ஓரிடத்தை எங்கள் கச்சாப் பொருட்களைக்

குவித்து வைப்பதற்கு நாங்கள் தேர்ந்தெடுத்திருந்தோம். ஒரு பழைய அட்டைப் பெட்டியில் நாங்கள் எங்கள் பற்பசை டியூபுகளை சேகரிக்கத் துவங்கினோம்.

இறுதியில் என் தாயார் பொறுமையிழந்தார். தன் அண்டைவீட்டார் பயன்படுத்திய, நசுங்கிப் போயிருந்த பழைய பற்பசை டியூபுகள் தன் வீட்டில் குப்பையாகக் குவிக்கப்பட்டிருந்ததைக் காண அவர் விரும்பவில்லை. "நீங்கள் இருவரும் என்ன செய்து கொண்டிருக்கிறீர்கள்? இது ஒரு வியாபார ரகசியம் என்ற பழைய பல்லவியை மீண்டும் என்னிடம் கூறாதீர்கள். இந்தக் குப்பைக் கூளங்களை ஏதாவது செய்யுங்கள். இல்லையென்றால் நான் இவற்றை வெளியே தூக்கி எறிந்துவிடுவேன்," என்று அவர் மிரட்டினார்.

இன்னும் சில டியூபுகள் சேர்ந்தவுடன் நாங்கள் எங்கள் உற்பத்தியைத் துவக்கிவிடுவோம் என்றும், அதுவரை பொறுத்துக் கொள்ளுமாறும் நானும் மைக்கும் என் தாயாரிடம் கெஞ்சினோம். இன்னும் ஓரிருவர் தங்கள் பற்பசை டியூபுகளைத் தருவதற்காக நாங்கள் காத்துக் கொண்டிருந்ததாக நாங்கள் அவரிடம் தெரிவித்தோம். எங்கள் தாயார் எங்களுக்கு ஒருவார கால அவகாசம் கொடுத்தார்.

உற்பத்தியைத் துவக்குவதற்கு நாங்கள் குறித்தத் தேதி நெருங்கிக் கொண்டிருந்தது. இது எங்களுக்கு அழுத்தத்தைக் கூட்டியது. ஆனால் என் சொந்தத் தாயாரே இடத்தைக் காலி செய்ய வேண்டும் என்று எங்களுக்கு அறிக்கை விட்டபோது, எங்களது முதல் கூட்டணி ஏற்கனவே அச்சுறுத்தப்படத் துவங்கியிருந்தது. அடிக்கடிப் பல் துலக்க வேண்டியது அவசியம் என்று பல் மருத்துவர் கூறுவதாக அண்டைவீட்டாரிடம் கூறி, தங்கள் பற்பசையை விரைவில் காலி செய்யும்படி கூறுவது மைக்கின் வேலையாக ஆனது. நான் உற்பத்திக்கான வேலையைத் துவக்கினேன்.

ஒருநாள் நானும் மைக்கும் உற்பத்தியில் ஈடுபட்டிருந்தபோது, என் தந்தை தன் நண்பர் ஒருவருடன் அங்கு தன் காரில் வந்தார். வழிநெடுகிலும் வெள்ளைப் பொடி சிதறிக் கிடந்தது. எங்கள் பள்ளியிலிருந்து நாங்கள் சேகரித்திருந்த பால் அட்டைப் பெட்டிகள் ஒரு நீளமான மேசையில் வைக்கப்பட்டிருந்தன. எங்கள் குடும்பத்தின் தணலடுப்பு நன்றாக எரிந்து கொண்டிருந்தது.

கார் நிறுத்துமிடத்திற்குச் செல்வதற்கான வழியை எங்கள் உற்பத்தி வேலை தடுத்திருந்ததால், என் தந்தை எச்சரிக்கையாக எங்களை நோக்கி நடந்து வந்தார். அவரும் அவரது நண்பரும் எங்களை நெருங்கியபோது, ஒரு பெரிய எஃகுப் பானை அந்தத் தணலடுப்பில் வைக்கப்பட்டு, பற்பசை டியூபுகள் அதில் உருகிக் கொண்டிருந்ததை அவர்கள் கண்டனர். அந்த நாட்களில், பற்பசைகள் பிளாஸ்டிக் டியூபுகளில் வரவில்லை. அவை ஈயத்தில்

செய்யப்பட்டிருந்தன. எனவே, டியூபில் இருந்த பெயின்ட் எரிந்து போன பிறகு, அந்த டியூபுகளை அச்சிறிய எஃகுப் பானையில் போட்டோம். அவை திரவமாகும்வரை உருக்கப்பட்டன. பாத்திரத்தைப் பிடிப்பதற்கான இடுக்கியைக் கொண்டு அந்த எஃகுப் பானையைக் கீழே இறக்கி, பால் அட்டைப் பெட்டிகளின் மேலே இருந்த ஒரு சிறிய துவாரத்தின் வழியாக அதை ஊற்றினோம்.

பால் அட்டைப் பெட்டிகள் பிளாஸ்டர் ஆஃப் பாரீஸால் நிரப்பப்பட்டிருந்தன. வெள்ளைப் பொடி எல்லா இடங்களிலும் தெறித்திருந்தது. அவசரத்தில், நான் ஒரு பெரிய சாக்குப் பையைத் தவறுதலாகக் கீழே தள்ளிவிட்டேன். அதிலிருந்த வெள்ளைப் பொடி அனைத்தும் கொட்டி அந்த இடம் ஒரு பெரும் பனிப்புயலால் தாக்கப்பட்டதைப்போல் காட்சியளித்தது. பிளாஸ்டர் ஆஃப் பாரீஸ் வார்ப்புகளுக்கு அந்தப் பால் அட்டைப் பெட்டிகள்தான் வெளிப்புறக் கொள்கலன்களாக இருந்தன.

திரவ நிலையிலிருந்த ஈயத்தைப் பிளாஸ்டர் ஆஃப் பாரீஸ் வார்ப்புகளின் மேலிருந்த ஒரு சிறிய துவாரத்தின் வழியாக நாங்கள் கவனமாக ஊற்றுவதை என் தந்தையும் அவரது நண்பரும் பார்த்துக் கொண்டிருந்தனர்.

"எச்சரிக்கையாகச் செய்," என்று என் தந்தை கூறினார்.

நான் நிமிர்ந்து பார்க்காமலேயே அவர் கூறுவதை ஏற்றுக் கொண்டு தலையசைத்தேன்.

இறுதியாக, திரவ ஈயத்தை முழுவதுமாக ஊற்றி முடித்தப் பிறகு, அந்த எஃகுப் பானையைக் கீழே வைத்துவிட்டு என் தந்தையைப் பார்த்துப் புன்னகைத்தேன்.

என் தந்தை ஓர் எச்சரிக்கையான புன்னகையுடன், "நீங்கள் இருவரும் என்ன செய்து கொண்டிருக்கிறீர்கள்?" என்று எங்களைப் பார்த்துக் கேட்டார்.

"நீங்கள் என்னை என்ன செய்யும்படி கூறினீர்களோ, அதைத்தான் நாங்கள் செய்து கொண்டிருக்கிறோம். நாங்கள் பணக்காரர்களாக ஆகப் போகிறோம்," என்று நான் கூறினேன்.

"ஆமாம், நாங்கள் கூட்டாளிகள்," என்று மைக்கும் என்னுடன் சேர்ந்து கொண்டான்.

"அந்தப் பிளாஸ்டிக் வார்ப்புகளில் என்ன இருக்கிறது?" என்று என் தந்தை கேட்டார்.

"நான் செய்யப் போவதைக் கவனமாகப் பாருங்கள்," என்று நான் கூறினேன்.

ஒரு சிறிய சுத்தியலை எடுத்து, அந்தப் பிளாஸ்டிக் வார்ப்பை உடைத்து, அதிலிருந்து ஒரு ஈய நாணயத்தை வெளியே எடுத்தேன்.

"அடக் கடவுளே! ஈயத்திலிருந்து நாணயத்தை உருவாக்கிக் கொண்டிருக்கிறீர்களா?" என்று என் தந்தை கேட்டார்.

“ஆமாம். நீங்கள் சொன்னபடிதான் நாங்கள் செய்கிறோம். நாங்கள் பணத்தை உருவாக்கிக் கொண்டிருக்கிறோம்,” என்று மைக் பதிலளித்தான்.

என் தந்தையின் நண்பர் தன் முகத்தைத் திருப்பிக் கொண்டு உரக்கச் சிரித்தார். என் தந்தை புன்னகைத்தவாறே தன் தலையை ஆட்டினார். ஒரு நெருப்பு மற்றும் ஒரு டப்பா நிறையப் பற்பசை டியூபுகளுடன், உச்சியிலிருந்து உள்ளங்கால்வரை வெள்ளைப் பொடி போர்த்தியவாறு, இரு சிறுவர்கள் பெரிய புன்னகையுடன் அவர் முன் நின்று கொண்டிருந்தனர்.

எல்லாவற்றையும் அப்படியே கீழே வைத்துவிட்டு, தன்னுடன் வந்து, எங்கள் வீட்டின் முன்வாசற்படியில் அமருமாறு அவர் எங்களிடம் கூறினார். எங்களைப் பார்த்துப் புன்முறுவல் பூத்துவிட்டு, ‘கள்ள நாணயங்களை உற்பத்தி செய்வது’ என்பதைப் பற்றி எங்களுக்கு விளக்கினார்.

எங்களுடைய கனவுகள் தகர்க்கப்பட்டன. மைக் சற்று நடுக்கமான குரலில், “இது சட்டத்திற்குப் புறம்பானது என்றா கூறுகிறீர்கள்?” என்று கேட்டான்.

“விட்டுத்தள்ளுங்கள். அவர்கள் ஓர் இயல்பான திறமையை உருவாக்கிக் கொண்டிருக்கக்கூடும்,” என்று என் தந்தையின் நண்பர் கூறினார்.

என் தந்தை அவரைப் பார்த்து முறைத்தார்.

பிறகு எங்களை நோக்கித் திரும்பி, “ஆமாம், அது சட்டத்திற்குப் புறம்பானது. ஆனால் நீங்கள் உங்களது மாபெரும் படைப்புத்திறனையும் அசலான எண்ணத்தையும் வெளிப்படுத்தி இருக்கிறீர்கள். தொடர்ந்து சிந்தியுங்கள். உண்மையிலேயே உங்களைப் பற்றி நான் மிகவும் பெருமைப்படுகிறேன்,” என்று கூறினார்.

மைக்கும் நானும் ஏமாற்றத்துடன் சுமார் இருபது நிமிடங்கள் மௌனமாக அமர்ந்தோம். பிறகு நாங்கள் அங்கிருந்த குப்பைக் கூளங்களை அகற்றி, அந்த இடத்தை சுத்தப்படுத்தத் துவங்கினோம். முதல் நாளன்றே எங்கள் வியாபாரத்தை நாங்கள் இழுத்து மூட வேண்டியதாயிற்று. வெள்ளைப் பொடியைக் கூட்டி அள்ளியபடி நான் மைக்கிடம், “ஜிம்மியும் அவனது நண்பர்களும் கூறியது சரிதான். நாம் ஏழைகள்தான்,” என்று கூறினேன்.

அப்போது அந்த இடத்தைவிட்டுப் புறப்பட்டுக் கொண்டிருந்த என் தந்தை நான் கூறியதைக் கேட்டு இவ்வாறு கூறினார்: “நீங்கள் உங்கள் முயற்சியை கைவிட்டால் மட்டுமே நீங்கள் ஏழைகள். நீங்கள் ஏதோ ஒன்றைச் செய்தீர்கள் என்பதுதான் இங்கு முக்கியமான விஷயம். பெரும்பாலான மக்கள் பணக்காரர்களாக ஆவது பற்றி வெறுமனே பேசவும் கனவு காணவும் மட்டுமே செய்கின்றனர். நீங்கள் ஏதோ ஒன்றைச் செய்திருக்கிறீர்கள். உங்கள் இருவர் குறித்தும் எனக்கு மிகவும் பெருமையாக இருக்கிறது. இதை நான் மீண்டும்

உங்களுக்குக் கூறுகிறேன்: 'தொடர்ந்து சிந்தியுங்கள். முயற்சியைக் கைவிடாதீர்கள்.'"

மைக்கும் நானும் அங்கு அமைதியாக நின்றோம். அவர் கூறியது அருமையான வார்த்தைகள்தான், ஆனால் நாங்கள் மேலும் என்ன செய்ய வேண்டும் என்பது எங்களுக்குத் தெரியவில்லை.

"அப்பா, அப்படியென்றால் நீங்கள் ஏன் இன்னும் பணக்காரராக ஆகியிருக்கவில்லை?" என்று நான் கேட்டேன்.

"ஏனெனில், நான் ஒரு பள்ளி ஆசிரியராக ஆவதைத் தேர்ந்தெடுத்தேன். பணக்காரர்களாக ஆவது பற்றிப் பள்ளி ஆசிரியர்கள் ஒருபோதும் சிந்திப்பதில்லை. நாங்கள் வெறுமனே பாடம் கற்றுக் கொடுக்க விரும்புகிறோம். உனக்கு உதவ வேண்டும் என்று நான் ஆசைப்படுகிறேன், ஆனால் எப்படிப் பணத்தை உருவாக்குவது என்று உண்மையிலேயே எனக்குத் தெரியாது."

மைக்கும் நானும் அந்த இடத்தை சுத்தப்படுத்துவதைத் தொடர்ந்தோம்.

"நீங்கள் இருவரும் உண்மையிலேயே பணக்காரர்களாக ஆக விரும்பினால், என்னிடம் கேட்காதீர்கள். மைக், உன்னுடைய தந்தையிடம் சென்று பேசு," என்று என் தந்தை கூறினார்.

"என் தந்தையிடமா?" என்று மைக் முகம் சுளித்தான்.

என் தந்தை புன்னகையுடன், "ஆமாம். நானும் உன் தந்தையும் ஒரே வங்கியாளரிடம்தான் செல்கிறோம். அவர் உன் தந்தையைப் பற்றிப் பெருமையாகப் பேசுகிறார். பணம் பண்ணுவது என்று வரும்போது உன் தந்தை மகா புத்திசாலி என்று அவர் என்னிடம் பல முறை கூறியுள்ளார்," என்று கூறினார்.

"என் தந்தையா?" என்று மைக் நம்ப முடியாமல் மீண்டும் கேட்டான். "அப்படியென்றால் எங்கள் பள்ளியில் பயிலும் மாணவர்களிடம் இருப்பதுபோல் ஒரு நல்ல வீடும் ஒரு நல்ல காரும் ஏன் எங்களிடம் இல்லை?"

"ஒரு நல்ல வீடும் ஒரு நல்ல காரும் இருந்தால்தான் நீ பணக்காரன் என்றோ அல்லது பணம் பண்ணுவது எப்படி என்று உனக்குத் தெரியும் என்றோ அர்த்தமாகிவிடாது. ஜிம்மியின் தந்தை சர்க்கரை உற்பத்தி நிறுவனத்திற்காக வேலை செய்கிறார். அவர் என்னிடமிருந்து அவ்வளவு வித்தியாசமானவர் அல்ல. அவர் ஒரு நிறுவனத்திற்காக வேலை செய்கிறார், நான் அரசாங்கத்திற்காக வேலை செய்கிறேன். அவரது நிறுவனம் அவருக்குக் கார் வாங்கிக் கொடுக்கிறது. சர்க்கரை உற்பத்தி நிறுவனம் பொருளாதாரப் பிரச்சனையில் சிக்கிக் கொண்டுள்ளது. விரைவில் ஜிம்மியின் தந்தையிடம் எதுவும் இருக்கப் போவதில்லை. மைக், உன் தந்தை வித்தியாசமானவர். அவர் ஒரு பெரிய சாம்ராஜ்யத்தை உருவாக்கிக் கொண்டிருப்பதுபோல் தெரிகிறது. ஒருசில வருடங்களில் அவர் ஒரு மிகப் பெரிய பணக்காரராக ஆவார் என்று நான் நினைக்கிறேன்," என்று என் தந்தை பதிலளித்தார்.

அவர் அவ்வாறு கூறியது மீண்டும் எனக்கும் மைக்கிற்கும் உற்சாகத்தைக் கொடுத்தது. புதிய உத்வேகத்துடன் எங்கள் துப்புரவுப் பணியை மீண்டும் தொடர்ந்தோம். நாங்கள் அவ்விடத்தை சுத்தப்படுத்திக் கொண்டிருந்தபோது, மைக்கின் தந்தையுடன் எப்படிப் பேசுவது என்பது பற்றியும், எப்போது பேசுவது என்பது பற்றியும் நாங்கள் திட்டமிட்டோம். பிரச்சனை என்னவென்றால், மைக்கின் தந்தை அதிக நேரம் உழைத்ததால், பெரும்பாலும் இரவு நெடுநேரம் கழித்தே வீட்டிற்கு வந்தார். அவருக்குச் சொந்தமாகப் பல சேமிப்புக் கிடங்குகளும், ஒரு கட்டுமான நிறுவனமும், பல கடைகளும், மூன்று உணவகங்களும் இருந்தன. வீட்டிற்கு அவர் தாமதமாக வந்ததற்கு அந்த உணவகங்கள்தான் காரணம்.

எங்கள் துப்புரவுப் பணி முடிந்ததும் மைக் ஒரு பேருந்தில் ஏறித் தன் வீட்டிற்குச் சென்றான். வீட்டிற்குச் சென்றதும், பணக்காரராக ஆவது எப்படி என்று எங்களுக்குக் கற்றுக் கொடுக்க முடியுமா என்று அவன் தன் தந்தையிடம் கேட்க வேண்டும் என்று நாங்கள் திட்டமிட்டோம். அது குறித்துத் தன் தந்தையிடம் பேசிய பிறகு, இரவு எவ்வளவு நேரமானாலும் சரி, என்னைத் தொலைபேசியில் அழைத்துத் தகவல் கூறுவதாக அவன் எனக்கு வாக்களித்தான்.

இரவு எட்டரை மணிக்குத் தொலைபேசி ஒலித்தது.

"சரி, அடுத்த சனிக்கிழமை," என்று கூறிவிட்டு, தொலைபேசியை நான் கீழே வைத்தேன். மைக்கின் தந்தை எங்களைச் சந்திக்க ஒப்புக் கொண்டிருந்தார்.

சனிக்கிழமை காலை ஏழரை மணிக்கு, ஏழைகள் வாழ்ந்த பகுதிக்குச் செல்வதற்கான ஒரு பேருந்தில் நான் ஏறினேன்.

பாடங்கள் துவங்குகின்றன

அன்று காலை எட்டு மணிக்கு நானும் மைக்கும் அவனது தந்தையை சந்தித்தோம். அவர் ஏற்கனவே தன் வேலையில் மும்முரமாக இருந்தார். எங்களை சந்திப்பதற்கு முன் ஒரு மணிநேரத்திற்கும் மேலாக அவர் வேலை செய்து கொண்டிருந்தார். நான் மைக்கின் சிறிய, எளிமையான, சுத்தமான வீட்டை நெருங்கியபோது, அவனது தந்தையின் கட்டிட மேற்பார்வையாளர் தன் காரில் அங்கிருந்து புறப்பட்டுக் கொண்டிருந்தார். மைக் என்னைக் கதவருகில் சந்தித்தான்.

கதவைத் திறந்தபடியே, "என் தந்தை தொலைபேசியில் பேசிக் கொண்டிருக்கிறார். வீட்டின் பின்னால் காத்திருக்குமாறு அவர் கூறினார்," என்று மைக் கூறினான்.

வயதாகிக் கொண்டிருந்த அந்த வீட்டின் வாசலுக்குள் நான் காலெடுத்து வைத்தபோது, பழைய மரத் தரை கிறீச்சிட்டது. வீட்டிற்குள் ஒரு மலிவான மிதியடி இருந்தது. அது சுத்தமாக இருந்தபோதிலும், மாற்றப்பட வேண்டிய நிலையில் இருந்தது.

அவர்களுடைய குறுகலான வரவேற்பறைக்குள் நான் நுழைந்தபோது எனக்கு மூச்சுத் திணறியது. மிகப் பெரிய அளவிலான பழைய சோபாவும் மேசை நாற்காலிகளும் அந்த இடத்தை நிரப்பியிருந்தன. அந்த சோபாவில் என் தாயாரைவிடச் சற்று வயதான இரண்டு பெண்மணிகள் அமர்ந்திருந்தனர். அவர்களுக்கு எதிரே, ஒரு தொழிலாளியின் உடையில் ஒருவர் அமர்ந்திருந்தார். அவர் காக்கிச் சட்டையும் முழுநீளக் கால்சட்டையும் அணிந்திருந்தார். அவரது உடை இஸ்திரி போடப்பட்டிருந்தது, ஆனால் கஞ்சியிடப்பட்டிருக்கவில்லை. பளிச்சூட்டப்பட்ட, தொழிலாளிகள் அணிகின்ற காலணியை அவர் அணிந்திருந்தார். அவருக்கு என் தந்தையைவிடப் பத்து வயது அதிகமாக இருந்திருக்கும். நானும் மைக்கும் அவர்களைக் கடந்து பின்முற்றத்திற்குச் சென்றபோது, அவர்கள் புன்னகைத்தனர். நானும் பதிலுக்கு வெட்கத்துடன் புன்னகைத்தேன்.

"யார் அவர்கள்?" என்று நான் மைக்கிடம் கேட்டேன்.

"அவர்கள் என் தந்தையிடம் வேலை செய்கிறார்கள். அந்த வயதான மனிதர் என் தந்தையின் சேமிப்புக் கிடங்குகளை நிர்வகிக்கிறார். அப்பெண்கள் எங்கள் உணவகங்களின் மேலாளர்கள். நீ எங்கள் வீட்டை நெருங்கியபோது பார்த்தக் கட்டிட மேற்பார்வையாளர், இங்கிருந்து ஐம்பது மைல் தொலைவில் ஓரிடத்தில் நடைபெற்றுக் கொண்டிருக்கும் கட்டுமானப் பணியில் ஈடுபட்டுள்ளார். அவரது இன்னொரு கண்காணிப்பாளர், நீ வருவதற்குச் சற்று முன்தான் இங்கிருந்து புறப்பட்டுச் சென்றார். அவர் பல மாடிக் குடியிருப்புகளைக் கட்டுவதில் ஈடுபட்டிருக்கிறார்."

"உங்கள் வீட்டில் எப்போதும் இப்படித்தானா?" என்று நான் கேட்டேன்.

"எப்போதும் அல்ல, ஆனால் அடிக்கடி இப்படித்தான் நிகழும்," என்று புன்னகைத்தபடியே கூறிய மைக், ஒரு நாற்காலியை என் அருகில் இழுத்துப் போட்டு அமர்ந்தான்.

"பணம் சம்பாதிப்பதைப் பற்றி நமக்குக் கற்றுக் கொடுக்க முடியுமா என்று நேற்றிரவு நான் என் தந்தையிடம் கேட்டேன்," என்று மைக் கூறினான்.

"அதற்கு அவர் என்ன பதில் கூறினார்?" என்று நான் ஆர்வத்தோடு கேட்டேன்.

"முதலில் அவரது முகம் வேடிக்கையான ஒரு பார்வையை வெளிப்படுத்தினாலும், பிறகு, நமக்கு ஒரு திட்டம் வைத்திருப்பதாகக் கூறினார்."

நான் என் நாற்காலியைச் சுவரில் சாய்த்தபடி, "அப்படியா!" என்று கூறினேன்.

மைக்கும் தன் நாற்காலியைச் சுவர் சாய்த்தபடி அமர்ந்தான்.

"அது என்ன திட்டம் என்று தெரியுமா?" என்று நான் கேட்டேன்.

"இல்லை, ஆனால் விரைவில் அது நமக்குத் தெரிந்துவிடும்."

திடீரென்று, மைக்கின் தந்தை அங்கிருந்த பாழடைந்த கதவைத் தள்ளிக் கொண்டு நாங்கள் அமர்ந்திருந்த முற்றத்திற்கு வந்தார். மைக்கும் நானும் எங்கள் நாற்காலிகளைவிட்டுத் துள்ளி எழுந்து நின்றோம் — மரியாதை நிமித்தமாக அல்ல, அவரது வரவு எங்களைத் திடுக்கிடச் செய்ததால்தான்.

"நீங்கள் இருவரும் தயாரா?" என்று கேட்டபடி அவர் எங்கள் அருகில் ஒரு நாற்காலியை இழுத்துப் போட்டு அமர்ந்தார்.

நாங்கள் எங்கள் நாற்காலிகளைச் சுவரிலிருந்து இழுத்து அவர்முன் போட்டு அமர்ந்தபடி அவரது கேள்விக்குத் தலையாட்டினோம்.

அவர் சுமார் ஆறடி உயரமும் தொண்ணூறு கிலோ எடையும் கொண்ட ஒரு பெரிய உருவத்துடன்கூடியவராக இருந்தார். என் தந்தையும் உயரமானவர்தான், சுமார் அதே எடையைக் கொண்டவர்தான். ஆனால் மைக்கின் தந்தையைவிட ஐந்து வயது மூத்தவர். தோற்றத்தில் அவர்கள் இருவரும் கிட்டத்தட்ட ஒரே மாதிரியாக இருந்தனர், ஆனால் அவர்கள் வெவ்வேறு இனத்தைச் சேர்ந்தவர்கள்.

"ராபர்ட், பணத்தை எப்படி உருவாக்குவது என்பதைப் பற்றி நீ கற்றுக் கொள்ள விரும்புவதாக மைக் கூறினான். அது உண்மையா?" என்று அவர் கேட்டார்.

நான் விரைவாக, ஆனால் சற்று நடுக்கத்துடன் தலையாட்டினேன். அவரது வார்த்தைகளுக்கும் புன்னகைக்கும் பின்னால் ஏராளமான சக்தி இருந்தது.

"சரி. நான் உங்களுக்குக் கற்றுக் கொடுக்கிறேன். ஆனால் இது ஒரு வகுப்பறைக் கல்வியைப்போல் இருக்காது. நீங்கள் இருவரும் என்னிடம் வேலை செய்வதாக இருந்தால் மட்டுமே என்னால் வேகமாகக் கற்றுக் கொடுக்க முடியும். மாறாக, பள்ளிக்கூடத்தில் நடந்து கொள்வதுபோல் நீங்கள் இங்கு வெறுமனே உட்கார்ந்து நான் கூறுவதைக் கேட்க விரும்பினால், என்னுடைய நேரம்தான் வீணாகும். என்னிடம் வேலை பார்க்க உங்களுக்குச் சம்மதமா?"

"ஆனால் முதலில் நான் உங்களிடம் ஒரு கேள்வி கேட்கலாமா?" என்று நான் கேட்டேன்.

"கூடாது. நான் முன்மொழிந்துள்ள திட்டத்தை ஏற்றுக் கொள் அல்லது இங்கிருந்து போய்விடு. எனக்கு ஏகப்பட்ட வேலை இருக்கிறது. விரயம் செய்வதற்கு என்னிடம் நேரமில்லை. இப்போதே உன்னால் தீர்மானிக்க முடியாவிட்டால், பணத்தை உருவாக்குவதைப் பற்றி ஒருபோதும் உன்னால் கற்றுக் கொள்ள முடியாது. வாய்ப்புகள் வரும், போகும். எப்போது விரைவான தீர்மானங்களை எடுக்க வேண்டும் என்று தெரிந்திருப்பது ஒரு முக்கியத் திறமையாகும். நீ கேட்ட வாய்ப்பு உனக்குக் கிடைத்திருக்கிறது. பாடம் துவங்குகிறது

அல்லது அடுத்தப் பத்து வினாடிகளில் அது முடிவடைகிறது. உன் சௌகரியம்," என்று ஒரு கிண்டலான புன்முறுவலுடன் மைக்கின் தந்தை என்னிடம் கூறினார்.

"நான் அதை ஏற்றுக் கொள்கிறேன்," என்று நான் கூறினேன்.

"நானும் ஏற்றுக் கொள்கிறேன்," என்று மைக் கூறினான்.

"சரி. திருமதி மார்ட்டின் இன்னும் பத்து நிமிடங்களில் இங்கு இருப்பார். அவருடன் நான் பேசி முடித்தப் பிறகு, நீங்கள் அவரோடு என்னுடைய மளிகைக் கடைக்கு வந்து உங்கள் வேலையைத் துவக்கலாம். ஒரு மணிநேரத்திற்குப் பத்து சென்ட்டுகள் பணம் உங்களுக்கு ஊதியமாக வழங்கப்படும். ஒவ்வொரு சனிக்கிழமையும் மூன்று மணிநேரங்கள் நீங்கள் வேலை பார்க்க வேண்டும்," என்று மைக்கின் தந்தை கூறினார்.

"ஆனால் இன்று பேஸ்பால் விளையாட்டுப் போட்டி ஒன்றில் நான் கலந்து கொள்ள வேண்டி இருக்கிறது," என்று நான் கூறினேன்.

மைக்கின் தந்தை தன் குரலைத் தாழ்த்தி, ஒரு கடுமையான தொனியில், "ஒன்று, என் திட்டத்தை முழுமையாக ஏற்றுக் கொள் அல்லது இங்கிருந்து ஓடிப் போய்விடு," என்று கூறினார்.

"நான் ஏற்றுக் கொள்கிறேன்," என்று பதிலளித்தேன். விளையாடுவதற்குப் பதிலாக, வேலை செய்வதென்றும் பணம் சம்பாதிப்பது எப்படி என்பதைக் கற்றுக் கொள்வதென்றும் நான் தீர்மானித்தேன்.

முப்பது சென்ட்டுகள் பணம் சம்பாதித்தப் பிறகு

அன்று காலை ஒன்பது மணிக்கு நானும் மைக்கும் திருமதி மார்ட்டினின் கடையில் வேலை பார்த்துக் கொண்டிருந்தோம். அவர் ஓர் அன்பான, பொறுமையான பெண்மணி. மைக்கும் நானும் தனது மகனை நினைவுபடுத்தியதாக அவர் எங்களிடம் கூறினார். அவர் அன்பானவராக இருந்தாலும்கூட, கடின உழைப்பின்மீது அதீத நம்பிக்கை கொண்டிருந்தார். எனவே, தொடர்ந்து எங்களை ஊக்குவித்துக் கொண்டே இருந்தார். கடையின் அடுக்குகளில் அடுக்கி வைக்கப்பட்டிருந்த டின்கள் அனைத்தையும் கீழே இறக்கி வைத்து, அவை ஒவ்வொன்றையும் ஒரு மெல்லிய இறகு போன்ற துடைப்பானால் தூசி தட்டி, மீண்டும் அவற்றை அந்த அடுக்குகளில் வரிசையாக அடுக்கி வைப்பதில் நாங்கள் மூன்று மணிநேரத்தைச் செலவிட்டோம். அது மிகவும் அலுப்பூட்டும் வேலையாக இருந்தது.

பணக்காரத் தந்தை என்று நான் அழைக்கின்ற மைக்கின் தந்தை இதுபோன்ற ஒன்பது மளிகைக் கடைகளைத் தனக்குச் சொந்தமாக வைத்திருந்தார். ஒவ்வொரு கடையின் முன்னாலும் வாகனங்களை நிறுத்துவதற்குப் பெரிய இடம் இருந்தது. பால், ரொட்டி, வெண்ணெய், சிகரெட்டுகள் போன்ற பொருட்களை மக்கள் வந்து

வாங்கிச் செல்வதற்கு வசதியாக இந்தச் சிறிய மளிகைக் கடைகள் அவர்களது குடியிருப்புப் பகுதிகளில் அமைந்திருந்தன. இது ஹவாய் மாநிலத்தில் குளிர்சாதன வசதி வருவதற்கு முந்தையக் காலகட்டம். எனவே, வெப்பத்தின் காரணமாகக் கடைகள் தங்கள் கதவுகளை எப்போதும் திறந்தே வைத்திருக்க வேண்டிய கட்டாயம் நிலவியது. கடையின் இரண்டு பக்கங்களிலும், சாலையையும் வாகனங்களை நிறுத்துமிடத்தையும் நோக்கிக் கதவுகள் அகலத் திறந்து வைக்கப்பட்ட வேண்டியிருந்தது. ஒவ்வொரு முறை ஒரு கார் வந்து அந்த இடத்தில் நிறுத்தப்படும்போது, தூசி பறந்து வந்து கடைக்குள் படிந்துவிடும். குளிர்சாதன வசதி வரும்வரை எங்களுக்குத் தூசிதட்டும் வேலை இருந்து கொண்டே இருக்கும் என்பதை நாங்கள் அறிந்திருந்தோம்.

மூன்று வாரங்களாக, நானும் மைக்கும் திருமதி மார்ட்டினின் கண்காணிப்பின்கீழ் மூன்று மணிநேரம் வேலை பார்த்தோம். மதியம் எங்கள் வேலை முடிந்தவுடன், எங்கள் ஒவ்வொருவர் கையிலும் மூன்று சிறிய நாணயங்களை அவர் வைப்பார். 1950களின் மத்தியில்கூட, ஒன்பது வயதில் 30 சென்ட்டுகள் அவ்வளவு உற்சாகமூட்டவில்லை. அந்த சமயத்தில் காமிக்ஸ் புத்தகங்கள் ஒவ்வொன்றும் 10 சென்ட்டுகள் விற்றன. எனவே வீட்டிற்குச் செல்லும் வழியில் வழக்கமாக என்னுடைய 30 சென்ட்டுகளையும் காமிக்ஸ் புத்தகங்களை வாங்குவதில் நான் செலவிட்டேன்.

நான்காவது வாரம் புதன்கிழமையன்று, நான் வேலையிலிருந்து விலகுவதற்குத் தயாராக இருந்தேன். பணம் சம்பாதிப்பது எப்படி என்பதை மைக்கின் தந்தையிடமிருந்து கற்றுக் கொள்வதற்காகத்தான் வேலை செய்ய நான் ஒப்புக் கொண்டேன். ஆனால் இப்போது ஒரு மணிநேரத்திற்குப் பத்து சென்ட்டுகளுக்கு வேலை செய்யும் ஓர் அடிமையாக நான் ஆகியிருந்தேன். அதோடு, அந்த முதல் சனிக்கிழமைக்குப் பிறகு மைக்கின் தந்தையை நான் பார்க்கவே இல்லை.

“நான் வேலையைவிட்டு விலகுகிறேன்,” என்று அன்று மதியம் உணவு நேரத்தின்போது நான் மைக்கிடம் கூறினேன். பள்ளிக்கூடம் சலிப்பூட்டியது. இப்போது சனிக்கிழமைகள்கூட உற்சாகமூட்டுவதாக இல்லை. ஆனால் முப்பது சென்ட்டுகளை நான் உண்மையிலேயே விரும்பினேன்.

இப்போது மைக் புன்னகைத்தான்.

“நீ எதற்காக இப்போது சிரிக்கிறாய்?” என்று நான் கோபத்தோடும் வெறுப்போடும் மைக்கைப் பார்த்துக் கேட்டேன்.

“இது நடக்கும் என்று என் தந்தை கூறினார். நீ வேலையைவிட்டு விலகத் தயாராக இருக்கும்போது தன்னை வந்து பார்க்குமாறு அவர் கூறினார்.”

“என்ன? எனக்கு விரக்தி ஏற்படுவதற்காக அவர் காத்துக் கொண்டிருந்தாரா?” என்று நான் எரிச்சலோடு கேட்டேன்.

“என் தந்தை சற்று வித்தியாசமானவர். உன் தந்தையைப்போல் அவர் கற்றுக் கொடுப்பதில்லை. உன்னுடைய தாயாரும் தந்தையும் ஏராளமான சொற்பொழிவுகளைக் கொடுக்கின்றனர். ஆனால் என் தந்தை அமைதியானவர். வெகுசில வார்த்தைகளை மட்டுமே பேசுபவர். இந்த சனிக்கிழமைவரை நீ பொறுத்திரு. நீ தயாராக இருப்பதாக நான் அவரிடம் கூறுகிறேன்.”

“இது திட்டமிடப்பட்ட சதி என்று கூறுகிறாயா?”

“எனக்குத் தெரியாது. சனிக்கிழமையன்று என் தந்தை உனக்கு விளக்கமளிப்பார்.”

சனிக்கிழமையன்று வரிசையில் காத்திருத்தல்

மைக்கின் தந்தையை எதிர்கொள்வதற்கு நான் தயாராக இருந்தேன். என்னுடைய உண்மையான தந்தைகூட அவர்மீது கோபமாக இருந்தார். ஏழைத் தந்தை என்று நான் அழைக்கின்ற என் உண்மையான தந்தை, குழந்தைகளை வேலையில் அமர்த்தக்கூடாது என்ற சட்டத்தை அவர் மீறுவதாக நம்பினார். அது குறித்து விசாரணை மேற்கொள்ளப்பட வேண்டும் என்று அவர் விரும்பினார்.

ஒரு மணிநேரத்திற்கு 25 சென்ட்டுகள் ஊதியம் கேட்குமாறும், அது கிடைக்காவிட்டால் உடனடியாக வேலையைவிட்டு நின்றுவிடுமாறும் கல்வியறிவு கொண்ட என்னுடைய ஏழைத் தந்தை என்னிடம் கூறினார்.

“அந்த வேலை உனக்கொன்றும் அவ்வளவு அவசியமில்லை,” என்று என் ஏழைத் தந்தை கோபத்துடன் கூறினார்.

சனிக்கிழமை காலை எட்டு மணிக்கு நான் மைக்கின் வீட்டுக் கதவைத் தட்டியபோது, அவனது தந்தைதான் கதவைத் திறந்தார்.

நான் நுழைந்ததும் நுழையாததுமாக, “அங்கு போய் அமர்ந்து கொள். நீ வரிசையில் காத்திருக்க வேண்டும்,” என்று அவர் கூறினார். பிறகு, அவர் அங்கிருந்த தனது சிறிய அலுவலக அறைக்குள் சென்றுவிட்டார்.

நான் அந்த அறையைச் சுற்றிப் பார்த்தேன். மைக்கை என்னால் எங்கும் காண முடியவில்லை. தர்மசங்கடமாக உணர்ந்த நான், நான்கு வாரங்களுக்கு முன்பு நான் பார்த்த அதே இரண்டு வயதான பெண்மணிகளின் பக்கத்தில் போய் அமர்ந்தேன். அவர்கள் என்னைப் பார்த்துப் புன்னகைத்துவிட்டு, நான் அமர்வதற்காக சோபாவில் இடம் ஏற்படுத்திக் கொடுத்தனர்.

நாற்பத்தைந்து நிமிடங்கள் கடந்துவிட்டிருந்தன. எனக்குள் கோபம் தலைக்கேறிக் கொண்டிருந்தது. அந்த இரண்டு பெண்மணிகளும் அவரைச் சந்தித்துவிட்டு முப்பது நிமிடங்களுக்கு முன் அங்கிருந்து சென்றுவிட்டிருந்தனர். ஒரு வயதான நபரும் அங்கு இருபது நிமிடங்கள் இருந்தார், பிறகு அவரும் சென்றுவிட்டார்.

வீடு காலியாக இருந்தது. ஹவாய் தீவின் அழகிய கோடைக்கால நாளன்று, குழந்தைகளைத் தவறாக வேலைக்குப் பயன்படுத்திய ஒருவருடன் பேசுவதற்காக நான் ஒரு பழைய, இருண்ட வரவேற்பறையில் அமர்ந்திருந்தேன். அவர் தன் அலுவலகத்தில் தொலைபேசியில் பேசிக் கொண்டிருந்ததையும், வேறு ஏதோ மும்முரமான வேலையில் ஈடுபட்டிருந்ததையும் நான் கவனித்தேன். அவர் என்னை உதாசீனப்படுத்தியதை என்னால் உணர முடிந்தது. நான் வெளியேறுவதற்குத் தயாராக இருந்தேன், ஆனால் ஏதோ காரணத்திற்காக அங்கு தொடர்ந்து காத்திருந்தேன்.

அதற்குப் பதினைந்து நிமிடங்களுக்குப் பிறகு, பணக்காரத் தந்தை தன் அலுவலகத்தைவிட்டு வெளியே வந்தார். ஆனால் என்னிடம் எதுவும் கூறாமல், தன் அலுவலகத்திற்குள் வருமாறு எனக்கு சைகை காட்டினார்.

அவர் தன் சுழல் நாற்காலியில் சுற்றியபடியே, “நீ சம்பள உயர்வை எதிர்பார்ப்பதாகவும், அது கிடைக்காவிட்டால் வேலையைவிட்டு விலக முடிவு செய்திருப்பதாகவும் நான் கேள்விப்பட்டேன்,” என்று கூறினார்.

நான் என் கண்களில் கிட்டத்தட்டக் கண்ணீருடன், “நீங்கள் உங்கள் வாக்குறுதியை நிறைவேற்றத் தவறிவிட்டீர்கள்,” என்று கத்தினேன். ஒரு வளர்ந்த மனிதரை நேருக்கு நேர் எதிர்கொள்வது எனக்கு உண்மையிலேயே அச்சமூட்டுவதாக இருந்தது.

“நான் உங்களுக்காக வேலை செய்தால் பணம் சம்பாதிப்பதைப் பற்றி நீங்கள் எனக்குக் கற்றுக் கொடுப்பதாகக் கூறினீர்கள். நான் உங்களுக்காக வேலை செய்தேன். என் பேஸ்பால் விளையாட்டுக்களில் கலந்து கொள்வதை விட்டுவிட்டு, உங்களுக்காக மிகக் கடினமாக உழைத்தேன். ஆனால் நீங்கள் உங்கள் வார்த்தையைக் காப்பாற்றவில்லை. நீங்கள் எனக்கு எதையும் கற்றுக் கொடுக்கவும் இல்லை. இந்த நகர மக்கள் அனைவரும் நினைப்பதைப்போல் நீங்கள் ஒரு குறுக்கு புத்திக்காரர்தான். நீங்கள் ஒரு பேராசைக்காரர்தான். உங்களுக்கு எல்லாப் பணமும் வேண்டும். ஆனால் நீங்கள் உங்கள் ஊழியர்களை அக்கறையோடு கவனித்துக் கொள்வதில்லை. நீங்கள் என்னை வேண்டுமென்றே காக்க வைத்தீர்கள். நீங்கள் என்னை மதிக்கவில்லை. நான் ஒரு சிறுவன்தான், ஆனாலும் மரியாதையாக நடத்தப்படுவதற்குத் தகுதியானவன்தான்,” என்று நான் கூறினேன்.

பணக்காரத் தந்தை தன் சுழல் நாற்காலியில் சுற்றியபடி, நாடியில் கை வைத்து, கண்ணிமைக்காமல் என்னைப் பார்த்துக் கொண்டிருந்தார்.

“பரவாயில்லை, ஒரு மாதத்திற்குள்ளேயே நீ எனது பெரும்பாலான ஊழியர்களைப்போல் பேசக் கற்றுக் கொண்டுவிட்டாய்,” என்று கூறினார்.

“என்ன?” என்று நான் ஆச்சரியத்துடன் கேட்டேன். அவர் என்ன கூறிக் கொண்டிருந்தார் என்பது புரியாமல், என் மனக்குறையைத் தொடர்ந்து அவரிடம் தெரிவித்தேன். “நீங்கள் எனக்குக் கொடுத்த வாக்கைக் காப்பாற்றி, எனக்குக் கற்றுக் கொடுப்பீர்கள் என்று நினைத்தேன். ஆனால் அதற்கு மாறாக நீங்கள் என்னைச் சித்தரவதை செய்கிறீர்கள். இது கொடுமையானது. உண்மையிலேயே மிகவும் கொடுமையானது.”

“நான் உனக்குக் கற்றுக் கொடுத்துக் கொண்டிருக்கிறேன்,” என்று பணக்காரத் தந்தை அமைதியாகக் கூறினார்.

“நீங்கள் எனக்கு என்ன கற்றுக் கொடுத்திருக்கிறீர்கள்? எதுவுமில்லை!” என்று நான் கோபமாகக் கத்தினேன். “நீங்கள் கொடுத்த சொற்பக் காசிற்கு நான் வேலை செய்ய ஒத்துக் கொண்ட நாளிலிருந்து ஒருமுறைகூட நீங்கள் என்னிடம் பேசியிருக்கவில்லை. ஒரு மணிநேரத்திற்குப் பத்து சென்ட்டுகள்! அரசாங்கத்திற்கு நான் உங்களைப் பற்றி எடுத்துரைக்க வேண்டும். குழந்தைத் தொழிலாளர் சட்டங்கள் இருக்கின்றன. என் தந்தை அரசாங்கத்தில் வேலை செய்கிறார் தெரியுமா?”

“இப்போது நீ என்னிடம் வேலை பார்த்தப் பெரும்பாலான மக்கள் பேசியதைப்போல் பேசுகிறாய். அவர்களில் பலரை நான் வேலையிலிருந்து நீக்கினேன், இன்னும் சிலர் தாங்களாகவே வேலையைவிட்டு நின்றுவிட்டனர்,” என்று பணக்காரத் தந்தை கூறினார்.

நான் சற்றுத் துணிச்சலுடன், “நீங்கள் என்ன சொல்ல வருகிறீர்கள்?” என்று அதிகாரமாகக் கேட்டேன். “நீங்கள் என்னிடம் பொய் கூறினீர்கள். நான் உங்களுக்காக வேலை பார்த்தேன். ஆனால் நீங்கள் உங்கள் வாக்கை நிறைவேற்றவில்லை. நீங்கள் எனக்கு எதையும் கற்றுக் கொடுக்கவில்லை.”

“நான் உனக்கு எதையும் கற்றுக் கொடுக்கவில்லை என்று உனக்கு எப்படித் தெரியும்?” என்று பணக்காரத் தந்தை அமைதியாக என்னிடம் கேட்டார்.

நான் சற்று முகச்சுளிப்புடன், “நீங்கள் ஒருபோதும் என்னிடம் பேசவில்லை. மூன்று வாரங்கள் நான் உங்களிடம் வேலை பார்த்துள்ளேன். ஆனால் நீங்கள் எனக்கு எதையும் கற்றுக் கொடுக்கவில்லை,” என்று கூறினேன்.

“கற்றுக் கொடுப்பது என்றால் பேசுவது அல்லது சொற்பொழிவாற்றுவது என்று அர்த்தமா?” என்று அவர் கேட்டார்.

“ஆமாம்,” என்று நான் பதிலளித்தேன்.

அவர் புன்னகைத்தபடி, “உங்கள் பள்ளியில் அப்படித்தான் கற்றுக் கொடுக்கிறார்கள். ஆனால் வாழ்க்கை உனக்கு அவ்வாறு கற்றுக் கொடுப்பதில்லை. வாழ்க்கைதான் மிகச் சிறந்த ஆசிரியர் என்று நான் கூறுவேன். பெரும்பாலான சமயங்களில், வாழ்க்கை

உன்னிடம் பேசுவதில்லை. அது வெறுமனே உன்னை அங்குமிங்கும் தள்ளிவிடுகிறது. அந்த உந்துதல் ஒவ்வொன்றின் மூலமாக, 'விழித்தெழு! நீ கற்றுக் கொள்ள வேண்டிய ஒரு விஷயம் இருக்கிறது,' என்று வாழ்க்கை உன்னிடம் கூறுகிறது," என்று கூறினார்.

"இந்த மனிதர் எதைப் பற்றிப் பேசிக் கொண்டிருக்கிறார்? வாழ்க்கை என்னை அங்குமிங்கும் தள்ளியதன் மூலம் என்னிடம் பேசிக் கொண்டிருந்ததா?" என்று நான் எனக்குள் மௌனமாகக் கேட்டுக் கொண்டேன். வேலையிலிருந்து நான் விலகியாக வேண்டும் என்பதை இப்போது நான் அறிந்தேன். ஓர் அறையில் அடைத்து வைக்கப்பட வேண்டிய ஒருவரிடம் நான் பேசிக் கொண்டிருந்ததாக நான் உணர்ந்தேன்.

"வாழ்க்கைப் பாடங்களை நீ கற்றால், வாழ்வில் நீ சிறப்பாகச் செயல்படுவாய். இல்லையென்றால், வாழ்க்கை தொடர்ந்து உன்னைத் தள்ளிக் கொண்டே இருக்கும். மக்கள் இரண்டு விஷயங்களைச் செய்கின்றனர். வாழ்க்கை தங்களை அங்குமிங்கும் அலைக்கழிப்பதற்கு சிலர் அனுமதித்துவிடுகின்றனர். மற்றவர்கள் கோபம் கொண்டு பதிலுக்கு அதனோடு மல்லுக்கு நிற்கின்றனர்."

அவர் என்ன பேசிக் கொண்டிருந்தார் என்பது பற்றி எனக்கு எந்த யோசனையும் இருக்கவில்லை.

"வாழ்க்கை நம் எல்லோரையும் தள்ளிக் கொண்டே இருக்கிறது. சிலர் தங்கள் முயற்சியைக் கைவிட்டு விடுகின்றனர், மற்றவர்கள் எதிர்த்துச் சண்டையிடுகின்றனர். ஒருசிலர் பாடத்தைக் கற்றுக் கொண்டு, தொடர்ந்து முன்னேறுகின்றனர். வாழ்க்கை தங்களை உந்தித் தள்ளுவதை அவர்கள் வரவேற்கின்றனர். இவர்கள் ஏதோ ஒன்றைக் கற்றுக் கொள்ள விரும்புகின்றனர். அத்தேவை அவர்களுக்கு இருக்கிறது. அவர்கள் அதைக் கற்றுக் கொண்டு, தொடர்ந்து முன்னோக்கிச் செல்கின்றனர். உன்னைப் போன்ற ஒருசிலர் எதிர்த்துச் சண்டையிடுகின்றனர்."

பணக்காரத் தந்தை தன் இருக்கையைவிட்டு எழுந்து, பழுது பார்க்கப்பட வேண்டிய நிலையிலிருந்த பழைய மர சன்னலை மூடினார். "நீ இந்தப் பாடத்தைக் கற்றுக் கொண்டால், நீ ஓர் அறிவார்ந்த, செல்வச் செழிப்புடன்கூடிய, மகிழ்ச்சியான இளைஞனாக உருவாவாய். இல்லையென்றால், உன் பிரச்சனைகளுக்கு ஒரு வேலையை, குறைந்த சம்பளத்தை, அல்லது உன் முதலாளியைக் குறைகூறிக் கொண்டு உன் வாழ்க்கையைச் செலவிடுவாய். உன்னுடைய அனைத்துப் பணப் பிரச்சனைகளையும் தீர்க்கக்கூடிய ஒரு பெரிய வாய்ப்பிற்காகக் காத்திருப்பதில் உன் வாழ்நாள் கரைந்து போய்விடும்."

நான் காதுகொடுத்துக் கேட்டுக் கொண்டிருக்கிறேனா என்று பார்ப்பதற்காக அவர் என்னை ஏறிட்டுப் பார்த்தார். அவரது கண்களை என் கண்கள் சந்தித்தன. நாங்கள் ஒருவரையொருவர்

கண்ணிமைக்காமல் பார்த்தோம். எங்கள் கண்களின் ஊடாகக் கருத்துக்களைப் பரிமாறிக் கொண்டிருந்தோம். இறுதியில், அவர் கூற வந்த செய்தியை நான் உள்வாங்கிக் கொண்டவுடன் அவரிடமிருந்து என் பார்வையை அகற்றினேன். அவர் கூறியது சரி என்பதை நான் அறிந்தேன். நான் அவரைக் குறைகூறிக் கொண்டிருந்தேன். கற்றுக் கொடுக்குமாறு அவரிடம் கேட்டேன். நான் அவரை எதிர்த்துச் சண்டையிட்டுக் கொண்டிருந்தேன்.

பணக்காரத் தந்தை தொடர்ந்தார்: "உனக்கு தைரியமில்லை என்றால், வாழ்க்கை உன்னை உந்தித் தள்ளும் ஒவ்வொரு முறையும் நீ உன் முயற்சியைக் கைவிட்டுவிடுவாய். நீ அப்படிப்பட்ட ஒருவனாக இருந்தால், பாதுகாப்பாக வாழ்வதில் உன் வாழ்நாள் முழுவதையும் செலவிடுவாய். துணிந்து எந்தக் காரியத்திலும் இறங்க மாட்டாய். பிறகு, சலிப்படைந்த ஒரு வயதான மனிதனாக நீ மடிந்து போவாய். அடிபணிந்து போவதற்கு வாழ்க்கை உன்னைத் தள்ள நீ அனுமதித்துவிட்டாய். சவாலான காரியங்களில் இறங்குவதற்கு நீ மிகவும் பயந்தாய். நீ உண்மையிலேயே வெற்றி பெற விரும்பினாய், ஆனால் தோல்வி குறித்த பயமானது வெற்றியால் ஏற்படும் உற்சாகத்தைவிட அதிகமாக இருந்தது. நீ துணிந்து செயலில் இறங்கவில்லை, முயற்சிக்கவில்லை என்பதை உள்ளுக்குள் நீ ஒருவன் மட்டுமே அறிவாய். பாதுகாப்பாக வாழ்வதை நீதான் தேர்ந்தெடுத்தாய்."

எங்கள் கண்கள் மீண்டும் சந்தித்தன.

"நீங்கள் என்னைத் தள்ளிக் கொண்டிருந்தீர்களா?" என்று நான் கேட்டேன்.

அவர் புன்னகைத்தபடி, "சிலர் அப்படிக் கூறக்கூடும். ஆனால் வாழ்க்கையை ருசித்துப் பார்ப்பதற்கு நான் உனக்கு ஒரு வாய்ப்புக் கொடுத்தேன் என்று நான் கூறுவேன்," என்று கூறினார்.

நான் இன்னும் கோபமாக இருந்தேன். ஆனால் இப்போது கற்பதற்கு ஆர்வமாகவும் தயாராகவும் இருந்தேன். "என்ன ருசி அது?" என்று நான் கேட்டேன்.

"பணத்தை உருவாக்குவது எப்படி என்பதைக் கற்றுக் கொடுக்குமாறு என்னிடம் கேட்ட முதல் நபர்கள் நீயும் மைக்கும்தான். என்னிடம் 150க்கும் அதிகமான ஊழியர்கள் வேலை பார்க்கின்றனர். பணத்தைப் பற்றி எனக்குத் தெரிந்த விஷயங்களைத் தங்களுக்குக் கற்றுக் கொடுக்குமாறு அவர்களில் ஒருவர்கூட என்னிடம் இதுவரை கேட்டதில்லை. அவர்கள் என்னிடம் ஒரு வேலையையும் மாதச் சம்பளத்தையும் கேட்கின்றனர். எனவே, அவர்களில் பெரும்பாலானவர்கள் உண்மையில் தாங்கள் எதற்காக உழைத்துக் கொண்டிருக்கிறோம் என்பது புரியாமலேயே, பணத்திற்காக வேலை செய்வதில் தங்கள் வாழ்வின் பெரும்பகுதியைக் கழித்துவிடுவார்கள்."

நான் அவர் கூறியதை உன்னிப்பாகக் கவனித்தபடி அமர்ந்திருந்தேன்.

"எனவே, பணத்தை உருவாக்குவது எப்படி என்பதைப் பற்றி நீ கற்றுக் கொள்ள விரும்புவதாக மைக் என்னிடம் கூறியபோது, உண்மையான வாழ்க்கையைப் பிரதிபலிக்கின்ற ஒரு பயிற்சித் திட்டத்தை வடிவமைப்பதென்று நான் தீர்மானித்தேன். நான் ஏராளமான விஷயங்களை உனக்குக் கூறிக் கொண்டே போகலாம், ஆனால் எதுவும் உன் காதுகளில் விழாது. எனவே நான் கூறுவதை நீ உன்னிப்பாகக் கேட்பதற்கு உதவும் விதத்தில், வாழ்க்கை உன்னைச் சிறிதளவு தள்ளட்டும் என்று நான் முடிவு செய்தேன். அதனால்தான் நான் உனக்கு வெறும் பத்து சென்ட்டுகள் கொடுத்தேன்."

"ஒரு மணிநேரத்திற்குப் பத்து சென்ட்டுகள் சம்பளத்திற்கு நான் உங்களிடம் வேலை பார்த்ததிலிருந்து நான் என்ன பாடத்தைக் கற்றிருக்கிறேன்? நீங்கள் தரக் குறைவானவர் என்றும், ஊழியர்களை உங்கள் சுயநலத்திற்காகப் பயன்படுத்திக் கொள்பவர் என்றும் நான் தெரிந்து கொண்டதுதான் நான் கற்றுக் கொண்டுள்ள பாடமா?" என்று நான் கேட்டேன்.

பணக்காரத் தந்தை விழுந்து விழுந்து சிரித்தார். இறுதியாக அவர், "உன்னுடைய கண்ணோட்டத்தை மாற்றிக் கொள்வது நல்லது. நான்தான் பிரச்சனை என்று நினைப்பதையும், என்னைக் குறைகூறுவதையும் நிறுத்து. நான்தான் உன் பிரச்சனை என்று நீ நினைத்தால், நீ என்னை மாற்ற வேண்டும். நீதான் பிரச்சனை என்பதை நீ உணர்ந்தால், நீ உன்னை மாற்றிக் கொள்ளலாம், ஏதேனும் ஒன்றைக் கற்றுக் கொள்ளலாம், அறிவார்ந்தவனாக வளரலாம். தங்களைத் தவிர உலகிலுள்ள மற்ற அனைவரும் மாற வேண்டும் என்று பெரும்பாலான மக்கள் விரும்புகின்றனர். நான் ஒரு விஷயத்தை உன்னிடம் கூற விரும்புகிறேன். மற்றவர்களை மாற்றுவதைவிட உன்னை நீ மாற்றிக் கொள்வது மிகவும் சுலபம்," என்று கூறினார்.

"நீங்கள் கூறுவது எனக்குப் புரியவில்லை," என்று நான் கூறினேன்.

பணக்காரத் தந்தை சற்றுப் பொறுமை இழந்தவராக, "உன்னுடைய பிரச்சனைகளுக்கு என்னை நீ குறைகூறாதே," என்று கூறினார்.

"ஆனால் நீங்கள் எனக்கு வெறும் 10 சென்ட்டுகள் மட்டுமே கொடுக்கிறீர்கள்."

"அதிலிருந்து நீ என்ன கற்றுக் கொண்டிருக்கிறாய்?" என்று அவர் கேட்டார்.

நான் வேடிக்கையாக, "நீங்கள் தரக் குறைவானவர் என்று நான் கற்றுக் கொண்டுள்ளேன்," என்று நான் கூறினேன்.

"நான்தான் பிரச்சனை என்று நீ நினைப்பதை உன்னால் பார்க்க முடிகிறதா?" என்று பணக்காரத் தந்தை கேட்டார்.

“ஆனால் உண்மை அதுதானே?”

“இந்த மனப்போக்கு உன்னிடம் இருக்கும்வரை நீ எதையும் கற்றுக் கொள்ளப் போவதில்லை. நான்தான் பிரச்சனை என்ற மனப்போக்கை நீ கொண்டிருப்பது, நீ தேர்ந்தெடுப்பதற்கு உனக்கு வேறு என்ன வாய்ப்புகளைக் கொடுக்கிறது?”

“நீங்கள் என் சம்பளத்தை அதிகரிக்காவிட்டாலோ அல்லது என்னை மரியாதையாக நடத்தி எனக்குக் கற்றுக் கொடுக்காவிட்டாலோ, நான் வேலையைவிட்டு நின்றுவிடுவேன்.”

“சரியாகக் கூறியுள்ளாய். பெரும்பாலான மக்களும் இதைத்தான் செய்கின்றனர். அவர்கள் தங்கள் வேலையிலிருந்து விலகி வேறு வேலையையோ, வேறொரு சிறந்த வாய்ப்பையோ, உயர்வான சம்பளத்தையோ தேடிப் போகின்றனர். இது உண்மையிலேயே தங்களுடைய பிரச்சனையைத் தீர்க்கும் என்று நினைக்கின்றனர். பெரும்பான்மையான விஷயங்களில், இது அவர்களது பிரச்சனையைத் தீர்ப்பதில்லை,” என்று பணக்காரத் தந்தை கூறினார்.

“அப்படியென்றால் நான் என்ன செய்ய வேண்டும்? ஒரு மணிநேரத்திற்குப் பத்து சென்ட்டுகள் பணத்தை வாங்கிக் கொண்டு நான் புன்னகைத்துக் கொண்டிருக்க வேண்டுமா?” என்று நான் கேட்டேன்.

இப்போது பணக்காரத் தந்தை புன்னகைத்தார். “மற்றவர்கள் அதைத்தான் செய்கின்றனர். அதிகப் பணம் தங்கள் பிரச்சனைகளைத் தீர்த்துவிடும் என்ற நம்பிக்கையில் ஒரு சம்பள உயர்வுக்காக அவர்கள் காத்திருக்கின்றனர். பெரும்பாலானவர்கள் தற்போதைய ஊதியத்தை ஏற்றுக் கொண்டு, வேறோர் இடத்தில் கூடுதலாக இன்னொரு வேலையை ஏற்றுக் கொண்டு கடினமாக உழைக்கின்றனர். அங்கும் அவர்கள் சொற்பச் சம்பளத்திற்கே வேலை செய்கின்றனர்.”

நான் தரையை வெறித்துப் பார்த்தபடி அமர்ந்தேன். அவர் வழங்கிக் கொண்டிருந்த பாடத்தைப் புரிந்து கொள்ளத் துவங்கினேன். வாழ்வின் ருசியை என்னால் உணர்ந்து கொள்ள முடிந்தது. இறுதியாக, நான் அவரைப் பார்த்து, “அப்படியானால் எது என்னுடைய பிரச்சனையைத் தீர்க்கும்?” என்று கேட்டேன்.

அவர் அப்போது கூறிய பதில் முற்றிலும் மாறுபட்ட ஒரு கண்ணோட்டத்தில் அமைந்திருந்தது. அதுதான் அவரை அவரது ஊழியர்களிடமிருந்தும் என் ஏழைத் தந்தையிடமிருந்தும் பிரித்தது. உயர்ந்த கல்வித் தகுதியைக் கொண்டிருந்த என் ஏழைத் தந்தை தன் வாழ்நாள் முழுவதும் பொருளாதாரரீதியாகப் போராடிக் கொண்டிருந்த அதே நேரத்தில், என் பணக்காரத் தந்தை காலப்போக்கில் ஹவாய் தீவின் செல்வந்தர்களில் ஒருவராக ஆவதற்கு அதுதான் வழிவகுத்தது. அந்த ஒரே ஒரு கண்ணோட்டம்தான் என் வாழ்நாள் முழுவதும் அனைத்து வித்தியாசத்தையும் ஏற்படுத்தியது.

பணக்காரத் தந்தை தன் கண்ணோட்டத்தை மீண்டும் மீண்டும் கூறினார். அதை நான் முதலாவது பாடம் என்று அழைக்கிறேன்: ஏழைகளும் நடுத்தர வர்க்கத்தைச் சேர்ந்த மக்களும் பணத்திற்காக வேலை செய்கின்றனர். பணக்காரர்கள் பணத்தைத் தங்களுக்காக வேலை செய்ய வைக்கின்றனர்.

அந்த சனிக்கிழமையன்று காலையில், என் ஏழைத் தந்தை எனக்குக் கற்றுக் கொடுத்திருந்த ஒரு கண்ணோட்டத்திலிருந்து முற்றிலும் மாறுபட்ட ஒரு புதிய கண்ணோட்டத்தை நான் கற்றேன். நான் கற்றுக் கொள்ள வேண்டும் என்று என் இரண்டு தந்தையரும் என்னை ஊக்குவித்தபோதிலும், அவர்கள் பரிந்துரைத்த விஷயங்கள் வெவ்வேறாக இருந்தன.

மிக உயர்வாகப் படித்த என்னுடைய ஏழைத் தந்தை, தான் செய்ததை நானும் செய்ய வேண்டும் என்று எனக்குப் பரிந்துரைத்தார். "நீ கடினமாகப் படித்து, நல்ல மதிப்பெண்களைப் பெற்று, ஒரு பெரிய நிறுவனத்தில் ஒரு பாதுகாப்பான வேலையைப் பெற வேண்டும் என்று நான் விரும்புகிறேன். அற்புதமான பல அனுகூலங்களைக் கொடுக்கின்ற ஒரு நிறுவனமாக அது இருக்குமாறு பார்த்துக் கொள்," என்று அவர் கூறினார். ஆனால் என் பணக்காரத் தந்தையோ, பணம் எவ்வாறு வேலை செய்கிறது என்பதை நான் கற்றுக் கொண்டு, அந்தப் பணத்தை நான் எனக்காக வேலை செய்ய வைக்க வேண்டும் என்று விரும்பினார்.

இந்தப் பாடங்களை நான் ஒரு வகுப்பறையில் படிக்கவில்லை, மாறாக, என் பணக்காரத் தந்தையின் உதவியுடன் வாழ்வின் ஊடாக அவற்றைக் கற்றேன்.

என் பணக்காரத் தந்தை முதல் பாடத்தைத் தொடர்ந்தார்: "ஒரு மணிநேரத்திற்குப் பத்து சென்ட்டுகளுக்கு வேலை பார்ப்பது குறித்து நீ கோபம் கொண்டதில் எனக்கு மிக்க மகிழ்ச்சி. நீ கோபப்படாமல், வெறுமனே அதை ஏற்றுக் கொண்டிருந்தால், என்னால் உனக்குக் கற்றுக் கொடுக்க முடியாது என்று நான் கூற வேண்டியிருந்திருக்கும். உண்மையாகக் கற்றுக் கொள்வதற்கு ஆற்றலும், ஆழ்விருப்பமும், கொழுந்துவிட்டெரியும் ஆசையும் இருக்க வேண்டும். கோபம் என்பது அச்சூத்திரத்தின் ஒரு பெரும் பகுதி. ஏனெனில், கோபமும் விருப்பமும் இணைந்ததுதான் ஆழ்விருப்பம். பணம் என்று வரும்போது, பெரும்பாலான மக்கள் பாதுகாப்பாக நடந்து கொள்ள விரும்புகின்றனர். எனவே ஆழ்விருப்பம் அவர்களை வழிநடத்துவதில்லை. பயம்தான் அவர்களை இயக்குகிறது."

"அதனால்தான் குறைந்த சம்ளத்துடன்கூடிய வேலைகளை அவர்கள் ஒப்புக் கொள்கிறார்களா?" என்று நான் கேட்டேன்.

"ஆமாம். சர்க்கரை உற்பத்தி நிறுவனங்கள் மற்றும் அரசாங்கம் கொடுக்கும் அளவுக்கு ஊழியர்களுக்கு நான் சம்பளம் கொடுப்பதில்லை என்பதால் நான் என் ஊழியர்களை என்

சுயநலத்திற்குப் பயன்படுத்திக் கொள்வதாக சிலர் கூறுகின்றனர். ஆனால் மக்கள் தங்களைத் தாங்களே நாசமாக்கிக் கொள்கின்றனர் என்று நான் கூறுகிறேன். அவர்களுடைய பயம்தான் அதற்குக் காரணம், நானல்ல!"

"ஆனால் நீங்கள் அவர்களுக்கு அதிகச் சம்பளம் கொடுக்க வேண்டும் என்று உங்களுக்குத் தோன்றவில்லையா?" என்று நான் கேட்டேன்.

"நான் அவர்களுக்கு அதிகச் சம்பளம் கொடுக்கத் தேவையில்லை. அதோடு, அதிகப் பணம் அவர்களது பிரச்சனைகளைத் தீர்க்கப் போவதில்லை. உன்னுடைய தந்தையைப் பார். அவர் ஏராளமாகச் சம்பாதித்தாலும், தான் செலுத்த வேண்டிய கட்டணங்களை அவரால் செலுத்த முடிவதில்லை. பெரும்பாலான மக்கள், தங்களுக்கு அதிகப் பணம் கிடைத்தாலும், அதிகக் கடனுக்குள்தான் சிக்கிக் கொள்கின்றனர்."

நான் புன்னகைத்தபடியே, "அதனால்தான் ஒரு மணிநேரத்திற்குப் பத்து சென்ட்டுகளா? இது என் பாடத்தின் ஒரு பகுதியா?" என்று நான் கேட்டேன்.

"நீ கூறுவது முற்றிலும் சரி. உன் தந்தை பள்ளிக்குச் சென்று, சிறந்த மதிப்பெண்கள் பெற்று, நல்ல சம்பளத்தில் ஒரு வேலையைப் பெற்றார். ஆனால் இன்னும் அவருக்குப் பணப் பிரச்சனைகள் இருக்கின்றன. ஏனெனில், பணத்தைப் பற்றிப் பள்ளியில் அவர் எதையும் கற்றிருக்கவில்லை. அதோடு, பணத்திற்காக வேலை செய்வதிலும் அவர் நம்பிக்கை கொண்டிருக்கிறார்," என்று பணக்காரத் தந்தை கூறினார்.

"உங்களுக்கு அதில் நம்பிக்கை இல்லையா?" என்று நான் கேட்டேன்.

"இல்லை. பணத்திற்காக வேலை செய்வதைப் பற்றி நீ கற்றுக் கொள்ள விரும்பினால், பள்ளிக்கூடத்தில் தொடர்ந்து படி. அதைக் கற்றுக் கொள்வதற்குச் சிறந்த இடம் பள்ளிக்கூடம்தான். ஆனால் பணத்தை உனக்காக வேலை செய்ய வைப்பது எப்படி என்று நீ கற்றுக் கொள்ள விரும்பினால், நான் அதை உனக்குக் கற்றுக் கொடுக்கிறேன். ஆனால் அதை நீ கற்றுக் கொள்ள விரும்பினால் மட்டுமே," என்று அவர் கூறினார்.

"எல்லோரும் அதைக் கற்றுக் கொள்ள விரும்ப மாட்டார்களா?" என்று நான் கேட்டேன்.

"இல்லை. ஏனெனில், பணத்திற்காக வேலை செய்வது அதிக சுலபமானது, குறிப்பாக, பணத்தைப் பற்றிப் பேசப்படும்போது, பயம் உனது பிரதான உணர்ச்சியாக இருந்தால்," என்று பணக்காரத் தந்தை கூறினார்.

நான் என் நெற்றியைச் சுருக்கி, "எனக்குப் புரியவில்லை," என்று கூறினேன்.

"அதைப் பற்றி இப்போது நீ கவலைப்படத் தேவையில்லை. பயம்தான் சம்பளத்திற்காக ஒரு வேலையில் இருக்கும்படி பெரும்பாலான மக்களைத் தூண்டுகிறது என்பதை மட்டும் நீ தெரிந்து கொள். தாங்கள் செலுத்த வேண்டிய கட்டணங்களைச் செலுத்த முடியாமல் போய்விடுமோ என்ற பயம், வேலையிலிருந்து நீக்கப்பட்டு விடுவோமோ என்ற பயம், போதுமான பணம் இல்லாமல் போய்விடுமோ என்ற பயம், மீண்டும் முதலிலிருந்து துவக்க வேண்டியது குறித்த பயம் ஆகியவற்றைக் கூறலாம். ஒரு தொழிலை அல்லது வர்த்தகத்தைக் கற்றுக் கொள்வதற்கு அல்லது பணத்திற்காக வேலை பார்ப்பதற்குக் கற்றுக் கொள்வதற்கு நீ கொடுக்க வேண்டிய விலைதான் அது. பெரும்பாலான மக்கள் பணத்திற்கு அடிமையாகிவிடுகின்றனர், பிறகு தங்கள் முதலாளியின்மீது கோபப்படுகின்றனர்."

"பணத்தை நமக்காக வேலை செய்ய வைப்பதற்குக் கற்றுக் கொள்வது முற்றிலும் வித்தியாசமான ஒரு படிப்பா?" என்று நான் கேட்டேன்.

"நிச்சயமாக," என்று பணக்காரத் தந்தை பதிலளித்தார்.

சனிக்கிழமையின் அந்தக் கதகதப்பான காலை வேளையில் நாங்கள் சிறிது நேரம் மௌனமாக அமர்ந்திருந்தோம். என் நண்பர்கள் அப்போதுதான் தங்கள் பேஸ்பால் விளையாட்டைத் துவக்கியிருந்தனர். ஆனால் நான் அதில் கலந்து கொள்ளாமல், மணிக்குப் பத்து சென்ட்டுகளுக்கு வேலை பார்ப்பதென்று முடிவு செய்தது குறித்து இப்போது நன்றியுணர்வைக் கொண்டிருந்தேன். பள்ளியில் என் நண்பர்கள் கற்றுக் கொள்ள முடியாத ஒரு விஷயத்தை நான் கற்றுக் கொள்ளவிருந்ததை நான் உணர்ந்தேன்.

"கற்றுக் கொள்ளத் தயாரா?" என்று பணக்காரத் தந்தை கேட்டார்.

"நிச்சயமாக," என்று நான் ஆர்வத்தோடு கூறினேன்.

"நான் என்னுடைய வாக்குறுதியை நிறைவேற்றியுள்ளேன். தூரத்திலிருந்து நான் உனக்குக் கற்றுக் கொடுத்து வந்திருக்கிறேன். ஒன்பது வயதில், பணத்திற்காக வேலை பார்ப்பது எப்படி இருக்கும் என்பதை நீ ருசித்திருக்கிறாய். உன்னுடைய கடந்த மாதத்தைப் பதினைந்து வருடங்களால் பெருக்கிக் கொள். பெரும்பாலான மக்கள் தங்கள் வாழ்நாள் முழுவதையும் எதைச் செய்வதில் கழித்துக் கொண்டிருக்கின்றனர் என்பது உனக்கு நன்றாகப் புரியும்," என்று அவர் கூறினார்.

"எனக்குப் புரியவில்லை," என்று நான் கூறினேன்.

"முதலில் வேலை கேட்பதற்கும், பிறகு ஊதிய உயர்வு கேட்பதற்கும் என்னை சந்தித்துப் பேசுவதற்கு வரிசையில் காத்திருந்தபோது நீ எப்படி உணர்ந்தாய்?"

"அது கொடுமையாக இருந்தது," என்று நான் கூறினேன்.

"பணத்திற்காக வேலை செய்வதை நீ தேர்ந்தெடுத்தால், வாழ்க்கை அப்படித்தான் இருக்கும்," என்று பணக்காரத் தந்தை கூறினார்.

"மூன்று மணிநேரம் வேலை செய்த பிறகு மூன்று நாணயங்களைத் திருமதி மார்ட்டின் உன் கைகளில் போட்டபோது நீ எப்படி உணர்ந்தாய்?"

"அது போதாது என்று நான் நினைத்தேன். அது ஒன்றுமேயில்லை என்று எனக்குத் தோன்றியது. நான் அதிக ஏமாற்றமாக உணர்ந்தேன்."

"தங்களுடைய சம்பளக் காசோலையைப் பார்க்கும்போது பெரும்பாலான ஊழியர்கள் அவ்வாறுதான் உணர்கின்றனர், குறிப்பாக, வரி மற்றும் பிற பிடித்தங்கள் போக எஞ்சியுள்ள தொகையைப் பார்க்கும்போது. உனக்காவது 100 சதவீத சம்பளமும் கிடைத்தது."

"பெரும்பாலான ஊழியர்களுக்கு முழுச் சம்பளமும் கிடைப்பதில்லை என்று கூறுகிறீர்களா?" என்று நான் ஆச்சரியத்துடன் கேட்டேன்.

"ஒருபோதும் இல்லை. முதலில் அரசாங்கம் தன் பங்கை எப்போதும் எடுத்துக் கொள்கிறது," என்றார் பணக்காரத் தந்தை.

"அதை அவர்கள் எவ்வாறு செய்கிறார்கள்?" என்று நான் கேட்டேன்.

"வரிகள். நீ பணம் சம்பாதிக்கும்போதும் வரி செலுத்த வேண்டும். நீ செலவு செய்யும்போதும் வரி செலுத்த வேண்டும். நீ சேமிக்கும்போதும் வரி செலுத்த வேண்டும். நீ இறக்கும்போதும் வரி செலுத்தியாக வேண்டும்."

"அரசாங்கம் இவ்வாறு செய்ய மக்கள் ஏன் அனுமதிக்கின்றனர்?"

"பணக்காரர்கள் இதை அனுமதிப்பதில்லை," என்று ஒரு புன்னகையுடன் பணக்காரத் தந்தை கூறினார். "ஏழைகளும் நடுத்தர வர்க்கத்தினரும் மட்டுமே இதை அனுமதிக்கின்றனர். உன் தந்தையைவிட நான் அதிகமாகச் சம்பாதிக்கிறேன், ஆனால் அவர் என்னைவிட அதிக வரிகளைச் செலுத்துகிறார்."

"அது எப்படி முடியும்?" என்று நான் கேட்டேன். அந்தச் சிறு வயதில், அதை என்னால் புரிந்து கொள்ள முடியவில்லை. "அரசாங்கம் தங்களிடம் இவ்வாறு நடந்து கொள்வதற்கு மக்கள் ஏன் அனுமதிக்கின்றனர்?"

பணக்காரத் தந்தை தன் நாற்காலியில் மெதுவாகவும் அமைதியாகவும் முன்னும் பின்னும் சாய்ந்தாடியபடியே என்னைப் பார்த்தார்.

"நீ கற்றுக் கொள்ளத் தயாரா?" என்று அவர் கேட்டார்.

நான் மெதுவாகத் தலையாட்டினேன்.

“நான் முன்பே கூறியதுபோல், கற்றுக் கொள்வதற்கு ஏராளமான விஷயங்கள் உள்ளன. பணத்தை உனக்காக வேலை செய்ய வைப்பது எப்படி என்பதைக் கற்றுக் கொள்வது வாழ்நாள் முழுவதும் நீ படிக்க வேண்டிய ஒரு பாடமாகும். பெரும்பாலான மக்கள் நான்கு வருடங்கள் கல்லூரிக்குச் செல்கின்றனர். அதோடு அவர்களது படிப்பு முடிந்துவிடுகிறது. பணத்தைப் பற்றிய எனது படிப்பு என் வாழ்நாள் முழுவதும் தொடரும் என்பதை நான் அறிவேன். ஏனெனில், நான் அதிகமாகக் கற்றுக் கொள்ளும்போது, நான் தெரிந்து கொள்ள வேண்டிய அதிகமான விஷயங்களை நான் கண்டறிவேன். பெரும்பாலான மக்கள் பணத்தைப் பற்றிப் படிப்பதே இல்லை. அவர்கள் வேலைக்குச் செல்கின்றனர், தங்கள் சம்பளத்தைப் பெறுகின்றனர், தங்கள் வங்கிக் கணக்கைச் சரிபார்க்கின்றனர், அவ்வளவுதான். பிறகு தங்களுக்கு ஏன் பணப் பிரச்சனை இருக்கிறது என்று வியக்கின்றனர். அதிகப் பணம் தங்களது பிரச்சனைகளைத் தீர்க்கும் என்று அவர்கள் நினைக்கின்றனரே தவிர, தங்களுக்குப் பொருளாதாரக் கல்வி இல்லாததுதான் பிரச்சனை என்பதை உணரத் தவறிவிடுகின்றனர்.”

“அப்படியென்றால், பணத்தைப் பற்றி என் தந்தை புரிந்து கொள்ளாததுதான் அவரது வரிப் பிரச்சனைகளுக்குக் காரணமா?” என்று நான் குழப்பத்துடன் கேட்டேன்.

“இதோ பார். பணத்தை உனக்காக வேலை செய்ய வைப்பது எப்படி என்று கற்றுக் கொள்வதில் வரிகள் ஒரு சிறு பகுதி மட்டும்தான். இன்று, பணத்தைப் பற்றிக் கற்றுக் கொள்வதில் நீ இன்னும் ஆழ்விருப்பத்துடன் இருக்கிறாயா என்பதைக் கண்டுபிடிக்க நான் விரும்பினேன். பெரும்பாலான மக்களிடம் அவ்விருப்பம் இருப்பதில்லை. அவர்கள் கல்லூரிக்குச் செல்கின்றனர், ஒரு தொழிலைக் கற்றுக் கொள்கின்றனர், வேலையில் குதூலகமாக இருக்கின்றனர், ஏராளமான பணத்தைச் சம்பாதிக்கின்றனர். ஒருநாள் அவர்கள் கண்விழிக்கும்போது, பெரும் பணப் பிரச்சனைகள் அவர்கள் முன் தலைவிரித்து ஆடுகின்றன. அப்போது அவர்களால் வேலை செய்வதை நிறுத்த முடியாது. பணத்தை உனக்காக வேலை செய்ய வைப்பது எப்படி என்பதைக் கற்றுக் கொள்வதற்குப் பதிலாக, வெறுமனே பணத்திற்காக வேலை செய்வதைப் பற்றி மட்டுமே தெரிந்து வைத்திருப்பதற்குக் கொடுக்கப்பட வேண்டிய விலை அது. எனவே, கற்றுக் கொள்வதற்கான ஆழ்ந்த விருப்பம் இன்னும் உன்னிடம் குடிகொண்டுள்ளதா?” என்று பணக்காரத் தந்தை கேட்டார்.

நான் தலையசைத்தேன்.

“சரி, போய் மீண்டும் உன் வேலையைக் கவனி. இம்முறை, ஊதியமாக நான் உனக்கு எதுவுமே கொடுக்கப் போவதில்லை,” என்றார் அவர்.

நான் ஆச்சரியத்தில், "என்ன?" என்று கேட்டேன்.

"நான் கூறியது உன் காதில் விழுந்திருக்கும் என்று நினைக்கிறேன். நான் உனக்கு எந்த ஊதியமும் கொடுக்கப் போவதில்லை. ஒவ்வொரு சனிக்கிழமையும் வழக்கம்போல் நீ மூன்று மணிநேரம் வேலை செய்ய வேண்டும், ஆனால் ஒரு மணிநேரத்திற்குப் பத்து சென்ட்டுகள் பணத்தை நான் உனக்குக் கொடுக்கப் போவதில்லை. பணத்திற்காக வேலை செய்யாமல் இருப்பது எப்படி என்பதை நீ கற்றுக் கொள்ள விரும்பினாயல்லவா? எனவே நான் உனக்குச் சம்பளம் எதுவும் கொடுக்கப் போவதில்லை."

அவர் கூறியதை என்னால் நம்ப முடியவில்லை.

"மைக்கிடம் ஏற்கனவே இதே உரையாடலை நான் நிகழ்த்திவிட்டேன். அவன் ஏற்கனவே மீண்டும் தன் வேலையில் சேர்ந்து, டப்பாக்களைத் தூசி தட்டி அடுக்கி வைத்துக் கொண்டிருக்கிறான் — இலவசமாக! நீ விரைந்து சென்று அவனோடு சேர்ந்து வேலை செய்."

"இது நியாயமே இல்லை. நீங்கள் ஏதேனும் சம்பளம் எனக்குக் கொடுத்துத்தான் ஆக வேண்டும்," என்று நான் கத்தினேன்.

"கற்றுக் கொள்ள விரும்புவதாக நீ என்னிடம் கூறினாய். இப்போது இதை நீ கற்றுக் கொள்ளாவிட்டால், நீ வளர்ந்த பிறகு, பணத்திற்காக வேலை செய்து கொண்டும் நான் வேலையிலிருந்து நீக்கிவிடக்கூடாது என்று பயந்து போயும் இருக்கின்ற, என் வீட்டு வரவேற்பறையில் ஒவ்வொரு நாளும் வந்து அமர்ந்திருக்கும் நபர்களைப்போல் நீயும் ஆகிவிடுவாய். அல்லது உன் தந்தையைப்போல், ஏராளமான பணத்தைச் சம்பாதித்தும் கடனால் விழிபிதுங்கி நின்று, அதிகப் பணம் இருந்தால் பிரச்சனை தீர்ந்துவிடும் என்று நம்பிக் கொண்டு வாழ்ந்து கொண்டிருப்பாய். அதுதான் உனது விருப்பம் என்றால், முன்பு நாம் ஒத்துக் கொண்டபடி, ஒரு மணிநேரத்திற்குப் பத்து சென்ட்டுகள் கூலிக்கு நீ வேலை செய்யலாம். அல்லது பெரும்பாலான வளர்ந்தவர்கள் செய்வதுபோல் நீ செய்யலாம்: போதிய அளவு சம்பளம் இல்லை என்று குறைகூறிக் கொண்டு, வேலையைவிட்டுவிட்டு, வேறு வேலை தேடலாம்."

"ஆனால் நான் என்ன செய்ய வேண்டும்?" என்று நான் கேட்டேன்.

பணக்காரத் தந்தை லேசாக என் தலையில் தட்டிவிட்டு, "இதைப் பயன்படுத்து," என்று என்று மூளையைச் சுட்டிக்காட்டினார். "இதை நீ சிறப்பாகப் பயன்படுத்தினால், உனக்கு ஒரு வாய்ப்புக் கொடுத்ததற்காக விரைவில் நீ எனக்கு நன்றி கூறுவாய், ஒரு பணக்காரனாக வளர்வாய்."

அவர் எனக்கு முன்மொழிந்த திட்டத்தை நம்ப முடியாதவனாக நான் அங்கு மௌனமாக நின்றேன். ஊதிய உயர்வு கேட்பதற்காக

நான் அங்கு வந்தேன், ஆனால் எப்படியோ எந்தக் காசும் வாங்காமல் வேலை செய்வதற்கு ஒப்புக் கொள்ளும்படி நேர்ந்தது.

பணக்காரத் தந்தை மீண்டும் என் தலையில் தட்டிவிட்டு, "இதைப் பயன்படுத்து. இப்போது இங்கிருந்து சென்று வேலையைப் பார்," என்று கூறினார்.

பாடம் #1 பணக்காரர்கள் பணத்திற்காக வேலை பார்ப்பதில்லை

நான் சம்பளமின்றி வேலை பார்த்ததை என் ஏழைத் தந்தையிடம் நான் கூறவில்லை. அவரால் அதைப் புரிந்து கொண்டிருக்க முடியாது. எனக்கே புரியாத ஒரு விஷயத்தை அவருக்கு விளக்க நான் முயற்சிக்க விரும்பவில்லை.

மேலும் மூன்று வாரங்களுக்கு, நானும் மைக்கும் ஒவ்வொரு சனிக்கிழமையும் மூன்று மணிநேரங்கள் வேலை பார்த்தோம். வேலையை நான் பொருட்படுத்தவில்லை, அது எனக்குப் பழகிப் போயிருந்தது. ஆனால் பேஸ்பால் விளையாட்டுக்களில் கலந்து கொள்ள முடியாததும், ஒருசில காமிக்ஸ் புத்தகங்களை வாங்க முடியாததும் எனக்கு வருத்தத்தைக் கொடுத்தன.

மூன்றாவது வாரம் மதிய நேரத்தில் பணக்காரத் தந்தை நாங்கள் வேலை பார்த்த இடத்திற்கு வந்தார். வாகனங்கள் நிறுத்துமிடத்தில் அவரது கார் வந்து நின்ற சத்தம் எங்கள் காதுகளில் விழுந்தது. அவர் கடைக்குள் நுழைந்து, திருமதி மார்ட்டினுக்கு வணக்கம் தெரிவித்தார். கடையில் வியாபாரமெல்லாம் எவ்வாறு நடைபெற்றுக் கொண்டிருந்தது என்று அவரிடம் விசாரித்துவிட்டு, ஐஸ்கிரீம்கள் அடுக்கி வைக்கப்பட்டிருந்த குளிர்ப்பெட்டிக்குச் சென்று இரண்டு ஐஸ்கிரீம்களை வெளியே எடுத்து, அவற்றுக்கான கட்டணத்தைச் செலுத்திவிட்டு, என்னையும் மைக்கையும் தன்னருகே வருமாறு அழைத்தார்.

"நாம் மூவரும் சற்றுக் காலார நடந்து வரலாம்," என்று அவர் கூறினார்.

நாங்கள் ஒருசில கார்களைச் சமாளித்து அத்தெருவைக் கடந்து, ஒரு பெரிய புல்வெளியை வந்தடைந்தோம். அங்கு பல பெரியவர்கள் பேஸ்பால் விளையாடிக் கொண்டிருந்தனர். அங்கிருந்த ஒரு பிக்னிக் மேசையில் நாங்கள் அமர்ந்தோம். பணக்காரத் தந்தை எனக்கும் மைக்கிற்கும் ஐஸ்கிரீம்களைக் கொடுத்தார்.

"வேலை எப்படிப் போய்க் கொண்டிருக்கிறது?" என்று அவர் எங்களிடம் கேட்டார்.

"பரவாயில்லை," என்று மைக் கூறினான்.

நானும் தலையாட்டி என் ஒப்புதலைத் தெரிவித்தேன்.

"ஏதேனும் கற்றீர்களா?" என்று அவர் கேட்டார்.

மைக்கும் நானும் ஒருவரை ஒருவர் பார்த்தோம். பிறகு எங்கள் தோள்களைக் குலுக்கி விட்டுக்கொண்டு, இல்லையென்று இருவரும் ஒருசேர எங்கள் தலையை ஆட்டினோம்.

வாழ்வின் மாபெரும் பொறிகளில் ஒன்றில் சிக்கிக் கொள்வதைத் தவிர்த்தல்

"நீங்கள் இருவரும் சிந்திக்கத் துவங்குவது நல்லது. வாழ்வின் மாபெரும் படிப்பினைகளில் ஒன்றை நீங்கள் கற்றுக் கொள்ளத் துவங்கவிருக்கிறீர்கள். அதை நீங்கள் கற்றால், மாபெரும் சுதந்திரமும் பாதுகாப்பும் நிறைந்த ஒரு வாழ்க்கையை நீங்கள் அனுபவிப்பீர்கள். இல்லையென்றால், திருமதி மார்ட்டினைப் போலவும், இந்தப் பூங்காவில் பேஸ்பால் விளையாடிக் கொண்டிருக்கும் பெரும்பாலான மக்களைப் போலவும் ஆகிவிடுவீர்கள். அவர்கள் மிகக் குறைந்த பணத்திற்காக மிகவும் கடினமாக உழைக்கிறார்கள். வேலைப் பாதுகாப்பு எனும் மாயைக்குள் சிக்கிக் கொண்டு, ஒவ்வொரு வருடமும் மூன்று வார விடுமுறையையும், நாற்பத்தைந்து வருட உழைப்பிற்குப் பிறகு கிடைக்கவிருக்கும் ஒரு சொற்ப ஓய்வூதியத் தொகையையும் எதிர்பார்த்துக் கொண்டு இருக்கிறார்கள். அந்த எண்ணம் உங்களுக்கு உற்சாகமூட்டுகிறது என்றால், ஒரு மணிநேரத்திற்கு 25 சென்ட்டுகள் உங்களுக்கு ஊதியமாகத் தருவதற்கு நான் தயார்."

"ஆனால் இவர்கள் அனைவரும் கடினமாக உழைக்கின்ற நல்ல மக்கள். இவர்களை நீங்கள் ஏளனம் செய்கிறீர்களா?" என்று நான் கேட்டேன்.

பணக்காரத் தந்தையின் முகத்தில் ஒரு புன்னகை அரும்பியது.

"திருமதி மார்ட்டின் எனக்கு ஒரு தாயைப் போன்றவர். நான் ஒருபோதும் அவரிடம் அவ்வளவு கொடுமைக்காரனாக நடந்து கொள்ள மாட்டேன். நான் அன்பில்லாதவனைப்போல் தோன்றக்கூடும், ஏனெனில் உங்கள் இருவருக்கும் நான் ஒரு விஷயத்தைச் சுட்டிக்காட்ட என்னால் முடிந்த அளவுக்குச் சிறப்பாக முயற்சித்துக் கொண்டிருக்கிறேன். குறுகிய கண்ணோட்டத்தைக் கொண்டிருக்கும் பெரும்பாலான மக்கள் ஒருபோதும் பார்க்காத ஒரு விஷயத்தைப் பார்ப்பதற்கு நீங்கள் உங்கள் கண்ணோட்டத்தை விரிவாக்க வேண்டும் என்று நான் விரும்புகிறேன். தாங்கள் எதில் சிக்கிக் கொண்டிருக்கிறோம் என்பது அவர்களுக்குத் தெரிவதில்லை."

அவர் என்ன கூற முயற்சித்துக் கொண்டிருந்தார் என்பது புரியாமல் மைக்கும் நானும் அங்கே அமர்ந்திருந்தோம். அவரது குரல் கொடுமைத்தனத்தை வெளிப்படுத்தியது, ஆனாலும் அவர் ஏதோ ஒரு விஷயத்தை எங்களுக்குக் கற்றுக் கொடுக்க முயற்சித்ததை எங்களால் உணர முடிந்தது.

பணக்காரத் தந்தை எங்களிடம், "ஒரு மணிநேரத்திற்கு 25 சென்ட்டுகள் உங்களுக்கு உற்சாகம் தரவில்லையா? அது உங்கள் இதயத்தைச் சற்று வேகமாகத் துடிக்கச் செய்யவில்லையா?" என்று கேட்டார்.

இல்லையென்று நான் தலையாட்டினேன், ஆனால் அவர் கொடுக்க முன்வந்த பணம் எனக்கு உற்சாகத்தைக் கொடுத்தது என்பதுதான் உண்மை. அது எனக்குப் பெரிய பணமாக இருந்திருக்கும்.

அவரது முகத்தில் சிறிது விஷமத்தனம் வெளிப்பட, "சரி, ஒரு மணிநேரத்திற்கு ஒரு டாலர் சம்பளம் தருகிறேன்," என்று அவர் கூறினார்.

இப்போது எனது இதயம் வேகமாகத் துடிக்கத் துவங்கியது. "அவர் கூறுவதை ஏற்றுக் கொள், அவர் கொடுப்பதை வாங்கிக் கொள்," என்று என் மூளை கூக்குரலிட்டது. அவர் கூறிக் கொண்டிருந்ததை என்னால் நம்ப முடியவில்லை. இருந்தாலும் நான் எதுவும் கூறாமல் அமர்ந்திருந்தேன்.

"சரி, ஒரு மணிநேரத்திற்கு இரண்டு டாலர்கள் தருகிறேன்."

எனது சிறிய மூளையும் இதயமும் வெடித்துவிடும்போல் இருந்தது. 1956ம் ஆண்டு அது. அந்த சமயத்தில் ஒரு மணிநேரத்திற்கு 2 டாலர்கள் ஊதியம் பெறுவது, என்னை உலகிலேயே மிகப் பெரிய பணக்காரச் சிறுவனாக ஆக்கியிருக்கும். அவ்வளவு பணத்தைச் சம்பாதிப்பதைப் பற்றி என்னால் கற்பனை செய்ய முடியவில்லை. அவர் கூறியதை ஏற்றுக் கொள்ள நான் விரும்பினேன். ஒரு மணிநேரத்திற்கு 2 டாலர்கள் ஊதியத்தை நான் ஒப்புக் கொள்ள விரும்பினேன். ஒரு புதிய சைக்கிள், புதிய பேஸ்பால் கையுறை ஆகியவை என் கண்முன் தோன்றின. என் கையில் சில டாலர்கள் பளிச்சிடும்போது என் நண்பர்கள் என்னை வியப்போடு பார்ப்பதும் என் மனக்கண்ணில் ஓடியது. அதோடு, ஜிம்மியும் அவனது பணக்கார நண்பர்களும் இனியும் என்னை ஏழை என்று அழைக்க முடியாது. ஆனாலும் நான் வாயடைத்து நின்றேன்.

ஐஸ்கிரீம் உருகி என் கையில் வடிந்து கொண்டிருந்தது. கண்களை அகலத் திறந்தபடி, வெற்று மூளையுடன், தன்னைக் கண்ணிமைக்காமல் பார்த்துக் கொண்டிருந்த இரண்டு சிறுவர்களைப் பணக்காரத் தந்தை பார்த்தார். அவர் எங்களை சோதித்துக் கொண்டிருந்தார். அவர் தருவதாக ஒப்புக் கொண்ட ஊதியத்தை ஏற்றுக் கொள்வதற்கு எங்களின் ஒரு பகுதி தயாராக இருந்ததை அவர் அறிந்திருந்தார். விலை கொடுத்து வாங்கக்கூடிய ஒரு பலவீனமான மற்றும் மென்மையான பகுதி ஒவ்வொரு நபரிடமும் இருப்பதை அவர் புரிந்திருந்தார். அதே சமயத்தில், ஒருபோதும் விலைகொடுத்து வாங்க முடியாத ஒரு கடினமான பகுதி இருந்ததையும் அவர் புரிந்திருந்தார். எந்தப் பகுதி அதிக வலிமையானது என்பதுதான் கேள்வி.

"சரி, ஒரு மணிநேரத்திற்கு ஐந்து டாலர்கள்."

திடீரென்று நான் மௌனமானேன். ஏதோ மாறியிருந்தது. அவர் கொடுக்க முன்வந்த ஊதியம் மிகப் பெரியதாகவும் நம்புதற்கரியதாகவும் இருந்தது. பெரியவர்கள்கூட அவ்வளவு பெரிய ஊதியத்தைப் பெறாத காலகட்டம் அது. ஆனாலும் நான் என் ஆவலை அடக்கிக் கொண்டு, அமைதியாக அமர்ந்தேன். மெதுவாக நான் மைக்கை நோக்கித் திரும்பினேன். அவனும் என்னைப் பார்த்தான். என் ஆன்மாவின் பலவீனமான பகுதி அமைதியடைந்தது. எனது ஆன்மாவின் விலை கொடுத்து வாங்க முடியாத பகுதி வெற்றி பெற்றது. மைக்கும் அதே நிலையை எட்டியிருந்தான் என்பதை நான் அறிந்தேன்.

மக்களின் வாழ்க்கை எப்போதும் இரண்டு உணர்ச்சிகளால் கட்டுப்படுத்தப்படுகிறது: பயமும் பேராசையும்தான் அவை.

"பெரும்பாலான மக்களுக்கு ஒரு விலை இருக்கிறது. பயம், பேராசை ஆகிய மனித உணர்ச்சிகள்தான் அதற்குக் காரணம். முதலில், பணமின்றி இருப்பது குறித்த பயம் கடினமாக உழைப்பதற்கு நம்மை ஊக்குவிக்கிறது. சம்பளக் காசோலை நம் கைக்கு வந்தவுடன், பேராசையும் ஆழ்விருப்பமும் நம்மைப் பற்றிக் கொள்கின்றன. பணத்தால் வாங்கக்க்கூடிய அனைத்து அற்புதமான பொருட்களையும் பற்றி நாம் சிந்திக்கத் துவங்குகிறோம். பிறகு இந்த மனப்போக்கு நிரந்தரமாகிவிடுகிறது."

"என்ன மனப்போக்கு?" என்று நான் கேட்டேன்.

"காலையில் எழுவது, வேலைக்குச் செல்வது, கட்டணங்களைச் செலுத்துவது; காலையில் எழுவது, வேலைக்குச் செல்வது, கட்டணங்களைச் செலுத்துவது; மக்களின் வாழ்க்கை எப்போதும் இரண்டு உணர்ச்சிகளால் கட்டுப்படுத்தப்படுகிறது: பயம் மற்றும் பேராசைதான் அவை. அதிகப் பணத்தை அவர்களிடம் கொடுத்தால், அவர்கள் அதிகமாகச் செலவு செய்வர்."

"வேறு ஏதேனும் ஒரு வழி இருக்கிறதா?" என்று மைக் கேட்டான்.

பணக்காரத் தந்தை மெதுவாக, "ஆமாம், ஆனால் ஒருசில மக்களே அதைக் கண்டுபிடிக்கின்றனர்," என்று கூறினார்.

"அது என்ன வழி?" என்று மைக் கேட்டான்.

"என்னுடன் வேலை செய்வதிலிருந்து நீங்கள் இருவரும் அதைக் கற்றுக் கொள்வீர்கள் என்று நான் நம்புகிறேன். அதனால்தான் உங்களிடமிருந்து ஊதியத்தை நான் பறித்தேன்."

"அது என்ன வழி என்று கண்டுபிடிக்க எங்களுக்கு ஏதேனும் துப்புக் கொடுக்க முடியுமா? கடினமாக உழைத்து நாங்கள் களைத்துப் போயிருக்கிறோம். அதுவும் எந்தச் சம்பளமும் வாங்காமல்!" என்று மைக் கூறினான்.

"உண்மையைக் கூறுவதுதான் நீங்கள் எடுத்து வைக்க வேண்டிய முதல் அடி," என்று பணக்காரத் தந்தை கூறினார்.

"நாங்கள் பொய்யேதும் கூறியிருக்கவில்லை," என்று நான் கூறினேன்.

"நீங்கள் பொய் கூறுகிறீர்கள் என்று நான் கூறவில்லை. உண்மையைக் கூற வேண்டும் என்றுதான் நான் கூறினேன்," என்று பணக்காரத் தந்தை பதிலடி கொடுத்தார்.

"எதைப் பற்றிய உண்மை?" என்று நான் கேட்டேன்.

"நீங்கள் எப்படி உணர்கிறீர்கள் என்பது பற்றிய உண்மை. நீங்கள் அது பற்றி வேறு யாரிடமும் கூற வேண்டியதில்லை. உண்மையை நீங்கள் வெறுமனே உங்களிடம் ஒத்துக் கொண்டால் போதும்," என்று அவர் விளக்கினார்.

"இந்தப் பூங்காவில் உள்ள மக்கள், உங்களிடம் வேலை பார்க்கும் ஊழியர்கள், திருமதி மார்ட்டின் ஆகியோர் அவ்வாறு செய்வதில்லை என்று நீங்கள் கூறுகிறீர்களா?" என்று நான் கேட்டேன்.

"அவர்கள் அவ்வாறு செய்கிறார்கள் என்ற நம்பிக்கை எனக்கு இல்லை. மாறாக, பணம் இல்லாதது குறித்த பயம் அவர்களிடம் இருக்கிறது. அதை அவர்கள் பகுத்தறிவுரீதியாக எதிர்கொள்வதில்லை. தங்கள் மூளையை உபயோகிப்பதற்குப் பதிலாக அவர்கள் உணர்ச்சிவசப்பட்டு நடந்து கொள்கின்றனர். ஒருசில டாலர்கள் பணம் கைக்கு வந்ததும், மகிழ்ச்சி, விருப்பம், பேராசை ஆகிய உணர்ச்சிகள் மீண்டும் அவர்களிடம் தலைதூக்கிவிடுகின்றன. அவர்கள் சிந்தித்து நடந்து கொள்வதற்குப் பதிலாக, மீண்டும் உணர்ச்சிவசப்பட்டு நடந்து கொள்கின்றனர்," என்று பணக்காரத் தந்தை கூறினார்.

"அப்படியானால் அவர்களது உணர்ச்சிகள் அவர்களுடைய மூளையைக் கட்டுப்படுத்துகின்றன என்று கூறுகிறீர்களா?" என்று மைக் கேட்டான்.

"ஆமாம். தாங்கள் எவ்வாறு உணர்கிறோம் என்பது பற்றிய உண்மையை ஒத்துக் கொள்வதற்குப் பதிலாக, அவர்கள் தங்கள் உணர்வுகளுக்குச்   செயல்விடை   அளித்து,   சிந்திக்கத் தவறிவிடுகின்றனர். அவர்களிடம் பயம் குடிகொண்டிருப்பதால் அவர்கள் வேலைக்குச் செல்கின்றனர். அதிலிருந்து கிடைக்கும் பணம் தங்கள் பிரச்சனைகளைத் தீர்க்கும் என்று நம்புகின்றனர். ஆனால் அது அவ்வாறு நிகழ்வதில்லை. அந்த பயம் தொடர்ந்து அவர்களை ஆட்டுவித்து, மீண்டும் வேலைக்குச் செல்லும்படி வற்புறுத்துகிறது. பணம் தங்கள் பிரச்சனையைத் தீர்க்கும் என்று அவர்கள் மீண்டும் நம்பித் தங்களை அமைதிப்படுத்திக் கொள்கின்றனர். வேலை செய்வது, பணம் சம்பாதிப்பது, வேலை செய்வது, பணம் சம்பாதிப்பது என்ற பொறிக்குள் அவர்களது பயம் அவர்களைச் சிக்க வைத்துவிடுகிறது. இவ்வாறு வேலை செய்து பணம்

சம்பாதிப்பதன் மூலம் தங்கள் பயம் போய்விடும் என்று அவர்கள் நினைக்கின்றனர். ஆனால் ஒவ்வொரு நாள் காலையிலும் அவர்கள் எழுந்திருக்கும்போது, பழைய பயமும் அவர்களோடு சேர்ந்து விழித்துக் கொள்கிறது. கோடிக்கணக்கான மக்களுக்கு அந்த பயம் அவர்களை இரவு நெடுகிலும் கண்விழிக்கும்படி செய்கிறது. கவலையும் குழப்பமும் அவர்களை வாட்டியெடுக்கும்படி செய்கிறது. எனவே, தங்களுக்குக் கொடுக்கப்படும் சம்பளக் காசோலை தங்கள் ஆன்மாவை வதைத்தெடுக்கும் பயத்தைக் கொல்லும் என்ற நம்பிக்கையில் அவர்கள் மீண்டும் தங்கள் வேலைக்குச் செல்கின்றனர். பணம் அவர்களது வாழ்க்கையைக் கட்டுப்படுத்திக் கொண்டிருக்கிறது. அதைப் பற்றிய உண்மையைக் கூற அவர்கள் மறுக்கின்றனர். அவர்களது உணர்ச்சிகளும் ஆன்மாக்களும் பணத்தின் கட்டுப்பாட்டில் உள்ளன."

அவரது வார்த்தைகள் எங்கள் தலைக்குள் ஏறுவதற்காக, பணக்காரத் தந்தை அமைதியாக அமர்ந்திருந்தார். அவர் கூறியது என் காதுகளில் விழுந்தது, ஆனால் அவர் எதைப் பற்றிப் பேசிக் கொண்டிருந்தார் என்பதை என்னால் புரிந்து கொள்ள முடியவில்லை. பெரியவர்கள் ஏன் அவசர அவசரமாக வேலைக்கு ஓடுகின்றனர் என்று நான் அடிக்கடி வியந்ததுண்டு என்பதை மட்டும் நான் அறிந்திருந்தேன். அவர்களது அவசர ஓட்டம் அவ்வளவு குதூகலமான ஒன்றாக எனக்குத் தோன்றவில்லை. அவர்கள் ஒருபோதும் அவ்வளவு மகிழ்ச்சியாகத் தென்படவில்லை, ஆனாலும் ஏதோ ஒன்று தொடர்ந்து அவர்களை ஓட வைத்துக் கொண்டிருந்தது.

தான் எங்களிடம் பேசிக் கொண்டிருந்ததைப் பற்றி எங்களால் முடிந்த அளவுக்கு நாங்கள் உள்வாங்கிக் கொண்டுவிட்டோம் என்பதை உணர்ந்த பணக்காரத் தந்தை, "நீங்கள் அந்தப் பொறிக்குள் சிக்கிக் கொள்ளாமல் இருக்க வேண்டும் என்று நான் விரும்புகிறேன். நான் அதைத்தான் உங்களுக்கு உண்மையிலேயே கற்றுக் கொடுக்க விரும்புகிறேன், வெறுமனே பணக்காரனாக இருப்பதை அல்ல. ஏனெனில், பணக்காரனாக இருப்பது பிரச்சனைகளைத் தீர்க்காது," என்று கூறினார்.

"பணக்காரனாக இருப்பது பிரச்சனைகளைத் தீர்க்காதா?" என்று நான் ஆச்சரியத்துடன் கேட்டேன்.

"இல்லை, பிரச்சனைகளை அது தீர்ப்பதில்லை. தீராத ஆசை எனும் உணர்ச்சியைப் பற்றி நான் உங்களுக்கு விளக்குகிறேன். அதைப் பேராசை என்று சிலர் அழைக்கின்றனர், ஆனால் நான் தீராத ஆசை என்று அதை அழைக்க விரும்புகிறேன். அதிகச் சிறப்பான, அதிக அழகான, அதிகக் குதூகலமான, அல்லது அதிக உற்சாகம் தரக்கூடிய ஏதேனும் ஒன்றின்மீது தீராத ஆசை கொள்வதில் எந்தத் தவறும் இல்லை. எனவே, தீராத ஆசையின் காரணமாக மக்கள் பணத்திற்காக வேலை செய்கின்றனர். பணத்தால்

கிடைக்கக்கூடிய மகிழ்ச்சியின் காரணமாக அவர்கள் பணத்தின்மீது தீராத ஆசை கொண்டிருக்கின்றனர். ஆனால் பணம் கொண்டு வருகின்ற மகிழ்ச்சி தற்காலிகமானது. பிறகு, அதிக மகிழ்ச்சி, அதிக இன்பம், அதிக சௌகரியம், மற்றும் அதிகப் பாதுகாப்பிற்காக அவர்களுக்கு அதிகப் பணம் தேவைப்படுகிறது. எனவே, பயத்தாலும் தீராத ஆசையாலும் பிரச்சனைக்கு ஆளாகியிருக்கும் தங்கள் ஆன்மாக்களுக்குப் பணம் இதமளிக்கும் என்ற நம்பிக்கையில் தொடர்ந்து அவர்கள் வேலை செய்கின்றனர். ஆனால் பணத்தால் அதைச் சாதிக்க முடியாது."

"பணக்காரர்களும் இதைச் செய்கின்றனரா?" என்று மைக் கேட்டான்.

"அவர்களும் இதற்கு விதிவிலக்கல்ல. வாஸ்தவத்தில், பல பணக்காரர்கள் பணக்காரர்களாக இருப்பதற்குக் காரணம் தீராத ஆசையல்ல, மாறாக பயம்தான். ஏழையாக இருப்பது குறித்த பயத்தைப் பணம் போக்கிவிடும் என்று அவர்கள் நம்புகின்றனர். எனவே அவர்கள் ஏராளமான பணத்தைக் குவிக்கின்றனர். ஆனால் தங்கள் பயம் மேலும் மோசமாவதை அவர்கள் காண்கின்றனர். இப்போது பணத்தை இழப்பது குறித்த பயம் அவர்களைப் பிடித்துக் கொள்கிறது. ஏராளமான பணமிருந்தும் தொடர்ந்து வேலை செய்து கொண்டிருக்கும் பல நண்பர்கள் எனக்கு இருக்கின்றனர். ஏழையாக இருந்தபோது கொண்டிருந்த பயத்தைவிட, பலகோடி டாலர்கள் தங்கள் வசம் இருக்கும்போது அதிக பயத்தைக் கொண்டிருக்கும் மக்களை எனக்குத் தெரியும். அதை இழப்பது குறித்து அவர்கள் பயந்து நடுங்கிப் போயுள்ளனர். பணக்காரனாக ஆவதற்கு அவர்களை உந்தித் தள்ளிய பயம் மோசமடைந்தது. அவர்களது ஆன்மாவின் பலவீனமான பகுதியின் கூக்குரல் அது. பணம் அவர்களுக்குப் பெற்றுத் தந்திருந்த பெரிய வீடுகளையும், கார்களையும், உயர்ந்த வாழ்க்கையையும் அவர்கள் இழக்க விரும்பவில்லை. தாங்கள் தங்கள் பணம் முழுவதையும் இழந்தால் தங்கள் நண்பர்கள் என்ன கூறுவார்களோ என்று அவர்கள் கவலைப்படுகின்றனர். பணக்காரர்களாகத் தோன்றுகின்ற, அதிகப் பணத்தைக் கொண்டிருக்கின்ற பலர், உணர்ச்சிரீதியாக அதிக மனச்சோர்வுக்கும் நரம்புத் தளர்ச்சிக்கும் ஆளாகியுள்ளனர்."

"அப்படியென்றால் ஓர் ஏழை மனிதன் அதிக மகிழ்ச்சியாக இருக்கிறானா?" என்று நான் கேட்டேன்.

"இல்லை, நான் அப்படி நினைக்கவில்லை. பணத்துடன் அதிக ஒட்டுதல் கொண்டுள்ளது எவ்வளவு பெரிய மனநோயோ, அதேபோல், பணத்தைத் தவிர்ப்பதும் ஓர் உளநோய்தான்," என்று பணக்காரத் தந்தை கூறினார்.

அப்போது, வயதான பிச்சைக்காரர் ஒருவர் எங்கள் மேசையைக் கடந்து சென்று, அங்கிருந்த பெரிய குப்பைத் தொட்டியைத் துழாவிக்

கொண்டிருந்தார். நாங்கள் அவரைக் கண்டுகொள்ளாமல் இருந்திருக்கலாம், ஆனால் பெரும் ஆர்வத்தோடு நாங்கள் மூவரும் அவரைக் கவனித்தோம்.

பணக்காரத் தந்தை தன் பாக்கெட்டிலிருந்து ஒரு டாலர் பணத்தை எடுத்து அந்த வயதான மனிதரை நோக்கிக் கையசைத்தார். பணத்தைக் கண்டவுடன், அந்த மனிதர் உடனடியாக ஓடி வந்து, அந்தப் பணத்தைப் பெற்றுக் கொண்டு, பணக்காரத் தந்தைக்கு நன்றி கூறிவிட்டு, தனக்குக் கிடைத்த எதிர்பாராத அதிர்ஷ்டம் குறித்து வியந்து கொண்டு உற்சாகமாகவும் வேகமாகவும் அங்கிருந்து சென்றார்.

"இவர் எனது பெரும்பாலான ஊழியர்களிடமிருந்து அதிகம் வேறுபட்டவர் அல்ல. 'எனக்குப் பணத்தில் அவ்வளவு ஆர்வமில்லை,' என்று கூறுகின்ற பலரை நான் சந்தித்திருக்கிறேன். ஆனாலும் அவர்கள் ஒரு நாளைக்கு எட்டு மணிநேரம் வேலை செய்கின்றனர். அது உண்மையை மறுப்பதாகும். அவர்களுக்குப் பணத்தில் ஆர்வமில்லை என்றால், அவர்கள் ஏன் வேலை செய்து கொண்டிருக்கின்றனர்? பணத்தைக் குவித்து வைத்திருக்கின்ற ஒருவனைவிட, அத்தகைய சிந்தனை அதிகப்படியான மனநோயாகும்."

> "எனக்குப் பணத்தில் அவ்வளவு ஆர்வமில்லை," என்று கூறுகின்ற பலரை நான் சந்தித்திருக்கிறேன். ஆனாலும் அவர்கள் ஒரு நாளைக்கு எட்டு மணிநேரம் வேலை செய்கின்றனர்.

என் பணக்காரத் தந்தை கூறுவதைக் கேட்டு நான் அங்கு அமர்ந்திருந்தபோது, "எனக்குப் பணத்தில் ஆர்வமில்லை," என்று என் ஏழைத் தந்தை எண்ணற்ற முறை என்னிடம் கூறியது என் மனத்தில் பளிச்சிட்டது. அவர் அந்த வார்த்தைகளை அடிக்கடிக் கூறினார். "என் வேலையை நான் மிகவும் நேசிப்பதால் நான் வேலை செய்கிறேன்," என்று அவர் அதற்குச் சாக்குப்போக்கு ஒன்றையும் வைத்திருந்தார்.

"இப்போது நாங்கள் என்ன செய்ய வேண்டும்? அனைத்து வகையான பயமும் பேராசையும் மறையும்வரை நாங்கள் பணத்திற்காக வேலை செய்யக்கூடாதா?" என்று நான் கேட்டேன்.

"இல்லை, அது கால விரயமாகிவிடும். உணர்ச்சிகள்தான் நம்மை மனிதர்களாக வைத்திருக்கின்றன. உணர்ச்சி என்பது நம்மை உந்தித் தள்ளுகின்ற ஆற்றலைக் குறிக்கிறது. உங்கள் உணர்ச்சிகளைப் பற்றி உண்மையாக இருங்கள். உங்கள் மனத்தையும் உணர்ச்சிகளையும் உங்களுக்கு எதிராகப் பயன்படுத்துவதற்குப் பதிலாக, உங்களுக்குச் சாதகமாகப் பயன்படுத்துங்கள்."

"இது எப்படி முடியும்?" என்று மைக் மலைத்தான்.

“நான் சற்று முன் கூறியதைப் பற்றிக் கவலைப்பட வேண்டாம். இது காலப்போக்கில் அதிக அர்த்தம் வாய்ந்ததாக அமையும். உணர்ச்சிவசப்பட்டு நடந்து கொள்வதற்குப் பதிலாக, உங்கள் உணர்ச்சிகளைக் கண்காணிப்பவர்களாக இருங்கள். தங்களது உணர்ச்சிகள்தான் தங்களுக்காகச் சிந்தித்துக் கொண்டிருக்கின்றன என்பதைப் பெரும்பாலான மக்கள் அறிவதில்லை. உங்கள் உணர்ச்சிகள் வெறுமனே உங்கள் உணர்ச்சிகள் மட்டுமே. நீங்கள் சொந்தமாகச் சிந்திப்பதற்குக் கற்றுக் கொள்ள வேண்டும்,” என்று பணக்காரத் தந்தை கூறினார்.

“இதற்கு ஓர் எடுத்துகாட்டை உங்களால் கூற முடியுமா?” என்று நான் கேட்டேன்.

“நிச்சயமாக. ‘நான் ஒரு வேலையைத் தேடிக் கண்டுபிடித்தாக வேண்டும்,’ என்று ஒருவர் கூறும்போது, பெரும்பாலும் அவரது உணர்ச்சிதான் அங்கு சிந்தித்துக் கொண்டிருக்கிறது. பணம் இல்லாமல் இருப்பது குறித்த பயம்தான் அந்த எண்ணத்தை உருவாக்குகிறது,” என்று பணக்காரத் தந்தை பதிலளித்தார்.

“வீட்டுச் செலவிற்கு மக்களுக்குப் பணம் தேவைதானே?” என்று நான் கேட்டேன்.

“நிச்சயமாகப் பணம் தேவை. ஆனால், பயம்தான் அடிக்கடி அவர்களுக்காகச் சிந்திக்கிறது என்று நான் கூறுகிறேன், அவ்வளவுதான்,” என்று கூறிப் பணக்காரத் தந்தை புன்னகைத்தார்.

“எனக்குப் புரியவில்லை,” என்றான் மைக்.

“எடுத்துக்காட்டாக, போதுமான பணம் இல்லை என்ற பயம் தலைதூக்கும்போது, உடனடியாக ஒரு வேலை தேடி ஓடுவதற்குப் பதிலாக, அவர்கள் தங்களிடம் இக்கேள்வியைக் கேட்கலாம்: ‘ஒரு வேலை இந்த பயத்திற்கான நிரந்தரத் தீர்வாக அமையுமா?’ இல்லை என்பதுதான் இதற்கான விடை என்பது எனது அபிப்பிராயம். ஒரு வேலையானது ஒரு நீண்டகாலப் பிரச்சனைக்கான ஒரு தற்காலிகத் தீர்வாகும்.”

சற்றுக் குழம்பிப் போயிருந்த நான் அவரது பேச்சில் குறுக்கிட்டு, “ஆனால் என் தந்தை எப்போதும், ‘சிறந்த மதிப்பெண்களுடன் பட்டம் பெற்றால் ஒரு பாதுகாப்பான வேலையை உன்னால் தேடிக் கொள்ள முடியும்,’ என்று கூறுகிறார்,” என்று கூறினேன்.

“அவர் அவ்வாறு கூறுவதை என்னால் புரிந்து கொள்ள முடிகிறது. பெரும்பாலான மக்கள் அதைத்தான் பரிந்துரைக்கின்றனர், அது பெரும்பாலானவர்களுக்கு நல்ல பாதையாகவே அமைகிறது. ஆனால் மக்கள் அவ்வாறு பரிந்துரைப்பதற்கு அவர்களது பயம்தான் அடிப்படைக் காரணம்,” என்று பணக்காரத் தந்தை கூறினார்.

“ன் தந்தை பயப்படுவதால்தான் அவ்வாறு கூறுகிறாரா?”

“ஆமாம். நீ போதுமான பணம் சம்பாதிக்க மாட்டாய் என்றும், சமுதாயத்திற்குள் நீ பொருந்த மாட்டாய் என்றும் அவர் பெரிதும்

பயப்படுகிறார். நான் கூறுவதைத் தவறாக எடுத்துக் கொள்ளாதே. அவர் உன்னை நேசிக்கிறார். நீ மிகச் சிறப்பாக வாழ வேண்டும் என்று அவர் விரும்புகிறார். கல்வியும் ஒரு வேலையும் அவசியம் என்பதை நானும் நம்புகிறேன், ஆனால் அது பயத்தைக் கையாளாது. ஒருசில டாலர்கள் பணத்தைச் சம்பாதிப்பதற்காக உன் தந்தையைக் காலையில் கண்விழிக்கச் செய்யும் அதே பயம்தான், நீ பள்ளிக்குச் செல்ல வேண்டும் என்று அவர் உறுதியாக இருப்பதற்கும் காரணம்."

"அப்படியென்றால் நீங்கள் எனக்கு எதைப் பரிந்துரைக்கிறீர்கள்?" என்று நான் கேட்டேன்.

"பணத்தைக் கண்டு பயப்படுவதற்குப் பதிலாக, பணத்தின் சக்தியைத் திறம்படப் பயன்படுத்துவது எப்படி என்பதை நான் உனக்குக் கற்றுக் கொடுக்க விரும்புகிறேன். இது பள்ளிகளில் கற்றுக் கொடுக்கப்படுவதில்லை. இதை நீ கற்றுக் கொள்ளாவிட்டால், பணத்திடம் நீ ஓர் அடிமையாக ஆகிவிடுவாய்."

அவர் கூறியது ஒருவழியாக எனக்குப் புரியத் துவங்கியது. நாங்கள் எங்கள் கண்ணோட்டங்களை விரிவுபடுத்தி, திருமதி மார்ட்டினைப் போன்றவர்களால் பார்க்க முடியாதவற்றை நாங்கள் பார்க்க வேண்டும் என்று அவர் விரும்பினார். அவர் பயன்படுத்திய எடுத்துக்காட்டுகள் அந்த நேரத்தில் கொடூரமானவையாகத் தோன்றினாலும், அவற்றை நான் ஒருபோதும் மறந்திருக்கவில்லை. என் பார்வை அன்று விரிவடைந்தது. பெரும்பாலான மக்கள் சிக்கிக் கொள்கின்ற பொறியை நான் பார்க்கத் துவங்கினேன்.

"இறுதியில் நாம் அனைவரும் ஊழியர்கள்தான். நாம் வெவ்வேறு நிலைகளில் வேலை செய்கிறோம், அவ்வளவுதான். பயம் மற்றும் தீராத ஆசை எனும் இரண்டு உணர்ச்சிகளால் விளைவிக்கப்படுகின்ற பொறிக்குள் சிக்குவதை நீங்கள் இருவரும் தவிர்க்க வேண்டும் என்று நான் விரும்புகிறேன். அவற்றை உங்களுக்குச் சாதகமாகப் பயன்படுத்திக் கொள்ள வேண்டும். அதைத்தான் நான் உங்களுக்குக் கற்றுக் கொடுக்க விரும்புகிறேன். வெறுமனே பணத்தைக் குவிப்பதைப் பற்றி உங்களுக்குக் கற்றுத் தருவதில் எனக்கு ஆர்வமில்லை. அது பயத்தையோ அல்லது தீராத ஆசையையோ கையாள உதவாது. முதலில் பயத்தையும் தீராத ஆசையையும் கையாளாமல் நீங்கள் பணக்காரர்களாக ஆகிவிட்டால், அதிகச் சம்பளம் வாங்குகின்ற ஓர் அடிமையாகத்தான் நீங்கள் இருப்பீர்கள்."

"எப்படி அந்தப் பொறிக்குள் சிக்கிக் கொள்வதைத் தவிர்ப்பது?" என்று நான் கேட்டேன்.

"ஏழ்மை அல்லது பொருளாதாரப் பிரச்சனைக்கான முக்கியக் காரணம் பயமும் அறியாமையும்தானே தவிர, பொருளாதாரமோ, அரசாங்கமோ, அல்லது பணக்காரர்களோ அல்ல. மக்கள் சுயமாக உருவாக்கிக் கொள்கின்ற பயமும் அறியாமையும்தான் அவர்களை அப்பொறிக்குள் சிக்க வைக்கின்றன. எனவே, நீங்கள் இருவரும்

கல்லூரிக்குச் சென்று பட்டம் பெறுங்கள். பொறியில் சிக்காமல் இருப்பது எப்படி என்பதை நான் உங்களுக்குக் கற்றுத் தருகிறேன்."

புதிரின் அனைத்து அம்சங்களும் இப்போது புலப்படத் துவங்கியிருந்தன. உயர்வாகக் கல்வி கற்ற எனது தந்தை ஒரு நல்ல வேலையில் இருந்தார். ஆனால் பணத்தை எவ்வாறு கையாள வேண்டும் என்பதையோ, அல்லது அதைப் பற்றிய பயத்தை எவ்வாறு கையாள வேண்டும் என்பதையோ கல்லூரி அவருக்கு ஒருபோதும் கற்றுக் கொடுத்திருக்கவில்லை. இரண்டு தந்தையரிடம் இருந்து வெவ்வேறு முக்கியமான விஷயங்களை என்னால் கற்றுக் கொள்ள முடியும் என்று எனக்குத் தெளிவாகப் புரிந்தது.

"பணமின்மை குறித்த பயத்தைப் பற்றி நீங்கள் பேசிக் கொண்டிருந்தீர்கள். பணம் குறித்தத் தீராத ஆசை எப்படி நமது சிந்தனையை பாதிக்கிறது?" என்று மைக் கேட்டான்.

"சம்பள உயர்வு கொடுத்து நான் உங்களுக்கு ஆசை காட்டியபோது நீங்கள் எப்படி உணர்ந்தீர்கள்? உங்களுடைய ஆசைகள் அதிகரித்தது உங்களுக்குத் தெரிந்ததா?"

நாங்கள் இருவரும் அதை ஆமோதித்துத் தலையசைத்தோம்.

"உங்கள் உணர்ச்சிகளுக்கு இடம் கொடுக்காமல், உங்கள் பதிலைத் தாமதப்படுத்தி உங்களால் சிந்திக்க முடிந்தது. அது மிகவும் முக்கியம். பயம், பேராசை ஆகிய உணர்ச்சிகள் நம்மிடம் எப்போதும் இருக்கும். இப்போதிலிருந்து, அந்த உணர்ச்சிகளை உங்கள் நலனுக்காகப் பயன்படுத்தத் துவங்குங்கள். உங்கள் உணர்ச்சிகள் உங்கள் சிந்தனையைக் கட்டுப்படுத்த நீங்கள் அனுமதிக்கக்கூடாது. பெரும்பாலான மக்கள் பயத்தையும் பேராசையையும் தங்களுக்கு எதிராகப் பயன்படுத்துகின்றனர். அதுதான் அறியாமையின் துவக்கம். பயம் மற்றும் பேராசை ஆகிய உணர்ச்சிகளின் காரணமாகப் பெரும்பாலான மக்கள் தங்கள் வாழ்நாள் முழுவதும் சம்பளக் காசோலைகளையும், சம்பள உயர்வுகளையும், வேலைப் பதுகாப்பையும் துரத்திக் கொண்டு வாழ்கின்றனர். அந்த உணர்ச்சிகளின் கட்டுப்பாட்டில் உள்ள எண்ணங்கள் தங்களை இயக்கிக் கொண்டிருக்கின்றனவா என்று தங்களைக் கேட்டுக் கொள்ளத் தவறுகின்றனர். ஒரு கழுதைக்குச் சொந்தக்காரன் அதன் மூக்கின் அருகே ஒரு கேரட்டைப் பிடித்துக் கொண்டு வண்டியை ஓட்டிக் கொண்டு போவதைப் போன்றது இது. அவன் தான் விரும்பிய இடத்திற்குச் செல்லக்கூடும், ஆனால் அக்கழுதை ஒரு மாயையைத் துரத்திக் கொண்டு செல்கிறது. அடுத்த நாளும் அக்கழுதைக்கு இன்னொரு கேரட் மட்டுமே கிடைக்கும்.

"ஒரு புதிய பேஸ்பால் கையுறை, சாக்லேட், விளையாட்டுச் சாமான்கள் ஆகியவற்றை நான் என் மனத்தில் நினைத்துப் பார்க்கும் கணத்தில், அதுவும் ஒரு கழுதைக்கான கேரட்டைப் போன்றதுதானா?" என்று மைக் கேட்டான்.

"ஆமாம். உனக்கு வயது ஏற ஏற, உன்னுடைய விளையாட்டுப் பொருட்கள் அதிக விலைமதிப்பு உள்ளவையாக ஆகும். ஒரு புதிய கார், ஒரு சொகுசுப் படகு, உன் நண்பர்களைப் பெருமூச்செறிய வைப்பதற்கு ஒரு பெரிய வீடு போன்றவற்றைக் கூறலாம். பயம் உன்னைக் கழுத்தைப் பிடித்து வெளியே தள்ளுகிறது, தீராத ஆசை உன்னை வரவேற்று அரவணைத்துக் கொள்கிறது. அதுதான் நீ சிக்கிக் கொள்ளக்கூடிய பொறி," என்று பணக்காரத் தந்தை கூறினார்.

"அப்படியென்றால் அதற்கு விடையென்ன?" என்று மைக் கேட்டான்.

"அறியாமைதான் பயத்தையும் தீராத ஆசையையும் தீவிரப்படுத்துகிறது. அதனால்தான் ஏராளமாகப் பணம் படைத்தப் பணக்காரர்களிடம் பணம் அதிகரிக்க அதிகரிக்க, அதிகப்படியான பயம் அவர்களிடம் குடியேறுகிறது. பணம்தான் கேரட். அது ஒரு மாயை. அந்தக் கழுதையால் முழுப் படத்தையும் பார்க்க முடிந்தால், கேரட்டைத் துரத்திச் செல்வதைப் பற்றி அது யோசிக்கும்."

மனித வாழ்க்கையானது அறியாமைக்கும் மாயைக்கும் இடையே நடக்கும் ஒரு போராட்டம் என்று பணக்காரத் தந்தை மேலும் விளக்கினார்.

தகவல் மற்றும் சுயஅறிவுக்கான தேடலை ஒருவன் நிறுத்தும்போது, அறியாமை அவனுள் குடியேறுகிறது. அந்தப் போராட்டம் கணத்திற்குக் கணம் தொடர்ந்து கொண்டே இருக்கிறது.

"பள்ளிக்கூடம் மிக முக்கியமானது. சமூகத்தில் ஒரு பெரும் பங்காற்றுவதற்காக ஒரு திறமையை அல்லது தொழிலைக் கற்றுக் கொள்வதற்கு நீங்கள் பள்ளிக்குச் செல்கிறீர்கள். ஒவ்வொரு கலாச்சாரத்திலும் ஆசிரியர்கள், மருத்துவர்கள், இயந்திரப் பழுதுநீக்குனர்கள், ஓவியர்கள், சமையற்காரர்கள், வியாபாரிகள், காவல்துறை அதிகாரிகள், தீயணைப்பு வீரர்கள், ராணுவ வீரர்கள் ஆகியோரின் சேவை தேவைப்படுகிறது. சமூகம் தழைப்பதற்காகப் பள்ளிகள் இவர்களைப் பயிற்றுவிக்கின்றன. துரதிர்ஷ்டவசமாக, பள்ளிக்கூடம் ஒரு துவக்கமே அன்றி, ஒரு முடிவு அல்ல என்பதைப் பலர் உணர்ந்து கொள்ளத் தவறிவிடுகின்றனர்," என்று பணக்காரத் தந்தை கூறினார்.

அங்கு ஒரு நீண்ட மௌனம் நிலவியது. பணக்காரத் தந்தை புன்னகைத்துக் கொண்டிருந்தார். அன்று அவர் கூறிய அனைத்தையும் நான் புரிந்து கொள்ளவில்லை. ஆனால், பெரும்பாலான தலைசிறந்த ஆசிரியர்களின் போதனைகளைப் போலவே, அவரது வார்த்தைகளும் தொடர்ந்து பல வருடங்களாகக் கற்பித்து வந்தன.

"நான் இன்று சற்றுக் கொடுமைக்காரனாக நடந்து கொண்டேன். ஆனால் இந்த உரையாடலை நீங்கள் எப்போதும் நினைவில்

கொள்ள வேண்டும் என்று நான் விரும்புகிறேன். திருமதி மார்ட்டினை எப்போதும் நினைவில் வைத்திருங்கள். அந்தக் கழுதையையும் எப்போதும் நினைவில் இருத்துங்கள். பயமும் தீராத ஆசையும் உங்கள் சிந்தனையைக் கட்டுப்படுத்துகின்றன என்ற விழிப்புணர்வு உங்களுக்கு இல்லாவிட்டால், வாழ்வின் மாபெரும் பொறிக்குள் அவை உங்களைச் சிக்க வைத்துவிடும் என்பதை ஒருபோதும் மறக்காதீர்கள். உங்கள் கனவுகளை நனவாக்க ஒருபோதும் முயற்சிக்காமல், பயத்திலேயே உங்கள் வாழ்நாள் முழுவதையும் செலவிடுவது கொடுமையானது. உங்களை மகிழ்ச்சிப்படுத்தக்கூடிய பொருட்களை வாங்குவதற்குப் பணம் உங்களுக்கு உதவும் என்ற நம்பிக்கையில் பணத்திற்காகக் கடினமாக உழைப்பதும் கொடுமையானதுதான். செலுத்த வேண்டிய கட்டண பாக்கிகள் குறித்த பயத்தில் நடு இரவில் திடுக்கிட்டுக் கண்விழிப்பது ஒரு மோசமான வாழ்க்கை. சம்பளக் காசோலையின் அளவு உங்கள் வாழ்க்கையை நிர்ணயிக்கும் விதத்தில் வாழ்வது உண்மையில் ஒரு வாழ்க்கையே அல்ல. ஒரு வேலை உங்களுக்குப் பாதுகாப்பைக் கொடுப்பதாக நீங்கள் நினைப்பது, உங்களிடமே நீங்கள் பொய்யுரைப்பதைப் போன்றது. அது கொடுமையானது. அந்தப் பொறியைத்தான் நீங்கள் இருவரும் தவிர்க்க வேண்டும் என்று நான் விரும்புகிறேன். பணம் எவ்வாறு மக்களின் வாழ்க்கையைக் கட்டுப்படுத்துகிறது என்பதை நான் பார்த்திருக்கிறேன். அது உங்களுக்கு நிகழ அனுமதித்துவிடாதீர்கள். பணம் உங்கள் வாழ்க்கையைக் கட்டுப்படுத்த அனுமதிக்காதீர்கள்."

ஒரு பேஸ்பால் பந்து எங்கள் மேசைக்கு அடியில் உருண்டு வந்தது. பணக்காரத் தந்தை அதைத் தூக்கி அங்கிருந்த குழுவினரை நோக்கி எறிந்தார்.

"அறியாமைக்கும் பேராசை மற்றும் பயத்திற்கும் இடையே என்ன தொடர்பு இருக்கிறது?" என்று நான் கேட்டேன்.

"பணத்தைப் பற்றிய அறியாமைதான் பேராசையையும் பயத்தையும் உருவாக்குகின்றது. சில எடுத்துக்காட்டுகளை நான் உங்களுக்குக் கொடுக்கிறேன். தன் குடும்பத்தை நன்றாக வாழ வைக்க விரும்புகின்ற ஒரு மருத்துவர் தன் கட்டணத்தை உயர்த்துகிறார். அதன் மூலமாக, மக்கள் தங்கள் ஆரோக்கியத்தைப் பராமரிப்பதற்கான செலவு அதிகரிக்கிறது.

"அது ஏழைகளை அதிகமாக பாதிக்கிறது. எனவே, பணம் படைத்தவர்களைவிட அவர்கள் மோசமான ஆரோக்கியத்துடன் இருக்கின்றனர். மருத்துவர்கள் தங்கள் கட்டணங்களை உயர்த்துவதால், வழக்கறிஞர்களும் தங்கள் கட்டணங்களை உயர்த்துகின்றனர். வழக்கறிஞர்களின் கட்டண உயர்வால், பள்ளி ஆசிரியர்கள் அதிகச் சம்பளம் கேட்கின்றனர், இது நமது வரிகளை அதிகரிக்கிறது. இப்படி ஒவ்வொன்றாகத் தொடர்கிறது. விரைவில்,

ஏழைகளுக்கும் பணக்காரர்களுக்கும் இடையே ஒரு பெரும் இடைவெளி உருவாகி, சமூகச் சிக்கல் அதிகரிக்கிறது. இது இன்னொரு நாகரீகம் சிதைவுறுவதற்கு வழிவகுக்கும். பணம் இருப்பவர்களுக்கும் பணம் இல்லாதவர்களுக்கும் இடையே கட்டுப்படுத்த முடியாத ஓர் இடைவெளி உருவாகும்போது மாபெரும் நாகரீகங்கள் தவிடுபொடியாவதை வரலாறு நிரூபிக்கிறது. துரதிர்ஷ்டவசமாக, அமெரிக்காவும் இதே சூழ்நிலையை நோக்கிச் சென்று கொண்டிருக்கிறது. ஏனெனில், வரலாற்றிலிருந்து நாம் கற்றுக் கொள்ளவில்லை. நாம் வெறுமனே வரலாற்றுச் சிறப்புமிக்கத் தேதிகளையும் பெயர்களையும் நினைவில் பதிய வைக்கிறோமே தவிர, அதிலிருந்து பாடம் எதையும் கற்றுக் கொள்வதில்லை."

"விலைவாசி அதிகரிக்கத்தான் வேண்டும், இல்லையா?" என்று நான் கேட்டேன்.

"கற்றறிந்தவர்கள் நிறைந்த சமுதாயத்தில், சிறப்பாக ஆட்சி செய்கின்ற ஓர் அரசாங்கம் செயல்பட்டுக் கொண்டிருக்கும்போது, விலைவாசி உண்மையில் குறையத்தான் வேண்டும். இது கோட்பாட்டுரீதியாக மட்டுமே உண்மையாகிறது. விலைவாசி உயர்வதற்குக் காரணம் அறியாமையால் விளைகின்ற பயமும் பேராசையும்தான். பணத்தைப் பற்றிப் பள்ளிகள் மக்களுக்குக் கற்றுக் கொடுத்தால் விலைவாசி குறையும். ஆனால், பணத்தின் சக்தியைத் திறம்படப் பயன்படுத்துவதற்குக் கற்றுக் கொடுப்பதற்குப் பதிலாக, பணத்திற்காக வேலை செய்வது எப்படி என்பதை மட்டுமே பள்ளிகள் மக்களுக்குக் கற்றுக் கொடுக்கின்றன."

"ஆனால் நிதி நிர்வாகத்தைக் கற்றுக் கொடுக்கும் கல்லூரிகள் இருக்கின்றன அல்லவா? நான் நிர்வாகவியலில் முதுகலைப் பட்டம் பெற வேண்டும் என்று நீங்கள் என்னை ஊக்குவித்தீர்கள் இல்லையா?" என்று மைக் கேட்டான்.

"ஆமாம். ஆனால் இந்த வணிகக் கல்லூரிகளும் மக்கள் நவநாகரீகமான கணக்காளர்களாக உருவாவதற்கு மட்டுமே பயிற்சியளிக்கின்றன. இக்கல்லூரிகளிலிருந்து பட்டம் பெற்று வெளிவரும் மக்கள் செய்வதெல்லாம், வெறுமனே விற்பனை எண்ணிக்கையை ஆய்வு செய்வதும், ஊழியர்களை வேலையைவிட்டு நீக்குவதும், வியாபாரத்தைக் கொல்வதும்தான். நானும் இப்படிப்பட்டவர்களை வேலைக்கு நியமிப்பதால் எனக்கு இவ்விஷயம் நன்றாகவே தெரியும். செலவைக் குறைப்பதைப் பற்றியும், விலைகளை அதிகரிப்பதைப் பற்றியும் மட்டுமே அவர்கள் சிந்திக்கின்றனர். இது அதிகப் பிரச்சனைகளைத்தான் உருவாக்குகிறது. விற்பனை எண்ணிக்கையை ஆய்வு செய்வது முக்கியம். அதிகமான மக்களுக்கு இது பற்றிய அறிவு இருந்தால் நல்லதுதான். ஆனால் இது மட்டுமே வியாபாரம் அல்ல," என்று பணக்காரத் தந்தை கோபமாகக் கூறினார்.

"அப்படியென்றால் இதற்கு ஏதேனும் விடை இருக்கிறதா?" என்று மைக் கேட்டான்.

"ஆமாம். சிந்திப்பதற்கு உன்னுடைய உணர்ச்சிகளைப் பயன்படுத்து, உணர்ச்சிவசப்பட்டுச் சிந்திக்காதே. சம்பளமின்றி வேலை பார்ப்பதற்கு ஒப்புக் கொண்டதன் மூலம் உங்கள் உணர்ச்சிகளை நீங்கள் கட்டுப்படுத்தியபோது, நம்பிக்கைக் கீற்று எனக்குத் தென்பட்டது. அதிகப் பணம் கொடுப்பதாக நான் உங்களுக்கு ஆசை காட்டியபோதும் நீங்கள் உங்கள் உணர்ச்சிகளைக் கட்டுப்படுத்தியபோது, நீங்கள் உணர்ச்சிவசப்படாமல் சிந்திக்கக் கற்றுக் கொண்டிருந்தீர்கள். இதுதான் நீங்கள் எடுத்து வைக்க வேண்டிய முதல் அடி."

"இந்த அடி ஏன் அவ்வளவு முக்கியம்?" என்று நான் கேட்டேன்.

"இதற்கான காரணத்தைக் கண்டுபிடிப்பது உங்கள் பொறுப்பு. நீங்கள் கற்றுக் கொள்ள விரும்பினால், கிட்டத்தட்ட எல்லோரும் புறக்கணிக்கின்ற, முட்செடிகள் நிறைந்த ஓரிடத்திற்கு நான் உங்களை அழைத்துச் செல்கிறேன். நீங்கள் என்னுடன் வந்தால், பணத்திற்காக வேலை செய்யும் யோசனையைக் கைவிட்டுவிட்டு, பணம் உங்களுக்காக வேலை செய்வதைப் பற்றிக் கற்றுக் கொள்வீர்கள்."

"இங்கு அப்படிப்பட்ட ஓரிடம் இருக்கிறதா?" என்று நான் கேட்டேன்.

"ஆமாம். முட்செடிகள் நிறைந்த அந்த வெளிதான் நமது பயமும் பேராசையும். நமது எண்ணங்களைத் தேர்ந்தெடுப்பதன் மூலம் பயத்தையும் பலவீனத்தையும் தேவையையும் எதிர்கொள்வதுதான் அதிலிருந்து விடுபடுவதற்கான ஒரே வழி," என்று பணக்காரத் தந்தை கூறினார்.

"எங்கள் எண்ணங்களைத் தேர்ந்தெடுப்பதா? அப்படியென்றால் என்ன?" என்று மைக் குழப்பத்துடன் கேட்டான்.

"ஆமாம், நமது உணர்ச்சிகளுக்குச் செயல்விடை அளிப்பதற்குப் பதிலாக நாம் என்ன சிந்திக்கிறோம் என்பதைத் தேர்ந்தெடுப்பதுதான் அது. செலவுக்குப் பணம் இல்லாமல் போவது உனக்கு அச்சத்தை ஏற்படுத்துவதால் காலையில் எழுந்து வேலைக்குச் செல்வதற்குப் பதிலாக, 'கடினமாக உழைப்பதுதான் இப்பிரச்சனைக்கான தீர்வா?' என்று உன்னிடம் நீயே கேட்டுக் கொள். அறிவுரீதியாகச் சிந்திப்பதற்குப் பெரும்பாலான மக்கள் மிகவும் பயப்படுகின்றனர். மாறாக, தங்களுக்குப் பிடிக்காத ஒரு வேலையை நோக்கி அவர்கள் ஓடுகின்றனர். பயம்தான் இங்கு அவர்களைக் கட்டுப்படுத்துகிறது. உன் எண்ணங்களைத் தேர்ந்தெடுப்பது என்று இதைத்தான் நான் கூறுகிறேன்."

"அதை நாங்கள் எவ்வாறு செய்வது?" என்று மைக் கேட்டான்.

"அதைத்தான் நான் உங்களுக்குக் கற்றுக் கொடுக்கப் போகிறேன். காலையில் எழுந்து அவசர அவசரமாகக் கொறித்துவிட்டு,

வேலைக்கு ஓடுவதுபோல் உணர்ச்சி வேகத்தில் நடந்து கொள்வதற்குப் பதிலாக, எண்ணங்களைத் தேர்ந்தெடுப்பதைப் பற்றி நான் உங்களுக்குக் கற்றுக் கொடுக்கப் போகிறேன்.

"நான் முன்பு கூறியது உனக்கு நினைவிருக்கிறதா? ஒரு வேலை என்பது ஒரு நீண்டகாலப் பிரச்சனைக்கான ஒரு தற்காலிகத் தீர்வுதான். பெரும்பாலான மக்களின் மனத்தில் ஒரே ஒரு பிரச்சனைதான் இருக்கிறது. அது ஒரு குறுகியகாலப் பிரச்சனையும்கூட. மாத இறுதியில் செலுத்த வேண்டிய கட்டணங்கள்தான் அது. பணம் அல்லது பணத்தைப் பற்றிய பயமும் அறியாமையும்தான் அவர்களது வாழ்க்கையைக் கட்டுப்படுத்துகிறது. அவர்கள் தங்கள் பெற்றோர்கள் செய்ததைச் செய்கின்றனர். 'வேறு வழி ஏதேனும் இருக்கிறதா?' என்று தங்களைக் கேட்டுக் கொள்ள நேரம் எடுத்துக் கொள்ளாமல், அவர்கள் ஒவ்வொரு நாளும் காலையில் எழுந்து, பணத்திற்காக வேலைக்குச் செல்கின்றனர். இப்போது அவர்களது மூளைக்குப் பதிலாக, அவர்களது உணர்ச்சிகள் அவர்களது சிந்தனையைக் கட்டுப்படுகின்றன."

"மூளையால் கட்டுப்படுத்தப்படும் சிந்தனைக்கும் உணர்ச்சிகளால் கட்டுப்படுத்தப்படும் சிந்தனைக்கும் இடையே என்ன வேறுபாடு என்று உங்களால் கூற முடியுமா?" என்று மைக் கேட்டான்.

"நிச்சயமாக. இதை நான் எல்லா நேரத்திலும் கேள்விப்படுகிறேன். 'எல்லோரும் வேலை பார்த்தாக வேண்டும்,' 'பணக்காரர்கள் அனைவரும் குறுக்கு புத்திக்காரர்கள்,' 'இன்னொரு வேலை எனக்குக் கிடைக்கும். சம்பள உயர்வுக்கு நான் தகுதியானவன்தான். யாரும் என்னை வற்புறுத்த முடியாது,' 'இது பாதுகாப்பான வேலையாக இருப்பதால் இது எனக்குப் பிடித்திருக்கிறது,' போன்ற பல விமர்சனங்களை நான் அடிக்கடிச் செவிமடுக்கிறேன். ஆனால் யாரும், 'நான் இங்கு எதையேனும் கவனிக்காமல் அல்லது கண்டுகொள்ளாமல் இருக்கிறேனா?' என்று கேட்பதில்லை. இது நீ உணர்ச்சிரீதியான சிந்தனையிலிருந்து விடுபட்டு, தெளிவாகச் சிந்திப்பதற்கு உனக்கு நேரத்தைக் கொடுக்கிறது," என்று பணக்காரத் தந்தை கூறினார்.

நாங்கள் மீண்டும் கடைக்குத் திரும்பிச் சென்றோம். அப்போது, பணக்காரர்கள் உண்மையிலேயே பணத்தை உருவாக்குவதாகப் பணக்காரத் தந்தை கூறினார். அவர்கள் பணத்திற்காக வேலை செய்வதில்லை என்று விளக்கினார். பணத்தை உருவாக்குவதாக நினைத்துக் கொண்டு நானும் மைக்கும் ஈயத்தைக் காய்ச்சி ஐந்து சென்ட் நாணயங்களை உருவாக்கியபோது, கிட்டத்தட்டப் பணக்காரர்கள் சிந்திக்கும் அதே விதத்தில் எங்கள் சிந்தனை அமைந்திருந்தது. ஆனால் பிரச்சனை என்னவென்றால், அரசாங்கமும் வங்கிகளும் பணத்தை உருவாக்கினால் அது

சட்டபூர்வமானது, அதையே நாங்கள் செய்தால் அது சட்டத்திற்குப் புறம்பானது. எதுவும் இல்லாமலேயே சட்டபூர்வமாகப் பணத்தை உருவாக்குவதற்கான வழிகள் இருப்பதாகப் பணக்காரத் தந்தை எங்களிடம் கூறினார்.

பணம் என்பது ஒரு மாயை என்றும், அது கழுதைக்குக் காட்டப்படும் கேரட் போன்றது என்றும் அவர் விளக்கினார். பயம், பேராசை ஆகியவற்றினால்தான் கோடிக்கணக்கான மக்கள் பணமென்னும் மாயையில் கட்டுண்டு கிடக்கின்றனர். ஆனால் பணம் உண்மையானது அல்ல, அது உருவாக்கப்படுகின்ற ஒன்று என்பதை மக்கள் உணர்வதில்லை.

பின்னர், அமெரிக்க நாணயம் எவ்வளவு அச்சிடப்படுகிறதோ, அதற்கு ஒத்த மதிப்பில் தங்கமும் வெள்ளியும் அரசாங்கத்தால் சேமித்து வைக்கப்படுகின்றன என்று அவர் விளக்கினார். ஆனால் ஒருநாள் அமெரிக்க நாணயத்திற்கு இந்தப் பாதுகாப்பு இல்லாமல் போய்விடும் என்று நிலவுகின்ற வதந்தி அவரைக் கவலைக்கு உள்ளாக்கியது.

"இது நிகழ்ந்தால், எல்லாம் சின்னாபின்னமாகிவிடும். ஏழைகள், நடுத்தர வர்க்கத்தினர், அறியாமை மிக்கவர்கள் ஆகியோரின் வாழ்க்கை பாழாகிவிடும். ஏனெனில், பணம் உண்மை என்றும், தாங்கள் வேலை பார்க்கும் நிறுவனமோ அல்லது அரசாங்கமோ தங்களைக் கவனித்துக் கொள்ளும் என்றும் அவர்கள் தொடர்ந்து நம்புவர். "

அவர் என்ன பேசிக் கொண்டிருந்தார் என்பது உண்மையிலேயே அன்று எங்களுக்குப் புரியவில்லை. ஆனால் அவர் கூறியது காலப்போக்கில் அதிக அர்த்தம் வாய்ந்ததாக அமைந்தது.

மற்றவர்கள் பார்க்கத் தவறுகின்ற விஷயத்தைப் பார்ப்பது

பணக்காரத் தந்தை தன் காருக்குள் ஏறியபோது, "தொடர்ந்து வேலை செய்யுங்கள். சம்பளக் காசோலை தேவை என்பதைப் பற்றி நீங்கள் எவ்வளவு சீக்கிரம் மறக்கிறீர்களோ, உங்கள் வாழ்க்கை அவ்வளவு சுலபமானதாக இருக்கும். தொடர்ந்து உங்கள் மூளையைப் பயன்படுத்துங்கள், இலவசமாக வேலை செய்யுங்கள். என்னால் கொடுக்க முடிகின்ற சம்பளத்தைவிட மிக அதிகமான பணத்தை உருவாக்குவதற்கான வழிகளை விரைவில் உங்கள் மனம் உங்களுக்குக் காட்டும். மற்றவர்கள் ஒருபோதும் பார்க்காத விஷயங்களை நீங்கள் பார்ப்பீர்கள். பெரும்பாலான மக்கள் இந்த வாய்ப்புகளை ஒருபோதும் பார்ப்பதில்லை. ஏனெனில், அவர்கள் பணத்தையும் பாதுகாப்பையும் தேடுவதால் அவற்றை மட்டுமே அவர்கள் பெறுகின்றனர். ஒரு வாய்ப்பு உங்கள் கண்களில் புலப்படும் கணத்தில், பல வாய்ப்புகளை உங்கள் வாழ்நாள் முழுவதும் நீங்கள் பார்த்துக் கொண்டே இருப்பீர்கள். அதை நீங்கள் செய்யும்போது,

நான் உங்களுக்கு வேறொன்றைக் கற்றுத் தருவேன். இதை நீங்கள் கற்றுக் கொள்ளும்போது, வாழ்வின் மிகப் பெரிய பொறிகளில் ஒன்றில் சிக்கிக் கொள்வதை நீங்கள் தவிர்ப்பீர்கள்."

மைக்கும் நானும் கடையிலிருந்து எங்கள் பொருட்களை எடுத்துக் கொண்டு திருமதி மார்ட்டினிடமிருந்து விடைபெற்றுக் கொண்டோம். நாங்கள் மீண்டும் அந்தப் பூங்காவிற்குச் சென்று, அதே பெஞ்சில் அமர்ந்து, பணக்காரத் தந்தை கூறியதைப் பற்றிச் சிந்திப்பதிலும் பேசுவதிலும் பல மணிநேரங்களைச் செலவிட்டோம்.

அடுத்த வாரம் முழுவதும் பள்ளிக்கூடத்திலும் நாங்கள் இதைப் பற்றியே சிந்தித்தோம், இதைப் பற்றியே பேசினோம். மேலும் இரண்டு வாரங்கள் நாங்கள் இதேபோல் சிந்தித்துக் கொண்டும் பேசிக் கொண்டும் இலவசமாக வேலை பார்த்தோம்.

இரண்டாவது சனிக்கிழமையின் முடிவின்போது, நான் மீண்டும் திருமதி மார்ட்டினிடம் இருந்து விடைபெற்றுக் கொண்டிருந்தபோது, கடையில் காமிக்ஸ் புத்தகங்கள் அடுக்கி வைக்கப்பட்டிருந்த அலமாரியை ஏக்கத்தோடு பார்த்தேன். ஒவ்வொரு சனிக்கிழமையும் 30 சென்ட்டுகள் கிடைக்காததால், காமிக்ஸ் புத்தகங்களை என்னால் வாங்க முடியாமல் போனதுதான் எனக்கு வருத்தமாக இருந்தது. நானும் மைக்கும் திருமதி மார்ட்டினிடம் விடைபெற்றுக் கொண்டிருந்தபோது, அவர் ஒருபோதும் செய்யாத ஒன்றை அப்போது செய்வதைக் கண்டோம்.

காமிக்ஸ் புத்தகத்தின் அட்டையை அவர் இரண்டாகக் கத்தரித்தார். அட்டையின் ஒரு பாதியை அவர் வைத்துக் கொண்டு, மீதிப் புத்தகத்தை ஒரு பெரிய அட்டைப் பெட்டிக்குள் வீசினார். அந்தக் காமிக்ஸ் புத்தகங்களை அவர் என்ன செய்தார் என்று நான் அவரிடம் கேட்டபோது, "நான் அவற்றைத் தூக்கி எறிந்துவிடுவேன். அப்புத்தகங்களை வினியோகிப்பவர் புதிய காமிக்ஸ் புத்தகங்களைக் கொண்டு வரும்போது, அட்டையின் ஒரு பாதியை அவரிடம் கொடுத்துவிடுவேன். அவர் அதற்குப் பதிலாகப் புதிய காமிக்ஸ் புத்தகங்களை இலவசமாகக் கொடுப்பார். அவர் ஒரு மணிநேரத்தில் இங்கு வருவார்," என்று அவர் கூறினார்.

மைக்கும் நானும் கடையில் ஒரு மணிநேரம் காத்திருந்தோம். விரைவில் அந்த வினியோகிப்பாளர் வந்தார். அந்தப் பழைய காமிக்ஸ் புத்தகங்களை நாங்கள் எடுத்துக் கொள்ளலாமா என்று அவரிடம் கேட்டோம். "நீங்கள் இந்தக் கடையில் வேலை பார்க்கிறீர்கள் என்றால், இதை வேறு எங்கேனும் கொண்டு விற்காதவரை, நீங்கள் இவற்றை எடுத்துக் கொள்ளலாம்," என்று கூறினார்.

எங்களுடைய பழைய வியாபாரக் கூட்டணி உங்களுக்கு நினைவிருக்கிறதா? நானும் மைக்கும் அந்தக் கூட்டணியைப் புதுப்பித்துக் கொண்டோம். மைக்கின் வீட்டின் அடித்தளத்தில்

இருந்த ஒரு வெற்று அறையில் நூற்றுக்கணக்கான காமிக்ஸ் புத்தகங்களை நாங்கள் குவிக்கத் துவங்கினோம். விரைவில், எங்கள் காமிக்ஸ் புத்தக நூலகம் பொதுமக்களுக்காகத் திறக்கப்பட்டது. மைக்கின் தங்கையை நாங்கள் வேலைக்கு அமர்த்தினோம். படிப்பதில் அவளுக்கு அலாதி ஆர்வம். அவள்தான் நூலகத்தின் தலைமை நூலக அதிகாரி. நூலகத்திற்கு வரும் ஒவ்வொரு குழந்தையிடமும் 10 சென்ட்டுகள் நுழைவுக் கட்டணமாக வசூலிக்கப்பட்டது. நூலகம் ஒவ்வொரு நாளும் மதியம் இரண்டரை மணிமுதல் நாலரை மணிவரை திறந்து வைக்கப்பட்டது. இரண்டு மணிநேரத்தில் தங்களால் படிக்க முடிந்த காமிக்ஸ் புத்தகங்களை அக்குழந்தைகள் அங்கு படிக்கலாம். அவர்களுக்கு அது ஒரு நல்ல ஏற்பாடாக இருந்தது. ஏனெனில், ஒரு புதிய புத்தகத்தின் விலை 10 சென்ட்டுகள் என்று இருந்த சமயத்தில், எங்கள் நூலகத்தில் அதே 10 சென்ட்டுகளுக்கு இரண்டு மணிநேரத்தில் அவர்களால் ஐந்து அல்லது ஆறு புத்தகங்களைப் படிக்க முடிந்தது.

குழந்தைகள் திரும்பிச் சென்றபோது, அவர்கள் எந்தப் புத்தகத்தையும் தங்கள் வீட்டில் வைத்துப் படிப்பதற்கு எடுத்துச் செல்லவில்லை என்பதை மைக்கின் தங்கை உறுதி செய்தாள். அவள் நூலகத்தின் கணக்குவழக்கையும் பார்த்துக் கொண்டாள். ஒரு நாளைக்கு எத்தனைக் குழந்தைகள் வந்தனர் என்பதையும், யாரெல்லாம் வந்தனர் என்பதையும், அவர்கள் ஏதேனும் பரிந்துரைகள் கொடுத்தால் அவற்றையும் குறித்து வைத்தாள். மைக்கும் நானும் ஒவ்வொரு வாரமும் சராசரியாக ஒன்பதரை டாலர்கள் சம்பாதித்தோம். இது மூன்று மாதகாலத்தில் கிடைத்த லாபம். மைக்கின் தங்கைக்கு வாரம் ஒரு டாலர் பணம் கொடுத்தோம். காமிக்ஸ் புத்தகங்களை இலவசமாகப் படிப்பதற்கு அவளை நாங்கள் அனுமதித்தோம். ஆனால் அவள் எப்போதும் தன் பாடப்புத்தகங்களைப் படிப்பதில் மும்முரமாக இருந்ததால், எப்போதாவதுதான் காமிக்ஸ் புத்தகங்களைப் படித்தாள்.

மைக்கும் நானும் ஓர் ஒப்பந்தம் செய்து கொண்டோம். அதன்படி, ஒவ்வொரு சனிக்கிழமையன்றும் நாங்கள் பல கடைகளில் இருந்து நிறைய காமிக்ஸ் புத்தகங்களைச் சேகரித்தோம். அவற்றை நாங்கள் விற்கவில்லை. இதன்படி, வினியோகிப்பாளரிடம் நாங்கள் கொடுத்த வாக்குறுதியையும் நாங்கள் மீறவில்லை. புத்தகங்கள் மிகவும் நைந்து போனவுடன் அவற்றை நாங்கள் எரித்தோம். ஒரு கிளை அலுவலகத்தைத் துவக்க நாங்கள் முயற்சித்தோம். ஆனால் மைக்கின் தங்கையைப்போல் நம்பகமான ஒரு நபர் எங்களுக்குக் கிடைக்கவில்லை. நல்ல ஊழியர் கிடைப்பது எவ்வளவு கடினம் என்பதைச் சிறு வயதிலேயே நாங்கள் தெரிந்து கொண்டோம்.

நூலகத்தைத் துவக்கிய மூன்று மாதங்களுக்குப் பிறகு, எங்கள் நூலகம் அமைந்திருந்த அறையில் நெருப்புப் பற்றியது. பக்கத்துத்

தெருக்களில் இருந்து வந்த சில விஷமக்காரச் சிறுவர்கள் வேண்டுமென்றே இதைச் செய்திருந்தனர். நாங்கள் எங்கள் வியாபாரத்தை மூட்டை கட்டிவிடுவது நல்லது என்று மைக்கின் தந்தை எங்களிடம் பரிந்துரைத்தார். எனவே, எங்கள் காமிக்ஸ் புத்தக வியாபாரம் இழுத்து மூடப்பட்டது. சனிக்கிழமைகளில் மைக்கின் தந்தையின் கடையில் வேலை செய்வதை நாங்கள் நிறுத்திவிட்டோம். ஆனால் பணக்காரத் தந்தை மிகவும் உற்சாகமாக இருந்தார். அவர் பல புதிய விஷயங்களை எங்களுக்குக் கற்றுக் கொடுக்க விரும்பினார். எங்களது முதல் பாடத்தை நாங்கள் சிறப்பாகக் கற்றுக் கொண்டதால் அவர் மிகவும் மகிழ்ச்சியாக இருந்தார். நாங்கள் கற்றப் பாடம் இதுதான்: பணத்தை எங்களுக்கு வேலை செய்ய வைப்பதற்கு நாங்கள் கற்றிருந்தோம். கடையில் நாங்கள் சம்பளமின்றி வேலை பார்த்தது, பணத்தைச் சம்பாதிப்பதற்கு ஒரு வாய்ப்பைக் கண்டுபிடிப்பதற்கு எங்கள் கற்பனையைப் பயன்படுத்த எங்களைக் கட்டாயப்படுத்தியது. ஒரு நூலகத்தைத் திறந்ததன் வாயிலாக எங்கள் சொந்த வியாபாரத்தைத் துவக்கியதன் மூலம், எங்களுடைய பொருளாதாரம் எங்கள் கட்டுப்பாட்டில் இருந்தது. நாங்கள் எந்த முதலாளியையும் சார்ந்திருக்கவில்லை. நாங்கள் இல்லாமலேயே எங்கள் வியாபாரம் எங்களுக்குப் பணத்தை உருவாக்கிக் கொடுத்தது இதிலுள்ள மிகச் சிறந்த விஷயம். எங்கள் பணம் எங்களுக்காக வேலை செய்தது.

எங்களுக்குப் பணத்தைக் கொடுப்பதற்குப் பதிலாக, பணக்காரத் தந்தை எங்களுக்கு அதிகப்படியானவற்றைக் கொடுத்திருந்தார்.

அத்தியாயம் இரண்டு

பாடம் 2: பொருளாதாரக் கல்வி எதற்காகக் கற்றுக் கொடுக்கப்பட வேண்டும்?

நீங்கள் எவ்வளவு பணம் சம்பாதிக்கிறீர்கள் என்பது ஒரு பொருட்டல்ல. எவ்வளவு பணத்தைத் தக்க வைத்துக் கொள்கிறீர்கள் என்பதுதான் முக்கியம்.

1990ம் ஆண்டில் மைக் தன் தந்தையின் சாம்ராஜ்யத்தை சுவீகரித்தான். வாஸ்தவத்தில், தன் தந்தையைவிட மிகச் சிறப்பாக அவன் தன் வியாபாரத்தை நிர்வகித்து வந்தான். நாங்கள் இருவரும் வருடத்திற்கு ஓரிரு முறை கோல்ஃப் மைதானத்தில் சந்தித்துக் கொள்கிறோம். மைக்கும் அவனது மனைவியும் உங்களால் கற்பனை செய்து பார்க்க முடியாத அளவுக்குச் செலவந்தர்களாக இருக்கின்றனர். மைக்கின் தந்தையின் சாம்ராஜ்யம் இப்போது சிறந்த கைகளால் நிர்வகிக்கப்பட்டு வருகின்றது. மைக்கின் தந்தை என்னையும் மைக்கையும் எவ்வாறு தயார்படுத்தினாரோ, அதேபோல் மைக் தன் மகனைத் தயார் செய்து கொண்டிருக்கிறான்.

1994ம் ஆண்டில், 47 வயதில் நான் ஓய்வு பெற்றேன். அப்போது என் மனைவி கிம்மிற்கு 37 வயது. பணியிலிருந்து ஓய்வு என்றால் வேலை செய்யாமல் இருப்பது என்று அர்த்தமல்ல. எங்களைப் பொறுத்தவரை, ஓய்வுக்காலம் என்பது, எதிர்பாராத பாதகமான மாற்றங்களைத் தவிர, நாங்கள் வேலை செய்கிறோமோ இல்லையோ, எங்கள் செல்வம் தானாகவே வளர்ந்து, எந்தப் பண வீக்கத்திற்கும் ஆளாகாமல் இருப்பது என்று அர்த்தம். தாமே வளர்ந்து கொள்ளும் அளவுக்கு எங்கள் சொத்துக்கள் மிகப் பெரியவை. அது ஒரு மரத்தை நடுவது போன்றது. நீங்கள் பல வருடங்கள் அந்த மரத்திற்குத்

தண்ணீர் ஊற்றுகிறீர்கள். பிறகு ஒருநாள் அம்மரத்திற்கு அதற்குமேல் தண்ணீர் தேவைப்படுவதில்லை. அதன் வேர்கள் போதுமான அளவுக்கு மிக ஆழமாக ஊன்றிவிடுகின்றன. பிறகு அந்த மரம் உங்களுக்கு நிழல் கொடுத்து உங்களை மகிழ்விக்கிறது.

மைக் தன் வியாபாரத்தில் கவனம் செலுத்த விரும்பினான், நான் ஓய்வு பெற விரும்பினேன்.

கூட்டங்களில் நான் பேசும்போதெல்லாம், தாங்கள் என்ன செய்ய வேண்டும் என்பதற்கான எனது பரிந்துரையை மக்கள் அடிக்கடி என்னிடம் கேட்கின்றனர். "நான் எவ்வாறு துவக்குவது?" "நீங்கள் பரிந்துரைக்கக்கூடிய ஏதேனும் ஒரு புத்தகம் இருக்கிறதா?" "என் குழந்தைகளைத் தயார்படுத்துவதற்கு நான் என்ன செய்ய வேண்டும்?" "உங்கள் வெற்றிகான ரகசியம் எது?" "நான் எவ்வாறு கோடிக்கணக்கில் சம்பாதிப்பது?"

இப்படிப்பட்டக் கேள்விகளில் ஏதேனும் ஒன்றை நான் செவிமடுக்கும் ஒவ்வொரு முறையும், பின்வரும் கதை என் நினைவிற்கு வருகிறது:

உலகிலேயே மிகப் பெரிய பணக்காரத் தொழிலதிபர்கள்

1923ம் ஆண்டில் சிக்காகோ நகரில் அமைந்த எட்ஜ்வாட்டர் பீச் ஹோட்டலில் மிகப் பெரிய தலைவர்களும் மிகப் பெரிய பணக்காரர்களும் சந்தித்தனர். மிகப் பெரிய தனியார் எஃகு நிறுவனத்தின் தலைவரான சார்லஸ் ஷ்வாப், உலகின் மிகப் பெரிய பொதுச் சேவை நிறுவனத்தின் தலைவரான சாமுவேல் இன்சல், மிகப் பெரிய எண்ணெய் நிறுவனத்தின் தலைவரான ஹோவர்டு ஹாப்சன், இண்டர்நேஷனல் மேட்ச் நிறுவனத்தின் தலைவரான ஈவர் க்ருகர், சர்வதேசப் பரிவர்த்தனை வங்கியின் தலைவர் லியான் ஃபிரேசியர், நியூயார்க் பங்குச் சந்தையின் தலைவர் ரிச்சர்டு விட்னி, மிகப் பெரிய பங்குச் சந்தை வர்த்தகர்களான ஆர்தர் காட்டன் மற்றும் ஜெஸ் லிவர்மோர், அதிபர் ஹார்டிங்னின் அமைச்சரவையில் உறுப்பினராக இருந்த ஆல்பர்ட் ஃபால் ஆகியோர் அக்கூட்டத்தில் கலந்து கொண்டவர்களில் சிலர். இருபத்தைந்து வருடங்களுக்குப் பிறகு, இவர்களில் ஒன்பது பேரின் வாழ்க்கை இவ்வாறு முடிந்தது: கடன் வாங்கிய பணத்தில் ஐந்து வருடங்களைக் கழித்தப் பிறகு, சார்லஸ் ஷ்வாப் தன் கையில் சல்லிக் காசுகூட இல்லாமல் இறந்து போனார். இன்சலும் கையில் பணமின்றி வெளிநாடு ஒன்றில் இறந்தார். க்ருகரும் காட்டனும் கையில் காசின்றி இறந்தனர். ஹாப்சனுக்கு மனநிலை சரியில்லாமல் போனது. விட்னியும் ஆல்பர்ட் ஃபாலும் சிறையிலிருந்து விடுவிக்கப்பட்டனர். ஃபிரேசரும் லிவர்மோரும் தற்கொலை செய்து கொண்டனர்.

இவர்களுக்கு உண்மையிலேயே என்ன நடந்தது என்று யாராலும் கூற முடியும் என்று எனக்குத் தோன்றவில்லை. ஆனால் இவர்கள் சந்தித்த வருடம் 1923. 1929ம் ஆண்டில் பங்குச் சந்தை வீழ்ச்சியும் மிகப் பெரிய பணவீழ்ச்சியும் ஏற்பட்டன. இவை அவர்களது வாழ்வில் பெரும் பாதிப்பை ஏற்படுத்தியிருக்கும் என்று நான் நம்புகிறேன். நான் கூற வரும் செய்தி இதுதான்: இவர்கள் வாழ்ந்த காலத்தைவிட இன்று நாம் அதிவேக மாற்றங்கள் நிகழும் ஒரு காலகட்டத்தில் வாழ்ந்து கொண்டிருக்கிறோம். வரும் வருடங்களில், இந்த மனிதர்கள் சந்தித்தது போன்ற பல ஏற்றத்தாழ்வுகள் நிகழும் என்பது என் கணிப்பு. அதிக எண்ணிக்கையிலான மக்கள் தங்கள் மிகப் பெரிய சொத்தான கல்வியின்மீது கவனம் செலுத்தாமல், வெறுமனே பணத்தின்மீது கவனத்தைக் குவிப்பது எனக்குக் கவலையளிக்கிறது. வளைந்து கொடுத்துப் போவதற்கும், திறந்த மனத்துடன் இருப்பதற்கும், கற்றுக் கொள்வதற்கும் மக்கள் தயாராக இருந்தால், எந்தக் கடினமான மாற்றங்கள் நிகழ்ந்தாலும் சரி, அவர்கள் மேன்மேலும் பணக்காரர்களாக வளர்வார்கள். பணம் தங்கள் பிரச்சனைகளைத் தீர்க்கும் என்று அவர்கள் நம்பினால், அவர்களது பயணம் கடினமானதாக அமையும். புத்திசாலித்தனம் பிரச்சனைகளைத் தீர்த்துப் பணத்தை உருவாக்குகிறது. ஆனால் பொருளாதார அறிவு இல்லாமல் வெறுமனே பணத்தைப் பெற்றிருப்பது, அந்தப் பணம் விரைவில் மறைந்துபோய்விடும் என்று அர்த்தம்.

வாழ்வில் நீங்கள் எவ்வளவு பணம் சம்பாதிக்கிறீர்கள் என்பது ஒரு பொருட்டல்ல, எவ்வளவு பணத்தைத் தக்க வைத்துக் கொள்கிறீர்கள் என்பதுதான் முக்கியம் என்பதைப் பெரும்பாலான மக்கள் உணரத் தவறிவிடுகின்றனர். லாட்டரிக் குலுக்கலில் பரிசு பெற்று, திடீரென்று பணக்காரர்கள் ஆன பல ஏழைகள், மீண்டும் ஏழைகளாக ஆனது பற்றிய கதைகளை நாம் அனைவருமே கேள்விப்பட்டிருப்போம். அவர்கள் கோடிக்கணக்கான டாலர்களை வெல்கின்றனர். ஆனால் விரைவில், தாங்கள் துவங்கிய இடத்திற்கே மீண்டும் திரும்பி வந்துவிடுகின்றனர். 24 வயதில் கோடீஸ்வரர்களாக இருந்த தொழில்முறைத் தடகள வீரர்கள், பத்து வருடங்களுக்குப் பிறகு தெருவிற்கு வந்துவிடுகின்ற கதைகளையும் நாம் கேள்விப்பட்டிருக்கிறோம்.

கூடைப்பந்து விளையாட்டு வீரர் ஒருவர் ஒரு வருடத்திற்கு முன் பல கோடிகளுக்கு அதிபராக இருந்தார். ஆனால் இன்று, தனது 29வது வயதில், தனது நண்பர்களும் வழக்கறிஞர்களும் கணக்காளர்களும் தன் பணத்தைத் தன்னிடமிருந்து அபகரித்துவிட்டதாகக் கூறுகிறார். குறைந்த சம்பளத்தில் கார்களைக் கழுவும் வேலையில் அவர் சேர்ந்தார். பிறகு அந்த வேலையிலிருந்தும் அவர் நீக்கப்பட்டார். தான் சாம்பியன் பட்டம் வென்றபோது தனக்குக் கொடுக்கப்பட்ட மோதிரத்தைக் கார்களைக் கழுவும்போது

கழற்றி வைக்க அவர் மறுத்ததுதான் அதற்குக் காரணம். இவரது கதை தேசியச் செய்தியாக ஆனது. தான் சட்டத்திற்குப் புறம்பாக வேலையிலிருந்து நீக்கப்பட்டது குறித்தும் பாரபட்சமாக நடத்தப்படுவது குறித்தும் அவர் இப்போது வழக்குத் தொடர்ந்திருக்கிறார். தன்னிடம் எஞ்சியிருப்பது அந்த மோதிரம் மட்டுமே என்றும், அது தன்னிடமிருந்து பறிக்கப்பட்டால் தன்னால் வாழ முடியாது என்றும் அவர் கூறுகிறார்.

திடீரென்று கோடீஸ்வரர்களாக ஆகிய பலரை நான் அறிவேன். அவர்களில் சிலர் இன்னும் பெரிய பணக்காரர்களாக ஆகியிருப்பது குறித்து எனக்கு மகிழ்ச்சி. ஆனால் அவர்களுக்கு நான் ஓர் எச்சரிக்கை விடுக்க விரும்புகிறேன்: நீங்கள் எவ்வளவு பணம் சம்பாதிக்கிறீர்கள் என்பது ஒரு பொருட்டல்ல. எவ்வளவு பணத்தைத் தக்க வைத்துக் கொள்கிறீர்கள் என்பதும், அதை எத்தனைத் தலைமுறைகளுக்குத் தக்க வைத்துக் கொள்கிறீர்கள் என்பதும்தான் முக்கியம்.

எனவே மக்கள் என்னிடம், "நான் எங்கிருந்து துவக்குவது?" அல்லது "நான் விரைவில் எப்படிப் பணக்காரராக ஆவது?" என்று கேட்கும்போது, என்னுடைய பதில் அவர்களுக்குப் பெரும் ஏமாற்றத்தை ஏற்படுத்துகிறது. நான் சிறுவனாக இருந்தபோது என் பணக்காரத் தந்தை என்ன கூறினாரோ, அதையே அவர்களுக்கு நான் கூறுகிறேன். "நீங்கள் பணக்காரராக ஆக விரும்பினால், பொருளாதாரக் கல்வியை நீங்கள் பெற்றிருக்க வேண்டும்."

நானும் என் பணக்காரத் தந்தையும் சேர்ந்திருந்த நேரமெல்லாம் இந்த யோசனை என் மனத்தில் ஆழமாகப் பதிக்கப்பட்டது. நான் ஏற்கனவே கூறியதுபோல், புத்தகங்களைப் படிப்பதன் முக்கியத்துவத்தை என் ஏழைத் தந்தை எனக்கு வலியுறுத்திய நேரத்தில், பொருளாதாரக் கல்வியில் மேதமை பெறுவதன் அவசியத்தை என் பணக்காரத் தந்தை எனக்கு வலியுறுத்தினார்.

நீங்கள் எம்பயர் ஸ்டேட் கட்டிடத்தைக் கட்டப் போவதாக இருந்தால், முதலில் ஒரு பெரிய குழியைத் தோண்டி, ஒரு வலிமையான அடித்தளத்தை அமைக்க வேண்டும். நகரத்திற்கு வெளியே ஒரு வீட்டை நீங்கள் உருவாக்கப் போவதாக இருந்தால், வெறுமனே ஆறு அங்குல நீளத்திற்கு ஒரு கான்கிரீட் அடித்தளத்தை உருவாக்கினால் போதும். பெரும்பாலான மக்கள், பணக்காரர்களாக ஆக வேண்டும் என்ற உந்துதலில், எம்பயர் ஸ்டேட் கட்டிடத்தை ஓர் ஆறு அங்குலக் கான்கிரீட் அடித்தளத்தின்மீது கட்ட முயற்சிக்கின்றனர்.

வேளாண்யுகத்தில் உருவாக்கப்பட்ட நமது கல்வி அமைப்புமுறை, அடித்தளமற்ற வீடுகளில் இன்னும் நம்பிக்கை கொண்டிருக்கிறது. எனவே குழந்தைகள் எந்தப் பொருளாதார அடித்தளமும் இன்றிக் கல்லூரியிலிருந்து பட்டம் பெற்று வெளிவருகின்றனர். பல தூக்கமற்ற இரவுகளுக்குப் பிறகு ஒருநாள்,

விரைவில் பணக்காரர்களாக ஆவதற்கு ஒரு வழியைக் கண்டுபிடிப்பதுதான் தங்கள் பொருளாதாரப் பிரச்சனைகளுக்கான விடை என்று முடிவு செய்கின்றனர்.

வானளாவியக் கட்டிடத்தின் கட்டுமானம் துவங்குகிறது. அது விரைவாக மேலெழுகிறது. ஆனால் விரைவில், எம்பயர் ஸ்டேட் கட்டிடத்திற்குப் பதிலாக, சாய்வுக் கோபுரம் உருவாகிறது. மீண்டும் தூக்கமற்ற இரவுகள் தொடர்கின்றன.

மைக்கும் நானும் எங்கள் வாழ்வில் தேர்ந்தெடுத்த விஷயங்கள் எங்களுக்குச் சாத்தியமானதற்குக் காரணம், ஒரு வலிமையான பொருளாதார அடித்தளத்தை உருவாக்குவது பற்றிச் சிறு வயதிலேயே எங்களுக்குக் கற்றுக் கொடுக்கப்பட்டதுதான்.

உலகிலேயே கணக்கியல்தான் மிகவும் குழப்பமான, அதிக சலிப்பூட்டும் பாடம். ஆனால் காலப்போக்கில் நீங்கள் பணக்காரராக ஆக விரும்பினால், அதுதான் உங்களுக்குத் தேவையான மிக முக்கியப் பாடமாகும். சலிப்பூட்டுகின்ற, குழப்பமான ஒரு பாடத்தைக் குழந்தைகளுக்கு எவ்வாறு கற்றுக் கொடுப்பது என்பதுதான் பணக்காரத் தந்தைக்கு சவாலாக இருந்த விஷயம். அவர் அப்பாடத்தைப் படங்களின் வாயிலாக எளிமையாகக் கற்றுக் கொடுக்க முடியும் என்பதைக் கண்டறிந்தார்.

எனக்கும் மைக்கிற்கும் என் பணக்காரத் தந்தை ஒரு வலிமையான பொருளாதார அடித்தளத்தை அமைத்துக் கொடுத்தார். நாங்கள் சிறுவர்களாக இருந்த காரணத்தால், அதை எங்களுக்குக் கற்றுக் கொடுப்பதற்கு ஓர் எளிய வழியை அவர் உருவாக்கினார்.

பல வருடங்களாக அவர் வெறுமனே படங்களை வரைந்து கற்றுக் கொடுத்தார். வெகுசில வார்த்தைகளை மட்டுமே அவர் பயன்படுத்தினார். அவரது எளிய படங்களையும், வார்த்தை ஜாலங்களையும், பணத்தின் இயக்கத்தையும் மைக்கும் நானும் புரிந்து கொண்டோம். பின்னாளில், அவர் எண்களையும் சேர்த்துக் கொள்ளத்

> பணக்காரர்கள் சொத்துக்களைக் கைவசப்படுத்துகின்றனர். ஏழைகளும் நடுத்தர வர்க்கத்து மக்களும், தாங்கள் சொத்துக்கள் என்று கருதுகின்ற கடன்களைக் கைவசப்படுத்துகின்றனர்.

துவங்கினார். இன்று, பல அதிக சிக்கலான, நவீனமான கணக்கியல் ஆய்வுகளில் மைக் திறமைசாலியாக விளங்குவதற்குக் காரணம், தன் தொழில் சாம்ராஜ்யத்தை நடத்துவதற்கு அவனுக்கு அது தேவை என்பதுதான். நான் மைக்கின் அளவுக்கு அவ்வளவு அதிநவீனமானவன் அல்ல. ஏனெனில் என்னுடைய ராஜ்யம் சிறிய அளவிலானது. ஆனாலும் நாங்கள் இருவரும் அதே எளிய அடித்தளத்தில் இருந்து வந்தவர்கள்தான். இனி வரும் பக்கங்களில், மைக்கின் தந்தை எங்களுக்காக உருவாக்கிய அதே எளிய படங்களை நான் உங்களுக்கு வழங்கவிருக்கிறேன். அவை

அடிப்படையானவையாக இருந்தாலும்கூட, ஒரு திடமான மற்றும் ஆழமான அடித்தளத்தைக் கொண்டு மாபெரும் செல்வங்களைக் கட்டியெழுப்ப அந்தப் படங்கள் எங்களுக்கு உதவியுள்ளன, வழிகாட்டியுள்ளன.

முதலாவது விதி: ஒரு சொத்துக்கும் ஒரு கடனுக்கும் இடையேயான வித்தியாசத்தை நீங்கள் அறிந்திருக்க வேண்டும். சொத்துக்களை வாங்குங்கள்.

நீங்கள் பணக்காரராக ஆக விரும்பினால், நீங்கள் தெரிந்து கொள்ள வேண்டியது இது மட்டும்தான். இதுதான் முதலாவது விதி. இது மிகவும் எளிமையானதாகத் தோன்றக்கூடும், ஆனால் இவ்விதி எவ்வளவு ஆழமானது என்பது குறித்துப் பெரும்பாலான மக்களுக்கு எந்த யோசனையும் கிடையாது. பெரும்பான்மை மக்கள் பொருளாதாரரீதியாகப் போராடிக் கொண்டிருப்பதற்குக் காரணம், ஒரு சொத்துக்கும் ஒரு கடனுக்கும் இடையேயான வேறுபாட்டை அவர்கள் அறிந்திருக்காததுதான்.

"பணக்காரர்கள் சொத்துக்களைக் கைவசப்படுத்துகின்றனர். ஏழைகளும் நடுத்தர வர்க்கத்து மக்களும், தாங்கள் சொத்துக்கள் என்று கருதுகின்ற கடன்களைக் கைவசப்படுத்துகின்றனர்," என்று பணக்காரத் தந்தை கூறினார்.

இதை அவர் எனக்கும் மைக்கிற்கும் விளக்கியபோது, அவர் எங்களிடம் விளையாடுவதாக நாங்கள் நினைத்தோம். பருவ வயதை நெருங்கிக் கொண்டிருந்த நாங்கள், பணக்காரர்களாக ஆவதற்கான ரகசியத்திற்காகக் காத்துக் கொண்டிருந்தோம். ஆனால் அவர் அளித்த பதில் மிகவும் எளிமையானதாக இருந்ததால், அது பற்றி நாங்கள் நீண்ட நேரம் சிந்தித்தோம்.

"சொத்து என்றால் என்ன?" என்று மைக் கேட்டான்.

"அதைப் பற்றி இப்போது நீ கவலைப்பட வேண்டாம். வெறுமனே இந்த யோசனையை உள்வாங்கிக் கொள். இதன் எளிமையை உன்னால் புரிந்து கொள்ள முடிந்தால், உன் வாழ்வில் ஒரு திட்டம் இருக்கும், பொருளாதாரரீதியாக உன் வாழ்க்கை சுலபமானதாகவும் அமையும். அது எளிய யோசனை. அதனால்தான் அது பலரால் தவறவிடப்படுகிறது," என்று பணக்காரத் தந்தை கூறினார்.

"நீங்கள் என்ன கூறுகிறீர்கள்? சொத்து என்றால் என்ன என்பதைத் தெரிந்து கொண்டு, சொத்துக்களை நாங்கள் கைவசப்படுத்த வேண்டும், பிறகு நாங்கள் பணக்காரர்களாக ஆகிவிடுவோம், அப்படித்தானே?" என்று நான் கேட்டேன்.

அவர் தன் தலையசைத்து ஒப்புதலளித்து, "இது அவ்வளவு எளிமையானது," என்று கூறினார்.

"அது அவ்வளவு எளிமையானது என்றால், ஏன் எல்லோரும் பணக்காரர்களாக இல்லை?" என்று நான் கேட்டேன்.

பணக்காரத் தந்தை புன்னகைத்தார். "ஏனெனில், ஒரு சொத்துக்கும் ஒரு கடனுக்கும் இடையேயான வித்தியாசத்தை மக்கள் தெரிந்திருக்கவில்லை."

"வளர்ந்தவர்கள் எவ்வாறு தவறாக வழிநடத்தப்பட முடியும்? நீங்கள் கூறுவதுபோல் அது அவ்வளவு எளிமையான ஒன்றாக இருந்தால், அது அவ்வளவு முக்கியமானதாக இருந்தால், ஏன் அதைக் கண்டுபிடிக்க ஒவ்வொருவரும் விரும்புவதில்லை?" என்று நான் கேட்டது நன்றாக என் நினைவில் உள்ளது.

சொத்துக்கள் என்றால் என்ன, கடன்கள் என்றால் என்ன என்று எங்களுக்கு விளக்குவதற்குப் பணக்காரத் தந்தைக்கு ஒருசில நிமிடங்களே ஆயின.

வளர்ந்தவன் என்ற முறையில், இதை மற்றவர்களுக்கு விளக்குவதற்கு நான் மிகவும் சிரமப்படுகிறேன். அவர்கள் வேறு விதமாகப் பயிற்றுவிக்கப்பட்டு இருப்பதால், இந்த யோசனையின் எளிமை அவர்களிடமிருந்து தப்பிவிடுகிறது. வங்கியாளர்கள், கணக்காளர்கள், வீடுமனை வாங்கல் மற்றும் விற்றலில் ஈடுபட்டுள்ள முகவர்கள், பொருளாதாரத் திட்ட அமைப்பாளர்கள் போன்ற, கற்றறிந்த தொழில்முறை வல்லுனர்களால் அவர்கள் பயிற்றுவிக்கப்பட்டுள்ளனர். தாங்கள் கற்றுள்ளவற்றை மறந்துவிட்டு மீண்டும் குழந்தைகளாக ஆகும்படி வளர்ந்தவர்களைக் கேட்டுக் கொள்வது மிகவும் சிரமமான காரியம். எளிமையான வரையறைகள்மீது அதீத கவனம் செலுத்துவது தனக்கு இழுக்கு என்று ஒரு புத்திசாலி நபர் கருதுகிறார்.

பணக்காரத் தந்தை எளிமையின்மீது ஆழ்ந்த நம்பிக்கை கொண்டிருந்தார். எனவே அவர் எங்களுக்கு எளிமையாகக் கற்பித்தார். அது எங்களுடைய பொருளாதார அடித்தளத்தை வலிமையாக்கியது.

அப்படியானால் எது குழப்பத்தை விளைவிக்கிறது? இவ்வளவு எளிமையான ஒன்றை மக்கள் ஏன் தவறவிடுகின்றனர்? ஒரு கடனை ஒரு சொத்தாகக் கருதி மக்கள் ஏன் வாங்குகின்றனர்? இதற்கான விடை அடிப்படைக் கல்வியில் காணப்படுகிறது.

நாம் 'கல்வியறிவு' என்ற வார்த்தையின்மீது கவனத்தைக் குவிக்கிறோமே தவிர, 'பொருளாதாரக் கல்வியறிவு' என்ற வார்த்தையின்மீது அல்ல.

ஒன்றை ஒரு சொத்தாகவோ அல்லது ஒரு கடனாகவோ வரையறுப்பது வார்த்தைகள் அல்ல. வாஸ்தவத்தில், நீங்கள் உண்மையிலேயே குழப்பத்தை அனுபவிக்க விரும்பினால், 'சொத்து' என்ற வார்த்தையையும், 'கடன்' என்ற வார்த்தையையும் அகராதியில் தேடிப் பாருங்கள். அனுபவமிக்க ஒரு கணக்காளருக்கு இவ்வார்த்தைகளுக்கான வரையறைகள் சரியாக இருப்பதாகத்

தோன்றும். ஆனால் ஒரு சராசரி நபருக்கு இது குழப்பத்தையே விளைவிக்கும். ஆனால் ஒரு விஷயம் நமக்குப் புரியவில்லை என்பதை ஒப்புக் கொள்வதற்கு நமது அகங்காரம் இடம் கொடுப்பதில்லை.

சிறுவர்களாக இருந்த எங்களிடம், பணக்காரத் தந்தை, "சொத்துக்களை வரையறுப்பது வார்த்தைகள் அல்ல, எண்கள்தான். உங்களால் எண்களைப் படிக்க முடியவில்லை என்றால், ஒரு சொத்துக்கும் நிலத்திலுள்ள ஓர் ஓட்டைக்கும் இடையே உங்களால் வித்தியாசத்தைக் காண முடியாது. கணக்கியலில் எண்கள் முக்கியமல்ல, மாறாக, அந்த எண்கள் உங்களிடம் என்ன கூறுகின்றன என்பதுதான் முக்கியம். இதுவும் வார்த்தைகளைப் போன்றதுதான். ஒரு புத்தகத்தில் உள்ள வார்த்தைகள் முக்கியமல்ல, மாறாக, அவ்வார்த்தைகள் உங்களிடம் கூறும் கதைதான் முக்கியம்," என்று கூறினார்.

ஒரு சொத்து
என் சட்டைப் பைக்குள்
பணத்தைப் போடுகிறது.
ஒரு கடன்
என் சட்டைப் பையிலிருந்து
பணத்தை எடுக்கிறது.

"நீங்கள் பணக்காரர்களாக ஆக விரும்பினால், எண்களைப் படிக்க வேண்டும், அவற்றைப் புரிந்து கொள்ள வேண்டும்." என் பணக்காரத் தந்தை இதை ஓராயிரம் முறைகள் எங்களிடம் கூறியிருக்கிறார். "பணக்காரர்கள் சொத்துக்களைக் கைவசப்படுத்துகின்றனர். ஏழைகளும் நடுத்தர வர்க்கத்து மக்களும் கடன்களைக் கைவசப்படுத்துகின்றனர்," என்றும் அவர் கூறினார்.

ஒரு சொத்துக்கும் ஒரு கடனுக்கும் இடையேயான வித்தியாசத்தைக் கண்டறிவதற்கான ஒரு வழி இது. பெரும்பாலான கணக்காளர்களும் பொருளாதார வல்லுனர்களும் இந்த வரையறைகளுடன் ஒத்துப்போக மாட்டார்கள், ஆனால் இந்தப் படங்கள்தான் இரண்டு சிறுவர்களுக்கு வலிமையான பொருளாதார அடித்தளத்தின் துவக்கமாக இருந்தன.

அடுத்தப் பக்கத்தில் உள்ள படத்தின் மேற்பகுதி ஒரு வருமான அறிக்கையாகும். இது பல சமயங்களில் லாப–நஷ்ட அறிக்கை என்றும் அழைக்கப்படுகிறது. இது வருமானத்தையும் செலவுகளையும் அளவிடுகிறது. அதாவது, உள்ளே வருகின்ற பணத்தையும், வெளியே செல்கின்ற பணத்தையும் கணக்கிடுகிறது. படத்தின் கீழ்ப்பகுதி ஒரு நிதி நிகர அறிக்கையாகும். பொருளாதாரத் துறையில் புதிதாக அடியெடுத்து வைப்பவர்களுக்கு வருமான அறிக்கைக்கும் நிதி நிகர அறிக்கைக்கும் இடையேயான உறவு தெரிவதில்லை. இந்த உறவைப் புரிந்து கொள்வது அத்தியாவசியமானது.

எனவே, நான் ஏற்கனவே கூறியதுபோல், "சொத்துக்கள் உங்கள் சட்டைப் பைக்குள் பணத்தைப் போடுகின்றன," என்ற அருமையான, எளிமையான, பயன்படுத்தத்தக்கக் கூற்றை என் பணக்காரத் தந்தை எங்கள் இருவரிடமும் கூறினார்.

ஒரு சொத்தில் பணப் பெயர்ச்சி

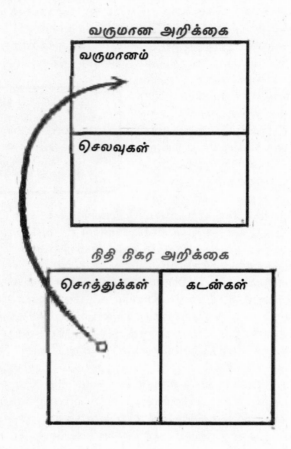

சொத்துக்களும் கடன்களும் படங்களின் வாயிலாக வரையறுக்கப்பட்டுள்ள நிலையில், வார்த்தைகளில் என் வரையறைகளைப் புரிந்து கொள்வது சுலபமாக இருக்கக்கூடும். சொத்து என்பது என் சட்டைப் பைக்குள் பணத்தைப் போடுகின்ற ஒன்று. கடன் என்பது என் சட்டைப் பையில் இருந்து பணத்தை எடுக்கின்ற ஒன்று. நீங்கள் உண்மையிலேயே தெரிந்து கொள்ள வேண்டியது இவ்வளவுதான். நீங்கள் பணக்காரராக ஆக விரும்பினால், சொத்துக்களை வாங்குவதில் உங்கள் வாழ்க்கையைச் செலவிடுங்கள். நீங்கள் ஏழையாகவோ அல்லது நடுத்தர வர்க்கத்திலோ இருக்க விரும்பினால், கடன்களை உருவாக்குவதில் உங்கள் வாழ்க்கையைச் செலவிடுங்கள்.

வார்த்தைகளிலும் சரி, எண்களிலும் சரி, போதுமான கல்வியறிவின்மைதான் பொருளாதாரப் போராட்டத்திற்கான அடித்தளமாகும். பொருளாதாரரீதியாக மக்கள் சிரமப்பட்டுக் கொண்டிருந்தால், வார்த்தைகளிலோ அல்லது எண்களிலோ அவர்களுக்கு ஏதோ ஒன்று புரியவில்லை என்று அர்த்தம். பணக்காரர்கள் பணம் படைத்தவர்களாக இருப்பதற்குக் காரணம், பொருளாதாரரீதியாகப் போராடிக் கொண்டிருக்கும் மக்களைவிடப் பல்வேறு பகுதிகளில் அவர்கள் அதிக அறிவைப் பெற்றிருப்பதுதான். எனவே நீங்கள் பணக்காரராக ஆக விரும்பினால், உங்கள் சொத்துக்களைப் பராமரிக்க விரும்பினால், வார்த்தைகளிலும் எண்களிலும் நீங்கள் பொருளாதார அறிவைப் பெற்றிருப்பது முக்கியம்.

ஒரு கடனில் பணப் பெயர்ச்சி

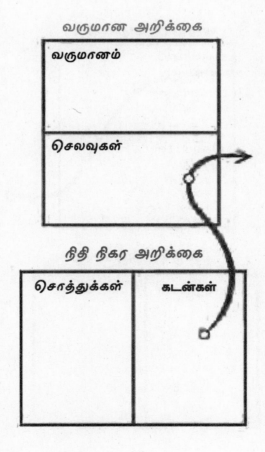

வருமான அறிக்கை

வருமானம்

செலவுகள்

நிதி நிகர அறிக்கை

சொத்துக்கள்   கடன்கள்

கீழேயும் அடுத்து வரும் பக்கங்களிலும் இடம் பெற்றிருக்கும் படங்களில் கொடுக்கப்பட்டுள்ள அம்புக்குறிகள் பணப் பெயர்ச்சியைக் குறிக்கின்றன. வெறும் எண்கள் அவ்வளவாக அர்த்தப்படுவதில்லை. பொருளாதார அறிக்கையைப் பொறுத்தவரை, எண்களைப் படிப்பது என்பது பணம் எங்கே பெயர்ந்து கொண்டிருக்கிறது என்பதைத் தெரிந்து கொள்வதற்குத்தான். 80 சதவீதக் குடும்பங்களில், முன்னேறுவதற்குக் கடினமாக உழைக்க வேண்டும் என்ற ஒரு காட்சியைத்தான் அவர்களது பொருளாதாரக் கதை எடுத்துரைக்கிறது. ஆனாலும் அவர்களது இந்த முயற்சி வீணானது. ஏனெனில், அவர்கள் சொத்துக்களுக்குப் பதிலாகக் கடன்களை வாங்குவதில் தங்கள் வாழ்நாளைக் கழிக்கின்றனர்.

ஓர் ஏழையின் பணப் பெயர்ச்சி

வருமான அறிக்கை

நிதி நிகர அறிக்கை

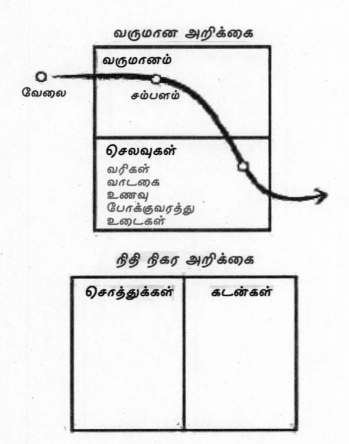

நடுத்தர வர்க்கத்தைச் சேர்ந்த ஒருவரின் பணப் பெயர்ச்சி

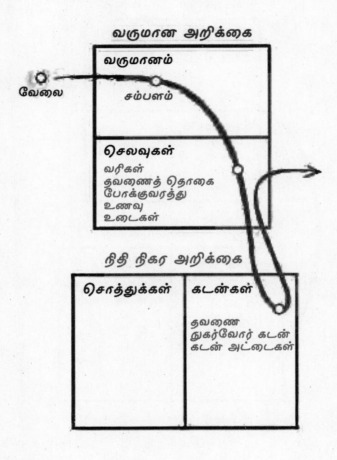

ஒரு செல்வந்தரின் பணப் பெயர்ச்சி

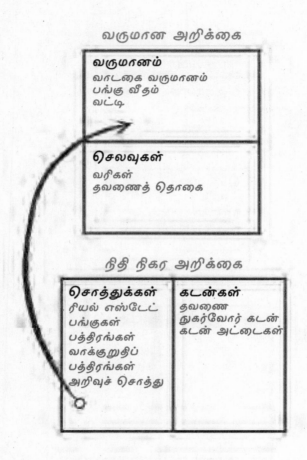

இப்படங்கள் அனைத்தும் அளவுக்கதிகமாக எளிமைப்படுத்தப்பட்டுள்ளன என்பது வெளிப்படை. எல்லோருக்குமே வாழ்க்கையில் செலவுகள் இருக்கின்றன. உணவு, உடை, உறைவிடம் ஆகிய தேவைகள் உள்ளன. ஓர் ஏழையிடத்திலும், நடுத்தர வர்க்கத்தைச் சேர்ந்த நபரிடத்திலும், ஒரு செல்வந்தரிடத்திலும் பணம் எவ்வாறு பெயர்ச்சி அடைகிறது என்பதை முந்தையப் பக்கங்களில் கொடுக்கப்பட்டுள்ள படங்கள் காட்டுகின்றன. பணப் பெயர்ச்சிதான் ஒருவர் தன் பணத்தைக் கையாளும் விதத்தைப் பற்றி எடுத்துரைக்கிறது.

பணம் எல்லாப் பிரச்சனைகளையும் தீர்க்கும் என்று நம்புவதில் உள்ள குறையை விளக்குவதற்குத்தான் அமெரிக்காவின் பணக்கார மனிதர்களுடைய கதையைக் கொண்டு நான் துவக்கினேன். விரைவில் பணக்காரராவது எப்படி அல்லது தாங்கள் எங்கிருந்து துவக்க வேண்டும் என்று மக்கள் என்னிடம் கேட்கும்போதெல்லாம் நான் பின்வாங்குவது அதனால்தான். "எனக்கு ஏகப்பட்டக் கடன் இருக்கிறது. எனவே நான் அதிகமான பணத்தைச் சம்பாதித்தாக வேண்டும்," என்பதை அடிக்கடி நான் கேட்க நேரிடுகிறது.

ஆனால் அதிகப் பணம் பிரச்சனையைத் தீர்க்காது. வாஸ்தவத்தில், அது பிரச்சனையை அதிகரிக்கக்கூடும். அது மனிதர்களிடமுள்ள பெரும் குறைகளை வெளிப்படுத்தி, நமக்குத் தெரியாத விஷயங்களை வெளிச்சம் போட்டுக் காட்டுகிறது. அதனால்தால், சுவீகாரத்தின் வாயிலாகவோ, ஊதிய உயர்வு அல்லது லாட்டரிக் குலுக்கலில் பரிசு கிடைப்பதன் வாயிலாகவோ திடீரென்று ஏராளமான பணத்தைக் கைவசப்படுத்தும் மக்கள், விரைவில் அந்தப் பணத்தையெல்லாம் இழந்து தங்கள் பழைய நிலைமைக்குச் சென்றுவிடுகின்றனர். பணம் வெறுமனே உங்கள் தலைக்குள் ஓடிக் கொண்டிருக்கும் பணப் பெயர்ச்சிப் பாணியை வலியுறுத்துகிறது, அவ்வளவுதான். கிடைக்கும் பணத்தையெல்லாம் செலவழிப்பது உங்கள் பாணியாக இருந்தால், பண அதிகரிப்பு நீங்கள் அதிகமாகச் செலவு செய்வதில் மட்டுமே முடியக்கூடும்.

> **ஒருவர் எவ்வாறு தன் பணத்தைக் கையாள்கிறார் என்பதை அவருடைய பணப்பெயர்ச்சித் தெளிவாக வெளிப்படுத்திவிடும்.**

நாம் பள்ளிக்குச் செல்வது கல்வியறிவையும் தொழில்முறைத் திறமைகளையும் பெறுவதற்குத்தான் என்று நான் பலமுறை கூறி வந்திருக்கிறேன். இவை இரண்டுமே முக்கியமானவைதான். தொழில்முறைத் திறமைகளைக் கொண்டு பணத்தைச் சம்பாதிப்பதற்கு நாம் கற்றுக் கொள்கிறோம். 1960களில் நான் உயர்நிலைப் பள்ளியில் இருந்தபோது, கல்விரீதியாக யாரேனும் சிறப்பாகச் செயல்பட்டால், அந்த புத்திசாலி மாணவன் எதிர்காலத்தில் ஒரு மருத்துவராக ஆவான் என்று மக்கள் அனுமானித்தனர். ஏனெனில், மருத்துவத் தொழில் மாபெரும் பொருளாதார வெகுமதிகளைக் கொண்ட ஒரு தொழிலாகக் கருதப்பட்டது.

இன்று, என் எதிரிக்குக்கூட ஏற்படக்கூடாது என்று நான் நினைக்கின்ற பொருளாதாரச் சவால்களை மருத்துவர்களும் எதிர்கொள்கின்றனர். எடுத்துக்காட்டாக, காப்பீட்டு நிறுவனங்கள் வியாபாரங்களைக் கட்டுப்படுத்துவது, முறைப்படுத்தப்பட்ட சுகாதாரப் பராமரிப்பு, அரசாங்கத் தலையீடு, முறைகேடு தொடர்பான வழக்குகள் போன்றவற்றைக் கூறலாம். இன்று,

குழந்தைகள் பிரபலமான தடகள வீரர்களாகவும், திரைப்பட நட்சத்திரங்களாகவும், பட்டம் பெறும் அழகிகளாகவும், நிறுவனத் தலைவர்களாகவும் ஆக விரும்புவதற்குக் காரணம், பணமும் புகழும் மதிப்பும் அவற்றில்தான் இருக்கின்றன என்பதுதான். அதனால்தான் பள்ளிகளில் இன்று குழந்தைகளை ஊக்குவிப்பது மிகவும் கடினமாக உள்ளது. முன்பொரு சமயத்தில் இருந்ததற்கு மாறாக, இப்போது தொழில்முறைரீதியான வெற்றி வெறுமனே கல்விரீதியான வெற்றியுடன் தொடர்பு கொண்டதல்ல என்பதை அவர்கள் அறிந்துள்ளனர்.

பள்ளியைவிட்டுச் செல்லும் குழந்தைகள் பொருளாதாரத் திறமைகள் இன்றி வெளியேறுவதால், கல்வியறிவு பெற்றக் கோடிக்கணக்கான மக்கள் தங்கள் தொழில்முறை வாழ்க்கையில் மிகவும் வெற்றிகரமானவர்களாக இருந்தாலும், பின்னாளில் பொருளாதாரரீதியாகப் போராடுகின்றனர். அவர்கள் கடினமாக உழைக்கும் அளவுக்கு அவர்கள் முன்னேறுவதில்லை. அவர்களது கல்வியில் உள்ள குறையானது, பணத்தை எவ்வாறு சம்பாதிப்பது என்பதைக் கற்றுக் கொடுக்காதது அல்ல, மாறாக, பணத்தை எவ்வாறு கையாள்வது என்பதைக் கற்றுக் கொடுக்காததுதான். இதற்குப் பொருளாதாரத் திறமை என்று பெயர். அதாவது, பணத்தைச் சம்பாதித்தவுடன் அதைக் கொண்டு நீங்கள் என்ன செய்கிறீர்கள், மக்கள் அதை உங்களிடமிருந்து பறித்துக் கொள்ளாமல் இருக்கும்படி பார்த்துக் கொள்வது எப்படி, எவ்வாறு பணத்தைச் சேமிப்பது, அந்தப் பணத்தை உங்களுக்காக எவ்வாறு கடினமாக உழைக்கச் செய்வது ஆகியவற்றில் திறமை பெற்றவராக ஆவது என்று அர்த்தம். பொருளாதாரரீதியாகத் தாங்கள் ஏன் போராட வேண்டியுள்ளது என்பது பெரும்பாலான மக்களுக்குப் புரியாததற்குக் காரணம், பணப் பெயர்ச்சியைப் பற்றி அவர்கள் எதையும் புரிந்து கொண்டிருக்காததுதான். உயர்ந்த கல்வித் தகுதியைப் பெற்றிருக்கின்ற, தொழில்முறையாக வெற்றிகரமாகத் திகழ்கின்ற ஒருவர், பொருளாதாரக் கல்வியறிவு இல்லாதவராக இருக்கலாம். தேவைக்கு அதிகமாக இவர்கள் கடினமாக உழைக்கின்றனர். ஏனெனில், எவ்வாறு கடினமாக உழைக்க வேண்டும் என்பதை இவர்கள் கற்றுக் கொண்டுள்ளனரே தவிர, தங்களது பணத்தைத் தங்களுக்காக எவ்வாறு கடினமாக வேலை செய்ய வைக்க வேண்டும் என்பதைக் கற்றிருக்கவில்லை.

ஒரு பொருளாதாரக் கனவிற்கான தேடல் ஒரு பொருளாதாரக் கொடுங்கனவாக மாறிய கதை

கடினமாக உழைக்கின்ற மக்களுடைய கதையில் ஒரு குறிப்பிட்டப் பாணி உள்ளது. சமீபத்தில் திருமணமாகிய, மகிழ்ச்சியான, உயர்ந்த கல்வித் தகுதியைப் பெற்றுள்ள ஓர் இளம்

தம்பதியர், தங்களது சிறிய வாடகை வீட்டில் குடியேறுகின்றனர். தாங்கள் இருவரும் தனித்தனியாக வாழ்ந்து வந்ததைவிட, இருவரும் சேர்ந்து வாழ்க்கை நடத்துவது சிக்கனமாக இருப்பதால், தங்களால் இப்போது ஓரளவு பணத்தைச் சேமிக்க முடிவதை அவர்கள் உணர்கின்றனர்.

ஆனால் அவர்களது வீடு மிகவும் சிறியதாக இருப்பது அவர்களுக்குப் பிரச்சனையாக இருக்கிறது. குழந்தைகள் பிறந்தால் பெரிய வீடு தேவைப்படும் என்பதால், சொந்தமாக ஒரு பெரிய வீட்டை வாங்குவதற்காகப் பணத்தைச் சேமிப்பதென்று அவர்கள் தீர்மானிக்கின்றனர். இப்போது அவர்களிடம் இரண்டு வருமானங்கள் இருக்கின்றன. அவர்கள் தங்கள் தொழிலில் கவனம் செலுத்தத் துவங்குகின்றனர். அவர்களது வருமானங்கள் அதிகரிக்கத் துவங்குகின்றன.

அவர்களது வருமானம் அதிகரிக்கும் அதே அளவுக்கு, அவர்களது செலவுகளும் அதிகரிக்கின்றன.

வருமான அறிக்கை

நிதி நிகர அறிக்கை

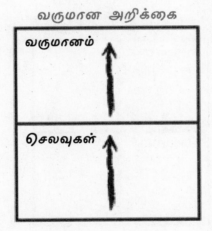

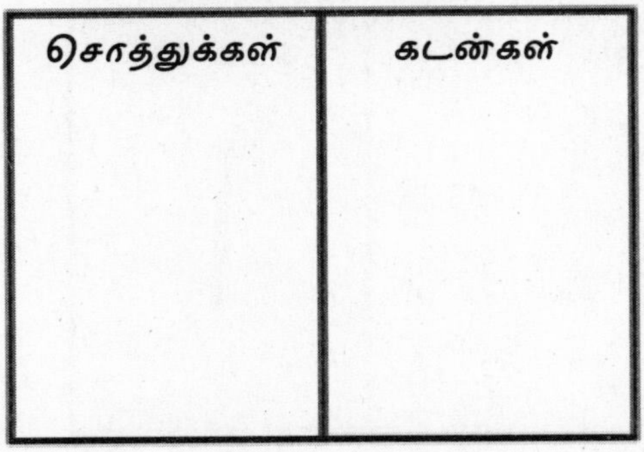

பெரும்பாலான மக்களின் முதன்மைச் செலவு வரிகள்தான். பலர் அதை வருமான வரி என்று நினைக்கின்றனர், ஆனால் பெரும்பாலான அமெரிக்கர்களுக்கு, அவர்கள் செலுத்தும் மிக உயர்ந்த வரி சமூகப் பாதுகாப்பு வரிதான். ஓர் ஊழியர் என்ற முறையில், சமூகப் பாதுகாப்பு வரியும் ஆரோக்கியப் பராமரிப்பு வரியும் சேர்ந்து சுமார் 7.5 சதவீதமாக இருப்பதுபோல் தோன்றுகிறது, ஆனால் அது உண்மையிலேயே 15 சதவீத வரியாகும். ஏனெனில், அந்த ஊழியர் செலுத்தும் அதே சமூகப் பாதுகாப்புத் தொகையை அவரது நிறுவன உரிமையாளரும் அரசாங்கத்திற்குச் செலுத்தியாக வேண்டும். ஒட்டுமொத்தத்தில், உங்கள் முதலாளியால் உங்களுக்குக் கொடுக்க முடியாத பணம் அது. அதற்கும் மேலாக, சமூகப் பாதுகாப்பு வரிக்காக உங்கள் ஊதியத்திலிருந்து பிடித்துக் கொள்ளப்பட்டத் தொகைக்கும் நீங்கள் வருமான வரி செலுத்தியாக வேண்டும். ஆனால் அந்த வருமானம் உங்கள் கைக்கு வரவே இல்லை. ஏனெனில், அது உங்களுக்குச் சம்பளம் கொடுப்பதற்கு முன்பாகவே பிடித்துக் கொள்ளப்பட்டு நேராக சமூகப் பாதுகாப்புத் துறைக்கு அனுப்பி வைக்கப்பட்டுவிடுகிறது.

வருமான அறிக்கை

நிதி நிகர அறிக்கை

மீண்டும் அந்த இளம் தம்பதியரின் கதையை எடுத்துக் கொள்ளலாம். அவர்கள் இருவருடைய வருமானமும் அதிகரிப்பதன் விளைவாக, அவர்கள் தங்கள் கனவு வீட்டை வாங்குவதென்று முடிவு செய்கின்றனர். பிறகு அந்த வீட்டில் குடியேறியவுடன், சொத்து வரி என்ற ஒரு புதிய வரியை அவர்கள் செலுத்த நேரிடுகிறது. பிறகு அவர்கள் ஒரு கார், மேசை நாற்காலிகள், சோபாக்கள், வீட்டு உபயோகப் பொருட்கள் ஆகியவற்றைப் புதிதாக வாங்குகின்றனர். திடீரென்று, அவர்கள் விழித்துக் கொள்கின்றனர். தங்கள் நிதி நிகர அறிக்கையில் கடன்கள் பகுதி முழுவதும் தவணைத் தொகைகளாலும் கடனட்டையைக் கொண்டு வாங்கிய கடன்களாலும் நிரம்பி வழிவதை அவர்கள் உணர்கின்றனர். அவர்கள் செலுத்த வேண்டிய கடன்கள் அதிகரிக்கின்றன.

இப்போது அவர்கள் ஒரு பொறியில் சிக்கிக் கொள்கின்றனர். விரைவில் அவர்களுக்கு ஒரு குழந்தையும் பிறக்கிறது. அதனால் அவர்கள் இன்னும் கடினமாக உழைக்கின்றனர். சுழற்சி மீண்டும் தொடர்கிறது: அதிக வருவாய் அதிக வரிகளை உடனழைத்து வருகிறது. அஞ்சலில் ஒரு கடனட்டை வருகிறது. அவர்கள் அதைப் பயன்படுத்தி, அதன் உச்சபட்ச வரம்புவரை கடன் வாங்கிவிடுகின்றனர். கடன் வழங்கும் நிறுவனம் ஒன்று அவர்களை அழைத்து, அவர்களது மிகப் பெரிய சொத்தான அவர்களது வீட்டின் மதிப்பு பெரிதும் அதிகரித்திருப்பதாகக் கூறுகிறது. வாங்கிய கடன்களைச் சரியான நேரத்தில் அவர்கள் திருப்பிச் செலுத்திவிடுவதால், அவர்களுக்கு வீட்டின்மேல் கடன் கொடுக்க அந்நிறுவனம் முன்வருகிறது. அதிக வட்டியில் கடனட்டையைக் கொண்டு வாங்கிய நுகர்வோர் கடன்கள் அனைத்தையும் அடைத்துவிடுமாறு அந்நிறுவனம் பரிந்துரைக்கிறது. அதோடு, அவர்கள் வீட்டுக் கடனுக்காகச் செலுத்தும் வட்டிக்கு வரிவிலக்கும் கிடைக்கிறது. அவர்களும் அந்நிறுவனத்தின் யோசனையை ஏற்றுக் கொள்கின்றனர். அவர்கள் தங்கள் கடனட்டைமீதான கடன்களை அடைத்துவிடுகின்றனர். பிறகு அவர்கள் நிம்மதிப் பெருமூச்சு விடுகின்றனர். இப்போது அவர்களது நுகர்வோர் கடனானது வீட்டுத் தவணையாக மாறியுள்ளது. 30 வருடத் தவணைத் திட்டத்தை அவர்கள் தேர்ந்தெடுப்பதால், அவர்கள் குறைவான தவணைத் தொகையையே செலுத்துகின்றனர். இது சாமர்த்தியமான செயலாக அவர்களுக்குத் தோன்றுகிறது.

கடைவீதிக்குச் சென்று வருவதற்கு அவர்களது அண்டை வீட்டார் அவர்களுக்கு அழைப்பு விடுக்கின்றனர். தள்ளுபடி விலையில் பொருட்கள் விற்கப்படுவதாக அவர்கள் இத்தம்பதியரிடம் கூறுகின்றனர். இத்தம்பதியர் வெறுமனே வேடிக்கை பார்த்துவிட்டு வருவதாகத் தங்களுக்குத் தாங்களே வாக்குறுதி அளித்துக் கொண்டு, அவர்களுடன் புறப்படுகின்றனர். ஆனால் எதற்கும் இருக்கட்டும்

என்று தங்கள் கடனட்டையையும் கையோடு எடுத்துச் செல்கின்றனர்.

இப்படிப்பட்ட இளம் தம்பதியர்கள் பலரை நான் அடிக்கடி சந்திக்கிறேன். அவர்களது பெயர்கள்தான் மாறுகின்றனவே தவிர, அவர்களது பொருளாதாரச் சிக்கல் அதேதான். பிறகு அவர்கள் என் பயிலரங்கிற்கு வந்து, நான் என்ன கூறவிருக்கிறேன் என்பதைக் கேட்க ஆர்வமாக இருக்கின்றனர். "அதிகப் பணத்தை எவ்வாறு சம்பாதிப்பது என்று எங்களுக்குக் கூற முடியுமா?" என்று அவர்கள் என்னிடம் கேட்கின்றனர்.

தங்களிடம் உள்ள பணத்தைத் தாங்கள் செலவிடத் தேர்ந்தெடுக்கும் விதம்தான் தங்களது உண்மையான பிரச்சனை என்பதை அவர்கள் புரிந்து கொள்வதில்லை. பொருளாதாரக் கல்வியறிவு இல்லாததும், ஒரு சொத்துக்கும் ஒரு கடனுக்கும் இடையேயான வேறுபாட்டைப் புரிந்து கொள்ளாததும்தான் இதற்குக் காரணம்.

அதிகப் பணம் ஒருவருடைய பணப் பிரச்சனைகளைத் தீர்ப்பது அரிதாகவே நடக்கிறது. புத்திசாலித்தனம்தான் பிரச்சனைகளைத் தீர்க்கிறது. கடனாளிகளாக உள்ள மக்களிடம் என் நண்பர் ஒருவர் அடிக்கடிக் கூறும் ஒரு விஷயம் இது: "நீங்கள் ஒரு குழி பறித்து அதில் சிக்கிக் கொண்டுவிட்டிருப்பதை நீங்கள் கண்டால், குழி பறிப்பதை உடனடியாக நிறுத்துங்கள்."

நான் சிறுவனாக இருந்தபோது, ஜப்பானியர்கள் மூன்று சக்திகள் குறித்து அறிந்திருந்ததாக என் தந்தை அடிக்கடி எங்களிடம் கூறினார். வாள், நகைகள், மற்றும் முகம் பார்க்கும் கண்ணாடியின் சக்திகள்தான் அவை.

வாள் ஆயுதங்களின் சக்தியைக் குறிக்கிறது. அமெரிக்கா பலகோடி டாலர்கள் பணத்தை ஆயுதங்களில் செலவிட்டுள்ளது. இதன் காரணமாக, அது உலகிலேயே பெரிய ராணுவ சக்தியாக விளங்குகிறது.

நகைகள் பணத்தின் சக்தியைக் குறிக்கின்றன. "பொன்விதியை நினைவில் கொள்ளுங்கள். எவனிடம் பொன் இருக்கிறதோ, அவன்தான் விதிகளை நிர்ணயிக்கிறான்," என்ற கூற்றில் ஓரளவு உண்மை இருக்கத்தான் செய்கிறது.

முகம் பார்க்கும் கண்ணாடி சுயஅறிவைக் குறிக்கிறது. ஜப்பானியர்களைப் பொறுத்தவரை, இந்த மூன்று சக்திகளிலும் சுயஅறிவையே அவர்கள் மிகப் பெரிய பொக்கிஷமாகக் கருதினர்.

அடிக்கடி, ஏழைகளும் நடுத்தர வர்க்கத்து மக்களும் பணத்தின் சக்தி தங்களைக் கட்டுப்படுத்த அனுமதித்துவிடுகின்றனர். தாங்கள் செய்யும் வேலை உண்மையிலேயே அர்த்தம் வாய்ந்ததுதானா என்று தங்களைத் தாங்களே கேட்டுக் கொள்வதற்குப் பதிலாக, காலையில் எழுந்து காலில் சக்கரத்தைக் கட்டிக் கொண்டு வேலைக்கு

ஓடுகின்றனர். பணத்தைப் பற்றி முழுமையாகப் புரிந்து கொள்ளாமல் இருப்பதன் மூலம். பெரும்பாலான மக்கள், அந்தப் பணத்தின் அளப்பரிய சக்தி தங்களைக் கட்டுப்படுத்துவதற்கு அனுமதித்துவிடுகின்றனர்.

கண்ணாடியின் சக்தியை அவர்கள் பயன்படுத்தியிருந்தால், "இது அர்த்தம் வாய்ந்ததுதானா?" என்று அவர்கள் தங்களிடம் கேட்டிருப்பார்கள். தங்களது உள்ளார்ந்த அறிவை, தங்களது உள்ளார்ந்த மேதமையை நம்புவதற்குப் பதிலாக, பெரும்பாலான மக்கள், கூட்டத்தைப் பின்தொடர்ந்து செல்வது அடிக்கடி நிகழ்கிறது. எல்லோரும் ஏதோ ஒன்றைச் செய்வதால் இவர்களும் அதைச் செய்கின்றனர். அவை குறித்துக் கேள்வி கேட்பதற்குப் பதிலாக அவற்றை அப்படியே ஏற்றுக் கொள்கின்றனர். "பரவலாக முதலீடு செய்," "உன் வீடு ஒரு சொத்து," "உன் வீடுதான் உனது மிகப் பெரிய முதலீடு," "அதிகக் கடனுக்கு ஆளானால் நீ செலுத்த வேண்டிய வரி குறையும்," "ஒரு பாதுகாப்பான வேலையைத் தேடிக் கொள்," "தவறுகள் செய்யாதே," "தேவையில்லாமல் துணிகர முயற்சிகளில் ஈடுபடாதே," போன்ற ஆலோசனைகளை அப்படியே ஏற்றுக் கொள்கின்றனர்:

> **உயர்ந்த கல்வித் தகுதியைப் பெற்றுள்ள, தொழில்முறைரீதியாக வெற்றிகரமாகத் திகழ்கின்ற ஒருவரால் பொருளாதாரக் கல்வியறிவு இல்லாதவராகவும் இருக்க முடியும்.**

பெரும்பாலான மக்களுக்கு மரணத்தைவிட மேடையில் பேசுவது அதிக அச்சுறுத்தும் விஷயமாக இருப்பதாகக் கூறப்படுகிறது. மேடையில் பேசுவது குறித்த பயமானது, தனிமைப்படுத்தப்படுவது குறித்த பயம், தனித்து நிற்பது குறித்த பயம், விமர்சனம் குறித்த பயம், கேலிப் பேச்சுக் குறித்த பயம், ஒதுக்கி வைக்கப்படுவது குறித்த பயம் ஆகியவற்றால் ஏற்படுவதாக மனநல மருத்துவர்கள் தெரிவிக்கின்றனர். வித்தியாசமான நபராக இருப்பது குறித்த பயம்தான், தங்கள் பிரச்சனைகளைத் தீர்ப்பதற்குப் புதிய வழிகளைத் தேடுவதிலிருந்து பெரும்பாலான மக்களைத் தடுத்து நிறுத்துகிறது.

அதனால்தான், கண்ணாடியின் சக்தியை ஜப்பானியர்கள் அதிகமாக மதித்ததாக எனது கற்றறிந்த தந்தை என்னிடம் கூறினார். ஏனெனில், கண்ணாடியில் பார்க்கும்போது மட்டுமே நாம் உண்மையைக் கண்டுகொள்கிறோம். மக்கள், "பாதுகாப்பாகச் செயல்படுங்கள்," என்று கூறுவதற்கு முக்கியக் காரணம் பயம்தான். விளையாட்டு, உறவு, தொழில், அல்லது பணம் போன்ற எல்லாவற்றுக்கும் அது பொருந்தும்.

தனிமைப்படுத்தப்படுவது குறித்த பயம்தான், பொதுவாக ஏற்றுக் கொள்ளப்பட்ட அபிப்பிராயங்கள் அல்லது பிரபலமான போக்குகள்மீது கேள்வி கேட்பதற்குப் பதிலாக அவற்றுடன் ஒத்துப்

போவதற்கு மக்களைத் தூண்டுகிறது. மக்கள் பொதுவாக ஒப்புக் கொள்ளும் விஷயங்களில் சில இவை: "என் வீடு ஒரு பெரும் சொத்து." "ஒரு பெரிய தொகையைக் கடன் வாங்கி மற்ற அனைத்துக் கடன்களையும் அடைக்க வேண்டும்." "கடினமாக உழைக்க வேண்டும்." "இது ஓர் ஊதிய உயர்வு." "என்றேனும் ஒருநாள் நான் என் நிறுவனத்தின் தலைவராக ஆவேன்." "பணத்தைச் சேமிக்க வேண்டும்." "எனக்கு ஓர் ஊதிய உயர்வு கிடைக்கும்போது, ஒரு பெரிய வீட்டை நான் வாங்குவேன்." "பரஸ்பர நிதிகள் பாதுகாப்பானவை."

சமூகத்தில் அந்தஸ்தைத் தக்க வைத்துக் கொள்வதற்காக மற்றவர்களுடன் ஒப்பிட்டுப் பார்ப்பதுதான் பல பொருளாதாரப் பிரச்சனைகளை உருவாக்குகிறது.

மைக்கும் நானும் 16 வயதை அடைந்தபோது, பள்ளியில் எங்களுக்குப் பிரச்சனைகள் எழத் துவங்கின. நாங்கள் மோசமான சிறுவர்களாக இருக்கவில்லை. நாங்கள் வெறுமனே கூட்டத்திலிருந்து விலகத் துவங்கினோம். பள்ளி நேரம் முடிந்த பிறகும் வார இறுதி நாட்களிலும் நாங்கள் இருவரும் மைக்கின் தந்தையிடம் வேலை செய்தோம். வேலை முடிந்த பிறகு நானும் மைக்கும் அவனது தந்தையுடன் அமர்ந்து, வங்கியாளர்கள், வழக்கறிஞர்கள், கணக்காளர்கள், தரகர்கள், முதலீட்டாளர்கள், மேலாளர்கள், ஊழியர்கள் ஆகியோரிடம் அவர் பேசியதைக் கேட்டுக் கொண்டிருப்பதில் பல மணிநேரங்களைச் செலவிட்டோம். 13 வயதில் பள்ளியைவிட்டு நின்ற மைக்கின் தந்தை, கற்றறிந்த மக்களிடம் கேள்விகள் கேட்டு, அவர்களுக்குக் கட்டளையிட்டு, அறிவுறுத்தல்களை வழங்கி, அவர்களை வழிநடத்திக் கொண்டிருந்ததை நான் பார்த்தேன். அவர் கூப்பிட்டபோதெல்லாம் அவர்கள் ஓடி வந்தனர், அவர் ஒப்புதல் வழங்க மறுத்தபோதெல்லாம் அவர்கள் கெஞ்சினர்.

கூட்டத்திலிருந்து தனித்து நின்ற ஒரு மனிதர் அவர். சொந்தமாகச் சிந்தித்தவர் அவர். "எல்லோரும் இவ்வாறுதான் செய்கின்றனர், எனவே நாமும் அவ்வாறே செய்ய வேண்டும்," என்ற வார்த்தைகளை வெறுத்தவர் அவர். "முடியாது" என்ற வார்த்தையையும் அவர் அடியோடு வெறுத்தார். அவர் ஏதேனும் ஒன்றைச் செய்ய வேண்டும் என்று நீங்கள் விரும்பினால், "இதை உங்களால் செய்ய முடியும் என்று எனக்குத் தோன்றவில்லை," என்று அவரிடம் கூறினாலே போதும்.

நானும் மைக்கும் பள்ளியிலும் கல்லூரியிலும் கற்றதைவிட மிக அதிகமாக என் பணக்காரத் தந்தையுடன் அவரது சந்திப்புகளில் வெறுமனே அமர்ந்ததன் வாயிலாகக் கற்றுக் கொண்டோம். மைக்கின் தந்தைக்குக் கல்வியறிவு அவ்வளவாக இருக்கவில்லை, ஆனால் அவர் பொருளாதாரக் கல்வியறிவைப் பெற்றிருந்ததால் மிகவும் வெற்றிகரமாக விளங்கினார். "ஒரு புத்திசாலி நபர் தன்னைவிட

அதிகப் புத்திசாலித்தனம் வாய்ந்த நபர்களைப் பணியில் அமர்த்துவார்," என்று அவர் எங்களிடம் அடிக்கடிக் கூறினார். எனவே, புத்திசாலி நபர்களுடன் அமர்ந்து, அவர்கள் கூறுவதைக் கேட்பதிலும் அவர்களிடமிருந்து கற்றுக் கொள்வதிலும் நானும் மைக்கும் செலவிட்ட நேரங்கள் எங்களுக்கு மிகவும் பலனளித்தன.

ஆனால் இதன் காரணமாக, எங்களது ஆசிரியர்கள் போதித்த சராசரியான, சம்பிரதாயமான விஷயங்களுடன் எங்களால் ஒத்துப் போக முடியவில்லை. இது எங்களுக்குப் பிரச்சனைகளை ஏற்படுத்தியது. "நீங்கள் நல்ல மதிப்பெண்களைப் பெறவில்லை என்றால், வாழ்வில் உங்களால் சிறப்பாகச் செயல்பட முடியாது," என்று எங்கள் ஆசிரியர் கூறியபோதெல்லாம், மைக்கும் நானும் எங்கள் புருவங்களை உயர்த்தினோம். கொடுக்கப்பட்டச் செயல்முறைகளைப் பின்பற்றுமாறும் விதிகளிலிருந்து மாறாமல் இருக்கும்படியும் எங்களிடம் கூறப்பட்டபோது, பள்ளிகள் படைப்புத்திறனை எவ்வாறு ஊக்குவிக்கத் தவறுகின்றன என்பதை எங்களால் காண முடிந்தது. முதலாளிகளுக்குப் பதிலாக நல்ல தொழிலாளிகளை உருவாக்குவதற்குத்தான் பள்ளிகள் வடிவமைக்கப்பட்டு இருந்தன என்று எங்கள் பணக்காரத் தந்தை ஏன் கூறினார் என்பதை நாங்கள் புரிந்து கொள்ளத் துவங்கினோம். பள்ளியில் படிக்கும் விஷயங்கள் நிஜ வாழ்வில் எவ்வாறு பலனளிக்கின்றன என்றோ, பணம் எப்படி வேலை செய்கிறது என்றோ எப்போதாவது நாங்கள் எங்கள் ஆசிரியர்களிடம் கேட்போம். எங்களது இரண்டாவது கேள்விக்கு விடையாக, பணம் முக்கியமல்ல என்றும், நாங்கள் கல்வியில் மிகச் சிறந்து விளங்கினால் பணம் தானாகப் பின்தொடரும் என்றும் அவர்கள் கூறினர். பணத்தின் சக்தியைப் பற்றி நாங்கள் எவ்வளவு அதிகமாகத் தெரிந்து கொண்டோமோ, அவ்வளவு அதிகமாக நாங்கள் எங்கள் ஆசிரியர்கள் மற்றும் சக மாணவர்களிடம் இருந்து விலகினோம்.

எனது கற்றறிந்த தந்தை என்னுடைய மதிப்பெண்கள் குறித்து ஒருபோதும் என்னை நச்சரித்தது இல்லை. எனக்குப் பதினாறு வயது ஆனபோது, என்னுடைய பெற்றோர்கள் இருவரையும்விட நான் மிகச் சிறந்த பொருளாதார அடித்தளத்தைப் பெற்றிருந்தேன் என்று நினைக்கிறேன். என்னால் கணக்கு வழக்குகளைச் சரிவர வைத்துக் கொள்ள முடிந்தது; வரிக் கணக்காளர்கள், வணிக நிறுவன வழக்கறிஞர்கள், வங்கியாளர்கள், வீடுமனைகள் வாங்கல் மற்றும் விற்றலில் ஈடுபட்டிருந்த முகவர்கள், முதலீட்டாளர்கள் போன்றோர் பேசியதை நான் கவனமாகக் கேட்டேன். ஆனால் என்னுடைய தந்தையோ மற்ற ஆசிரியர்களிடம் மட்டுமே பேசிக் கொண்டிருந்தார்.

எங்கள் வீடுதான் தனது மாபெரும் சொத்து என்று என் தந்தை என்னிடம் ஒருநாள் கூறினார். வீடு ஒரு நல்ல முதலீடு அல்ல என்று ஏன் நான் நினைத்தேன் என்பதை நான் அவருக்கு எடுத்துரைக்க முயற்சித்தபோது ஒரு காரசாரமான விவாதம் ஏற்பட்டது.

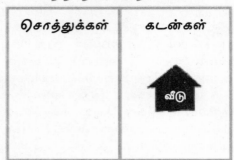

தங்கள் வீடு என்று வந்தபோது, என் பணக்காரத் தந்தையின் கண்ணோட்டத்திற்கும் என் ஏழைத் தந்தையின் கண்ணோட்டத்திற்கும் இடையேயான மாற்றத்தை மேலே காட்டப்பட்டுள்ள படம் விளக்குகிறது. தன் வீடு ஒரு சொத்து என்று ஒரு தந்தை நினைத்தார், இன்னொருவர் அதைக் கடன் என்று கருதினார்.

பணப் பெயர்ச்சித் திசையை என் தந்தையிடம் நான் விளக்கிக் காட்டிக் கொண்டிருந்தபோது, கீழ்க்கண்ட படத்தை நான் வரைந்தது எனக்கு நினைவிருக்கிறது. சொந்தமாக ஒரு வீட்டை வைத்திருப்பதால் ஏற்படும் பக்கச் செலவுகளையும் நான் அவருக்கு எடுத்துரைத்தேன். ஒரு பெரிய வீடு இருந்தால், செலவுகளும் பெரிதாக இருக்கும் என்பதையும், பணப் பெயர்ச்சியானது செலவுகள் பகுதியின் ஊடாகத் தொடர்ந்து சென்று கொண்டிருக்கும் என்பதையும் அவருக்கு விளக்கினேன்.

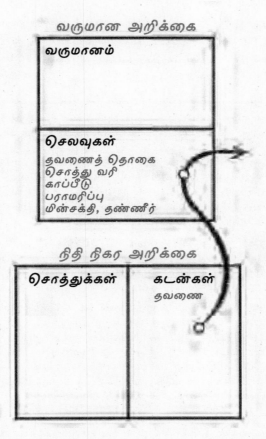

வீடு ஒரு சொத்து அல்ல என்ற எனது கருத்துக்கு மக்கள் இன்றும் எனக்கு சவால்விடுகின்றனர். பலருக்கு, வீடு என்பது அவர்களுடைய கனவு மட்டுமல்ல, அது அவர்களது மிகப் பெரிய முதலீடு என்பதை நான் அறிவேன். எதுவும் இல்லாமல் இருப்பதைவிட, சொந்தமாக ஒரு வீட்டை வைத்திருப்பது சிறந்தது. பிரபலமான இந்தக் கண்ணோட்டத்தைப் பார்ப்பதற்கான ஒரு மாற்று வழியை நான் வழங்குகிறேன். நானும் என் மனைவியும், இப்போது எங்களிடம் இருப்பதைவிடப் பெரிய, பகட்டான ஒரு வீட்டை வாங்கினால், அது ஒரு சொத்தாக இருக்காது. அது நிச்சயமாக ஒரு கடனாகத்தான் இருக்கும். ஏனெனில், அது என் சட்டைப் பையிலிருந்து பணத்தை எடுக்கிறது.

எனவே, உங்களிடம் ஒரு வாதத்தை நான் முன்வைக்கிறேன். பெரும்பாலான மக்கள் இதனோடு உடன்பட மாட்டார்கள் என்பதை நான் அறிவேன். ஏனெனில் உங்கள் வீடு என்பது உங்களைப் பொறுத்தவரை ஓர் உணர்ச்சிபூர்வமான விஷயம். அதோடு, பணம் என்று வரும்போது, அதிவேக உணர்ச்சிகள்

பொருளாதாரப் புத்திசாலித்தனத்தைக் குறைக்கின்றன. பணம் ஒவ்வொரு தீர்மானத்தையும் உணர்ச்சிமயமானதாக ஆக்கும் என்பதை நான் என் தனிப்பட்ட அனுபவத்திலிருந்து உணர்ந்துள்ளேன்.

1. வீடு என்று வரும்போது, தங்களுக்குச் சொந்தமாக ஒரு வீட்டிற்காக மக்கள் தங்கள் வாழ்நாள் முழுவதும் உழைத்துத் தவணைத் தொகையைச் செலுத்துகின்றனர். வேறு வார்த்தைகளில் கூறினால், பெரும்பாலான மக்கள் சில வருடங்களுக்கு ஒருமுறை ஒரு வீட்டை வாங்குகின்றனர். அப்படிச் செய்யும் ஒவ்வொரு முறையும், முந்தையக் கடனை அடைப்பதற்காகப் புதிதாக ஒரு 30 வருடக் கடனை வாங்குகின்றனர்.

2. தவணைத் தொகைகள்மீதான வட்டிக்கு வரி விலக்கு அளிக்கப்பட்டாலும்கூட, வரி செலுத்திய பிறகு எஞ்சியுள்ள வருமானத் தொகையிலிருந்துதான் அவர்கள் மற்றச் செலவுகளைச் செய்கின்றனர்.

3. என் மனைவியின் பெற்றோர்கள், தங்கள் வீட்டின் சொத்து வரி மாதத்திற்கு 1,000 டாலர்களாக உயர்ந்தபோது அதிர்ச்சி அடைந்தனர். இது அவர்கள் பணியிலிருந்து ஓய்வு பெற்றப் பிறகு ஏற்பட்டதால், இந்த வரி அதிகரிப்பு அவர்களுடைய பட்ஜெட்டில் பெரும் பிரச்சனையை ஏற்படுத்தியதன் காரணமாக, அவர்கள் அந்த வீட்டிலிருந்து வலுக்கட்டாயமாக வெளியேற்றப்படுவதுபோல் உணர்ந்தனர்.

4. வீடுகளின் மதிப்பு எப்போதும் அதிகரித்துக் கொண்டே இருப்பதில்லை. பத்து லட்சம் டாலர்களுக்கும் அதிகமான மதிப்புக் கொண்ட என் நண்பர்கள் சிலரது வீடுகளின் சந்தை மதிப்பு அதைவிட மிகக் குறைவாகவே இருக்கின்றது.

5. தவறவிட்ட வாய்ப்புகள்தான் இவை அனைத்திலும் மிகப் பெரிய இழப்புகளாகும். உங்கள் பணம் முழுவதும் உங்கள் வீட்டில் முடக்கப்பட்டுவிட்டால், நீங்கள் இன்னும் கடினமாக உழைக்கும் கட்டாயத்திற்கு ஆளாகிறீர்கள். ஏனெனில், உங்கள் பணமானது, சொத்துக்களைக் குவிப்பதற்குப் பதிலாக, செலவுகள் பகுதியின் வழியாகப் பாய்ந்து கொண்டிருக்கிறது. இதுதான் ஒரு சராசரி நடுத்தர வர்க்கத்து நபரின் பணப் பெயர்ச்சி. ஓர் இளம் தம்பதியர் துவக்கத்திலேயே அதிகப் பணத்தைத் தங்கள் சொத்துக்கள் பகுதியில் போட்டு வைத்தால், பிற்காலம் அவர்களுக்குச் சுலபமானதாக இருக்கும். அவர்களது சொத்துக்கள் வளர்ந்திருக்கும், அவர்களது செலவுகளை ஈடுகட்டுவதற்கு அது அவர்களுக்கு உதவும். பெரும்பாலான நேரங்களில், ஒரு வீடானது, வேகமாக அதிகரித்துக் கொண்டிருக்கும் செலவுகளைச் சமாளிப்பதற்கு வீட்டின்மீது கடன் வாங்குவதற்கான ஒரு பொருளாக மட்டுமே பயன்படுகிறது.

சுருக்கமாகக் கூறினால், முதலீடு செய்வதற்குப் பதிலாக அதிக விலைமதிப்புக் கொண்ட ஒரு வீட்டை வாங்குவதற்கு மேற்கொள்ளப்படும் தீர்மானம் ஒரு தனிநபரின்மீது பின்வரும் மூன்று வழிகளில் தாக்கத்தை ஏற்படுத்துகிறது:

1. நேர இழப்பு: இந்த நேரத்தில் மற்ற சொத்துக்களின் மதிப்பை அதிகரித்திருக்க முடியும்.
2. கூடுதல் மூலதன இழப்பு: வீட்டிற்கான உயர்ந்த பராமரிப்புச் செலவுகளுக்குச் செலுத்தப்படுவதற்குப் பதிலாக, வேறு ஏதேனும் ஒரு சொத்தில் இதை முதலீடு செய்திருக்கலாம்.
3. கல்வி இழப்பு: மக்கள் அடிக்கடித் தங்கள் வீடுகளையும், சேமிப்புகளையும், ஓய்வூதியத் திட்டங்களையும் தங்கள் சொத்துக்களாகக் கருதுகின்றனர். முதலீடு செய்வதற்கு அவர்களிடம் பணம் இல்லாததால், அவர்கள் முதலீடு செய்வதில்லை. இது அவர்களுக்கு முதலீட்டு அனுபவம் கிடைக்காமல் போகும்படிச் செய்துவிடுகிறது. இவர்களில் பெரும்பாலானவர்கள் ஒருபோதும் சிறந்த முதலீட்டாளர்களாக ஆவதில்லை. சிறந்த முதலீடுகள் அனைத்தும் முதலில் சிறந்த முதலீட்டாளர்களுக்கே விற்கப்படுகின்றன. பிறகு, இந்த முதலீட்டாளர்கள் அந்த சொத்துக்களை, பாதுகாப்பாக வாழ்க்கை நடத்துகின்றவர்களுக்கு விற்கின்றனர்.

ஒரு வீட்டை வாங்கக்கூடாது என்று நான் கூறவில்லை. ஒரு சொத்துக்கும் ஒரு கடனுக்கும் இடையே உள்ள வேறுபாட்டை நீங்கள் புரிந்து கொள்ள வேண்டும் என்றுதான் நான் கூறுகிறேன். எனக்கு ஒரு பெரிய வீடு வேண்டும் என்றால், அந்த வீட்டை வாங்குவதற்குத் தேவையான பணப் பெயர்ச்சியை உற்பத்தி செய்யக்கூடிய சொத்துக்களை நான் முதலில் வாங்குவேன்.

என் கற்றறிந்த தந்தையின் தனிப்பட்ட நிதி அறிக்கையானது, இயந்திரத்தனமாக வாழ்க்கை நடத்திக் கொண்டிருக்கும் ஒருவரது வாழ்க்கையைச் சிறப்பாக விளக்குகிறது. அவரது வரவும் செலவும் சரியாக இருந்ததால், சொத்துக்களில் முதலீடு செய்வதற்கு அவரிடம் போதுமான பணம் இருக்கவில்லை. அதன் விளைவாக, அவரது கடன்கள் அவரது சொத்துக்களைவிட அதிகமாக இருந்தன.

கீழே இடப்பக்கத்தில் உள்ள படம் என் ஏழைத் தந்தையின் நிதி அறிக்கையைக் காட்டுகிறது. இப்படம் ஆயிரம் வார்த்தைகளுக்குச் சமம். அவரது வருவாயும் செலவுகளும் சமமாக இருப்பதையும், அவரது கடன்கள் அவரது சொத்துக்களைவிட அதிகமாக இருப்பதையும் அது காட்டுகிறது.

வலப்பக்கத்தில் இருக்கும் என் பணக்காரத் தந்தையின் நிதி அறிக்கை, முதலீடு செய்வதிலும் கடன்களைக் குறைப்பதிலும் அர்ப்பணிக்கப்பட்ட ஒரு வாழ்வின் விளைவைப் பிரதிபலிக்கிறது.

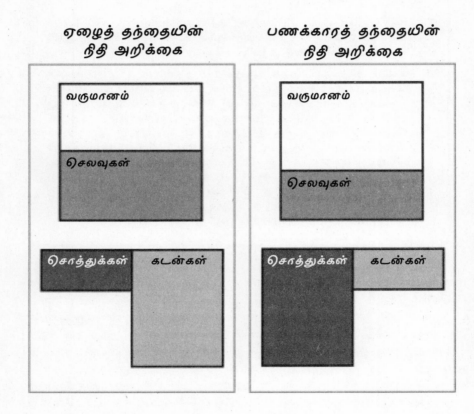

பணக்காரர்கள் ஏன் மேலும் அதிகப் பணம் படைத்தவர்களாக ஆகின்றனர்

பணக்காரர்கள் ஏன் மேலும் அதிகப் பணம் படைத்தவர்களாக ஆகின்றனர் என்பதை என் பணக்காரத் தந்தையின் நிதி அறிக்கையைப் பரிசீலனை செய்தால் புரியும். செலவுகளை எதிர்கொள்வதற்குப் போதிய வருவாயை சொத்துக்கள் பகுதி உற்பத்தி செய்கிறது. செலவுகள் போக மீதிப் பணம் சொத்துக்களில் மீண்டும் முதலீடு செய்யப்படுகிறது. சொத்துக்கள் பகுதி தொடர்ந்து வளர்கிறது. எனவே, அது உற்பத்தி செய்யும் வருவாயும் அதனோடு சேர்ந்து வளர்கிறது. இதன் விளைவாக, பணக்காரர்கள் மேலும் பணக்காரர்களாக ஆகின்றனர்.

வருமான அறிக்கை

நிதி நிகர அறிக்கை

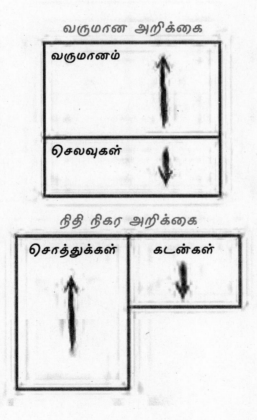

நடுத்தர வர்க்கத்தினர் ஏன் போராடுகின்றனர்

நடுத்தர வர்க்கத்து மக்கள் எப்போதும் பொருளாதாரரீதியாகப் போராடிக் கொண்டே இருக்கின்றனர். அவர்களது சம்பளம்தான் அவர்களது முதன்மையான வருவாய். அவர்களது ஊதியங்கள் அதிகரிக்கும்போது, அவர்களது வரிகளும் அதிகரிக்கின்றன. அவர்களது வருவாய் அதிகரிப்புக்கு ஏற்றாற்போல் அவர்களது செலவுகளும் அதிகரிக்கின்றன. வருவாயை உற்பத்தி செய்யக்கூடிய சொத்துக்களில் முதலீடு செய்வதற்குப் பதிலாக, அவர்கள் தங்கள் வீட்டைத் தங்கள் முதன்மையான சொத்தாகக் கருதுகின்றனர்.

வருமான அறிக்கை

நிதி நிகர அறிக்கை

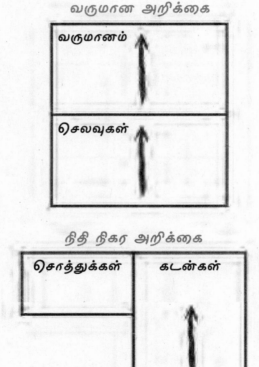

உங்கள் வீட்டை ஒரு முதலீடாகக் கருதுவதும், ஊதிய உயர்வு கிடைத்தால் உங்களால் ஒரு பெரிய வீட்டை வாங்கவோ அல்லது அதிகமாகச் செலவு செய்யவோ முடியும் என்ற தத்துவத்தைக் கொண்டிருப்பதும்தான் கடனில் மூழ்கிக் கிடக்கும் இன்றைய சமுதாயத்தின் அடித்தளமாகும். மக்கள் தங்கள் வேலைகளில் முன்னேறிக் கொண்டிருந்தாலும், தவறாமல் ஊதிய உயர்வுகளைப் பெற்றுக் கொண்டிருந்தாலும், அதிகமாகச் செலவு செய்யும் அவர்களது போக்குதான் அவர்களைப் பெரும் கடன்களுக்கும் அதிகப் பொருளாதார நிச்சயமின்மைக்கும் ஆட்படுத்துகிறது. பலவீனமான பொருளாதாரக் கல்வியால் ஏற்படுகின்ற ஸ்திரமற்ற வாழ்க்கையாகும் இது.

நடுத்தர வர்க்கத்தினர் பொருளாதாரரீதியாக எவ்வளவு பலவீனமாக இருக்கின்றனர் என்பதை சமீப காலங்களில் ஏற்பட்ட ஏராளமான வேலை இழப்புகள் நிரூபிக்கின்றன. நிறுவனங்களின் ஓய்வூதியத் திட்டங்கள் நீக்கப்பட்டு, அவற்றுக்குப் பதிலாக 401கே என்ற திட்டம் அமல்படுத்தப்படுகின்றது. சமூகப் பாதுகாப்புத் திட்டம் பிரச்சனைக்கு உள்ளாகி இருப்பதால், ஓய்வு பெற்றப் பிறகு வாழ்க்கை நடத்துவதற்கு இதைச் சார்ந்திருக்க முடியாது. நடுத்தர வர்க்கத்தினர் பீதிக்கு உள்ளாகியுள்ளனர்.

இன்று பரஸ்பர நிதிகள் பிரபலமாக இருப்பதற்குக் காரணம் அவை பாதுகாப்பைப் பிரதிநிதித்துவப்படுத்துவதுதான். பரஸ்பர நிதிகளை வாங்குகின்ற சராசரி மக்கள் தங்கள் வரிகளையும் தவணைத் தொகைகளையும் செலுத்துவதற்கும், தங்கள் குழந்தைகளின் கல்லூரிப் படிப்பிற்காகச் சேமிப்பதற்கும், தங்களது கடனட்டைக் கடன்களைத் திருப்பிச் செலுத்துவதற்கும் கடினமாக உழைப்பதில் மும்முரமாக இருக்கின்றனர். முதலீடு செய்வதைப் பற்றிக் கற்றுக் கொள்வதற்கு அவர்களிடம் நேரம் இருப்பதில்லை என்பதால், ஒரு பரஸ்பர நிதியை நிர்வகிப்பவரின் நிபுணத்துவத்தை இவர்கள் சார்ந்திருக்க நேரிடுகிறது. அதோடு, பரஸ்பர நிதியில் பல்வேறு வகையான முதலீடுகள் அடங்கியிருப்பதால், தங்கள் பணம் பாதுகாப்பாக இருப்பதாக இம்மக்கள் நினைக்கின்றனர். பரஸ்பர நிதித் தரகர்களும் நிதியைத் திட்டமிடுபவர்களும் முன்வைக்கின்ற கோட்பாட்டை நடுத்தர வர்க்கத்தினர் ஏற்றுக் கொள்கின்றனர்.

துவக்கத்தில் பொருளாதாரக் கல்வி இல்லாமல் போவதே சராசரி நடுத்தர வர்க்கத்து மக்கள் எதிர்கொள்கின்ற சவால்களை உருவாக்குகிறது என்பதுதான் இங்கு மிகவும் துரதிர்ஷ்டமான விஷயம். பணத்தைப் பொறுத்தவரை அவர்கள் பாதுகாப்பாக நடந்து கொள்வதற்குக் காரணம், அவர்களது பொருளாதார நிலைமை பலவீனமாக இருப்பதுதான். அவர்களது நிதி நிலை அறிக்கைகள் கடன்களால் நிரம்பி வழிகின்றன. வருவாயை உருவாக்கக்கூடிய உண்மையான சொத்துக்கள் எதுவும் அவற்றில் இல்லை. பொதுவாக,

அவர்களது சம்பளம்தான் அவர்களது வருவாய்க்கான ஒரே மூலாதாரம். அவர்களது வாழ்க்கையானது, முற்றிலும் அவர்களுடைய முதலாளியையே சார்ந்திருக்கிறது. இவர்கள் கடினமாக உழைப்பதாலும், உச்சபட்ச வரிகளுக்கு உட்படுத்தப்படுவதாலும், இவர்களுக்குக் ஏகப்பட்டக் கடன்கள் இருப்பதாலும், 'உண்மையான வாய்ப்புகள்' வரும்போது இவர்களால் அவற்றைத் தங்களுக்கு அனுகூலமாகப் பயன்படுத்திக் கொள்ள முடிவதில்லை.

இந்த அத்தியாயத்தின் துவக்கத்தில் நான் கூறியதுபோல், ஒரு சொத்துக்கும் ஒரு கடனுக்கும் இடையேயான வித்தியாசத்தைத் தெரிந்து கொள்வதுதான் மிக முக்கியமான விதி. இந்த வேறுபாட்டை நீங்கள் புரிந்து கொண்ட பிறகு, வருவாயை உற்பத்தி செய்யும் சொத்துக்களை வாங்குவதில் உங்கள் கவனத்தை ஒருமுகப்படுத்துங்கள். பணக்காரர் ஆவதற்கான பாதையில் உங்கள் பயணத்தைத் துவக்குவதற்குச் சிறந்த வழி இதுதான். அதை நீங்கள் தொடர்ந்து செய்து வந்தால், உங்களுடைய சொத்துக்கள் பகுதி வளரத் துவங்கும். உங்களது கடன்களையும் செலவுகளையும் குறைவாக வைத்துக் கொள்ளுங்கள். அப்போதுதான் உங்கள் சொத்துக்கள் பகுதியில் தொடர்ந்து பணத்தை முதலீடு செய்வதற்குப் போதிய அளவு பணம் உங்களிடம் இருக்கும். விரைவில், இன்னும் அதிக வருவாய் ஈட்டிக் கொடுக்கின்ற முதலீடுகளைப் பற்றிக் யோசிப்பதற்கு உங்களுக்கு வாய்ப்பளிக்கும் விதத்தில் உங்கள் சொத்துக்கள் கணிசமாக அதிகரித்திருக்கும். 100 சதவீதம் அல்லது அதற்கு அதிகமான பதிலீட்டைக் கொடுக்கின்ற முதலீடுகள், விரைவில் 10 லட்சம் டாலர்களாக மாறுகின்ற 5,000 டாலர்கள் முதலீடுகள் போன்றவற்றை இதற்கு உதாரணமாகக் கூறலாம். பொருளாதார அறிவைப் பெற்றிருக்கும் மக்களுக்கு இந்த முதலீடுகளிலும் எந்த அபாயமும் இல்லை.

பெரும்பாலானவர்கள் செய்வதையே நீங்கள் செய்தால், கீழே காட்டப்பட்டுள்ள வரைபடத்தில் உள்ள நிலையில்தான் உங்கள் வாழ்க்கை இருக்கும்:

வருமான அறிக்கை

வருமானம்
நிறுவனத்திற்காக வேலை செய்தல் (சம்பளம்)
செலவுகள்
அரசாங்கத்திற்காக வேலை செய்தல் (வரிகள்)

நிதி நிகர அறிக்கை

சொத்துக்கள்	**கடன்கள்**
	வங்கிக்காக வேலை செய்தல் (தவணை)

நீங்கள் ஓர் ஊழியராகவும் ஒரு வீட்டுக்குச் சொந்தக்காரராகவும் இருக்கும்பட்சத்தில், உங்களது முயற்சிகள் இவ்வாறு அமைந்திருக்கும்:

1. **நீங்கள் நிறுவனத்திற்காக வேலை செய்கிறீர்கள்:** ஊழியர்கள் தங்கள் முதலாளிகளையும் பங்குதாரர்களையும் பணக்காரர்களாக ஆக்குகின்றனரே அன்றித் தங்களைச் செல்வந்தராக ஆக்கிக் கொள்வதில்லை. உங்கள் முயற்சிகளும் வெற்றியும் உங்களுடைய நிறுவன உரிமையாளர் வெற்றி பெறுவதற்கும் தொழிலிலிருந்து ஓய்வு பெறுவதற்கும் மட்டுமே உதவும்.

2. **நீங்கள் அரசாங்கத்திற்காக வேலை செய்கிறீர்கள்:** நீங்கள் உங்கள் சம்பளக் காசோலையைக் கண்ணால் காண்பதற்கு முன்பே அரசாங்கம் தன் பங்கை அதிலிருந்து எடுத்துக் கொண்டுவிடுகிறது. கடினமாக உழைப்பதன் மூலம், அரசாங்கம் உங்களிடம் இருந்து எடுத்துக் கொள்கின்ற வரித் தொகையை மட்டுமே நீங்கள் அதிகரிக்கிறீர்கள். பெரும்பாலான மக்கள் ஜனவரி மாதம் தொடங்கி மே மாதம்வரை அரசாங்கத்திற்குத்தான் உழைக்கின்றனர்.

3. **நீங்கள் வங்கிக்காக வேலை செய்கிறீர்கள்:** வரிகளுக்குப் பிறகு, உங்களுடைய வீட்டுத் தவணைத் தொகையும் கடனட்டைக் கடனும்தான் உங்களது அடுத்த மிகப் பெரிய செலவாகும்.

இம்மூன்று நிலைகளும் உங்களது அதிகப்படியான முயற்சியின் பெரும் பகுதியை எடுத்துக் கொள்வதுதான் வெறுமனே கடினமாக உழைப்பதில் உள்ள பிரச்சனை. உங்களது அதிகப்படியான முயற்சிகளை உங்களுக்கும் உங்கள் குடும்பத்திற்கும் எவ்வாறு நேரடியாகப் பலனளிக்க வைப்பது என்பதை நீங்கள் கற்றுக் கொள்ள வேண்டும்.

அதிகச் சம்பளத்தை எதிர்பார்ப்பதற்குப் பதிலாக அதிகச் சொத்துக்களை வாங்குவதில் உங்கள் மனத்தை ஒருமுகப்படுத்துவது என்று நீங்கள் தீர்மானித்தப் பிறகு, உங்கள் இலக்குகளை எவ்வாறு அமைப்பது? பெரும்பாலான மக்கள் சொத்துக்களை வாங்குவதற்குத் தங்கள் வேலையைத் தக்க வைத்துக் கொள்ளவும், தங்கள் ஊதியத்தைச் சார்ந்திருக்கவும் வேண்டியுள்ளது.

அவர்களது சொத்துக்கள் தொடர்ந்து வளரும்போது, தாங்கள் எவ்வளவு தூரம் வெற்றி பெற்றிருக்கிறோம் என்பதை அவர்கள் எவ்வாறு அளவிடுவது? தாங்கள் பணக்காரராகிவிட்டோம் என்பதும், தங்களிடம் செல்வம் உள்ளது என்பதும் எப்போது ஒருவருக்குத் தெரிய வருகிறது?

சொத்துக்களுக்கும் கடன்களுக்கும் என்னிடம் ஒரு வரையறை இருப்பதுபோல், செல்வத்திற்கும் நான் ஒரு வரையறை வைத்திருக்கிறேன். உண்மையில், பக்மின்ஸ்டர் ஃபுல்லரிடம் இருந்து நான் அதைக் கடன் வாங்கியுள்ளேன். பல வருடங்களுக்கு முன்பு,

தான் புதிதாக உருவாக்கிய கவிகை மாடம் என்ற ஒரு பொருளுக்கு உரிமம் பெறுவதற்காக அவர் விண்ணப்பித்தபோது கட்டிடக்கலை வல்லுனர்கள் பரபரப்பாயினர். ஆனால் இந்த விண்ணப்பத்தில், செல்வத்தைப் பற்றியும் அவர் ஏதோ கூறியிருந்தார். முதலில் அது சற்றுக் குழப்பமூட்டுவதாக இருந்தது, ஆனால் அதை மீண்டும் மீண்டும் படித்தப் பிறகு, அதில் பொதிந்திருந்த அர்த்தம் புரியத் துவங்கியது. செல்வம் என்பது எதிர்காலத்தில் சில குறிப்பிட்ட நாட்கள்வரை உயிர்வாழ்வதற்கான ஒருவரது திறனாகும். அதாவது, இன்று நான் வேலை செய்வதை நிறுத்திவிட்டால், என்னால் எவ்வளவு காலம் தாக்குப்பிடிக்க முடியும் என்பதுதான் அது.

உங்கள் சொத்துக்களுக்கும் கடன்களுக்கும் இடையேயான வித்தியாசத்தைப் போலன்றி, அதாவது, உங்களது நிகரச் சொத்தைப் போலன்றி, இந்த வரையறையானது உண்மையிலேயே ஒரு துல்லியமான அளவீட்டை உருவாக்குவதற்கான சாத்தியக்கூற்றை உருவாக்குகிறது. பொருளாதாரச் சுதந்திரத்தைப் பெறுவது என்ற எனது இலக்கைப் பொறுத்தவரை, நான் எந்த நிலையில் இருக்கிறேன் என்பதை என்னால் இப்போது அளவிட முடியும், அதைத் தெரிந்து கொள்ள முடியும்.

நீங்கள் முன்பு வாங்கிய, ஆனால் இப்போது பத்தோடு பதினொன்றாக ஒரு மூலையில் கிடக்கின்றவற்றைப் போன்ற, பணத்தை உருவாக்கித் தராத சொத்துக்களும் நிகரச் சொத்துக்களில் அடங்கியிருந்தாலும்கூட, உங்கள் பணம் எவ்வளவு பணத்தை உற்பத்தி செய்து கொண்டிருக்கிறது என்பதையும், பொருளாதாரரீதியாக உங்களால் எவ்வளவு காலம் தாக்குப்பிடிக்க முடியும் என்பதையும் செல்வம் அளவிடுகிறது.

உங்களது சொத்துக்கள் உருவாக்கிக் கொடுக்கின்ற பணத்தையும் உங்கள் செலவுகளையும் ஒப்பிடும்போது கிடைப்பதுதான் உங்கள் செல்வத்தின் உண்மையான மதிப்பு.

எடுத்துக்காட்டாக, ஒவ்வொரு மாதமும் என் சொத்துக்களிலிருந்து எனக்கு 1,000 டாலர்கள் பணம் கிடைப்பதாக வைத்துக் கொள்வோம். என்னுடைய மாதாந்திரச் செலவு 2,000 டாலர்கள் என்றால், என்னிடம் எவ்வளவு செல்வம் உள்ளது?

நாம் பக்மின்ஸ்டர் ஃபுல்லரின் வரையறையை மீண்டும் பார்க்கலாம். அவரது வரையறையை வைத்துக் கணக்கிடும்போது, என்னால் எத்தனை நாட்கள் தாக்குப் பிடிக்க முடியும்? முப்பது நாட்களைக் கொண்ட ஒரு மாதத்தை எடுத்துக் கொண்டால், பாதி மாதம் தாக்குப் பிடிப்பதற்குப் போதுமான பணம் என்னிடம் இருக்கிறது.

என்னுடைய சொத்துக்களிலிருந்து மாதம் 2,000 டாலர்கள் வருவாய் எனக்குக் கிடைத்தால், அப்போது நான் செல்வந்தனாக இருப்பேன்.

எனவே நான் இன்னும் பெரும் பணக்காரனாகியிருக்காத நிலையிலும், நான் செல்வந்தனாக இருக்கிறேன். என்னுடைய மாதாந்திரச் செலவுகளைச் சமாளிப்பதற்குத் தேவையான பணம் இப்போது என் சொத்துக்களிலிருந்து எனக்குக் கிடைக்கிறது. எனது செலவுகளை நான் அதிகரிக்க விரும்பினால், எனது தற்போதைய செல்வத்தை அதே நிலையில் வைத்திருப்பதற்குத் தேவையான பணத்தை முதலில் நான் உற்பத்தி செய்ய வேண்டும். இந்த நிலையில் நான் என் ஊதியத்தைச் சார்ந்திருக்க வேண்டிய அவசியம் போய்விடுகிறது என்பதையும் குறித்துக் கொள்ளுங்கள். பொருளாதாரச் சுதந்திரத்தை எனக்குக் கொடுத்த சொத்துக்களை உருவாக்குவதில் நான் கவனம் செலுத்தி வந்துள்ளேன், அதில் வெற்றியும் பெற்றுள்ளேன். இன்று நான் என் வேலையை ராஜினாமா செய்தால், எனது சொத்துக்களில் இருந்து வரும் பணத்தைக் கொண்டு என்னுடைய மாதாந்திரச் செலவுகளை என்னால் சமாளித்துக் கொள்ள முடியும்.

சொத்துக்களில் இருந்து கிடைக்கின்ற கூடுதல் பணத்தை மீண்டும் சொத்துக்களில் முதலீடு செய்வதுதான் எனது அடுத்த இலக்காக இருக்கும். என்னுடைய சொத்துக்கள் பகுதிக்குள் எவ்வளவு அதிகமான பணம் முதலீடு செய்யப்படுகிறதோ, எனது சொத்துக்கள் அவ்வளவு அதிகமாக வளரும். என்னுடைய சொத்துக்கள் எவ்வளவு அதிகமாக அதிகரிக்கின்றனவோ, என்னிடம் பண வரவும் அவ்வளவு அதிகமாக அதிகரிக்கும். எனது செலவுகள் எனது சொத்துக்களில் இருந்து வருகின்ற பணத்தைவிடக் குறைவாக இருக்கும்படி நான் பார்த்துக் கொள்ளும்வரை, என்னுடைய உடலுழைப்பை விடுத்து மற்ற வழிகளிலிருந்து வருகின்ற அதிகப்படியான வருவாயைக் கொண்டு நான் பணக்காரனாக ஆகிறேன்.

தொடர்ந்து இவ்வாறு மறுமுதலீடு செய்யப்படும்போது, பணக்காரனாவதிலிருந்து எதுவும் என்னைத் தடுத்து நிறுத்தாது. இந்த எளிய உண்மையை மட்டும் நினைவில் வைத்திருங்கள்:

- **பணக்காரர்கள் சொத்துக்களை வாங்குகின்றனர்.**
- **ஏழைகளுக்குச் செலவுகள் மட்டுமே இருக்கின்றன.**
- **நடுத்த வர்க்கத்தினர், தாங்கள் வாங்குவது சொத்துக்கள் என்று நினைத்துக் கொண்டு கடன்களை வாங்குகின்றனர்.**

அப்படியென்றால், சுயமாக நான் எவ்வாறு தொழில் புரிவது? இதற்கு விடை என்ன? அடுத்த அத்தியாயத்தில், மெக்டொனால்ட்ஸ் துரித உணவு நிறுவனத்தின் நிறுவனர் இது குறித்து என்ன கூறுகிறார் என்று பார்க்கலாம்.

அத்தியாயம் மூன்று

பாடம் 3: உங்கள் சொத்துக்களை அதிகரிக்கத் துவங்குங்கள்

பணக்காரர்கள் தங்கள் சொத்துக்கள்மீது கவனம் செலுத்துகின்றனர். மற்றவர்கள் தங்களது வருமான அறிக்கைகளில் கவனம் செலுத்துகின்றனர்.

1974ம் ஆண்டு, மெக்டொனால்ட்ஸ் நிறுவனத்தின் தலைவரான ரே கிராக், ஆஸ்டின் நகரில் அமைந்த டெக்சாஸ் பல்கலைக்கழகத்தில் நிர்வாகவியல் படிப்பில் ஈடுபட்டிருந்த மாணவர்களிடையே உரையாற்றுவதற்காக அழைக்கப்பட்டார். என்னுடைய நண்பர் ஒருவர் அந்த வகுப்பில் அப்போது ஒரு மாணவராக இருந்தார். ஒரு சக்திவாய்ந்த, உத்வேகமூட்டும் பேச்சிற்குப் பிறகு, தங்களுடன் சேர்ந்து தேநீர் அருந்த வருமாறு அந்த மாணவர்கள் அவரை அழைத்தனர். ரே பெருந்தன்மையுடன் அவர்களது அழைப்பை ஏற்றுக் கொண்டார்.

"நான் எந்தத் தொழிலில் ஈடுபட்டிருக்கிறேன்?" என்று ரே அந்த மாணவர்களிடம் கேட்டார்.

"எல்லோரும் சிரித்தனர். ரே தங்களிடம் வேடிக்கையாகப் பேசிக் கொண்டிருப்பதாகப் பெரும்பாலான மாணவர்கள் நினைத்தனர்," என்று என்னுடைய நண்பர் கூறினார்.

ரே கிராக்கின் கேள்விக்கு யாரும் பதிலளிக்கவில்லை. எனவே அவர் மீண்டும், "நான் எந்த வியாபாரத்தில் ஈடுபட்டிருக்கிறேன் என்று நீங்கள் நினைக்கிறீர்கள்?" என்று கேட்டார்.

மாணவர்கள் மீண்டும் உரக்கச் சிரித்தனர். இறுதியில் ஒரு மாணவன் சற்றுத் துணிச்சலாக, "நீங்கள் ஹேம்பர்கர் வியாபாரத்தில் ஈடுபட்டிருப்பது உலகத்திற்கே தெரிந்த விஷயமாயிற்றே," என்று பதிலளித்தான்.

ரே சிரித்தார். “நீங்கள் அதைத்தான் கூறுவீர்கள் என்று நான் நினைத்தேன்,” என்று கூறிய அவர், சற்று நிதானித்துவிட்டு, “நான் ஹேம்பர்கர் வியாபாரத்தில் ஈடுபட்டிருக்கவில்லை. நான் வீடுமனை வாங்கல் மற்றும் விற்றல் தொழிலைச் செய்து வருகிறேன்,” என்று கூறினார்.

மாணவர்களுக்குத் தன்னுடைய கண்ணோட்டத்தை விளக்குவதில் ரே நீண்ட நேரத்தைச் செலவிட்டார். தனது வியாபாரத் திட்டத்தில், ஹேம்பர்கர் உரிமக் கிளைகளை விற்பதுதான் தனது பிரதான வியாபாரம் என்பதை ரே அறிந்திருந்தார். ஆனால், தனது ஒவ்வொரு கிளையும் அமைக்கப்படவிருந்த இடங்களின்மீது அவர் தீவிர கவனம் செலுத்தினார். ஒவ்வொரு கிளையும் வெற்றிகரமாகச் செயல்படுவதற்கு, அது அமைந்துள்ள இடமும் அந்த மனையும் மிக முக்கியக் காரணிகளாக இருக்கும் என்பதை அவர் அறிந்திருந்தார். மெக்டொனால்ட்ஸ் நிறுவனத்தின் கிளை உரிமத்தை யாரோ ஒருவர் வாங்கும்போது, அந்நிறுவனம் அந்த நிலத்தைத் தன் பெயருக்கு வாங்கிக் கொள்கிறது.

இன்று, உலகிலேயே மிக அதிகமான மனைகளைத் தனக்குச் சொந்தமாகக் கொண்ட ஒரு நிறுவனமாக மெக்டோனால்ட்ஸ் நிறுவனம் விளங்குகிறது. அமெரிக்காவிலும் உலகம் நெடுகிலும் பல முக்கியமான இடங்களை மெக்டொனால்ட்ஸ் நிறுவனம் விலைக்கு வாங்கியுள்ளது.

தன் வாழ்வில் கற்றுக் கொண்ட மிக முக்கியமான பாடங்களில் இதுவும் ஒன்று என்று என் நண்பர் கருதுகிறார். கார்களைக் கழுவிச் சுத்தப்படுத்தும் தொழிலுக்குச் சொந்தக்காரர் இவர். பல கிளைகளுடன்கூடிய இத்தொழிலில், அந்தக் கிளைகள் அமைந்துள்ள நிலங்கள்தான் அவரது முக்கிய வியாபாரமாகும்.

பெரும்பாலான மக்கள் தங்களைத் தவிர மற்ற அனைவருக்காகவும் வேலை செய்கின்றனர் என்பதை முந்தைய அத்தியாயத்தில் பார்த்தோம். அவர்கள் தங்கள் நிறுவனத்தின் உரிமையாளர்களுக்காகவும், பிறகு வரிகள் மூலமாக அரசாங்கத்திற்காகவும், இறுதியில் தங்கள் தவணைத் தொகைகள் மூலம் வங்கிக்காகவும் வேலை செய்கின்றனர்.

டெக்சாஸ் பல்கலைக்கழகத்தில் ரே கிராக் கற்றுக் கொடுத்த அதே பாடத்தை எனது பணக்காரத் தந்தை எனக்கும் மைக்கிற்கும் கற்றுக் கொடுத்தார். பணக்காரர்களின் மூன்றாவது ரகசியம் அது. அந்த ரகசியம் இதுதான்: சுயமாகத் தொழில் புரியுங்கள். பொருளாதாரரீதியான போராட்டமானது பெரும்பாலும் மக்கள் வேறு யாரோ ஒருவருக்காகத் தங்கள் வாழ்நாள் முழுவதும் உழைப்பதன் நேரடி விளைவாக இருக்கிறது. நாளின் முடிவில் அவர்களது முயற்சிக்கு எந்தப் பலனும் கிட்டாமல் போய்விடுகிறது.

கல்விரீதியான திறமைகளை உருவாக்குவதன் மூலம் நல்ல வேலைகள் கிடைப்பதற்கு இன்றைய இளைய சமுதாயத்தைத் தயார்படுத்துவதில் நமது தற்போதையக் கல்வி அமைப்புமுறை தீவிர கவனம் செலுத்தி வருகிறது. அவர்களது வாழ்க்கை அவர்களது ஊதியத்தைச் சுற்றியோ அல்லது, முன்பு விவரிக்கப்பட்டபடி, அவர்களது வருவாய்ப் பகுதியைச் சுற்றியோ அமையும். பலர் இன்னும் உயர்வாகக் கற்று, பொறியியலாளர்களாகவும், அறிவியலறிஞர்களாகவும், சமையற்கலை நிபுணர்களாகவும், காவல்துறை அதிகாரிகளாகவும், கலைஞர்களாகவும், எழுத்தாளர்களாகவும் ஆவார்கள். இந்தத் தொழில்முறைத் திறமைகள் அனைத்தும் அவர்கள் பணத்திற்காக வேலை செய்வதற்கு மட்டுமே அவர்களுக்கு உதவுகின்றன.

ஆனால் உங்களுடைய வேலைக்கும் உங்களது தொழிலுக்கும் இடையே ஒரு வித்தியாசம் இருக்கிறது. "உங்கள் தொழில் என்ன?" என்று அடிக்கடி நான் மக்களிடம் கேட்பதுண்டு. "நான் ஒரு வங்கியாளர்," என்று அவர்கள் கூறுவர். பிறகு அந்த வங்கி அவர்களுக்குச் சொந்தமா என்று நான் கேட்பேன். அவர்கள் வழக்கமாக, "இல்லை, நான் அங்கு வேலை செய்கிறேன்," என்று பதிலளிப்பார்கள். அந்த நேரத்தில், அவர்கள் தங்கள் வேலையைத் தங்கள் தொழிலோடு போட்டுக் குழப்பிக் கொண்டுள்ளனர். தொழில்முறைரீதியாக அவர்கள் வங்கியாளர்களாக இருக்கலாம், ஆனால் அவர்களுக்கென்று சொந்தமாக ஒரு தொழில் அவர்களுக்குத் தேவை.

பள்ளிகளுடனான ஒரு பிரச்சனை என்னவென்றால், அங்கு நீங்கள் என்ன படிக்கிறீர்களோ பெரும்பாலும் அதுவாகவே நீங்கள் ஆகிவிடுவதுதான். எனவே நீங்கள் சமையற்கலையைக் கற்றால், நீங்கள் ஒரு சமையற்காரராக ஆகிறீர்கள். நீங்கள் சட்டம் படித்தால், வழக்கறிஞராக ஆகிறீர்கள். மெக்கானிக் தொழிலைக் கற்றால், நீங்கள் ஒரு மெக்கானிக்காக ஆகிறீர்கள். நீங்கள் என்ன படிக்கிறீர்களோ, அதுவாகவே ஆவதில் உள்ள தவறு, மக்கள் தங்கள் சொத்துக்களை உருவாக்க மறந்துவிடுவதுதான். வேறு யாரோ ஒருவருடைய தொழிலைக் கவனிப்பதற்கும், அந்த நபரைப் பணக்காரராக ஆக்குவதற்கும் இவர்கள் தங்கள் வாழ்நாளைச் செலவிடுகின்றனர்.

பொருளாதாரரீதியாகப் பாதுகாப்பாக இருக்க வேண்டும் என்றால், ஒருவர் சுயமாகத் தொழில் புரிய வேண்டும். உங்கள் வியாபாரம் உங்கள் சொத்தைச் சுற்றி அமைந்திருக்கும், உங்கள் வருவாயைச் சுற்றி அல்ல. முன்பு கூறப்பட்டதுபோல், ஒரு சொத்துக்கும் ஒரு கடனுக்கும் இடையேயான வேறுபாட்டைப் புரிந்து கொள்வதும் சொத்துக்களை வாங்குவதும்தான் முதல் விதி. பணக்காரர்கள் தங்கள் சொத்துக்கள்மீது கவனம் செலுத்துகின்றனர், மற்றவர்கள் தங்கள் வருமான அறிக்கைகள்மீது கவனம் செலுத்துகின்றனர்.

அதனால்தான் நாம் பின்வரும் புலம்பல்களை அடிக்கடிக் கேட்க நேரிடுகிறது: "எனக்கு ஊதிய உயர்வு தேவை." "எனக்கு மட்டும் ஒரு பதவி உயர்வு கிடைத்திருந்தால் . . . " "ஒரு சிறந்த வேலை கிடைப்பதற்கு எனக்கு உதவக்கூடிய கூடுதல் பயிற்சியைப் பெறுவதற்கு மீண்டும் நான் கல்லூரியில் சென்று பயிலப் போகிறேன்." "நான் கூடுதல் நேரம் வேலை செய்யப் போகிறேன்." "இரண்டாவது வேலையை நான் தேடிக் கொள்ளப் போகிறேன்."

பொருளாதாரரீதியான போராட்டமானது பெரும்பாலும் மக்கள் வேறு யாரோ ஒருவருக்காகத் தங்கள் வாழ்நாள் முழுவதும் உழைப்பதன் நேரடி விளைவாக இருக்கிறது.

இந்த யோசனைகள் அனைத்தும் உங்கள் வருவாய்ப் பகுதியில் மட்டுமே கவனம் செலுத்துகின்றன. இந்த யோசனைகள் மூலம் கிடைக்கக்கூடிய கூடுதல் பணம், வருவாயை உற்பத்தி செய்து கொடுக்கின்ற சொத்துக்களை வாங்குவதற்குப் பயன்படுத்தப்பட்டால் மட்டுமே ஒரு நபர் பொருளாதாரரீதியான பாதுகாப்பைப் பெறுவதற்கு உதவும்.

ஏழை மற்றும் நடுத்தர வர்க்கத்தைச் சேர்ந்த பெரும்பாலான மக்கள், "சவாலான காரியங்களில் ஈடுபடுவது எனக்குக் கட்டுப்படியாகாது," என்று பொருளாதாரரீதியாகப் பழமைவாதிகளாக இருப்பதற்கு முக்கியக் காரணம், பொருளாதாரரீதியான அடித்தளம் அவர்களுக்கு இல்லாததுதான்.

வேலைகளில் ஆட்குறைப்பு நடைபெற்றபோது, கோடிக்கணக்கான ஊழியர்களை அவர்களது மிகப் பெரிய சொத்தான அவர்களது வீடு உயிரோடு விழுங்கிக் கொண்டிருந்தது. அவர்களது 'சொத்து' ஒவ்வொரு மாதமும் அவர்களுக்கு ஏராளமான செலவு வைத்தது. இன்னொரு 'சொத்தான' அவர்களது காரும் அவர்களை உயிரோடு விழுங்கிக் கொண்டிருந்தது. அவர்களது வீட்டில் கிடந்த ஆயிரம் டாலர்கள் பெறுமானமுள்ள கோல்ஃப் மட்டைகள் இப்போது அவ்வளவு விலை போகவில்லை. வேலைப் பாதுகாப்பு இல்லாத நிலையில், பற்றுக் கோடாக வேறு எதுவும் அவர்களிடம் இல்லை. ஒரு பொருளாதார நெருக்கடி ஏற்பட்ட சமயத்தில் அவர்கள் தாக்குப் பிடிப்பதற்கு, சொத்துக்கள் என்று அவர்கள் கருதியவற்றால் அவர்களுக்கு உதவ முடியவில்லை.

ஏதோ ஒரு சமயத்தில், உங்களில் பெரும்பாலானவர்கள், ஒரு வீடு அல்லது ஒரு கார் வாங்குவதற்காகக் கடனுக்கான விண்ணப்பப் படிவத்தை நிரப்பியிருப்பீர்கள் என்று நான் அனுமானிக்கிறேன். அப்படியானால், 'நிகரச் சொத்து' என்ற பகுதியைப் பூர்த்தி செய்வது எப்போதுமே சுவாரசியமான விஷயமாக இருக்கும்.

ஒருமுறை நான் கடன் வாங்க விரும்பியபோது, என்னுடைய நிதி நிலைமை அவ்வளவு சரியாக இருக்கவில்லை. எனவே, படிவத்தில் உள்ள நிகரச் சொத்துப் பகுதியை உயர்த்திக் காட்டுவதற்காக, நான்

என்னுடைய புதிய கோல்ஃப் மட்டைகள், நான் சேகரித்திருந்த கலைப் பொருட்கள், புத்தகங்கள், என்னுடைய எலக்ட்ரானிக் சாதனங்கள், அதிக விலையுயர்ந்த அர்மானி உடைகள், கைக்கடிகாரங்கள், காலணிகள், மற்றும் சில பொருட்களை அப்பகுதியின்கீழ் பட்டியலிட்டேன்.

ஆனால் கடனுக்கான எனது விண்ணப்பம் நிராகரிக்கப்பட்டது. வீடுமனைகளில் நான் மிக அதிகமாக முதலீடு செய்திருந்ததுதான் அதற்குக் காரணமாகக் கூறப்பட்டது. வாடகைகள் வாயிலாக நான் ஏராளமான வருவாய் ஈட்டியது அவர்களுக்குப் பிடிக்கவில்லை. சம்பளத்துடன்கூடிய ஒரு சாதாரண வேலையில் நான் ஏன் சேரவில்லை என்று அவர்கள் தெரிந்து கொள்ள விரும்பினர். அர்மானி ஆடைகளையோ, கோல்ஃப் மட்டைகளையோ, அல்லது கலைப் பொருட்கள் சேகரிப்பையோ பற்றி அவர்கள் கேள்வி கேட்கவில்லை. சராசரியான கட்டமைப்பிற்குள் நீங்கள் பொருந்தி நிற்காதபோது வாழ்க்கை சில சமயங்களில் கடினமாக இருக்கும்.

தங்களது நிகரச் சொத்து 10 கோடி டாலர்கள் என்றோ, அல்லது 1 லட்சம் டாலர்கள் என்றோ, அல்லது வேறு ஏதோ ஒரு தொகையையோ என்னிடம் யாரேனும் ஒருவர் கூறுவதை நான் செவிமடுக்க நேரிடும் ஒவ்வொரு முறையும் நான் நடுங்குகிறேன். உங்கள் நிகரச் சொத்து துல்லியமாக இல்லாததற்கான முக்கியக் காரணங்களில் ஒன்று, நீங்கள் உங்கள் சொத்துக்களை விற்கத் துவங்கும் கணத்தில், அவற்றிலிருந்து கிடைக்கும் லாபங்களுக்கு நீங்கள் வரி செலுத்த வேண்டியிருப்பதுதான்.

போதிய வருவாய் இல்லாததால் பெரும் பொருளாதாரப் பிரச்சனைக்குப் பலர் தங்களை ஆட்படுத்திக் கொண்டுள்ளனர். பணத்தைத் திரட்டுவதற்காக அவர்கள் தங்கள் சொத்துக்களை விற்கின்றனர். ஆனால் அவர்களது சொத்துக்கள் பொதுவாக அவர்கள் மதிப்பிட்டுள்ள விலைமதிப்பிற்கு மிகக் குறைந்த விலையிலேயே விற்கப்பட முடியும். அல்லது அவ்வாறு சொத்துக்களை விற்பனை செய்வதில் லாபம் கிடைத்தால், அதற்கு வரி செலுத்தியாக வேண்டும். எனவே மீண்டும் அரசாங்கம் தன் பங்கை எடுத்துக் கொண்டுவிடுவதால், இவர்கள் கடனிலிருந்து விடுபடுவதற்குக் கிடைக்கும் பணத்தின் அளவு குறைந்துவிடுகிறது. ஒருவரது நிகரச் சொத்து மதிப்பு, அவர் நினைப்பதைவிட மிகக் குறைந்த மதிப்பே வாய்ந்தது என்று நான் கூறுவது அதனால்தான்.

உங்கள் சொத்துக்களை அதிகரிப்பதில் கவனம் செலுத்துங்கள். உங்கள் பகல்நேர வேலையைத் தக்க வைத்துக் கொள்ளுங்கள், ஆனால் உண்மையான சொத்துக்களை வாங்குங்கள். வீட்டிற்குக் கொண்டு வந்தவுடன் மதிப்பிழந்து போகின்ற பொருட்களை அல்லது கடன்களை வாங்காதீர்கள். ஒரு புதிய காரை நீங்கள் வாங்கியவுடனேயே அதன் விலைமதிப்பு 25 சதவீதம் குறைந்துவிடுகிறது. உங்கள் காரை ஒரு சொத்தாகப் பட்டியலிடுமாறு

உங்கள் வங்கி உங்களிடம் வற்புறுத்தினாலும்கூட அது ஓர் உண்மையான சொத்து அல்ல.

செலவுகளைக் குறைவாக வைத்துக் கொள்ளுங்கள், கடன்களைக் குறைத்துக் கொள்ளுங்கள், திடமான சொத்துக்களைப் புத்திசாலித்தனமாக உருவாக்குங்கள். ஒரு சொத்துக்கும் ஒரு கடனுக்கும் இடையேயான வித்தியாசத்தைக் குழந்தைகளுக்குக் கற்றுக் கொடுப்பது பெற்றோர்களுக்கு மிகவும் முக்கியம். உங்கள் குழந்தைகள் சிறகு முளைத்து வீட்டைவிட்டு வெளியேறி, திருமணமாகி, சொந்தமாக ஒரு வீட்டை வாங்கி, குழந்தைகளைப் பெற்று, ஒரு நெருக்கடியான நிதி நிலைமைக்குள் சிக்கிக் கொண்டு, ஒரு வேலையைப் பற்றிக் கொண்டு, எல்லாவற்றையும் கடனில் வாங்கிக் குவிப்பதற்கு முன், சொத்துக்களுடன்கூடிய ஒரு திடமான பொருளாதார அடித்தளத்தை அமைத்துக் கொள்ளத் துவங்க அவர்களுக்கு உதவுங்கள். திருமணமாகி, தங்கள் வாழ்வின் பெரும்பகுதியில் கடனில் மூழ்கிக் கிடக்கின்ற பல தம்பதியரை நான் பார்க்கிறேன்.

பல பெற்றோர்கள், தங்கள் குழந்தைகள் வீட்டைவிட்டு வெளியேறியவுடன், தங்கள் ஓய்வுக் காலத்திற்குத் தங்களைப் போதுமான அளவு தயார்படுத்தியிருக்கவில்லை என்று உணர்கின்றனர். பிறகு தட்டுத் தடுமாறி, சிறிது பணத்தைச் சேமிக்கத் துவங்குகின்றனர். பிறகு அவர்களது வயதான பெற்றோர்கள் நோய்வாய்ப்படுகின்றனர். இப்போது புதிய பொறுப்புகள் தங்களுக்கு ஏற்பட்டிருப்பதை அவர்கள் உணர்கின்றனர்.

அப்படியானால், நீங்களும் உங்கள் குழந்தைகளும் எப்படிப்பட்டச் சொத்துக்களை வாங்க வேண்டும் என்று நான் பரிந்துரைக்கிறேன்? என்னுடைய உலகில், உண்மையான சொத்துக்கள், பின்வரும் பிரிவுகளில் ஏதோ ஒன்றில் அடங்குகின்றன:

1. எப்போதும் நான் உடனிருந்தாக வேண்டும் என்று எதிர்பார்க்காத வியாபாரங்கள்:
2. பங்குகள்
3. பங்குப் பத்திரங்கள்
4. வருவாயை உற்பத்தி செய்கின்ற வீடுமனைகள்
5. வாக்குறுதிப் பத்திரங்கள்
6. இசை, புத்தகங்கள், கண்டுபிடிப்புகள் போன்ற அறிவுச்சொத்துக்களில் இருந்து கிடைக்கக்கூடிய உரிமத் தொகைகள்
7. விலைமதிப்புக் கொண்ட, வருவாயை ஈட்டித் தருகின்ற, நாளுக்கு நாள் மதிப்புக் கூடுகின்ற, ஏற்கனவே நல்ல வரவேற்பைக் கொண்ட பொருட்கள்

நான் சிறுவனாக இருந்தபோது, ஒரு பாதுகாப்பான வேலையைத் தேடிக் கொள்வதற்கு எனது கற்றறிந்த தந்தை என்னை ஊக்குவித்தார். ஆனால் எனக்கு விருப்பமான சொத்துக்களை வாங்கத் துவங்குமாறு என் பணக்காரத் தந்தை ஊக்குவித்தார். "ஒன்றை நீ விரும்பவில்லை என்றால், அதை நீ அக்கறையுடன் பார்த்துக் கொள்ள மாட்டாய்," என்று அவர் கூறினார். வீடுமனைகளை நான் வாங்குவதற்குக் காரணம், கட்டிடங்களையும் நிலத்தையும் நான் வெகுவாக நேசிப்பதுதான். நாள் முழுவதும் அவற்றை என்னால் பார்த்துக் கொண்டிருக்க முடியும். பிரச்சனைகள் எழும்போது, வீடுமனைகளில் எனக்கு இருக்கும் விருப்பத்தை மாற்றும் அளவுக்கு அவை மோசமான பிரச்சனைகளாக இருப்பதில்லை. வீடுமனைகளை வெறுக்கும் மக்கள் அவற்றை வாங்கக்கூடாது.

சிறு நிறுவனங்களின் பங்குகளிலும் எனக்கு விருப்பம் உண்டு, குறிப்பாக, புதிதாகத் துவக்கப்பட்ட நிறுவனங்களின் பங்குகளில் எனக்கு ஆர்வம் அதிகம். ஏனெனில், நானும் ஒரு தொழில்முனைவரே அன்றி ஒரு வணிக நிறுவனத்தைச் சேர்ந்தவனல்ல. எனது ஆரம்பக் காலங்களில், கலிபோர்னியா ஸ்டான்டர்டு ஆயில், அமெரிக்கக் கப்பற்படை, ஜெராக்ஸ் நிறுவனம் போன்ற மிகப் பெரிய அமைப்புகளில் நான் வேலை பார்த்தேன். அந்நிறுவனங்களில் நான் அனுபவித்த மகிழ்ச்சியான கணங்களைப் பற்றிய இனிமையான நினைவுகள் இப்போதும் என் நெஞ்சில் நீங்கா இடம்பெற்றுள்ளன. ஆனால் நிறுவனங்களில் எனக்கு அவ்வளவு ஆர்வமில்லை. நிறுவனங்களைத் துவக்குவதை நான் விரும்புகிறேன், ஆனால் அவற்றை நிர்வகிப்பதில் எனக்கு விருப்பமில்லை. எனவே, வழக்கமாக நான் சிறு நிறுவனங்களின் பங்குகளையே வாங்குகிறேன். சில சமயங்களில், ஒரு நிறுவனத்தைத் துவக்கி, அதை ஒரு பொது நிறுவனமாக ஆக்குகிறேன். புதிய பங்குகளில் ஏராளமான பணத்தைச் சம்பாதிக்க முடியும். எனக்கு அந்த விளையாட்டு மிகவும் பிடிக்கும். சிறு நிறுவனங்களின் பங்குகளில் முதலீடு செய்வது சற்று ஆபத்தானது என்று பலர் நினைக்கின்றனர். அது உண்மைதான். ஆனால் அந்த முதலீடு என்ன என்பதைப் புரிந்து கொண்டு, அந்த விளையாட்டை நீங்கள் தெரிந்து கொண்டால், அந்த ஆபத்து குறைந்துவிடும். சிறு நிறுவனங்களைப் பொறுத்தவரை, நான் அவற்றில் முதலீடு செய்துள்ள பங்குகளை ஒரு வருடத்திற்குள் விற்றுவிடுவது எனது முதலீட்டு உத்தியாகும். மறுபுறம், வீடுமனைத் தொழிலில், சிறிய சொத்துக்களில் துவக்கிப்

> **உங்கள் சொத்துக்களை அதிகரிப்பதில் கவனம் செலுத்துங்கள். உங்கள் முழுநேர வேலையைத் தக்க வைத்துக் கொள்ளுங்கள், ஆனால் வீடு மனைகளை வாங்குங்கள், கடன்களை அல்ல.**

படிப்படியாகப் பெரிய சொத்துக்களை வாங்குவது எனது உத்தியாகும். இதன் மூலம், எனக்குக் கிடைக்கின்ற லாபங்களுக்கு நான் செலுத்த வேண்டிய வரியை என்னால் தாமதப்படுத்த முடிகிறது. இது எனது சொத்துக்களின் மதிப்பு வெகுவாக அதிகரிக்க உதவுகிறது. ஏழு வருடங்களுக்கு மேல் நிலமனைச் சொத்துக்களை நான் என்வசம் வைத்திருப்பது கிடையாது.

பல வருடங்களாக, நான் கப்பற்படையிலும் ஜெராக்ஸ் நிறுவனத்திலும் இருந்தபோதுகூட, எனது பணக்காரத் தந்தை பரிந்துரைத்ததை நான் செய்தேன், என்னுடைய முழுநேர வேலையைத் தக்க வைத்துக் கொண்டேன். ஆனால் அதே நேரத்தில் எனது சொத்துக்களை அதிகரிப்பதில் மும்முரமாக இருந்தேன். வீடுமனை தொழிலிலும் சிறு பங்குகளிலும் மும்முரமாக இருந்ததன் மூலம் எனது சொத்துக்களை உருவாக்கிக் கொண்டிருந்தேன். பொருளாதாரக் கல்வியறிவின் முக்கியத்துவத்தை எனது பணக்காரத் தந்தை எப்போதும் வலியுறுத்தி வந்தார். கணக்கியல் மற்றும் நிதி நிர்வாகத்தை நான் எவ்வளவு நன்றாகப் புரிந்து கொள்கிறேனோ, முதலீடுகளை ஆய்வு செய்வதிலும், இறுதியில் எனது சொந்த நிறுவனத்தைத் துவக்கி நடத்துவதிலும் நான் அவ்வளவு அதிகச் சிறப்பானவனாக விளங்குவேன் என்று அவர் கூறினார்.

உண்மையிலேயே ஒரு நிறுவனத்தைத் துவக்க வேண்டும் என்ற விருப்பம் இல்லாதவர்களை ஒரு நிறுவனத்தைத் துவக்க ஒருபோதும் நான் ஊக்குவிப்பதில்லை. ஒரு நிறுவனத்தை நடத்துவதைப் பற்றி நான் அறிந்த விஷயங்களை வைத்துப் பார்க்கும்போது, இன்னொருவருக்கு நான் அதைப் பரிந்துரைக்க விரும்ப மாட்டேன். சில சமயங்களில் வேலை கிடைப்பது கடினமாக இருக்கும்போது, சொந்தமாக ஒரு நிறுவனத்தைத் துவக்குவது சிறந்த தீர்வாகப் பலருக்குத் தோன்றும். ஆனால் வெற்றிக்கு ஏகப்பட்ட முட்டுக்கட்டைகள் இருக்கின்றன. பத்தில் ஒன்பது நிறுவனங்கள், முதல் ஐந்து வருடங்களில் இழுத்து மூடப்பட்டு விடுகின்றன. முதல் ஐந்து வருடங்கள் தாக்குப் பிடித்த நிறுவனங்களிலும், பத்தில் ஒன்பது நிறுவனங்கள் இறுதியில் தோல்வியுறுகின்றன. எனவே, சொந்தமாக ஒரு நிறுவனத்தைத் துவக்க வேண்டும் என்று நீங்கள் உண்மையிலேயே விரும்பினால் மட்டுமே, அதை நான் உங்களுக்குப் பரிந்துரைப்பேன். இல்லையென்றால், உங்களது பகல்நேர வேலையைத் தக்க வைத்துக் கொண்டு, சொத்துக்களைக் குவிப்பதில் கவனம் செலுத்துங்கள்.

உங்கள் சொத்துக்கள் அதிகரித்துக் கொண்டே இருப்பதை உறுதி செய்து கொள்ளுங்கள். அதில் போடப்படும் ஒவ்வொரு டாலர் பணமும், அதிலிருந்து வெளியே எடுக்கப்படாமல் பார்த்துக் கொள்ளுங்கள். இவ்வாறு சிந்தித்துப் பாருங்கள்: ஒரு டாலர் பணம் உங்கள் சொத்துக்கள் பகுதிக்குள் நுழைந்துவிட்டால், அது உங்கள்

ஊழியராக ஆகிவிடுகிறது. பணத்தைப் பற்றிய மிகச் சிறந்த விஷயம் என்னவென்றால், அது ஒவ்வொரு நாளும் 24 மணிநேரம் உழைக்கிறது, தலைமுறை தலைமுறையாக அதனால் அயராது உழைக்க முடியும் என்பதுதான். உங்களது பகல்நேர வேலையைத் தக்க வைத்துக் கொள்ளுங்கள், கடினமாக உழைக்கும் ஊழியராக இருங்கள், ஆனால் உங்கள் சொத்துக்கள் அதிகரிப்பதை உறுதி செய்யுங்கள்.

உங்களது பண வரவு அதிகரிக்கும்போது, சில வசதிகளை நீங்கள் செய்து கொள்ளலாம். பணக்காரர்கள் இறுதியில்தான் ஆடம்பரங்களில் ஈடுபடுகின்றனர், ஆனால் ஏழைகளும் நடுத்தர வர்க்கத்தினரும் முதலிலேயே அவற்றில் தங்கள் பணத்தை முடக்கிவிடுகின்றனர் என்பது பணக்காரர்களுக்கும் மற்றவர்களுக்கும் இடையேயான ஒரு முக்கிய வேறுபாடு. ஏழைகளும் நடுத்தர வர்க்கத்து மக்களும் பணக்காரர்களைப்போல் தோன்ற விரும்புவதால், பெரிய வீடுகள், வைரங்கள், விலையுயர்ந்த ஆடை அணிகலன்கள் போன்ற ஆடம்பரப் பொருட்களை வாங்கிவிடுகின்றனர். அவர்கள் பணக்காரர்களைப்போல் தோன்றுகின்றனர், ஆனால் உண்மையில் அவர்களது கடன்கள் அதிகரித்துக் கொண்டே இருக்கின்றன. பரம்பரைப் பணக்காரர்கள் தங்கள் சொத்துக்களை உருவாக்குவதில் முதலில் கவனம் செலுத்துகின்றனர். பிறகு அவர்களது சொத்துக்கள் உற்பத்தி செய்கின்ற பணத்தைக் கொண்டு ஆடம்பரப் பொருட்களை வாங்குகின்றனர். ஏழைகளும் நடுத்தர வர்க்கத்தினரும் தங்கள் சொந்த வியர்வையையும் ரத்தத்தையும் சிந்தி ஆடம்பரப் பொருட்களை வாங்குகின்றனர்.

ஓர் உண்மையான சொத்தில் முதலீடு செய்வதற்கும் அந்த சொத்தை உருவாக்குவதற்குமான ஒரு வெகுமதிதான் ஓர் உண்மையான ஆடம்பரம். எடுத்துக்காட்டாக, என் மனைவி கிம்மிற்கும் எனக்கும் சொந்தமான குடியிருப்பு வீடுகளிலிருந்து வந்த வாடகைப் பணத்தைக் கொண்டு என் மனைவி தனக்கு ஒரு பென்ஸ் காரை வாங்கினார். அந்தக் காரை வாங்குவதற்கு அவர் கூடுதலாக உழைக்கவோ அல்லது வேறு ஏதேனும் ஒரு சவாலான முயற்சியில் ஈடுபடவோ வேண்டியிருக்கவில்லை. அவரது வீடு அவருக்கு அந்தக் காரை வாங்கிக் கொடுத்தது. ஆனாலும், வீடுமனைகளில் அவர் செய்த முதலீடுகள் வளர்ந்து, அவரது காரை வாங்குவதற்குத் தேவையான கூடுதல் பணத்தை உற்பத்தி செய்து கொடுப்பதற்கு நான்கு வருடங்கள் அவர் காத்திருக்க வேண்டியிருந்தது. ஆனால் அவரது பென்ஸ் கார் அவருக்குக் கிடைத்த ஓர் உண்மையான வெகுமதியாகும். ஏனெனில், தன்னுடைய சொத்துக்களை அதிகரிப்பது எப்படி என்பது தனக்குத் தெரியும் என்பதை அவர் நிரூபித்தார். அவரைப் பொறுத்தவரை, அந்தக் கார் ஒரு சாதாரணக்

கார் அல்ல. ஏனெனில், அவர் தன் பொருளாதார அறிவைக் கொண்டு அதை வாங்கியிருந்தார்.

மாறாக, பெரும்பாலான மக்கள் முன்பின் யோசிக்காமல் திடீரென்று ஒரு புதிய காரையோ அல்லது வேறு ஏதேனும் ஓர் ஆடம்பரப் பொருளையோ கடனில் வாங்கிவிடுகின்றனர். அவர்களுக்கு அலுப்பு ஏற்படுகிறது, எனவே ஒரு புதிய விளையாட்டுப் பொருள் அவர்களுக்குத் தேவைப்படுகிறது. கடனில் ஓர் ஆடம்பரப் பொருளை வாங்குவது இறுதியில் ஒருவர் அந்தப் பொருளை வெறுப்பதற்கு வழிவகுக்கிறது. ஏனெனில், அவர் வாங்கிய கடன் அவருக்கு ஒரு பெரும் பொருளாதாரச் சுமையாக ஆகிவிடுகிறது.

நீங்கள் உங்கள் நேரத்தை முதலீடு செய்து உங்களது சொந்தத் தொழிலை உருவாக்கிய பிறகு, பணக்காரர்களின் இன்னொரு பெரிய ரகசியத்தைக் கற்றுக் கொள்வதற்கு நீங்கள் இப்போது தயாராகிவிட்டீர்கள். அந்த ரகசியம்தான் அவர்களை மற்றவர்களிடமிருந்து தனித்துக் காட்டுகிறது.

அத்தியாயம் நான்கு

பாடம் 4: வரிகளின் வரலாறும் வணிக நிறுவனங்களின் சக்தியும்

எனது பணக்காரத் தந்தை சாதுரியமாக விளையாடினார். வணிக நிறுவனங்கள் மூலம் அவர் அதைச் செய்தார். பணக்காரர்களின் மிகப் பெரிய ரகசியம் அது.

ராபின் ஹுட் மற்றும் அவனது கூட்டாளிகள் பற்றிய கதையை நான் பள்ளியில் படித்துக் கொண்டிருந்த காலத்தில் படித்தேன். பணக்காரர்களிடம் இருந்து கொள்ளையடித்து ஏழைகளுக்குக் கொடுத்த ஒரு கதாநாயகனைப் பற்றிய ஓர் அற்புதமான கதை அது என்று என் ஆசிரியர் நினைத்தார். ஆனால் எனது பணக்காரத் தந்தை ராபின் ஹுட்டை ஒரு கதாநாயகனாகப் பார்க்கவில்லை, மாறாக, அவன் ஒரு குறுக்கு புத்திக்காரன் என்றே அவர் கருதினார்.

ராபின் ஹுட் மடிந்து பல காலம் ஆகிவிட்டிருக்கலாம், ஆனால் அவனைப் பின்பற்றுபவர்கள் வாழ்ந்து கொண்டுதான் இருக்கின்றனர். "பணக்காரர்கள் ஏன் அந்தச் செலவை ஏற்றுக் கொள்வதில்லை?" அல்லது "பணக்காரர்கள் அதிகமாக வரி செலுத்த வேண்டும், ஏழைகளுக்கு அந்தப் பணத்தைக் கொடுக்க வேண்டும்," என்று மக்கள் இன்றும் கேட்கின்றனர்.

ராபின் ஹுட் கதையும், பணக்காரர்களிடமிருந்து பிடுங்கி ஏழைகளிடம் கொடுக்க வேண்டும் என்ற எண்ணமும்தான் ஏழைகளுக்கும் நடுத்தர வர்க்கத்தினருக்கும் அதிக வலியை ஏற்படுத்தியுள்ளன. நடுத்தர வர்க்கத்தினர் மிக அதிக வரிகளுக்கு உட்படுத்தப்படுவதற்குக் காரணம் ராபின் ஹுட் யோசனைதான். உண்மையில் பணக்காரர்கள் அவ்வளவாக வரி செலுத்துவதில்லை. நடுத்தர வர்க்கத்தினர்தான் ஏழைகளுக்காக வரி செலுத்துகின்றனர்,

குறிப்பாக, கல்வியறிவு பெற்ற, அதிக வருவாய் ஈட்டுகின்ற நடுத்தர வர்க்கத்தினர்.

விஷயங்கள் எவ்வாறு நிகழ்கின்றன என்பதை முழுமையாகப் புரிந்து கொள்வதற்கு, வரிகளின் வரலாற்றை நாம் பார்க்க வேண்டியது அவசியம். கல்வியின் வரலாற்றில் என் கற்றறிந்த தந்தை ஒரு நிபுணராக இருந்தாலும், வரிகளின் வரலாற்றில் என் பணக்காரத் தந்தை நிபுணராக இருந்தார்.

துவக்கத்தில் அமெரிக்காவிலும் இங்கிலாந்திலும் வரிகள் இருக்கவில்லை என்று பணக்காரத் தந்தை எனக்கும் மைக்கிற்கும் விளக்கினார். போர்களுக்குச் செலவு செய்வதற்காக எப்போதாவது சில தற்காலிக வரிகள் விதிக்கப்பட்டன. போருக்கு நிதியுதவி செய்யுமாறு அரசரோ அல்லது அதிபரோ மக்களிடம் கேட்டுக் கொள்வார். 1799ம் ஆண்டு முதல் 1816ம் ஆண்டுவரை நெப்போலியனுக்கு எதிராக நடந்த போரின்போது இங்கிலாந்தில் வரிகள் விதிக்கப்பட்டன. அமெரிக்காவில் 1861ம் ஆண்டு முதல் 1865ம் ஆண்டுவரை நடந்த உள்நாட்டுப் போரின்போது அங்கு வரிகள் விதிக்கப்பட்டன.

1874ம் ஆண்டு, வருமான வரியைத் தன் குடிமக்கள்மீது ஒரு நிரந்தர வரியாக இங்கிலாந்து அறிவித்தது. 1913ம் ஆண்டு, அமெரிக்காவில் வருமான வரி நிரந்த வரியாக ஆகியது. ஒரு சமயத்தில், அமெரிக்கா வரிகளை எதிர்த்தது. தேயிலையின்மீது விதிக்கப்பட்ட வரிதான் கிளர்ச்சிப் போருக்குக் காரணமாக அமைந்த 'பாஸ்டன் நகரத் தேநீர் விருந்து' என்று அழைக்கப்பட்டப் பிரபல எதிர்ப்புப் போராட்டம் நடைபெற வழிவகுத்தது. ஒரு முறையான வருமான வரி குறித்த யோசனையை மக்களை ஏற்றுக் கொள்ள வைப்பதற்கு இங்கிலாந்திற்கும் அமெரிக்காவிற்கும் 50 ஆண்டுகள் தேவைப்பட்டன.

ஆனால் இந்த வரிகள் துவக்கத்தில் பணக்காரர்களுக்கு மட்டுமே விதிக்கப்பட்டன என்பது இந்த வரலாற்றுக் குறிப்புகள் வெளிப்படுத்த மறந்துவிட்ட விஷயம். இந்த விஷயத்தைத்தான் நானும் மைக்கும் புரிந்து கொள்ள வேண்டும் என்று பணக்காரத் தந்தை விரும்பினார். பணக்காரர்களைத் தண்டிப்பதற்காகவே இந்த வரிகள் உருவாக்கப்பட்டதாக ஏழைகளிடமும் நடுத்தர வர்க்கத்தினரிடம் கூறியதன் மூலம் இந்த வரிகள் குறித்த யோசனை பிரபலப்படுத்தப்பட்டுப் பெரும்பாலான மக்களால் ஏற்றுக் கொள்ளப்பட்டது. இதன் காரணமாகத்தான் வரிகள் சட்டத்திற்கு ஆதரவாகப் பெரும்பான்மையினர் வாக்களித்தனர். பிறகு அச்சட்டம் அரசமைப்புச் சட்டமாக மாறியது. பணக்காரர்களைத் தண்டிப்பதற்காகவே இச்சட்டம் உருவாக்கப்பட்டபோதிலும், காலப்போக்கில், அச்சட்டத்திற்கு ஆதரவாக வாக்களித்த ஏழை மற்றும் நடுத்தர வர்க்கத்து மக்களையே அது தண்டித்தது.

"பணத்தின் ருசியைத் தெரிந்து கொண்ட அரசாங்கத்தின் பசி மேலும் அதிகரித்தது," என்று கூறிய பணக்காரத் தந்தை இவ்வாறு தொடர்ந்தார்: "உன் தந்தையும் நானும் நேரெதிரானவர்கள். அவர் ஓர் அரசாங்க அதிகாரி, நான் ஒரு முதலாளி. எங்கள் இருவருக்கும் பணம் வருகிறது, ஆனால் எங்கள் வெற்றி நேரெதிரான நடத்தைகளால் அளவிடப்படுகிறது. உன் தந்தை பணம் செலவழித்து ஊழியர்களை வேலைக்கு எடுத்துக் கொள்கிறார். அவர் அதிகமாகச் செலவழித்து அதிக ஆட்களை வேலைக்கு நியமிக்கும்போது, அவரது அரசு நிறுவனம் பெரிதாக வளர்கிறது. அரசாங்கத்தில், ஒரு பெரிய நிறுவனம் அதிக மதிப்புவாய்ந்த நிறுவனமாகக் கருதப்படுகிறது. மறுபுறம், எனது நிறுவனத்திற்குள், நான் குறைவான ஆட்களை நியமித்துச் செலவுகளைச் சுருக்கிக் கொள்ளும்போது, எனது முதலீட்டாளர்கள் என்னை அதிகமாக மதிக்கின்றனர். அதனால்தான் எனக்கு அரசாங்க ஊழியர்களைப் பிடிப்பதில்லை. தொழிலில் ஈடுபட்டுள்ள பெரும்பாலான மக்களிடமிருந்து மாறுபட்ட நோக்கங்களை அவர்கள் கொண்டிருக்கின்றனர். அரசாங்கம் வளர வளர, அதைச் சமாளிப்பதற்கு அதிகப்படியான வரிகள் தேவைப்படுகின்றன."

அரசாங்கம் மக்களுக்கு உதவ வேண்டும் என்று எனது கற்றறிந்த தந்தை உண்மையிலேயே நம்பினார். ஜான் எஃப் கென்னடி அவரது மனங்கவர்ந்த தலைவர். குறிப்பாக, கென்னடியின் அமைதிப்படை குறித்த யோசனையை அவர் பெரிதும் விரும்பினார். அந்த யோசனையால் கவரப்பட்ட எனது பெற்றோர் அமைதிப்படையில் சேர்ந்து பணியாற்றினர். மலேசியா, தாய்லாந்து, பிலிப்பைன்ஸ் போன்ற நாடுகளுக்குச் செல்லவிருந்த தன்னார்வத் தொண்டர்களுக்கு அவர்கள் பயிற்சி அளித்தனர். தனது கல்வித் துறையிலும் சரி, அமைதிப்படைப் பிரிவிலும் சரி, அதிகமான ஆட்களை நியமிப்பதற்காகக் கூடுதல் உதவித் தொகையையும் பணத்தையும் கேட்பதில் அவர் எப்போதும் மும்முரமாக இருந்தார்.

எனது பணக்காரத் தந்தை ராபின் ஹுட்டை ஒரு கதாநாயகனாகப் பார்க்கவில்லை, மாறாக, அவன் ஒரு குறுக்கு புத்திக்காரன் என்றே அவர் கருதினார்.

அரசாங்க ஊழியர்கள் அனைவரும் சோம்பேறித் திருடர்கள் என்று என் பணக்காரத் தந்தையும், பணக்காரர்கள் அனைவரும் பேராசை கொண்ட குறுக்கு புத்திக்காரர்கள், அவர்களிடம் இருந்து அதிக வரிகள் வசூலிக்கப்பட வேண்டும் என்று என் ஏழைத் தந்தையும் கூறியதைப் பத்து வயதிலிருந்தே நான் கேட்டு வந்துள்ளேன்.

இருப்பினும், வரிகளின் வரலாற்றைப் படித்துப் பார்க்கும்போது, ஒரு சுவாரசியமான கண்ணோட்டம் வெளிப்படுகிறது. ராபின் ஹுட்டின் பொருளாதாரக் கோட்பாட்டைப் பெரும்பான்மை மக்கள் நம்பியதுதான் வரிச் சட்ட அமலாக்கம் சாத்தியமானதற்கு ஒரே காரணம். பணக்காரர்களிடமிருந்து எடுத்து மற்றவர்களுக்குக் கொடுப்பதுதான் அக்கோட்பாடு. பிரச்சனை என்னவென்றால், அரசாங்கத்தின் பணப் பசி மிகவும் அதிகமாக இருந்த காரணத்தால், படிப்படியாக நடுத்தர வர்க்கத்து மக்கள்மீது வரிகள் விதிக்கப்பட்டன. பின்னர் அது கீழ்த்தட்டு மக்களையும் பாதித்தது.

ஆனாலும், பணக்காரர்கள் ஒரு வாய்ப்பைப் பார்த்தனர். ஏனெனில், அவர்கள் ஒரே மாதிரியான விதிகளைக் கொண்டு விளையாடுவதில்லை. பணக்காரர்கள் வணிக நிறுவனங்களைப் பற்றி அறிந்திருந்தனர். கப்பல்கள் விடப்பட்டக் காலத்தில் இவை மிகவும் பிரபலமாகின. ஒவ்வொரு கடற்பயணத்திலும் தங்கள் சொத்துக்களுக்கு ஏற்படக்கூடிய அபாயத்தைக் குறைப்பதற்காகப் பணக்காரர்கள் வணிக நிறுவனங்களை உருவாக்கினர். பிறகு அந்நிறுவனங்கள் ஒரு பயணக் குழுவைத் திரட்டி, வட அமெரிக்கக் கண்டத்தில் புதையல்களைத் தேடிக் கண்டுபிடிப்பதற்காக அக்குழுவை அனுப்பி வைத்தன. கப்பல் மூழ்கிப் போனால், அதில் பயணித்தக் குழுவினரின் வாழ்க்கை பலியாகும். ஆனால், பணக்காரர்கள், அந்தக் குறிப்பிட்டப் பயணத்தில் முதலீடு செய்த பணத்தை மட்டுமே இழக்க நேரிடும்.

சட்டரீதியான வணிக நிறுவன அமைப்புமுறை பற்றிய அறிவுதான் உண்மையிலேயே பணக்காரர்களுக்கு ஏழைகள் மற்றும் நடுத்தர வர்க்கத்தினருக்குக் கிடைக்காத பெருத்த அனுகூலத்தைக் கொடுக்கிறது. ஒரு சமதர்மவாதத் தந்தை, ஒரு முதலாளித்துவத் தந்தை என்று, இரண்டு தந்தையர் இருந்து எனக்குக் கற்றுக் கொடுத்ததன் விளைவாக, முதலாளித்துவத் தத்துவம் எனக்கு அதிகப் பொருளாதார அர்த்தம் வாய்ந்ததாக இருந்ததை விரைவில் நான் உணரத் துவங்கினேன். பொருளாதாரக் கல்வியின்மையின் காரணமாக, சமதர்மவாதிகள் இறுதியில் தங்களைத் தாங்களே தண்டித்துக் கொண்டதாக எனக்குத் தோன்றியது. “பணக்காரர்களிடமிருந்து பிடுங்கிக் கொள்ள வேண்டும்” என்று முழங்கிய கூட்டத்தினர் என்ன செய்து பார்த்தும் சரி, பணக்காரர்கள் அவர்களை வெற்றி கொள்வதற்குச் சாதுரியமான ஒரு வழியை எப்போதும் கண்டறிந்தனர். வரிகள் இவ்விதத்தில்தால் இறுதியில் நடுத்தர வர்க்கத்தினர்மீது விதிக்கப்பட்டன. பணக்காரர்கள் புத்திசாலிகளைச் சாதுரியமாக வெற்றி கொண்டனர். பள்ளியில் கற்றுக் கொடுக்கப்படாத ஒரு பாடமான பணத்தின் சக்தியை அவர்கள் புரிந்திருந்ததுதான் இதற்குக் காரணம்.

வணிக நிறுவன அமைப்பு எவ்வாறு உங்களது தனிப்பட்ட வருமான அறிக்கைக்கும் நிதி நிகர அறிக்கைக்கும் வெளியே அமைந்துள்ளது என்பதைக் கீழ்க்கண்ட படம் காட்டுகிறது.

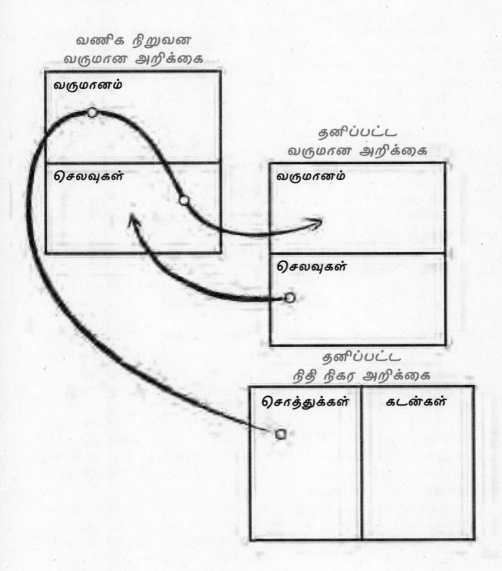

அறிவாளிகளைப் பணக்காரர்கள் எவ்வாறு சாதுரியமாக வெற்றி கொள்கின்றனர்? "பணக்காரர்களிடம் இருந்து பிடுங்கிக் கொள்வது" என்ற சட்டம் அமல்படுத்தப்பட்டப் பிறகு, அரசாங்க கஜானாவிற்குள் பணம் பாயத் துவங்கியது. துவக்கத்தில் மக்கள் மகிழ்ச்சியாக இருந்தனர். அரசாங்கப் பணம் அரசாங்க ஊழியர்களுக்கு மட்டுமல்லாது பணக்காரர்களுக்கும் வழங்கப்பட்டது. வேலை மற்றும் ஓய்வூதியம் என்ற வடிவில் அரசாங்க ஊழியர்களுக்குப் பணம் வழங்கப்பட்டது. அரசாங்க ஒப்பந்தங்களின் வாயிலாகப் பணக்காரர்களுக்குப் பணம் கிடைத்தது. அரசாங்கத்திற்கு ஏகப்பட்டப் பணம் கிடைத்தது, ஆனால் அந்தப் பணத்தை நிர்வகிப்பது பிரச்சனையாக ஆனது. கூடுதல் பணம் குவிவதைத் தவிர்ப்பது அரசாங்கத்தின் யோசனையாக இருந்தது. உங்களுக்கு ஒதுக்கப்பட்ட நிதியைச் செலவு செய்யத் தவறினால், அடுத்த பட்ஜெட்டில் பணம் கேட்பது உங்களுக்குப் பெரும் பிரச்சனையாக இருக்கும். நீங்கள் திறமையான நிர்வாகியாக ஒருபோதும் பார்க்கப்பட மாட்டீர்கள். ஆனால் வியாபாரத்தில் ஈடுபட்டுள்ளவர்கள், கூடுதல் பணம் வைத்திருப்பதற்காக வெகுமதியைப் பெறுவதோடு, திறமையாக நிர்வகிப்பதற்காகப் பாராட்டப்படுகின்றனர். அரசாங்கம் தொடர்ந்து பெருமளவில் செலவு செய்ததால், பணத்திற்கான எதிர்பார்ப்பு அதிகரித்தது. அதோடு, இந்த வரிகளுக்கு யார் ஆதரவு காட்டினார்களோ, அந்த ஏழைகள் மற்றும் நடுத்தர வர்க்கத்தினர்மீதும் இந்த வரிகள் விதிக்கப்பட்டன.

இதிலிருந்து தப்புவதற்காக முதலாளிகள் தங்கள் பொருளாதார அறிவைப் பயன்படுத்தினர். மீண்டும் அவர்கள் தங்கள் பாதுகாப்பிற்காக ஒரு வணிக நிறுவன அமைப்புமுறையைப் பயன்படுத்திக் கொண்டனர். ஆனால் ஒரு வணிக நிறுவனம் என்பது உண்மையிலேயே ஒரு பொருளல்ல என்பது ஒரு வணிக நிறுவனத்தை ஒருபோதும் அமைத்திராத பலருக்குத் தெரியாத ஒரு விஷயம். ஒரு வணிக நிறுவனம் என்பது, ஒரு வழக்கறிஞரின் அலுவலகத்தில் அடுக்கி வைக்கப்பட்டுள்ள, ஒரு மாநில அரசாங்க நிறுவனத்திடம் பதிவு செய்யப்பட்ட, பல சட்ட ஆவணங்கள் அடங்கிய ஒரு கோப்பு மட்டுமே. அது ஒரு பெரிய கட்டிடமோ, ஒரு தொழிற்சாலையோ, அல்லது பலர் அடங்கிய ஒரு குழுவோ அல்ல. ஒரு வணிக நிறுவனம் என்பது வெறுமனே ஒரு சட்ட ஆவணம் மட்டுமே. இதைக் கொண்டு, பணக்காரர்களின் செல்வம் மீண்டும் பாதுகாக்கப்பட்டது. இது பிரபலமாக விளங்கியதற்குக் காரணம், ஒரு வணிக நிறுவனத்திற்கு விதிக்கப்படுகின்ற வருமான வரி, ஒரு தனிநபருக்கு விதிக்கப்படும் வருமான வரியைவிடக் குறைவு என்பதுதான். அதோடு, வரி விதிக்கப்படுவதற்கு முந்தைய பணத்தைக் கொண்டு ஒரு வணிக நிறுவனம் சில செலவுகளைச் செய்வதற்கு அனுமதி உள்ளது.

இருப்பவர்களுக்கும் இல்லாதவர்களுக்கும் இடையேயான இப்போர் சில நூற்றாண்டுகளாக நடந்து வந்து கொண்டிருக்கிறது. சட்டங்கள் எங்கெல்லாம் எப்போதெல்லாம் இயற்றப்படுகின்றனவோ, அங்கெல்லாம் அப்போதெல்லாம் இந்தப் போர் ஏற்படுகிறது. இது தொடர்ந்து நடந்து கொண்டேதான் இருக்கும். பிரச்சனை என்னவென்றால், தவறாமல் தினமும் காலையில் எழுந்து, வேலைக்குச் சென்று, தங்கள் வரிகளைச் செலுத்துகின்ற, ஏதும் அறியாத மக்களே தோற்கின்றனர் என்பதுதான். பணக்காரர்கள் எவ்வாறு செயல்படுகின்றனர் என்பதை இவர்கள் புரிந்து கொண்டால், இவர்களாலும் அவ்வாறு செயல்பட முடியும், பொருளாதார சுதந்திரத்தைப் பெற முடியும். ஒரு பாதுகாப்பான வேலை கிடைக்க வேண்டும் என்றால் பள்ளிக்குச் செல்ல வேண்டும் என்று தங்கள் குழந்தைகளைக் கட்டாயப்படுத்தும் பெற்றோர்களைப் பார்க்கும்போதெல்லாம் நான் வருத்தப்படுவது இதனால்தான். ஒரு பாதுகாப்பான வேலையைக் கொண்டுள்ள, ஆனால் பொருளாதார அறிவு இல்லாத ஒரு நபர் தப்பிப்பதற்கு வழியே கிடையாது.

சராசரி அமெரிக்கர்கள் இன்று தங்கள் வரிகளைச் செலுத்துவதற்காக மட்டும் அரசாங்கத்திற்காக ஐந்தாறு மாதங்கள் வேலை பார்க்க வேண்டியிருக்கிறது. அது மிகவும் அதிகம் என்பது என் அபிப்பிராயம். நீங்கள் எவ்வளவு கடினமாக உழைக்கிறீர்களோ, அவ்வளவு அதிக வரிகளை நீங்கள் அரசாங்கத்திற்குச் செலுத்துகிறீர்கள். "பணக்காரர்களிடமிருந்து பிடுங்கிக் கொள்வது" என்ற வரிச் சட்டத்திற்கு ஆதரவாக வாக்களித்த மக்கள் அதே சட்டத்திற்குப் பலியானது பரிதாபம்தான்.

மக்கள் பணக்காரர்களைத் தண்டிக்க முற்படும் ஒவ்வொரு முறையும், பணக்காரர்கள் அதற்கு அடிபணிவதில்லை. பணக்காரர்கள் பதில்நடவடிக்கையில் ஈடுபடுகின்றனர். விஷயங்களை மாற்றுவதற்கு அவர்களிடம் பணமும் அதிகாரமும் வெறியும் இருக்கின்றன. அவர்கள் வெறுமனே அமர்ந்து கொண்டு, தாங்களாக அதிக வரிகளைச் செலுத்துவதில்லை. மாறாக, தங்களது வரிச் சுமையைக் குறைப்பதற்கான வழிகளை அவர்கள் தேடுகின்றனர். அவர்கள் சிறு வழக்கறிஞர்களையும் கணக்காளர்களையும் வேலைக்கு அமர்த்துகின்றனர். சட்டங்களை மாற்றுவதற்கு அல்லது சட்டங்களில் புதிய ஓட்டைகளை உருவாக்குவதற்கு அரசியல்வாதிகளைச் சம்மதிக்க வைக்கின்றனர். மாற்றத்தைக் கொண்டு வருவதற்கு அவர்கள் தங்கள் வசமுள்ள அனைத்து விஷயங்களையும் பயன்படுத்துகின்றனர்.

அமெரிக்க வரிச் சட்டம் மக்கள் செலுத்த வேண்டிய வரிகளைக் குறைப்பதற்கும் வழிவகை செய்துள்ளது. இவற்றில் பெரும்பாலான வழிகள் எல்லோராலும் பயன்படுத்தப்படக்கூடிய வழிகளாகவே இருந்தாலும், பணக்காரர்கள் மட்டுமே இவற்றைப்

பயன்படுத்துகின்றனர். எடுத்துக்காட்டாக, ஒருவர் ஒரு நிலத்தையோ அல்லது வீட்டையோ விற்கும்போது கிடைக்கும் பணத்தை, அந்த நிலத்தை அல்லது வீட்டைவிட அதிக விலையுயர்ந்த வேறொரு நிலத்திலோ அல்லது வீட்டிலோ முதலீடு செய்யும்போது, முதல் பரிவர்த்தனையின்போது கிடைத்த லாபத்திற்குச் செலுத்த வேண்டிய வரியைப் பின்னர் அந்தப் புதிய சொத்தை விற்கும்போது செலுத்துவதற்கு அவருக்கு அனுமதியளிக்கின்ற ஒரு பகுதி வருமான வரிச் சட்டத்தில் உள்ளது. வீடுமனைகளை வாங்குவதில் ஏராளமான வரிச் சலுகைகள் உள்ளன. நீங்கள் ஒரு வீட்டுமனை அல்லது வீட்டை விற்றுவிட்டு, அதைவிட அதிக விலைமதிப்புக் கொண்ட வீடுமனைகளைத் தொடர்ந்து வாங்கிக் கொண்டிருக்கும்வரை, நீங்கள் வரி செலுத்த வேண்டியதில்லை. இறுதியில் அந்தச் சொத்துக்களை விற்கும்போது மட்டுமே அவற்றிலிருந்து கிடைக்கும் லாபத்தின்மீது வரி செலுத்த வேண்டியிருக்கும். சட்டபூர்வமான இந்த வரிச் சலுகைகளை மக்கள் தங்களுக்கு அனுகூலமாகப் பயன்படுத்திக் கொள்ளாதபோது, தங்களது சொத்துக்களை அதிகரிப்பதற்கான வாய்ப்புகளை அவர்கள் தவறவிடுகின்றனர்.

ஏழைகளிடமும் நடுத்தர வர்க்கத்து மக்களிடமும் இதே வளவசதிகள் இருப்பதில்லை. அவர்கள் எந்த நடவடிக்கையும் எடுக்காமல், வரிகளின் பெயரில் அரசாங்கம் தங்களது பணத்தை உறிஞ்சுவதற்கு அனுமதித்துவிடுகின்றனர். அரசாங்கத்தின்மீதான பயத்தின் காரணமாக இன்று அதிக வரிகளைச் செலுத்துகின்ற ஏராளமான மக்களைக் கண்டு நான் திகைத்து நிற்கிறேன். இதே காரணத்தால் தங்கள் வியாபாரங்களை இழுத்து மூடிய பலரையும் நான் அறிவேன். எனது ஏழைத் தந்தை ஒருபோதும் அரசாங்கத்தை எதிர்த்துப் போராடியதில்லை. என் பணக்காரத் தந்தையும் அவ்வாறு செய்ததில்லை. ஆனால் அவர் சற்று சாமர்த்தியமாகத் தன் காய்களை நகர்த்தினார். பணக்காரர்களின் மிகப் பெரிய ரகசியமான வணிக நிறுவனங்களின் வாயிலாக அவர் அதைச் செய்தார்.

> **நீங்கள் பணத்திற்காக வேலை செய்தால், நீங்கள் உங்கள் முதலாளிக்கு சக்தியைக் கொடுக்கிறீர்கள். பணம் உங்களுக்காக வேலை செய்தால், சக்தி உங்கள் கையில் இருக்கும், நீங்கள் அதைக் கட்டுப்படுத்துவீர்கள்.**

பணம் வரும்போது, அதைத் தக்க வைத்துப் பன்மடங்காகப் பெருக்குவதற்குத் தேவையான சரியான அறிவு தேவைப்படுகின்ற மாபெரும் சக்தியும் உடன்வருகிறது. அந்த அறிவு இல்லையென்றால், உலகம் உங்களைப் பந்தாடும். நமது முதலாளியோ அல்லது மேற்பார்வையாளரோ நமது எதிரியல்ல, மாறாக, வரித் துறை அதிகாரிதான் நமது மாபெரும் எதிரி என்பதை எனக்கும் மைக்கிற்கும் என் பணக்காரத் தந்தை

தொடர்ந்து நினைவுபடுத்தினார். நீங்கள் அனுமதியளித்தால், அந்த வரித் துறை அதிகாரி எப்போதும் உங்களிடமிருந்து அதிகமாக எடுத்துக் கொண்டே இருப்பார். நீங்கள் பணத்திற்காக வேலை செய்தால், உங்கள் முதலாளிக்கு நீங்கள் சக்தியைக் கொடுக்கிறீர்கள். பணம் உங்களுக்காக வேலை செய்தால், சக்தி உங்கள் கையில் இருக்கும், நீங்கள் அதைக் கட்டுப்படுத்துகிறீர்கள்.

பணத்தின் சக்தியை எங்களுக்காகப் பயன்படுத்துவது பற்றிய அறிவு எனக்கும் மைக்கிற்கும் கிடைத்தபோது, நாங்கள் பொருளாதாரச் சாமர்த்தியம் மிக்கவர்களாக ஆக விரும்பினோம். யாரும் அல்லது எந்தவொரு பொருளும் எங்களை ஆட்டுவிக்க நாங்கள் அனுமதிக்கப் போவதில்லை என்று தீர்மானித்தோம். நீங்கள் அறியாமை கொண்டவராக இருந்தால், மற்றவர்கள் உங்களை சுலபமாக ஏய்த்துவிடுவார்கள். ஆனால் நீங்கள் என்ன பேசிக் கொண்டிருக்கிறீர்கள் என்பது உங்களுக்குத் தெரிந்திருந்தால், எதிர்த்துப் போராடுவதற்கான ஒரு வாய்ப்பு உங்களுக்குக் கிடைக்கும். அதனால்தான் என் பணக்காரத் தந்தை சாமர்த்தியமான வரிக் கணக்காளர்களுக்கும் வழக்கறிஞர்களுக்கும் அதிகப் பணம் கொடுத்து அவர்களது சேவைகளைப் பெற்றார். அரசாங்கத்திற்குக் கொடுப்பதைவிட அவர்களுக்கு அவர் மிகவும் குறைவாகவே கொடுக்க வேண்டியிருந்தது. அவர் எனக்குக் கற்றுக் கொடுத்த மிகச் சிறந்த பாடம் இது: "நீ சாமர்த்தியமாக நடந்து கொண்டால், யாரும் உன்னைப் பந்தாட மாட்டார்கள்." சட்டத்தை அவர் நன்றாக அறிந்திருந்தார். ஏனெனில், சட்டத்தை மதித்து வாழ்ந்தவர் அவர். அதோடு, சட்டம் தெரியாமல் இருந்தால், அது அவருக்கு அதிகச் செலவை ஏற்படுத்தியிருக்கும். "நீ செய்வது சரி என்று உனக்குத் தெரிந்தால், எதிர்த்துப் போராடுவதற்கு நீ பயப்பட மாட்டாய்."

> **என்னுடைய சொத்துக்கள் பகுதியில் உள்ள ஒவ்வொரு டாலர் பணமும் ஒரு மிகச் சிறந்த ஊழியன். அதிகமான ஊழியர்களை உருவாக்குவதற்கும், தன் முதலாளிக்கு ஓர் ஆடம்பர சொகுசுக் காரை வாங்கிக் கொடுப்பதற்கும் அவன் கடினமாக உழைத்தான்.**

ஒரு பெரிய நிறுவனத்தில் ஒரு நல்ல வேலையில் சேருமாறு, உயர்ந்த கல்வியறிவைப் பெற்றிருந்த எனது ஏழைத் தந்தை எப்போதும் என்னை ஊக்குவித்து வந்தார். வணிக நிறுவன ஏணியில் படிப்படியாக ஏறி உச்சத்தை அடைவதன் மகத்துவத்தைப் பற்றி அவர் என்னிடம் அடிக்கடிப் பேசினார். ஒரு வணிக நிறுவன உரிமையாளரிடமிருந்து கிடைக்கும் மாதாந்திரக் காசோலையை மட்டும் நம்பி இருப்பது என்னை ஒரு கறவை மாடாக மட்டுமே வைத்திருக்கும் என்பதை அவர் புரிந்து கொள்ளவில்லை.

ஒரு சிறுவன் என்ற முறையில், என் சொந்த நிறுவனத்தை நிர்மாணிப்பது பற்றி என் பணக்காரத் தந்தை கூறியது எனக்குப் புரியவில்லை. அந்த யோசனை சாத்தியமற்றதாகவும் குழப்புவதாகவும் இருந்தது. அந்த யோசனை எனக்கு உற்சாகத்தைக் கொடுத்தாலும்கூட, எனக்கு அனுபவமில்லாத காரணத்தால், வளர்ந்தவர்கள் எனக்குச் சொந்தமான நிறுவனத்தில் வேலை பார்ப்பதற்கான சாத்தியக்கூற்றை என்னால் கற்பனை செய்து பார்க்க முடியவில்லை.

என் பணக்காரத் தந்தை மட்டும் இல்லாமல் போயிருந்தால், எனது ஏழைத் தந்தையின் அறிவுரையை நான் பின்பற்றிச் சென்றிருந்திருப்பேன். என் பணக்காரத் தந்தை அவ்வப்போது எனக்குக் கொடுத்த நினைவூட்டல்கள்தான், ஒரு வணிக நிறுவனத்திற்குச் சொந்தக்காரனாக ஆவது என்ற எனது யோசனையை ஜீவனோடு வைத்திருந்தது. எனக்குப் பதினைந்து அல்லது பதினாறு வயது ஆனபோது, உயர்ந்த கல்விமானான எனது ஏழைத் தந்தை பரிந்துரைத்தப் பாதையை நான் தேர்ந்தெடுக்கப் போவதில்லை என்பதை நான் அறிந்தேன். நான் என்ன செய்யப் போவதாக இருந்தேன் என்று எனக்குத் தெரியவில்லை, ஆனால் என்னுடைய சக மாணவர்களில் பெரும்பாலானவர்கள் தேர்ந்தெடுத்தத் திசையில் நான் பயணிக்கப் போவதில்லை என்பதில் நான் உறுதியாக இருந்தேன். அந்தத் தீர்மானம் என் வாழ்க்கையை மாற்றியது.

எனக்கு இருபத்தைந்து வயதானபோதுதான் என் பணக்காரத் தந்தை கொடுத்த அறிவுரை எனக்கு அர்த்தம் வாய்ந்ததாக ஆகத் துவங்கியது. நான் அமெரிக்கக் கடற்படையைவிட்டு வெளியேறி, ஜெராக்ஸ் நிறுவனத்தில் பணியாற்றிக் கொண்டிருந்த சமயம் அது. நான் ஏராளமான பணத்தைச் சம்பாதித்துக் கொண்டிருந்தேன், ஆனால் ஒவ்வொரு முறை என் சம்பளக் காசோலைப் பார்த்தபோதும் நான் ஏமாற்றம் அடைந்தேன். என் சம்பளத்தில் பிடிக்கப்பட்டத் தொகை மிகப் பெரியதாக இருந்தது. நான் எவ்வளவு அதிகக் கடினமாக உழைத்தேனோ, என்னிடமிருந்து பிடிக்கப்பட்டத் தொகை அவ்வளவு அதிகமான ஆனது. நான் அதிக வெற்றிகரமானவனாக ஆனபோது, பதவி உயர்வுகளையும் சம்பள உயர்வுகளையும் பற்றி என் முதலாளிகள் பேசினர். ஆனால், "நீ யாருக்காக வேலை செய்கிறாய்? யாரை நீ பணக்காரனாக ஆக்கிக் கொண்டிருக்கிறாய்?" என்று எனது பணக்காரத் தந்தை என்னிடம் கேட்டது என் காதுகளில் விழுந்தது.

1974ம் ஆண்டில், நான் ஜெராக்ஸ் நிறுவனத்தில் பணியாற்றிக் கொண்டிருந்தபோதே எனது முதல் வணிக நிறுவனத்தைத் துவக்கினேன். என் சொத்துக்களை அதிகரிப்பதில் நான் கவனம் செலுத்தத் துவங்கினேன். என்னுடைய சொத்துக்கள் பகுதியில்

ஏற்கனவே ஒருசில சொத்துக்கள் இருந்தன. அவற்றை இன்னும் பெரிதாக்குவதென்று நான் தீர்மானித்தேன். பிடித்தங்களுடன்கூடிய அந்தக் காசோலைகள், என் பணக்காரத் தந்தை பல வருடங்களாக எனக்கு வழங்கிய ஆலோசனையை அர்த்தமுள்ளதாக்கின. என் கல்விமான் தந்தையின் அறிவுரையை நான் பின்பற்றினால் என் எதிர்காலம் எப்படி இருக்கும் என்பதை என்னால் பார்க்க முடிந்தது.

சொத்துக்களைக் குவிப்பதில் கவனம் செலுத்துமாறு தங்கள் ஊழியர்களுக்கு அறிவுறுத்துவது தங்கள் வியாபாரத்திற்கு நல்லதல்ல என்று பல உரிமையாளர்கள் கருதினர். ஆனால் என்னைப் பொறுத்தவரை, என்னுடைய சொந்தத் தொழிலில் கவனம் செலுத்தி, சொத்துக்களை உருவாக்கியது என்னை ஒரு சிறந்த ஊழியனாக ஆக்கியது. ஏனெனில், இப்போது என்னிடம் ஒரு குறிக்கோள் இருந்தது. நான் வேலைக்கு மிகவும் சீக்கிரமாக வந்தேன், அயராமல் உழைத்தேன், வீடுமனைகளில் முதலீடு செய்வதற்காக என்னால் முடிந்த அளவுக்குப் பணத்தைச் சேகரித்தேன். சொத்துக்களைக் குவிப்பதற்கான வாய்ப்புகள் ஹவாய் மாநிலத்தில் பிரகாசமாக இருந்தன. ஒரு பிரகாசமான நேரம் உருவாகவிருந்ததை நான் எவ்வளவு அதிகமாக உணர்ந்தேனோ, அவ்வளவு அதிகமான ஜெராக்ஸ் இயந்திரங்களை நான் விற்றேன். நான் எவ்வளவு அதிகமாக விற்றேனோ, அவ்வளவு அதிகப் பணத்தை நான் சம்பாதித்தேன். என் சம்பளத்தில் அதிகப் பணம் பிடித்துக் கொள்ளப்பட்டது. இது எனக்கு அதிக உத்வேகமூட்டியது. ஊழியம் எனும் பிடியில் இருந்து தப்பிப்பதற்காக, இன்னும் அதிக வீடுமனைகளில் முதலீடு செய்வதற்குத் தேவையான பணத்தைச் சம்பாதிப்பதற்காக நான் இன்னும் கடினமாக உழைத்தேன். 1978ம் ஆண்டிற்குள், எங்கள் நிறுவனத்தின் தலைசிறந்த ஐந்து விற்பனையாளர்களில் நானும் ஒருவனாகத் தொடர்ந்து இடம்பிடித்தேன். ஆனாலும், ஊழியம் எனும் இந்தப் பிடியிலிருந்து தப்பிக்க நான் மிகவும் ஆர்வமாக இருந்தேன்.

மூன்று வருடங்களுக்குள், ஜெராக்ஸ் நிறுவனத்தில் நான் சம்பாதித்துக் கொண்டிருந்ததைவிட, எனது வீடுமனைத் தொழிலில் நான் அதிகப் பணத்தை ஈட்டிக் கொண்டிருந்தேன். சொத்துக்கள் பகுதியில் இருந்த என் சொந்த நிறுவனத்தில் நான் உருவாக்கிக் கொண்டிருந்த பணம் எனக்காக வேலை செய்து கொண்டிருந்த பணமேயன்றி, நான் ஒவ்வொரு கதவாகத் தட்டி ஜெராக்ஸ் இயந்திரத்தை விற்றதால் கிடைத்தப் பணமல்ல. என் பணக்காரத் தந்தையின் அறிவுரை இன்னும் அதிக அர்த்தமுள்ளதாக ஆனது. விரைவில் எனது சொத்துக்களிலிருந்து கிடைத்தப் பணத்தின் வரவு அதிகரித்ததில், எனது வீடுமனை நிறுவனம் எனது முதல் ஆடம்பர சொகுசுக் காரை எனக்கு வாங்கிக் கொடுத்தது. நான் என் கமிஷன்களை ஊதாரித்தனமாகச் செலவு செய்ததாக ஜெராக்ஸ் நிறுவனத்தில் என் சக ஊழியர்கள் நினைத்தனர். ஆனால் அது

உண்மையல்ல. என் கமிஷன்களை என் சொத்துக்களில் நான் முதலீடு செய்து கொண்டிருந்தேன்.

என் பணம் அதிகப் பணத்தை உருவாக்குவதற்காகக் கடினமாக உழைத்துக் கொண்டிருந்தது. என்னுடைய சொத்துக்கள் பகுதியில் இருந்த ஒவ்வொரு டாலர் பணமும் ஒரு மிகச் சிறந்த ஊழியனாகச் செயல்பட்டு, மேலும் அதிகமான ஊழியர்களை உருவாக்குவதற்கும், வரிப் பிடித்தத்திற்கு முந்தையப் பணத்தில் தன் முதலாளிக்கு ஒரு புதிய சொகுசுக் காரை வாங்கிக் கொடுப்பதற்கும் கடினமாக உழைத்தது. ஜெராக்ஸ் நிறுவனத்திற்காக நான் கடினமாக உழைக்கத் துவங்கினேன். என்னுடைய திட்டம் வேலை செய்தது. என் புதிய கார் அதற்கான சாட்சி. எனது பணக்காரத் தந்தையிடம் இருந்து நான் கற்றப் பாடங்களின் வாயிலாக, குறைந்த வயதிலேயே ஊழியம் எனும் பொறியிலிருந்து என்னால் விடுபட முடிந்தது. பணக்காரத் தந்தை கற்றுக் கொடுத்தப் பாடங்களின் மூலமாக எனக்குக் கிடைத்த வலிமையான பொருளாதார அறிவுதான் இதைச் சாத்தியமாக்கியது.

இந்த அறிவு இல்லாமல், பொருளாதாரச் சுதந்திரத்தை என்னால் சுலபமாகப் பெற்றிருக்க முடியாது. எனக்குக் கிடைத்த அறிவு மற்றவர்களுக்கும் உதவும் என்ற நம்பிக்கையில் நான் இப்போது இவற்றைக் கற்றுக் கொடுத்து வருகிறேன்.

பொருளாதார அறிவு என்பது நான்கு விரிவான பகுதிகளில் நிபுணத்துவத்தைப் பெறுவதில் இருந்து வருகிறது என்று நான் மக்களுக்கு நினைவூட்டுகிறேன்:

1. கணக்கியல்:

கணக்கியல் என்பது பொருளாதாரக் கல்வியறிவு அல்லது எண்களைப் படிப்பதற்கான திறனாகும். நீங்கள் ஒரு சாம்ராஜ்யத்தை உருவாக்க விரும்பினால், இது ஓர் இன்றியமையாத திறமையாகும். நீங்கள் எவ்வளவு அதிகப் பணத்திற்குப் பொறுப்பாளரோ, அவ்வளவு அதிகத் துல்லியம் தேவைப்படுகிறது. இல்லையென்றால் சாம்ராஜ்யம் நிலைகுலைந்துவிடும். இது இடப்பக்க மூளையின் வேலை. அதாவது விபரங்கள் இங்கு அவசியம். பொருளாதார அறிவு என்பது எந்தவொரு வியாபாரத்தின் வலிமைகளையும் பலவீனங்களையும் அடையாளம் கண்டுகொள்வதற்கு உங்களுக்கு உதவக்கூடிய பொருளாதார அறிக்கைகளைப் படிப்பதற்கும் புரிந்து கொள்வதற்குமான திறனாகும்.

2. முதலீடு:

முதலீடு என்பது “பணத்தை உருவாக்குகின்ற பணம்” பற்றிய அறிவியலாகும். படைப்புத்திறன் கொண்ட வலப்பக்க மூளையைப் பயன்படுத்துகின்ற உத்திகளையும் சூத்திரங்களையும் உள்ளடக்கியது இது.

3. சந்தை நிலவரங்களைப் புரிந்து கொள்ளுதல்:

சந்தை நிலவரங்களைப் புரிந்து கொள்ளுதல் என்பது தேவை மற்றும் வினியோகத்தின் அறிவியலைப் புரிந்து கொள்வதாகும். சந்தையின் நுட்பமான அம்சங்களை நீங்கள் புரிந்து கொள்ள வேண்டியது அவசியம். அவை ஒரு முதலீட்டின் அடிப்படை மற்றும் பொருளாதார அம்சங்களாக இருப்பதோடு, உணர்ச்சிகளால் இயக்கப்படுபவையாகவும் இருக்கின்றன. தற்போதைய சந்தை நிலவரங்களை வைத்துப் பார்க்கும்போது, ஒரு முதலீடு அர்த்தமுள்ளதாகத் தோன்றுகிறதா அல்லது அர்த்தமற்றதாகத் தோன்றுகிறதா?

4. சட்டம்:

கணக்கியல், முதலீடு, மற்றும் சந்தைகள் தொடர்பான நுட்பமான திறமைகளை உள்ளடக்கிய ஒரு வணிக நிறுவனம் பன்மடங்கு வளர்ச்சிக்கு வழிவகுக்கும். வரி அனுகூலங்களையும் சட்ட நடவடிக்கைகளிலிருந்து கிடைக்கின்ற பாதுகாப்புகளையும் நன்றாகப் புரிந்து கொண்டுள்ள ஒரு நபர், ஓர் ஊழியரைவிட அல்லது ஒரு சிறு நிறுவனத்தின் உரிமையாளரைவிட அதிக வேகமாகப் பணக்காரராகிவிட முடியும். ஒருவர் நடப்பதற்கும் பறப்பதற்கும் இடையேயான வேறுபாடு அது. நீண்டகாலச் செல்வம் என்று வரும்போது இந்த வித்தியாசம் மலையளவு இருக்கும்.

• வரி அனுகூலங்கள்

ஓர் ஊழியரால் செய்ய முடியாத பல விஷயங்களை ஒரு வணிக நிறுவனத்தால் செய்ய முடியும். வரிகளைச் செலுத்துவதற்கு முன்பு செலவுகளைச் செய்து கொள்வதை எடுத்துக்காட்டாகக் கூறலாம். இப்பகுதியில் ஒருவருக்கு உள்ள நிபுணத்துவம் மிகவும் உற்சாகமூட்டுவதாக இருக்கும். ஊழியர்கள் பணத்தைச் சம்பாதிக்கின்றனர், வரிகளைச் செலுத்துகின்றனர், மீதமிருக்கும் பணத்தைக் கொண்டு வாழ்க்கையை ஓட்டுகின்றனர். ஒரு வணிக நிறுவனம் பணத்தைச் சம்பாதிக்கின்றது, அனைத்துச் செலவுகளையும் செய்கிறது, மீதமிருக்கும் பணத்திற்கு வரி செலுத்துகிறது. பணக்காரர்கள் பயன்படுத்துகின்ற, சட்டத்தில் இருக்கின்ற மிகப் பெரிய ஓட்டைகளில் ஒன்று இது. இவற்றைக் கண்டுபிடிப்பது மிகவும் சுலபம். உங்களுடைய முதலீடுகள் நல்ல பணவரவை ஏற்படுத்திக் கொடுத்திருந்தால், இதற்கு அவ்வளவு அதிகச் செலவும் ஆகாது. எடுத்துக்காட்டாக, நீங்கள் உங்களுடைய சொந்த நிறுவனத்தை வைத்திருப்பதாக நினைத்துக் கொள்ளுங்கள். நீங்கள் செல்லும் விடுமுறைகளை நீங்கள் நடத்தும் நிறுவன சந்திப்புக் கூட்டங்களாகக் காட்டலாம். காருக்கான தவணைத் தொகைகள், காப்பீடு, பழுதுபார்ப்புகள், உடற்பயிற்சி மையங்களின் உறுப்பினர் உரிமம்

போன்றவை உங்கள் நிறுவனத்தின் செலவுகளாக ஆகிவிடும். உணவகங்களில் நீங்கள் உணவருந்தினால், அவையும் நிறுவனச் செலவுகளாகக் கருதப்படும். இப்படி இன்னும் ஏராளமானவற்றை அடுக்கிக் கொண்டே போகலாம். இவை அனைத்தும் வரிப் பிடித்தத்திற்கு முந்தைய பணத்தைக் கொண்டு செலவிடப்படுகின்றன.

- **சட்ட நடவடிக்கைகளிலிருந்து பாதுக்காப்பு**

எடுத்ததற்கெல்லாம் சட்ட நடவடிக்கைகளைத் தேடி ஓடுகின்ற ஒரு சமுதாயத்தில் நாம் வாழ்கிறோம். உங்களுடைய பணத்தில் ஒரு பங்கை எல்லோரும் விரும்புகின்றனர். தங்களுக்குக் கடன் கொடுத்தவர்களிடமிருந்து தங்கள் சொத்துக்களைப் பாதுகாப்பதற்காக, வணிக நிறுவனங்கள் மற்றும் அறக்கட்டளைகளைப் பயன்படுத்தி, பணக்காரர்கள் தங்கள் செல்வத்தின் பெரும்பகுதியை மறைத்து வைக்கின்றனர். ஒரு செல்வந்தர்மீது யாரேனும் ஒருவர் வழக்குத் தொடரும்போது, அந்தச் செல்வந்தருக்கு ஏராளமான சட்டப் பாதுகாப்பு இருப்பதையும், அவரிடம் உண்மையிலேயே எதுவும் இல்லை என்பதையும் அந்த நபர் காண்கின்றார். செல்வந்தர்கள் உண்மையில் எல்லாவற்றையும் கட்டுப்படுத்துகின்றனர், ஆனால் அவர்களுக்குச் சொந்தமாக எதுவும் இருப்பதில்லை. ஏழைகளும் நடுத்தர வர்க்கத்தினரும் எல்லாவற்றையும் சொந்தமாக்கிக் கொள்ள முயற்சிக்கின்றனர். பிறகு அரசாங்கத்திடமோ அல்லது பணக்காரர்கள்மீது வழக்குத் தொடர்வதை விரும்பும் பிறரிடமோ தங்கள் உடமைகளைத் தொலைத்துவிடுகின்றனர்.

ஒரு வணிக நிறுவனத்தை நிர்மாணிப்பது தொடர்பான திட்டவட்டமான விஷயங்களைப் பற்றி அலசுவது இப்புத்தகத்தின் நோக்கமல்ல. ஆனால், சட்டபூர்வமான சொத்துக்கள் ஏதேனும் உங்களிடம் இருந்தால், விரைவில், ஒரு வணிக நிறுவனம் வழங்கக்கூடிய நன்மைகளையும் பாதுகாப்பையும் பற்றி அதிகமாகக் கண்டுபிடிக்குமாறு நான் உங்களுக்குப் பரிந்துரைக்கிறேன். இந்த நன்மைகளை விபரமாக ஆய்வு செய்கின்ற பல புத்தகங்கள் ஏற்கனவே வெளிவந்துள்ளன. ஒரு வணிக நிறுவனத்தை நிர்மாணிப்பதற்குத் தேவையான நடவடிக்கைகளைப் படிப்படியாக எடுத்துரைக்கின்ற புத்தகங்கள்கூட இருக்கின்றன. வணிக நிறுவனங்கள் பற்றிக் கரட் சட்டன் என்பவர் எழுதியுள்ள புத்தகங்கள் தனிப்பட்டப் வணிக நிறுவனங்களின் சக்தி பற்றிய அற்புதமான உள்நோக்கை வழங்குகின்றன.

பொருளாதார அறிவு என்பது உண்மையில் பல திறமைகளின் கூட்டியக்கமாகும். மேற்கூறப்பட்ட நான்கு தொழில்நுட்பத் திறமைகளின் கூட்டு அது என்று நான் கூறுவேன். நீங்கள் மிகப் பெரிய அளவில் சொத்துக்களைக் குவிக்க விரும்பினால், இந்த

நான்கு திறமைகளையும் கற்றுக் கொள்வது உங்களது பொருளாதார அறிவைப் பன்மடங்கு பெருக்கும்.

சுருக்கமாகக் கூறினால்:

வணிக நிறுவனங்களை உடைமையாக்கிக் கொண்டிருப்பவர்கள்	**வணிக நிறுவனங்களில் வேலை செய்யும் ஊழியர்கள்**
1. சம்பாதிக்கின்றனர்	*1. சம்பாதிக்கின்றனர்*
2. செலவிடுகின்றனர்	*2. வரி செலுத்துகின்றனர்*
3. வரி செலுத்துகின்றனர்	*3. செலவிடுகின்றனர்*

உங்களது ஒட்டுமொத்தப் பொருளாதார உத்தியின் ஒரு பகுதியாக, வியாபாரங்களுக்கும் சொத்துக்களுக்கும் சட்டங்கள் வழங்குகின்ற பாதுகாப்பைப் பற்றி நீங்கள் கற்றுக் கொள்ள வேண்டும் என்று நான் பரிந்துரைக்கிறேன்.

அத்தியாயம் ஐந்து

பாடம் 5: பணக்காரர்கள் பணத்தைக் கண்டுபிடிக்கின்றனர்

நிஜ உலகில், சாமர்த்தியமானவர்கள் முன்னேறுவதில்லை, துணிச்சல்காரர்கள்தான் முன்னேறுகின்றனர்.

நேற்றிரவு, புத்தகம் எழுதுவதைச் சிறிது நேரம் நிறுத்தி வைத்துவிட்டு, அலெக்சாண்டர் கிரகாம் பெல்லின் வரலாற்றைப் பற்றிய ஒரு தொலைக்காட்சி நிகழ்ச்சியை நான் பார்த்தேன். தான் கண்டுபிடித்தத் தொலைபேசிக்கு அலெக்சாண்டர் கிரகாம் பெல் அப்போதுதான் உரிமம் வாங்கியிருந்தார். அவரது புதிய கருவியை வாங்குவதற்கு ஏராளமான ஆர்டர்கள் வந்து குவிந்தன. ஆனால் அவரால் அந்த ஆர்டர்களைச் சமாளிக்க முடியவில்லை. ஒரு பெரிய நிறுவனம் தேவை என்பதை உணர்ந்த அவர், அந்தக் காலத்தில் மிகப் பெரிய ஜாம்பவானாக இருந்த வெஸ்டர்ன் யூனியன் நிறுவனத்திடம் சென்று, தனது உரிமத்தையும் தனது சிறு நிறுவனத்தையும் அவர்கள் வாங்கிக் கொள்வார்களா என்று கேட்டார். பெல் அதற்கு ஒட்டுமொத்தமாக ஒரு லட்சம் டாலர்கள் கேட்டார். வெஸ்டர்ன் யூனியனின் தலைவர் அவரைக் கேலி செய்துவிட்டு, அவரது நிறுவனத்தையும் உரிமத்தையும் வாங்கிக் கொள்ள மறுத்துவிட்டார். பெல் கேட்ட விலை மிகவும் அதிகம் என்றும் அவர் கூறினார். அதன் பிறகு நடந்தது உலகமறிந்த விஷயம்தான். பலகோடி டாலர்கள் பெறுமானமுள்ள ஒரு தொழிற்துறை உருவாக்கியது. ஏடி&டி என்ற மாபெரும் நிறுவனம் பிறந்தது.

அலெக்சாண்டர் கிரகாம் பெல் குறித்த நிகழ்ச்சி முடிந்தவுடன் ஒளிபரப்பான மாலைச் செய்தியில் ஓர் உள்ளூர் நிறுவனத்தில் ஆட்குறைப்பு நடைபெற்றதைப் பற்றிய ஒரு கதை வெளியானது.

அந்நிறுவனத்தின் ஊழியர்கள் கோபமாக இருந்தனர். உரிமையாளர்கள் நியாயமின்றி நடந்து கொண்டதாக அவர்கள் குறைகூறினர். பணிநீக்கம் செய்யப்பட்ட 45 வயது நிரம்பிய ஒரு மேலாளர், தன் மனைவி மற்றும் இரு மழலையர்களுடன் நிறுவனத்தின் வாசலில் நின்று கொண்டு, தன்னை மீண்டும் வேலையில் சேர்த்துக் கொள்ளுமாறு நிறுவன உரிமையாளர்களிடம் பேசுவதற்குத் தன்னை அனுமதிக்குமாறு அங்கிருந்த பாதுகாவல்களிடம் கெஞ்சிக் கொண்டிருந்தார். அவர் அப்போதுதான் ஒரு வீட்டை வாங்கியிருந்தார். அது தன் கையைவிட்டுப் போய்விடுமோ என்று அவர் பயந்தார். அவர் கெஞ்சிக் கொண்டிருந்ததைச் செய்தி ஒளிபரப்பாளரின் கேமரா படம்பிடித்துக் கொண்டிருந்தது. அது என் கவனத்தையும் கவர்ந்தது.

1984ம் ஆண்டிலிருந்து தொழில்முறைரீதியாக நான் கற்றுக் கொடுத்து வருகிறேன். இது எனக்கு மிகச் சிறந்த அனுபவமாகவும் வெகுமதியளிக்கும் ஒன்றாகவும் இருந்து வந்துள்ளது. இது சற்று வருத்தத்தை ஏற்படுத்தக்கூடிய ஒரு வேலையும்கூட. நான் ஆயிரக்கணக்கான நபர்களுக்குக் கற்றுக் கொடுத்திருக்கிறேன். அவர்கள் அனைவரிடமும் ஒரு பொதுவான விஷயத்தை நான் பார்க்கிறேன். நம் அனைவரிடமும் ஏராளமான ஆற்றல் உள்ளது. நாம் திறமைகளால் ஆசீர்வதிக்கப்பட்டு இருக்கிறோம். ஆனால் நம் அனைவரையும் இழுத்துப் பிடித்து வைக்கின்ற ஒரு விஷயம் சுயசந்தேகம். தொழில்நுட்பத் தகவல்கள் நம்மிடம் இல்லாதது நம்மை இழுத்துப் பிடிப்பதில்லை, தன்னம்பிக்கை இல்லாததுதான் நம்மை முன்னேற விடாமல் தடுத்துக் கொண்டிருக்கிறது. ஒருசிலர் மற்றவர்களைவிட இதனால் அதிக பாதிப்புக்கு ஆளாகின்றனர்.

கல்லூரிப் படிப்பு முடிந்து கல்லூரியைவிட்டு நாம் வெளியேறியவுடன், பட்டங்களோ அல்லது நல்ல மதிப்பெண்களோ ஒரு பொருட்டல்ல என்பதை நம்மில் பெரும்பாலானவர்கள் அறிந்து கொள்கிறோம். கல்விக்கு வெளியே உள்ள உண்மையான உலகில், மதிப்பெண்களைவிட மேலான ஒன்று தேவைப்படுகிறது. துணிச்சல், விடாமுயற்சி, புத்திசாலித்தனம், மனஉறுதி, சாதுரியம் என்று பல பெயர்களில் அது அழைக்கப்படுவதை நான் கேட்டிருக்கிறேன். அது எந்தப் பெயரில் அழைக்கப்பட்டாலும் சரி, கல்லூரியில் கிடைத்த மதிப்பெண்களைவிட அதிகமாக இந்தக் காரணிதான் இறுதியில் ஒருவரது எதிர்காலத்தைத் தீர்மானிக்கிறது.

துணிச்சல், பயம் ஆகிய இரண்டு குணாம்சங்களும் நம் ஒவ்வொருவருக்குள்ளும் உள்ளன. மக்கள் துணிச்சலாகவும் செயல்படுகின்றனர், தேவைப்பட்டால் மண்டியிட்டுக் கெஞ்சுவதற்கும் அவர்கள் தயாராகிவிடுகின்றனர். அமெரிக்கக் கப்பற்படை விமானியாக வியட்நாமில் நான் ஒரு வருடம்

பணியாற்றிய பிறகு, எனக்குள் இருந்த இந்த இரண்டு குணாம்சங்களைப் பற்றி நான் முழுமையாகத் தெரிந்து கொண்டேன்.

ஆனாலும் ஓர் ஆசான் என்ற முறையில், அளவுக்கதிகமான பயமும் சுயசந்தேகமும்தான் தனிப்பட்ட மேதமை வெளிப்படுவதிலிருந்து தடுக்கின்ற மாபெரும் தடுப்புச் சுவர்கள் என்பதை நான் உணர்ந்தேன். விடைகள் தெரிந்திருந்தும் அவற்றின்மீது நடவடிக்கை எடுப்பதற்கான துணிச்சல் இல்லாமல் போனவர்களைக் கண்டு என் இதயம் கனத்தது. நிஜ உலகில், சாமர்த்தியமானவர்கள் முன்னேறுவதில்லை, துணிச்சல்காரர்கள்தான் முன்னேறுகின்றனர்.

தொழில்நுட்ப அறிவும் துணிச்சலும் உங்கள் பொருளாதார மேதமைக்கு அவசியம் என்பதை எனது தனிப்பட்ட அனுபவத்திலிருந்து நான் கண்டுகொண்டிருக்கிறேன். பயம் மிகவும் வலிமையாக இருந்தால், மேதமை ஒடுக்கப்படுகிறது. சவாலான காரியங்களைச் செய்வதற்கும், தைரியமாக இருப்பதற்கும், தங்கள் மேதமையை உபயோகித்து பயத்தை சக்தியாக மாற்றுவதற்கும் கற்றுக் கொள்ளுமாறு நான் ஆழமாக வலியுறுத்துகிறேன். இது சிலருக்குப் பலனளிக்கிறது, சிலருக்கு அச்சமூட்டுகிறது. பணம் என்று வரும்போது, பெரும்பாலான மக்கள் பாதுகாப்பாக நடந்து கொள்ள விரும்புகின்றனர் என்பதை நான் உணர்ந்து கொண்டிருக்கிறேன். "ஏன் சவாலான காரியங்களில் இறங்க வேண்டும்?" "எனது பொருளாதார அறிவை வளர்த்துக் கொள்வதைப் பற்றி நான் ஏன் கவலைப்பட வேண்டும்?" "நான் ஏன் பொருளாதார அறிவைப் பெற வேண்டும்?" போன்ற கேள்விகளை நான் எதிர்கொள்கிறேன். அவற்றுக்கு, "நீங்கள் தேர்ந்தெடுப்பதற்கு இன்னும் அதிகமான வழிகள் கிடைப்பதற்காக," என்று நான் பதிலளிக்கிறேன்.

எதிர்காலத்தில் பல பெரிய மாற்றங்கள் வரவிருக்கின்றன. வரும் வருடங்களில், அலெக்சாண்டர் கிரகாம் பெல்லைப் போன்ற பல இளம் கண்டுபிடிப்பாளர்கள் தோன்றுவார்கள். உலகம் நெடுகிலும் ஒவ்வொரு வருடமும் பில் கேட்ஸைப் போன்ற பல நூற்றுக்கணக்கான மக்கள் உருவாவர், மைக்ரோசாஃப்ட் போன்ற மிகவும் வெற்றிகரமான நூற்றுக்கணக்கான நிறுவனங்கள் உருவாக்கப்படும். அதே சமயத்தில், ஏராளமான பணிநீக்கங்களும் ஆட்குறைப்புகளும் நடைபெறும், அதிகமானோர் திவாலாவதும் நிகழும்.

எனவே உங்கள் பொருளாதார அறிவை உருவாக்குவதில் ஏன் அக்கறை செலுத்த வேண்டும்? உங்களைத் தவிர வேறு யாராலும் இக்கேள்விக்கு விடையளிக்க முடியாது. நான் ஏன் அதைச் செய்கிறேன் என்பதை நான் உங்களுக்குக் கூறுகிறேன். உயிர்வாழ்வதற்கான மிகவும் உற்சாகமான நேரம் இது என்பதுதான்

நான் என் பொருளாதார அறிவை வளர்த்துக் கொள்வதற்குக் காரணம். மாற்றத்தைக் கண்டு பயப்படுவதைவிட, அதை வரவேற்க நான் விரும்புகிறேன். சம்பள உயர்வு கிடைக்காததைக் கண்டு கவலைப்படுவதற்குப் பதிலாக, கோடிக்கணக்கான டாலர்களைச் சம்பாதிப்பது குறித்து உற்சாகமாக இருப்பதை நான் விரும்புகிறேன். இப்போது நாம் வாழ்கின்ற காலகட்டம் மிக உற்சாகமான ஒரு காலகட்டமாகும். இன்றிலிருந்து பல தலைமுறைகளுக்குப் பிறகு, மக்கள் இந்த சமயத்தை நினைவுகூர்ந்து, இது எப்பேற்பட்ட உற்சாகமான நேரமாக இருந்திருக்க வேண்டும் என்று குறிப்பிடுவர். பழையது மறைந்து புதியது பிறந்த காலம் இது.

எனவே உங்கள் பொருளாதார அறிவை வளர்த்துக் கொள்வதில் நீங்கள் ஏன் அக்கறை செலுத்த வேண்டும்? ஏனெனில், நீங்கள் அதைச் செய்தால், நீங்கள் பெருமளவில் செழிப்படைவீர்கள். இதைச் செய்யவில்லை என்றால், இந்தக் காலகட்டம் உங்களுக்குப் பெரும் அச்சமூட்டும் காலகட்டமாக இருக்கும். ஒருசிலர் தைரியமாக முன்னேறிச் செல்வதையும், மற்றவர்கள் உயிர்பிழைத்திருப்பதற்காகத் தங்கள் வேலையில் ஒட்டிக் கொண்டிருப்பதையும் நீங்கள் காண்பீர்கள்.

முந்நூறு வருடங்களுக்கு முன்பு நிலம்தான் செல்வமாக இருந்தது. எனவே ஒரு நிலத்துக்குச் சொந்தக்காரர் செல்வத்துக்குச் சொந்தக்காரராக இருந்தார். பின்னாளில், செல்வமானது தொழிற்சாலைகளிலும் உற்பத்தியிலும் இருந்தது. எனவே அமெரிக்கா வலிமையான நாடாக உருவானது. தொழிலதிபர்கள் செல்வத்திற்குச் சொந்தக்காரர்கள் ஆனார்கள். இன்று, செல்வம் தகவல்களில் இருக்கிறது. சரியான நேரத்தில் தகவலைப் பெற்றிருக்கும் ஒருவர்தான் செல்வத்தைக் குவிக்கிறார். பிரச்சனை என்னவென்றால், தகவலானது ஒளியின் வேகத்தில் உலகைச் சுற்றி வருகிறது. புதிய சொத்துக்களை நிலங்களாகவும் தொழிற்சாலைகளாகவும் எல்லைக்கோட்டிற்குள் அடக்க முடியாது. இன்னும் பல மாற்றங்கள் விரைவாகவும் பெருமளவிலும் வரும். புதிய கோடீஸ்வரர்கள் ஏராளமானோர் உருவாவர். பின்தங்குபவர்களும் அதிக எண்ணிக்கையில் இருப்பர்.

இன்று, பலர் கடினமாக உழைத்தும் பொருளாதாரரீதியாகப் போராடுவதை நான் பார்க்கிறேன். அவர்கள் தங்கள் பழைய யோசனைகளை உடும்புப் பிடியாகப் பற்றிக் கொண்டிருப்பதுதான் அதற்குக் காரணம். விஷயங்கள் எவ்விதத்தில் இருந்தனவோ, அதேபோல் இருக்க வேண்டும் என்று அவர்கள் விரும்புகின்றனர். மாற்றத்தை அவர்கள் எதிர்க்கின்றனர். தங்கள் வேலைகளை அல்லது வீடுகளை இழக்கின்ற மக்களை நானறிவேன். தங்கள் இழப்புக்குத் தொழில்நுட்பத்தையோ, பொருளாதாரத்தையோ, அல்லது தங்கள் முதலாளியையோ அவர்கள் குறைகூறுகின்றனர். தங்கள்

பிரச்சனைக்குத் தாங்கள்தான் காரணம் என்பதை அவர்கள் உணர்ந்து கொள்ளத் தவறுவது வருத்தத்திற்குரிய விஷயம். பழைய யோசனைகள்தான் அவர்களது மிகப் பெரிய கடன் சுமை. அது ஒரு கடன் சுமையாக இருப்பதற்குக் காரணம், அந்த யோசனை நேற்று ஒரு சொத்தாக இருந்திருந்தாலும், நேற்று என்பது முடிந்து போய்விட்டது என்பதை அவர்கள் உணரத் தவறுவதுதான்.

ஒரு மதிய வேளையில், நான் கண்டுபிடித்திருந்த 'கேஷ்ஃப்ளோ' என்ற ஒரு பலகை விளையாட்டைப் பயன்படுத்தி, எவ்வாறு முதலீடு செய்ய வேண்டும் என்பதை நான் கற்றுக் கொடுத்துக் கொண்டிருந்தேன். அந்த வகுப்பிற்கு எனது தோழி ஒருவர், சமீபத்தில் விவாகரத்தான, விவாகரத்து வழக்கில் பலவற்றை இழந்து மனமொடிந்து போயிருந்த, இப்போது விடைகளைத் தேடிக் கொண்டிருந்த தன் தோழி ஒருவரை உடனழைத்து வந்திருந்தார். இந்த வகுப்பு அவருக்கு உதவியாக இருக்கும் என்று என் தோழி நினைத்தார்.

பணம் எவ்வாறு வேலை செய்கிறது என்பதைக் கற்றுக் கொள்ள மக்களுக்கு உதவுவதற்காக இந்த விளையாட்டு வடிவமைக்கப்பட்டது. இதை விளையாடுவதன் மூலமாக, வருமான அறிக்கைக்கும் நிதி நிகர அறிக்கைக்கும் இடையேயான உறவாடல் பற்றி அவர்கள் கற்றுக் கொள்கின்றனர். இரண்டு அறிக்கைகளுக்கும் இடையே பணம் எவ்வாறு பெயர்கிறது என்பதையும், உங்கள் சொத்துக்கள் பகுதியிலுள்ள மாதாந்திரப் பண வருவாயை உங்களது மாதாந்திரச் செலவுகளைவிட அதிகமாக இருக்கும்படி அதிகரிப்பதற்கு அயராது முயற்சிப்பதுதான் செல்வத்தைக் குவிப்பதற்கான வழி என்பதையும் அவர்கள் கற்றுக் கொள்கின்றனர். இதை நீங்கள் சாதித்துவிட்டால், நீங்கள் சிக்கியுள்ள பொறியிலிருந்து விடுபட்டு, விரைவான முன்னேற்றத்தை நோக்கி உங்களால் பயணிக்க முடியும்.

நான் முன்பு கூறியதுபோல், சிலர் இந்த விளையாட்டை வெறுக்கின்றனர், சிலர் அதை விரும்புகின்றனர், மற்றவர்கள் அது கூற வரும் விஷயத்தைத் தவறவிட்டுவிடுகின்றனர். ஒரு விஷயத்தைக் கற்றுக் கொள்வதற்கான ஒரு பொன்னான வாய்ப்பை இப்பெண்மணி தவறவிட்டார். துவக்கச் சுற்றில், அவருக்கு ஒரு படகு கிடைத்தது. அது குறித்து அவர் மகிழ்ச்சி கொண்டு, "எனக்கு ஒரு படகு கிடைத்துள்ளது," என்று உற்சாகமாகக் கூறினார். பிறகு, அவரது வருவாய் அறிக்கை மற்றும் நிதி நிகர அறிக்கையில் எண்கள் எவ்வாறு வேலை செய்தன என்பதை என் தோழி அவருக்கு விளக்க முற்பட்டபோது, அப்பெண் சலித்துக் கொண்டார். ஏனெனில், கணிதத்தில் அவருக்கு ஒருபோதும் நாட்டம் இருந்ததில்லை. வருவாய் அறிக்கை, நிதி நிகர அறிக்கை, மற்றும் மாதாந்திரப் பண வரவு ஆகியவற்றுக்கு இடையேயான தொடர்பை எனது தோழி தொடர்ந்து

அவருக்கு விளக்கியபோது, அவரோடு விளையாடிக் கொண்டிருந்த மற்றவர்கள் பொறுமையாகக் காத்திருந்தனர். திடீரென்று, எண்கள் எவ்வாறு வேலை செய்கின்றன என்பதை அவர் உணர்ந்தபோது, தனது படகு தன்னை உயிரோடு விழுங்கிக் கொண்டிருந்தது அவருக்குப் புரிபட்டது. விளையாட்டின் பிற்பகுதியில், அவர் பணிநீக்கம் செய்யப்பட்டதோடு, அவருக்கு ஒரு குழந்தையும் பிறந்தது. இது அவருக்கு அச்சமூட்டும் ஒரு விளையாட்டாக அமைந்தது.

வகுப்பு முடிந்த பிறகு, அப்பெண் மிகவும் மனங்கலங்கிப் போயிருந்ததாக என் தோழி என்னிடம் கூறினார். முதலீட்டைப் பற்றிக் கற்றுக் கொள்வதற்காகவே எனது வகுப்பிற்கு அவர் வந்ததாகவும், ஒரு சிறுபிள்ளைத்தனமான விளையாட்டை விளையாடுவதற்கு இவ்வளவு நேரத்தைச் செலவிட்டதை அவர் விரும்பவில்லை என்றும் என் தோழி கூறினார்.

அவ்விளையாட்டு ஏதேனும் ஒரு விதத்தில் அவரை அவருக்குப் பிரதிபலித்துக் காட்டியதா என்று கண்டறிவதற்குத் தனக்குள் சென்று பார்க்குமாறு அப்பெண்ணிற்கு என் தோழி எடுத்துரைக்க முயற்சித்தார். அந்தப் பரிந்துரையைக் கேட்ட அப்பெண், தன் பணத்தைத் திருப்பிக் கொடுக்குமாறு என்னிடம் கேட்டார். ஒரு விளையாட்டு தன்னைத் தனக்குப் பிரதிபலித்துக் காட்டும் என்ற யோசனை நகைப்புக்கு இடமானது என்று அவர் கூறினார். அவரது பணத்தை நான் உடனடியாகத் திருப்பிக் கொடுத்துவிட்டேன். அவரும் அங்கிருந்து உடனடியாகப் புறப்பட்டுச் சென்றுவிட்டார்.

1984ம் ஆண்டிலிருந்து, பள்ளிக்கூடத்தில் செய்யாத ஒன்றைச் செய்ததன் மூலம் நான் கோடிக்கணக்கான டாலர்களைச் சம்பாதித்திருக்கிறேன். பள்ளிகளில் பெரும்பாலான ஆசிரியர்கள் சொற்பொழிவாற்றுகின்றனர். மாணவனாக இருந்தபோது சொற்பொழிவுகளை நான் வெறுத்தேன். விரைவில் அவை எனக்கு சலிப்பூட்டின. சொற்பொழிவுகளைக் கேட்கும்போது என் மனம் அலைபாயத் துவங்கும்.

1984ம் ஆண்டில், விளையாட்டுகள் மற்றும் காட்சிரீதியான மாதிரிச் செயல்முறைகள் மூலமாக நான் கற்பிக்கத் துவங்கினேன். இன்றுகூட நான் இவற்றைத்தான் சார்ந்திருக்கிறேன். தங்களுக்குத் தெரிந்தவற்றையும் தாங்கள் கற்றுக் கொள்ள வேண்டியவற்றையும் அந்த விளையாட்டுகள் தங்களுக்குப் பிரதிபலித்துக் காட்டுவதாக அவற்றைப் பார்க்குமாறு என் பயிற்சி வகுப்பில் கலந்து கொள்பவர்களிடம் நான் எப்போதும் கூறி வருகிறேன். மிக முக்கியமாக, விளையாட்டுகள் நடத்தையைப் பிரதிபலிக்கின்றன. அவை உடனடியாகப் பின்னூட்டக் கருத்துக்களைக் கொடுக்கின்றன. ஆசிரியர் உங்களிடம் சொற்பொழிவாற்றுவதற்குப் பதிலாக, இந்த விளையாட்டு உங்களுக்கென்று பிரத்யேகமாக வடிவமைக்கப்பட்ட ஒரு சொற்பொழிவைக் கொடுக்கிறது.

என் வகுப்பிலிருந்து கோபமாக வெளியேறிய பெண்ணைப் பற்றிக் கூறுவதற்காக எனது தோழி என்னைத் தொலைபேசியில் அழைத்தார். அப்பெண் அமைதியாகிவிட்டதாகவும், இப்போது நன்றாக இருப்பதாகவும் அவர் தெரிவித்தார். அப்பெண் கோபம் தணிந்து சற்று நிதானமாக யோசித்தபோது, தான் விளையாடிய விளையாட்டிற்கும் தன் வாழ்க்கைக்கும் இடையே ஏதோ ஒரு தொடர்பு இருந்ததை அவரால் காண முடிந்தது. அவருக்கும் அவரது

> விளையாட்டுகள் நடத்தையைப் பிரதிபலிக்கின்றன. அவை உடனடியாகப் பின்னூட்டக் கருத்துக்களைக் கொடுக்கின்றன.

கணவருக்கும் சொந்தமாக எந்தப் படகும் இருக்கவில்லை என்றாலும்கூட, உங்களால் கற்பனை செய்ய முடிகின்ற மற்ற அனைத்துப் பொருட்களும் அவர்களுக்குச் சொந்தமாக இருந்தன. விவாகரத்திற்குப் பிறகு அப்பெண் கோபமடைந்தார். அதற்கு இரண்டு காரணங்கள் இருந்தன. அவரைவிட வயது குறைந்த ஒரு பெண்ணுடன் அவரது கணவர் ஓடிவிட்டிருந்தது முதலாவது காரணம். இரண்டாவதாக, திருமணமாகிய இருபது வருடங்களில் அவர்கள் வெகு குறைவான சொத்துக்களையே சேகரித்திருந்தனர். விவாகரத்திற்குப் பிறகு பங்கு போட்டுக் கொள்ளும் அளவுக்கு அவர்களிடம் சொத்துக்கள் இருக்கவில்லை. அவர்களது இருபது வருடத் திருமண வாழ்க்கை குதூகலமான ஒன்றாக இருந்தபோதிலும், மதிப்புவாய்ந்த எந்த சொத்துக்களையும் அவர்கள் சேகரித்திருக்கவில்லை.

வருவாய் அறிக்கை மற்றும் நிதி நிகர அறிக்கையில் இருந்த எண்களைப் படிப்பது குறித்து அவர் கோபம் கொண்டதற்குக் காரணம், தன்னால் அதைப் புரிந்து கொள்ள முடியவில்லை என்ற வேதனையின் விளைவு தான். அப்பெண் தன் குடும்பத்தைப் பார்த்துக் கொண்டும் விருந்தினர்களை உபசரித்துக் கொண்டும் இருந்தார். அவரது கணவர் நிதி நிர்வாகத்தைக் கவனித்துக் கொண்டார். கடந்த ஐந்து வருடங்களாக, தனக்குத் தெரியாமல் தன் கணவர் ஓரளவு பணத்தைத் தன்னிடமிருந்து மறைத்து வைத்திருந்ததாக அவர் உறுதியாக நம்பினார். பணம் எங்கே போய்க் கொண்டிருந்தது என்பது பற்றியும், அந்த இன்னொரு பெண்ணைப் பற்றியும் தனக்குத் தெரியாமல் போனது குறித்து அவர் தன்மீது கோபம் கொண்டார்.

ஒரு பலகை விளையாட்டைப் போலவே, உலகமும் நமக்கு உடனடியான பின்னூட்டக் கருத்துக்களை எப்போதும் கொடுத்துக் கொண்டிருக்கிறது. நாம் சற்று உன்னிப்பாகக் கவனித்தால் நம்மால் ஏராளமானவற்றைக் கற்றுக் கொள்ள முடியும். சில நாட்களுக்கு முன் ஒருநாள், சலவைக் கடைக்காரர் என்னுடைய கால்சட்டைகளைச்

சுருக்கிவிட்டிருப்பதாக என் மனைவியிடம் நான் குறைபட்டுக் கொண்டேன். என் மனைவி மெல்லப் புன்னகைத்துவிட்டு, என் வயிற்றில் விளையாட்டாகக் குத்தி, என் கால்சட்டைகள் சுருங்கவில்லை என்று எனக்குத் தெரிவித்தார். வேறு ஏதோ ஒன்று பெருத்துவிட்டிருந்தது — நான் குண்டாகியிருந்தேன்!

விளையாடும் ஒவ்வொருவருக்கும் பின்னூட்டக் கருத்தைக் கொடுப்பதற்காகவே கேஷ்ஃபுளோ விளையாட்டு வடிவமைக்கப்பட்டுள்ளது. நீங்கள் தேர்ந்தெடுப்பதற்குப் பல வழிகளை உங்களுக்குக் கொடுப்பதுதான் அதன் நோக்கம். நீங்கள் எடுக்கும் அட்டையில் படகு இருந்து, அது உங்களைக் கடனாளியாக ஆக்கினால், “இப்போது உங்களால் என்ன செய்ய முடியும்? எத்தனை வெவ்வேறு வகையான பொருளாதார வழிகளை உங்களால் யோசிக்க முடியும்?” என்பது கேள்வியாக இருக்கும். விளையாடுபவர்களைச் சிந்திக்க வைத்து, பல்வேறு புதிய பொருளாதார வழிகளை உருவாக்குவதுதான் விளையாட்டின் நோக்கம். உலகம் நெடுகிலுமுள்ள ஆயிரக்கணக்கான மக்கள் இவ்விளையாட்டை விளையாடியுள்ளனர். எண்களைப் புரிந்து கொண்டு, படைப்புத்திறன்மிக்கப் பொருளாதார மனத்தைக் கொண்டிருக்கும் மக்கள்தான் விரைவாகப் பொறியிலிருந்து தப்பித்து வெளியேறுகின்றனர். அவர்கள் பல்வேறு பொருளாதார வழிகளை அடையாளம் காண்கின்றனர். பணக்காரர்கள் பெரும்பாலும் படைப்புத்திறனுடன் செயல்படுகின்றனர், நன்றாக யோசித்துக் கணக்கிட்டு சில சவாலான காரியங்களில் துணிந்து இறங்குகின்றனர். விளையாட அதிக நேரம் எடுத்துக் கொள்ளும் மக்களுக்கு எண்களுடனான பரிச்சயம் இருப்பதில்லை. முதலீடு செய்வதன் சக்தியையும் அவர்கள் புரிந்து கொள்வதில்லை.

கேஷ்ஃபுளோ விளையாட்டை விளையாடும் சிலர், விளையாட்டில் ஏராளமான பணத்தைக் குவிக்கின்றனர். ஆனால் அதைக் கொண்டு என்ன செய்வது என்பது அவர்களுக்குத் தெரிவதில்லை. அவர்களிடம் பணம் இருந்தாலும்கூட, மற்ற அனைவரும் அவர்களைக் கடந்து முன்னேறிச் செல்கின்றனர். நிஜ வாழ்க்கையிலும் இது உண்மை. ஏராளமான பணத்தைக் கொண்ட ஏராளமான மக்கள் பொருளாதாரரீதியாக முன்னேறுவதில்லை.

உங்கள் வழிகளை மட்டுப்படுத்துவது உங்களது பழைய யோசனைகளை இறுகப் பற்றிக் கொண்டிருப்பதைப் போன்றது. உயர்நிலைப் பள்ளியில் என்னுடன் படித்த ஒரு நண்பர் இப்போது மூன்று வேலைகளைச் செய்கிறார். பல வருடங்களுக்கு முன், எங்கள் வகுப்பிலேயே அவர்தான் மிகப் பெரிய பணக்கார மாணவர். உள்ளூரில் இருந்த சர்க்கரைத் தொழிற்சாலை மூடப்பட்டபோது, அவர் வேலை பார்த்த நிறுவனமும் மூடப்பட்டது. அவருடைய மனத்தில் ஒரே ஒரு விஷயம் மட்டுமே மீதமிருந்தது: கடின உழைப்பு

என்ற பழைய யோசனைதான் அது. அவரது அனுபவத்திற்குப் பொருத்தமான வேலை அவருக்குக் கிடைக்கவில்லை. அதன் விளைவாக, அவர் இப்போது பார்த்துக் கொண்டிருக்கும் வேலை, அவரது தகுதிக்கு மிகக் குறைந்த வேலை. அதனால் அவரது சம்பளமும் குறைவாக உள்ளது. வாழ்க்கை நடத்துவதற்காக அவர் இப்போது மூன்று வேலைகளைச் செய்து வருகிறார்.

கேஷ்ஃப்ளோ விளையாட்டை விளையாடும் மக்கள், சரியான வாய்ப்புகளை உள்ளடக்கிய அட்டைகள் தங்களுக்கு வரவில்லை என்று குறைகூறுவதை நான் கவனித்திருக்கிறேன். எனவே அவர்கள் வெறுமனே அங்கு அமர்ந்திருக்கின்றனர். நிஜ வாழ்விலும் இதுபோல் வெறுமனே அமர்ந்திருக்கும் மக்களை நான் அறிவேன். சரியான வாய்ப்பு வருவதற்காக அவர்கள் காத்திருக்கின்றனர்.

சரியான வாய்ப்பை உள்ளடக்கிய அட்டையைப் பெற்று, ஆனால் போதிய பணமின்றி இருக்கும் மக்களையும் நான் பார்த்திருக்கிறேன். தங்களிடம் அதிகப் பணம் இருந்தால், பொறியிலிருந்து தங்களால் தப்பியிருக்க முடியும் என்று அவர்கள் குறைபட்டுக் கொள்கின்றனர். எனவே அவர்கள் வெறுமனே அங்கு அமர்ந்து கொள்கின்றனர். நிஜ வாழ்விலும் இதுபோல் நடந்து கொள்ளும் மக்களை எனக்குத் தெரியும். அவர்களுக்கு எல்லாப் பெரிய வாய்ப்புகளும் கிடைக்கின்றன, ஆனால் அவர்களிடம் பணம் இருப்பதில்லை.

கேஷ்ஃப்ளோ விளையாட்டில், மிகப் பெரிய வாய்ப்பை உள்ளடக்கிய ஓர் அட்டை கிடைக்கப் பெறும் மக்கள், அதை உரக்கப் படித்துவிட்டு, அது ஒரு மாபெரும் வாய்ப்பு என்ற யோசனை துளிகூட இல்லாமல் இருப்பதையும் நான் பார்த்திருக்கிறேன். அவர்களிடம் பணம் இருக்கிறது, நேரமும் சரியாக இருக்கிறது, அட்டையும் அவர்களிடம் இருக்கிறது, ஆனால் கண்முன்னால் இருக்கின்ற வாய்ப்பு அவர்களுக்குத் தெரிவதில்லை. பொறிக்குள் இருந்து வெளியேறுவதற்கான தங்களது பொருளாதாரத் திட்டத்தில் அது எவ்வாறு பொருந்துகிறது என்பதைக் காண அவர்கள் தவறிவிடுகின்றனர். இந்த வகையைச் சேர்ந்த மக்களை நான் அதிகமாகவே அறிவேன். வாழ்நாளில் கிடைக்க முடியாத ஒரு பெரிய வாய்ப்புக் கைவரப் பெறுகின்ற பெரும்பாலான மக்கள், அதைப் பார்க்கத் தவறிவிட்டு, ஓராண்டிற்குப் பிறகு, எல்லோரும் பணக்காரர்கள் ஆன பிறகு அதைப் பற்றிக் கண்டுபிடிக்கின்றனர்.

வாய்ப்புகள் உங்கள் பக்கமாக வரவில்லை என்றால், உங்களது நிதி நிலைமையை மேம்படுத்துவதற்கு உங்களால் வேறு என்ன செய்ய முடியும்? ஒரு வாய்ப்பு உங்கள் மடியில் வந்து விழுந்து, ஆனால் உங்களிடம் பணம் இல்லையென்றால், வங்கிகள் உங்களிடம் பேச மாட்டார்கள். அப்படியானால் அந்த வாய்ப்பு உங்களுக்குச்

சாதகமாக வேலை செய்வதற்கு உங்களால் வேறு என்ன செய்ய முடியும்? உங்களது உள்ளுணர்வு தவறாக இருந்து, நீங்கள் நம்பியிருந்த ஒன்று நிகழாமல் போனால், உங்கள் கையில் உள்ள எலுமிச்சம்பழத்தைக் பலகோடி டாலர்களாக எவ்வாறு உங்களால் மாற்ற முடியும். அதுதான் பொருளாதார அறிவு. என்ன நிகழ்கிறது என்பது இங்கு முக்கியமல்ல, ஆனால் ஓர் எலுமிச்சம்பழத்தைப் பலகோடி டாலர்கள் பணமாக மாற்றுவதற்கு உங்களால் எத்தனை வெவ்வேறு பொருளாதாரத் தீர்வுகளைக் கண்டுபிடிக்க முடியும் என்பதுதான் கேள்வி. பொருளாதாரப் பிரச்சனைகளைத் தீர்ப்பதில் நீங்கள் எவ்வளவு படைப்புத்திறனுடன் இருக்கிறீர்கள் என்பதுதான் அது.

பெரும்பாலான மக்களுக்கு ஒரே ஒரு தீர்வு மட்டுமே தெரியும்: கடினமாக உழைக்க வேண்டும், சேமிக்க வேண்டும், கடன் வாங்க வேண்டும். எனவே உங்களது பொருளாதார அறிவை நீங்கள் ஏன் அதிகரித்துக் கொள்ள வேண்டும்? ஏனெனில், உங்களுடைய சொந்த அதிர்ஷ்டத்தை உருவாக்குகின்ற நபராக நீங்கள் இருக்க விரும்புகிறீர்கள். எது நிகழ்ந்தாலும் அதை ஏற்றுக் கொண்டு, நீங்கள் அதைச் சிறப்பாக ஆக்குகிறீர்கள். பணத்தைப்போலவே அதிர்ஷ்டமும் உருவாக்கப்படுகிறது என்பதை வெகுசிலரே உணர்கின்றனர். நீங்கள் அதிர்ஷ்டக்காரராகவும் கடினமாக உழைப்பதற்குப் பதிலாக அதிகப் பணத்தை உருவாக்க விரும்புபவராகவும் இருந்தால், உங்களுக்குப் பொருளாதார அறிவு மிக முக்கியம். நீங்கள் சரியான விஷயம் நடைபெறுவதற்காகக் காத்திருக்கும் நபர் என்றால், நீங்கள் நீண்டகாலம் காத்திருக்க வேண்டியிருக்கும். உங்கள் பயணத்தைத் துவக்குவதற்கு முன், ஐந்து மைல் தொலைவிற்கு அனைத்துப் போக்குவரத்து சிக்னல்களிலும் பச்சை விளக்கு எரிவதற்காகக் காத்திருப்பதைப் போன்றது அது.

மைக்கும் நானும் சிறுவர்களாக இருந்தபோது, "பணம் உண்மையானதல்ல," என்று எங்கள் பணக்காரத் தந்தை எங்களிடம் அடிக்கடிக் கூறினார். முதன்முறையாக நாங்கள் இருவரும் சேர்ந்து பிளாஸ்டர் ஆஃப் பாரீஸைக் கொண்டு 'நாணயங்களை உருவாக்கிய' நாளன்று, பணத்தைப் பற்றிய ரகசியத்தைக் கிட்டத்தட்டத் தெரிந்து கொள்ளும் நிலைக்கு நாங்கள் வந்திருந்ததாக எங்கள் பணக்காரத் தந்தை அவ்வப்போது எங்களுக்கு நினைவுபடுத்தினார். "ஏழைகளும் நடுத்தர வர்க்கத்தினரும் பணத்திற்காக உழைக்கின்றனர். பணக்காரர்கள் பணத்தை உருவாக்குகின்றனர். நீங்கள் இருவரும் பணம் உண்மை என்று எவ்வளவு அதிகமாக நினைக்கிறீர்களோ, அவ்வளவு கடினமாக அதற்காக நீங்கள் உழைப்பீர்கள். பணம் உண்மையானதல்ல என்பதை நீங்கள் புரிந்து கொண்டால், நீங்கள் வெகு சீக்கிரம் பணக்காரராக உருவாகிவிடுவீர்கள்," என்று அவர் கூறுவார்.

"பணம் உண்மையனாதல்ல என்றால், பிறகு அது என்ன?" என்று நானும் மைக்கும் அடிக்கடி எதிர்க்கேள்வி கேட்போம்.

"அது என்ன என்று நாம் ஒப்புக் கொள்கிறோமோ, அதுதான் பணம்," என்று பணக்காரத் தந்தை கூறுவார்.

நம்மிடம் இருக்கும் தனிப்பெரும் சக்திவாய்ந்த சொத்து நம் மனம்தான். அதைச் சிறப்பாகப் பயிற்றுவித்தால், உடனடியாக ஏராளமான செல்வத்தை அதனால் உருவாக்க முடியும். பயிற்றுவிக்கப்படாத ஒரு மனத்தால், ஒரு குடும்பத்தைத் தலைமுறை தலைமுறையாக அழிக்கக்கூடிய ஏழ்மையைத்தான் உருவாக்க முடியும்.

நம்மிடம் இருக்கும் தனிப்பெரும் சக்திவாய்ந்த சொத்து நம் மனம்தான். அதைச் சிறப்பாகப் பயிற்றுவித்தால், ஏராளமான செல்வத்தை அதனால் உருவாக்க முடியும்.

தகவல் யுகத்தில், பணம் பன்மடங்கில் அதிகரித்துக் கொண்டிருக்கிறது. வெறும் யோசனைகள் மற்றும் உடன்படிக்கைகளில் இருந்து ஒருசிலர் ஏராளமான பணத்தைச் சம்பாதிக்கின்றனர். பங்கு வர்த்தகம் அல்லது வேறு பிற முதலீடுகளை வர்த்தகம் செய்வதன் மூலம் வாழ்க்கை நடத்துகின்ற பலரிடம் நீங்கள் கேட்டால், அந்தப் பரிவர்த்தனைகளைத் தங்கள் வாழ்நாள் முழுவதும் தாங்கள் பார்த்து வளர்ந்ததாக அவர்கள் கூறுவர். எதுவுமின்றிப் பலகோடி டாலர்கள் பணத்தைச் சம்பாதிக்க முடியும். எதுவுமின்றி என்று நான் கூறுவது, எந்தப் பணப் பரிமாற்றமும் இன்றி என்று அர்த்தம். அது ஓர் உடன்படிக்கையின் வாயிலாகச் செய்யப்படுகிறது: பங்குச் சந்தைப் பரிமாற்றங்களை இதற்கு உதாரணமாகச் சுட்டிக்காட்டலாம். நான் என் முகவரை அழைத்து, ஒரு குறிப்பிட்டப் பங்கை ஒரு குறிப்பிட்ட விலைக்கு வாங்குமாறு கூறி, பின்னர் அதை அதிக விலைக்கு விற்குமாறு கூறுகிறேன் என்று வைத்துக் கொள்வோம். இங்கு பணம் கைமாறவில்லை. உடன்படிக்கைகள் மட்டுமே கைமாறுகின்றன.

அப்படியானால் உங்களது பொருளாதார மேதமையை ஏன் உருவாக்க வேண்டும்? உங்களால் மட்டுமே அதற்கு விடையளிக்க முடியும். இப்பகுதியில் எனது அறிவை நான் ஏன் வளர்த்து வந்து கொண்டிருக்கிறேன் என்று என்னால் உங்களிடம் கூற முடியும். பணம் விரைவாக எனக்கு வேண்டும் என்பதால்தான் நான் அதைச் செய்கிறேன். பணத்தை விரைவாகச் சம்பாதித்தாக வேண்டும் என்பதால் அல்ல, அதை நான் விரைவாகச் சம்பாதிக்க விரும்புவதால்தான். இது ஒரு சுவாரசியமான கற்றல் செயல்முறை. உலகிலேயே மிக வேகமான, மிகப் பெரிய விளையாட்டில் நான் கலந்து கொள்ள விரும்புவதால் என் பொருளாதார அறிவை நான் உருவாக்குகிறேன். எனக்குச் சொந்தமான சிறிய வழியில், எந்த

முன்மாதிரியும் இல்லாத இந்த மனிதகுலப் பரிணாம வளர்ச்சியின் ஒரு பகுதியாக இருக்க நான் விரும்புகிறேன். இந்தக் காலகட்டத்தில் மக்கள் தங்கள் மனங்களை மட்டுமே கொண்டு வேலை செய்கின்றனர், தங்கள் உடல்களைக் கொண்டு அல்ல. அதோடு, இங்குதான் செயல்பாடு இருக்கிறது. இது உற்சாகம் ஊட்டுவதாகவும் அச்சுறுத்துவதாகவும் இருக்கிறது. இது மிகவும் குதூகலமளிப்பதாக இருக்கிறது.

அதனால்தான் எனது பொருளாதார அறிவில் நான் முதலீடு செய்கிறேன். என்னிடமுள்ள மிகச் சிறந்த சொத்தான எனது மனத்தை நான் உருவாக்குகிறேன். துணிச்சலோடு முன்னேறுகின்ற மக்களுடன் இருக்க நான் விரும்புகிறேன். பின்தங்குபவர்களுடன் சேர்ந்திருக்க நான் விரும்பவில்லை.

பணத்தை உருவாக்குவது பற்றிய ஓர் எளிய எடுத்துக்காட்டை நான் உங்களுக்குத் தருகிறேன். 1990களின் துவக்கத்தில், அரிசோனா மாநிலத்திலுள்ள ஃபீனிக்ஸ் நகரின் பொருளாதார நிலை மிக மோசமாக இருந்தது. தொலைக்காட்சியில் நான் ஒரு நிகழ்ச்சியைப் பார்த்துக் கொண்டிருந்தேன். அதில் ஒரு பொருளாதார நிபுணர் தோன்றி, மோசமான நிலவரத்தை முன்கணிப்பு செய்து கூறிக் கொண்டிருந்தார். பணத்தைச் சேமிக்குமாறு அவர் அறிவுறுத்தினார். "ஒவ்வொரு மாதமும் 100 டாலர்கள் பணத்தைச் சேமியுங்கள். 40 வருடங்களில் நீங்கள் பலகோடிகளுக்கு அதிபர்களாக ஆகியிருப்பீர்கள்," என்று அவர் கூறினார்.

ஒவ்வொரு மாதமும் சிறிதளவு பணத்தைச் சேமிப்பது ஒரு நல்ல யோசனைதான். அது ஒரு வழி. பெரும்பாலான மக்கள் அந்த வழியைத் தேர்ந்தெடுக்கின்றனர். பிரச்சனை இதுதான்: இந்த வழியிலேயே போகும்போது தங்களைச் சுற்றி உண்மையிலேயே என்ன நடந்து கொண்டிருக்கிறது என்பது குறித்து மக்கள் தெரிந்து கொள்ளாமல் இருந்துவிடுகின்றனர். அவர்களது பணம் அதிகக் குறிப்பிடத்தக்க அளவில் வளர்வதற்கு உதவக்கூடிய மிகப் பெரிய வாய்ப்புகளை அவர்கள் தவறவிட்டுவிடுகின்றனர். உலகம் அவர்களைக் கடந்து சென்றுவிடுகிறது.

நான் முன்பு கூறியதுபோல், பொருளாதார நிலைமை அந்த சமயத்தில் மிக மோசமாக இருந்தது. முதலீட்டாளர்களுக்கு அது கச்சிதமான சந்தை நிலையாக அமைந்தது. என்னுடைய பணத்தின் ஒரு பெரும் பகுதி பங்குச் சந்தையிலும், ஒரு சிறு பகுதி குடியிருப்பு வீடுகளிலும் முடங்கியிருந்தது. என்னிடம் போதுமான பணக் கையிருப்பு இருக்கவில்லை. மக்கள் தங்கள் வீடுமனைகளை விற்றுக் கொண்டிருந்ததால், நான் அவற்றை வாங்கிக் கொண்டிருந்தேன். நான் பணத்தைச் சேமித்துக் கொண்டிருக்கவில்லை. பணத்தை நான் முதலீடு செய்து கொண்டிருந்தேன். விரைவாக உயர்ந்து கொண்டிருந்த ஒரு சந்தையில் என் மனைவியின் பணமும் எனது

பணம் சேர்ந்து பத்து லட்சம் டாலர்களுக்கு அதிகமாகப் புழங்கிக் கொண்டிருந்தது. முதலீடு செய்வதற்கான மிகச் சிறந்த வாய்ப்பு அது. பொருளாதாரம் மிகவும் மோசமாக இருந்தது. இந்தச் சிறிய பரிவர்த்தனைகளை என்னால் விட்டுத்தள்ள முடியவில்லை.

ஒரு சமயத்தில் ஒரு லட்சம் டாலர்களுக்கு விற்பனையாகிக் கொண்டிருந்த வீடுகள் இப்போது எழுபத்தையாயிரம் டாலர்களுக்குக் கிடைத்தன. ஆனால் உள்ளூர் வீடுமனை விற்பனை முகவர்களுடன் சேர்ந்து செயல்படுவதற்குப் பதிலாக, திவாலானவர்களின் சொத்துக்களை விற்க முயன்ற வழக்கறிஞர்களின் அலுவலகங்களிலும் நீதிமன்றங்களின் வாசல்களிலும் நான் என் சொத்துக்களை வாங்கத் துவங்கினேன். இந்த இடங்களில், 75,000 டாலர்கள் வீடுகளை 20,000 டாலர்கள் அல்லது அதற்குக் குறைவான விலைக்கு வாங்க முடியும். நான் என் நண்பர் ஒருவரிடமிருந்து 2,000 டாலர்கள் பணத்தை 200 டாலர்கள் வட்டிக்குத் தொண்ணூறு நாட்களுக்குக் கடன் வாங்கினேன். பிறகு ஒரு வீட்டை வாங்குவதற்கு அந்தப் பணத்தை ஒரு வழக்கறிஞருக்கு முன்பணமாகக் கொடுத்தேன். வீடு கைமாறுவதற்கான பரிவர்த்தனை நடைபெற்றுக் கொண்டிருந்தபோது, 75,000 டாலர்கள் விலைமதிப்புள்ள ஒரு வீடு எந்த முன்பணமும் இன்றி 60,000 டாலர்களுக்கு விற்கப்படும் என்று ஒரு பத்திரிகையில் விளம்பரப்படுத்தினேன். எனது தொலைபேசி ஒலித்தவண்ணம் இருந்தது. வாங்கக்கூடிய சாத்தியமிருந்த வாடிக்கையாளர்களை அலசி ஆராய்ந்து, வீடு என் கைக்கு வந்தவுடன் அவர்கள் அனைவரையும் அந்த வீட்டைச் சுற்றிப் பார்க்க அனுமதித்தேன். ஒருசில நிமிடங்களில் அந்த வீடு விற்றுப் போனது. பரிவர்த்தனைச் செலவிற்காக 2,500 டாலர்கள் வேண்டும் என்று நான் அவர்களிடம் கேட்டேன். அவர்களும் அதை மகிழ்ச்சியாக எனக்குக் கொடுத்தனர். பிறகு மற்ற முறையான விஷயங்கள் தொடர்ந்தன. என் நண்பனிடம் கடன் வாங்கிய 2,000 டாலர்களை 200 டாலர்கள் வட்டியுடன் திருப்பிக் கொடுத்தேன். அவர் மகிழ்ச்சியாக அதைப் பெற்றுக் கொண்டார். என்னிடமிருந்து வீட்டை வாங்கியவருக்கும் மகிழ்ச்சி, வழக்கறிஞருக்கும் மகிழ்ச்சி, எனக்கும் மகிழ்ச்சி. நான் 20,000 டாலர்கள் விலை கொடுத்து வாங்கிய ஒரு வீட்டை 60,000 டாலர்களுக்கு விற்றேன். என்னிடமிருந்து வீட்டை வாங்கியவரிடமிருந்து பெற்ற ஒரு வாக்குறுதிப் பத்திரத்தின் வடிவில் 40,000 டாலர்களை நான் சம்பாதித்தேன். மொத்தமாக இதற்கு ஐந்து மணிநேரம் செலவானது, அவ்வளவுதான்.

பொருளாதார அறிவும் எண்களைப் படிப்பதில் திறமையும் பெற்றவராக நீங்கள் உருவாகவிருக்கும் இந்நேரத்தில், பணம் கண்டுபிடிக்கப்படுவதற்கான ஓர் எடுத்துக்காட்டை நான் உங்களுக்கு விளக்குகிறேன்.

40,000 டாலர்கள் சொத்துக்கள் பகுதியில் உருவாக்கப்படுகிறது. 10 சதவீத வட்டியில், ஒரு வருடத்திற்கு 4,000 டாலர்கள் பண வரவு கூடுதல் வருவாயாகக் கிடைக்கிறது.

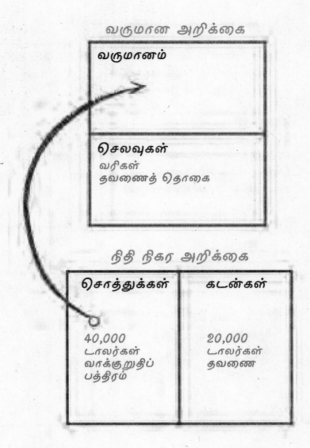

சந்தை நலிவடைந்துள்ள இந்த சமயத்தில், எங்களுடைய ஓய்வு நேரத்தில் என் மனைவி கிம்மும் நானும் சேர்ந்து இது போன்ற ஆறு எளிய பரிவர்த்தனைகளைச் செய்தோம். எங்களுடைய பணத்தின் பெரும்பகுதி பெரிய சொத்துக்களிலும் பங்குச் சந்தையிலும் இருந்தபோதும், வெறுமனே வாங்கி விற்ற அந்த ஆறு பரிவர்த்தனைகளின் மூலம் நாங்கள் 1,90,000 டாலர்கள் பணத்தைச் சம்பாதித்தோம். இது ஒரு வருடத்திற்கு சுமார் 19,000 டாலர்கள் வருமானம் என்று ஆகிறது. ஒரு வருடத்திற்குக் கிடைக்கும் 19,000 டாலர்களின் பெரும்பகுதி எங்கள் நிறுவனத்தின் கார்கள், பெட்ரோல், பிரயாணங்கள், வாடிக்கையாளர்களுடனான உணவுநேர சந்திப்புகள், காப்பீடுகள், மற்றும் பிற விஷயங்களுக்குச் செலவிடப்படுகிறது. அந்த வருமானத்தின்மீது வரி போடுவதற்கு அரசாங்கத்திற்கு ஒரு வாய்ப்புக் கிடைப்பதற்கு முன், அது சட்டரீதியாக அனுமதிக்கப்பட்ட, வரிகளுக்கு முந்தையச் செலவுகள்மீது செலவிடப்பட்டுவிடுகிறது.

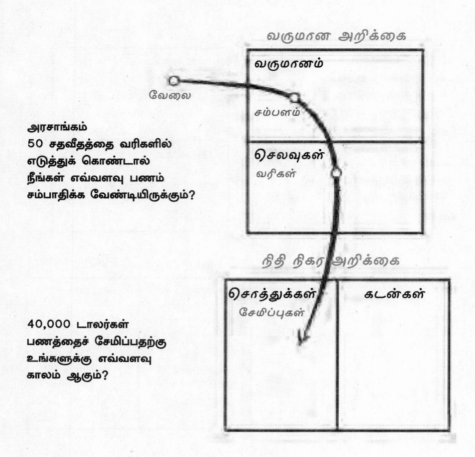

அரசாங்கம்
50 சதவீதத்தை வரிகளில்
எடுத்துக் கொண்டால்
நீங்கள் எவ்வளவு பணம்
சம்பாதிக்க வேண்டியிருக்கும்?

40,000 டாலர்கள்
பணத்தைச் சேமிப்பதற்கு
உங்களுக்கு எவ்வளவு
காலம் ஆகும்?

பொருளாதார அறிவைக் கொண்டு பணம் எவ்வாறு கண்டுபிடிக்கப்படுகிறது, உருவாக்கப்படுகிறது, பாதுகாக்கப்படுகிறது என்பதற்கான ஓர் எளிய எடுத்துக்காட்டு அது.

பின்வரும் கேள்விகளை நீங்களே உங்களிடம் கேட்டுக் கொள்ளுங்கள்: 1,90,000 டாலர்கள் பணத்தைச் சேமிப்பதற்கு உங்களுக்கு எவ்வளவு காலம் ஆகும்? உங்கள் பணத்திற்கு ஆண்டொன்றுக்கு 10 சதவீத வட்டியை வங்கி உங்களுக்குக் கொடுக்குமா? வாக்குறுதிப் பத்திரம் 30 வருடங்களுக்குச் செல்லுபடியாகும். அவர்கள் எனக்கு 1,90,000 டாலர்கள் பணத்தைக் கொடுத்துவிடக்கூடாது என்று பிரார்த்திக்கிறேன். அவர்கள் அந்தத் தொகையை எனக்குக் கொடுத்தால், அதற்கு நான் வரி செலுத்தியாக வேண்டும். அதோடு, 19,000 டாலர்கள் பணம் 30 வருடங்களாகக் கொடுக்கப்பட்டால், அது சுமார் 5,00,000 டாலர்கள் வருவாயாக இருக்கும்.

பணத்தை அந்த நபர் எனக்குக் கொடுக்கவில்லை என்றால் என்னவாகும் என்று மக்கள் என்னிடம் கேட்டுள்ளனர். அவ்வாறு நிச்சயமாக நிகழும். அது நல்லதற்குத்தான். அந்த 60,000 டாலர்கள் விலைமதிப்புக் கொண்ட வீட்டைத் திரும்ப எடுத்துக் கொண்டு, அதை 70,000 டாலர்களுக்கு மீண்டும் விற்பேன். இன்னொரு 2,500 டாலர்கள் பணத்தைப் பரிவர்த்தனைச் செலவுகளுக்காகப் பெற்றுக் கொள்வேன். வீட்டை என்னிடமிருந்து வாங்கும் அந்தப் புதிய நபரைப் பொறுத்தவரை, முன்பணம் எதுவும் இல்லாத ஒரு பரிவர்த்தனையாக இது இருக்கும். இந்தச் சுழற்சி தொடர்ந்து கொண்டே இருக்கும்.

முதன்முறையாக நான் அந்த வீட்டை விற்றபோது, 2,000 டாலர்களை நான் திருப்பிக் கொடுத்துவிட்டேன். எனவே, அந்தப் பரிவர்த்தனையில் எனக்கு எந்தப் பணமும் கிடைக்கவில்லை என்று கூறலாம். ஆனால் நான் முதலீடு செய்துள்ளதிலிருந்து கிடைக்கும் வருவாய் முடிவற்றது. கையில் பணமேதுமின்றி ஏராளமான பணத்தைச் சம்பாதிப்பதற்கான எடுத்துக்காட்டு இது.

இரண்டாவது பரிவர்த்தனையில், வீட்டை நான் மீண்டும் விற்றபோது, 2,000 டாலர்களை நான் என் பாக்கெட்டில் போட்டுக் கொண்டேன். கடனைத் திருப்பிச் செலுத்துவதற்கு எனக்கு மேலும் 30 வருட கால அவகாசமும் கிடைத்தது. எப்படிப் பார்த்தாலும், கிடைக்கும் வருவாயானது, மாதம் 100 டாலர்களைச் சேமிப்பதைவிட அதிகமாகவே இருக்கும். சேமிக்கும்போது உங்களுக்குக் கிடைக்கும் வட்டியின்மீதும் வரி விதிக்கப்படுகிறது. இது அவ்வளவு புத்திசாலித்தனமான காரியமல்ல. இது பாதுகாப்பானதாக இருக்கலாம், ஆனால் சாதுரியமான செயலல்ல.

ஒருசில வருடங்களுக்குப் பிறகு, ஃபீனிக்ஸ் நகர வீடுமனைச் சந்தை வலுவடைந்தது. 60,000 டாலர்களுக்கு நாங்கள் விற்ற வீடுகள் 1,10,000 டாலர்கள் மதிப்புக் கொண்டவையாக ஆயின. திவாலானவர்களின் வீடுகளை வாங்கும் வாய்ப்புகள் இன்னும் இருந்தன, ஆனால் அவை அவ்வளவு பரவலாக இருக்கவில்லை. எனது மிக மதிப்புவாய்ந்த ஒரு சொத்தான எனது நேரத்தைச் செலவிட்டு நான் அவற்றைத் தேட வேண்டியிருந்தது. இருந்த ஒருசில வீடுகளை வாங்குவதற்கு ஆயிரக்கணக்கானவர்கள் தேடிக் கொண்டிருந்தனர். சந்தை நிலவரம் மாறியிருந்தது. சொத்துக்களை அதிகரிப்பதற்கான வேறு பிற வாய்ப்புகளைத் தேடுவதற்கான நேரம் வந்துவிட்டிருந்தது.

"அதை எவ்வாறு செய்ய வேண்டும் என்று எனக்குக் காட்டுகிறீர்களா?" என்று கேட்பதற்குப் பதிலாக, "அதை இங்கே உங்களால் செய்ய முடியாது," "இது சட்டத்திற்குப் புறம்பானது," "நீங்கள் பொய் கூறுகிறீர்கள்," போன்ற பேச்சுக்கள் மக்களிடமிருந்து அதிகமாக வருகின்றன. இங்கு கணக்கு மிகவும் எளிது.

அல்ஜீப்ராவோ அல்லது கால்குலசோ உங்களுக்குத் தெரிந்திருக்க வேண்டியதில்லை. ஒழுகும் கூரைகளையோ அல்லது தண்ணீர்த் தொட்டிகளையோ நான் பழுது பார்க்க வேண்டியதில்லை. வீட்டு உரிமையாளர்கள் அதைப் பார்த்துக் கொள்வார்கள். அது அவர்களுடைய வீடு. அவ்வப்போது யாரேனும் பணம் தராமல் இருப்பதுண்டு. அது அற்புதமான விஷயம். ஏனெனில், தாமதமாகப் பணம் செலுத்துவதற்கு அவர்களிடமிருந்து கட்டணம் வசூலிக்கப்பட்டுவிடும், அல்லது அவர்கள் அந்த வீட்டிலிருந்து வெளியேறிவிடுவர். அந்த வீடு மீண்டும் விற்கப்படும். நீதிமன்ற அமைப்புமுறை அதைப் பார்த்துக் கொள்கிறது.

இது உங்கள் பகுதியில் வேலை செய்யாமல் போகலாம். சந்தை நிலவரம் வேறு விதமாக இருக்கலாம். ஆனால், குறைந்த பணத்தைக் கொண்டு, அவ்வளவு பெரிய ஆபத்து ஏதுமின்றி, ஓர் எளிய பொருளாதாரச் செயல்முறையால் எவ்வாறு பல்லாயிரக்கணக்கான டாலர்கள் பணத்தை உருவாக்க முடியும் என்பதை இந்த எடுத்துக்காட்டு விளக்குகிறது. உயர்நிலைப் பள்ளிப் படிப்பை முடித்திருக்கும் எவரொருவராலும் இதைச் செய்ய முடியும்.

ஆனாலும் பெரும்பாலான மக்கள் இதைச் செய்வதில்லை. "கடினமாக உழைத்துப் பணத்தை மிச்சப்படுத்து," என்ற வழக்கமான ஆலோசனையைத்தான் பெரும்பாலானவர்கள் செவிமடுக்கின்றனர்.

சுமார் 30 மணிநேர உழைப்பில், சுமார் 1,90,000 டாலர்கள் பணம் சொத்துக்கள் பகுதியில் உருவாக்கப்பட்டது. இது வாக்குறுதிப் பத்திரத்தின் வடிவில் இருந்ததால், இதற்கு வரிகளும் செலுத்தப்படவில்லை.

கீழே குறிப்பிடப்பட்டுள்ள இரண்டில் எது அதிகக் கடினமாக இருக்கும் என்று உங்களுக்குத் தோன்றுகிறது ?

1. கடினமாக உழையுங்கள். 50 சதவீதத்தை வரியாகச் செலுத்துங்கள். மீதமிருப்பதைச் சேமியுங்கள். உங்களது சேமிப்பு 5% வட்டியைப் பெற்றுக் கொடுக்கிறது. அதுவும் வரிக்கு உட்படுத்தப்படுகிறது.

அல்லது

2. உங்களது பொருளாதார அறிவை வளர்த்துக் கொள்வதற்கு நேரத்தை ஒதுக்கிக் கொள்ளுங்கள். உங்களது மூளையின் சக்தியையும் உங்கள் சொத்துக்கள் பகுதியின் சக்தியையும் திறமையாகப் பயன்படுத்துங்கள்.

நீங்கள் முதல் வழியைத் தேர்ந்தெடுத்தால், 1,90,000 டாலர்களைச் சேமிப்பதற்கு உங்களுக்கு எவ்வளவு காலம் ஆகும் என்பதைத் துல்லியமாகக் கணக்கிட்டுக் கொள்ளுங்கள். உங்கள் நேரம் உங்களுடைய மாபெரும் சொத்துக்களில் ஒன்று.

"பள்ளியில் என்னுடைய குழந்தை மிகச் சிறப்பாகப் படித்துக் கொண்டிருக்கிறான். தரமான கல்வியை அவன் பெற்றுக் கொண்டிருக்கிறான்," என்று பெற்றோர்கள் கூறுவதைச் செவிமடுக்கும்போது நான் ஏன் மௌனமாகத் தலையசைக்கிறேன் என்பது இப்போது உங்களுக்குப் புரிந்திருக்கும். பள்ளியில் அவர்களது குழந்தைகள் சிறப்பாகச் செயல்படுவது நல்லதுதான், ஆனால் அது போதுமானதா?

மேற்கூறப்பட்ட முதலீட்டு உத்தி ஒரு சிறிய உத்திதான் என்பது எனக்குத் தெரியும். சிறிய அளவு பணத்தால் எவ்வாறு பெரிதாக வளர முடியும் என்பதை விளக்குவதற்கு இது பயன்படுத்தப்பட்டுள்ளது. என்னுடைய வெற்றியானது ஒரு வலிமையான பொருளாதார அடித்தளத்தின் முக்கியத்துவத்தைப் பிரதிபலிக்கிறது. ஒரு வலிமையான பொருளாதார அடித்தளம் ஒரு வலிமையான பொருளாதாரக் கல்வியிலிருந்து துவங்குகிறது.

நான் இதை ஏற்கனவே கூறியிருக்கிறேன், ஆனால் மீண்டும் கூறுவது இதன் முக்கியத்துவத்தை உங்களுக்கு வலியுறுத்தும். பொருளாதார அறிவு இந்த நான்கு முக்கியத் திறமைகளால் ஆனது:

1. கணக்கியல்:

கணக்கியல் என்பது பொருளாதாரக் கல்வியறிவு அல்லது எண்களைப் படிப்பதற்கான திறனாகும். வியாபாரங்களை அல்லது முதலீடுகளை நீங்கள் உருவாக்க விரும்பினால், இது ஓர் இன்றியமையாத திறமையாகும்.

2. முதலீடு:

முதலீடு என்பது "பணத்தை உருவாக்குகின்ற பணம்" பற்றிய அறிவியலாகும்.

3. சந்தை நிலவரங்களைப் புரிந்து கொள்ளுதல்:

சந்தை நிலவரங்களைப் புரிந்து கொள்ளுதல் என்பது தேவை மற்றும் வினியோகத்தின் அறிவியலைப் புரிந்து கொள்வதாகும். சந்தைக்கு எது தேவையாக இருந்ததோ, அதை அலெக்சாண்டர் கிரகாம் பெல் கொடுத்தார். பில் கேட்ஸும் அதைத்தான் செய்தார். 75,000 டாலர்கள் மதிப்புவாய்ந்த ஒரு வீட்டை 20,000 டாலர்கள் விலைகொடுத்து வாங்கி 60,000 டாலர்களுக்கு விற்றதும் சந்தையில் உருவான ஒரு வாய்ப்பைப் பயன்படுத்தியதன் விளைவுதான். யாரோ ஒருவர் வாங்கிக் கொண்டிருந்தார், யாரோ ஒருவர் விற்றுக் கொண்டிருந்தார்.

4. சட்டம்:

சட்டம் என்பது கணக்கியல், வணிக நிறுவனக் கட்டுப்பாட்டு விதிகள், மாநிலக் கட்டுப்பாட்டு விதிகள், மற்றும் தேசியக் கட்டுப்பாட்டு விதிகள் பற்றிய விழிப்புணர்வாகும். சட்டப்படி நடந்து கொள்வதை நான் உங்களுக்குப் பரிந்துரைக்கிறேன்.

சிறிய வீடுகள், பெரிய குடியிருப்புக் கட்டிடங்கள், நிறுவனங்கள், பங்குகள், பத்திரங்கள், விலையுயர்ந்த உலோகங்கள் போன்ற எதுவொன்றின் மூலமாகச் செல்வத்தைத் குவிக்க முயற்சிக்கும்போதும் இந்த நான்கு அடிப்படைத் திறமைகளும் தேவை.

ஒருசில வருடங்களுக்குப் பிறகு, வீடுமனை வாங்கல் மற்றும் விற்றலுக்கான சந்தை சூடு பிடித்தது. எல்லோரும் அதில் குதித்தனர். பங்குச் சந்தை கொழித்துக் கொண்டிருந்தது. எல்லோரும் அதிலும் குதித்துக் கொண்டிருந்தனர். அமெரிக்கப் பொருளாதாரம் மீண்டும் தன்னை நிலைநிறுத்திக் கொள்ளத் துவங்கியிருந்தது. நான் விற்கத் துவங்கினேன். பெரு, நார்வே, மலேசியா, மற்றும் பிலிப்பைன்ஸ் போன்ற நாடுகளுக்கு நான் பயணித்தேன். முதலீட்டு அமைப்புமுறை மாறியிருந்தது. இப்போது யாரும் வீடுமனைகளை வாங்கவில்லை. இப்போது நான் வெறுமனே என் சொத்துக்களின் மதிப்பு ஏறுவதற்காகக் காத்திருக்கிறேன்.

நான் கூற வரும் விஷயம் என்னவென்றால், முதலீடுகள் வரும், போகும். சந்தைகள் மேலே உயரும் அல்லது கீழே வரும். பொருளாதாரங்கள் மேம்படும் அல்லது நிலைகுலையும். உலகம் ஒவ்வொரு நாளும் பல பொன்னான வாய்ப்புகளை எப்போதும் உங்களுக்கு வழங்கிக் கொண்டே இருக்கிறது, ஆனால் நாம் அவற்றைப் பார்க்கத் தவறிவிடுகிறோம். ஆனால் அந்த வாய்ப்புகள் அங்கேயே இருக்கின்றன. உலகமும் தொழில்நுட்பமும் எவ்வளவு அதிகமாக மாறுகின்றனவோ, நீங்களும் உங்களது குடும்பத்தாரும் பல தலைமுறைகள் பொருளாதாரரீதியான பாதுகாப்புடன் வாழ்வதற்குத் தேவையான வாய்ப்புகள் அவ்வளவு அதிகமாக வந்து கொண்டே இருக்கும்.

எனவே உங்களது பொருளாதார அறிவை வளர்த்துக் கொள்வதைப் பற்றி ஏன் கவலைப்பட வேண்டும்? இப்போதும் இதற்கு உங்களால் மட்டுமே விடையளிக்க முடியும். நான் ஏன் தொடர்ந்து கற்கிறேன், தொடர்ந்து வளர்கிறேன் என்று எனக்குத் தெரியும். மாற்றங்கள் வந்து கொண்டிருப்பதுதான் அதற்குக் காரணம். கடந்தகாலத்தை உடும்பாகப் பற்றியிருப்பதற்குப் பதிலாக மாற்றத்தை நான் வரவேற்கிறேன். சந்தைகள் கொழிக்கும் என்பதையும், சந்தைகள் வீழ்ச்சியுறும் என்பதையும் நான் அறிவேன். என் பொருளாதார அறிவை நான் தொடர்ந்து உருவாக்க விரும்புகிறேன். ஏனெனில், சந்தை ஒவ்வொரு முறை மாறும்போதும், சிலர் தங்கள் வேலைக்காகக் கெஞ்சிக் கொண்டிருப்பார்கள்; மற்றவர்கள்,

வாழ்க்கை தங்கள் கையில் கொடுத்திருக்கும் எலுமிச்சம்பழத்தைக் கோடிக்கணக்கான டாலர்களாக மாற்றுவார்கள். அதுதான் பொருளாதார அறிவு.

நான் கோடிக்கணக்கான டாலர்களாக மாற்றிய எலுமிச்சம்பழங்களைப் பற்றி மக்கள் என்னிடம் அடிக்கடிக் கேட்பதுண்டு. எனது தனிப்பட்ட முதலீடுகள் பற்றிய அதிகமான எடுத்துக்காட்டுகளைக் கொடுக்க நான் விரும்புவதில்லை. ஏனெனில், அது என்னைப் பற்றி நானே பெருமை பேசிக் கொள்வதைப்போல் ஆகிவிடும். அது என் நோக்கமல்ல. எண்களையும் உண்மையான நிகழ்வுகளையும் விளக்குவதற்காகவே என்னுடைய சொந்த எடுத்துக்காட்டுகள் ஒருசிலவற்றை நான் பயன்படுத்துகிறேன். நான் அவற்றைப் பயன்படுத்துவதற்குக் காரணம், அது சுலபம் என்று நீங்கள் தெரிந்து கொள்ள வேண்டும் என்பதுதான். பொருளாதார அறிவின் நான்கு இன்றியமையாத தூண்களைப் பற்றி நீங்கள் எவ்வளவு அதிகப் பரிச்சயத்தைக் கொள்கிறீர்களோ, உங்களுக்கு அது அவ்வளவு அதிக சுலபமாக இருக்கும்.

தனிப்பட்ட முறையில், பொருளாதார வளர்ச்சிக்கு நான் இரண்டு முக்கியமான விஷயங்களைப் பயன்படுத்துகிறேன்: வீடுமனைகள் மற்றும் சிறிய நிறுவனத்தின் பங்குகள். வீடுமனைகளை எனது அடித்தளமாக நான் பயன்படுத்துகிறேன். ஒவ்வொரு நாளும் எனது சொத்துக்கள் பணத்தை உருவாக்குகின்றன. அவ்வப்போது எனது சொத்துக்களின் மதிப்பும் கூடுகின்றன. நான் சிறு நிறுவனத்தின் பங்குகளை எனது வேகமான வளர்ச்சிக்குப் பயன்படுத்துகிறேன்.

நான் செய்யும் எதையும் நான் உங்களுக்குப் பரிந்துரைக்க விரும்பவில்லை. இவை வெறும் எடுத்துக்காட்டுகள் மட்டுமே. எனக்குக் கிடைக்கும் வாய்ப்பு மிகவும் சிக்கலானதாக இருந்து, அந்த முதலீட்டை என்னால் புரிந்து கொள்ள முடியவில்லை என்றால், நான் அதைச் செய்வதில்லை. பொருளாதாரரீதியாக நீங்கள் வெற்றி பெற வேண்டும் என்றால் எளிமையான கணக்கும் பொது அறிவும் மட்டும் போதும்.

எடுத்துக்காட்டுகளைப் பயன்படுத்துவதற்கான ஐந்து காரணங்கள்

1. அதிகமாகக் கற்றுக் கொள்வதற்கு மக்களை உத்வேகப்படுத்துவது

2. அடித்தளம் வலிமையாக இருந்தால் சுலபமாக இருக்கும் என்று மக்களுக்குத் தெரியப்படுத்துவது

3. எவரொருவராலும் பெரும் செல்வத்தைக் குவிக்க முடியும் என்பதைக் காட்டுவது

4. உங்களது இலக்குகளை அடைவதற்கு ஏகப்பட்ட வழிகள் இருக்கின்றன என்பதைக் காட்டுவது

5. இது ஒரு புரியாத புதிரல்ல என்று எடுத்துரைப்பது

1989ம் ஆண்டில், ஓரேகான் மாநிலத்திலுள்ள போர்ட்லேண்ட் நகரில் ஓர் அழகிய குடியிருப்புப் பகுதியில் காலைநேர ஓட்டத்தில் ஈடுபடுவது எனது வழக்கமாக இருந்தது. சிறிய வீடுகள் அடங்கிய ஒரு புறநகர்ப் பகுதி அது. அவ்வீடுகள் மிகவும் அழகாக இருந்தன.

எல்லா இடங்களிலும் 'விற்பனைக்காக' என்ற அறிவிப்புப் பலகைகள் வைக்கப்பட்டிருந்தன. பங்குச் சந்தை அப்போதுதான் வீழ்ச்சியடைந்து இருந்தது. பொருளாதாரம் நலிவுற்றுப் போயிருந்தது. ஒரு தெருவில் இருந்த ஒரு வீட்டின் முன்னே, 'விற்பனைக்காக' என்ற அறிவிப்புப் பலகை ஒன்று மற்றவற்றைவிட மிக அதிக நாட்களாக இருந்ததை நான் கண்டேன். அது மிகவும் பழையதாகத் தோன்றியது. ஒருநாள் நான் அதைக் கடந்து ஓடிக் கொண்டிருந்தபோது, அந்த வீட்டின் உரிமையாளரைச் சந்தித்தேன். அவர் சற்றுக் கவலையாக இருந்தார்.

"உங்கள் வீட்டிற்கு நீங்கள் எவ்வளவு விலை எதிர்பார்க்கிறீர்கள்?" என்று நான் அவரிடம் கேட்டேன்.

அவர் விரக்தியுடன், "நீங்கள் எவ்வளவு தருவீர்கள் என்று கூறுங்கள். ஒரு வருடத்திற்கு மேல் இது விற்பனையாகாமல் இருந்து வருகிறது. இதைப் பார்ப்பதற்குக்கூட யாரும் வருவதில்லை," என்று கூறினார்.

"நான் பார்க்கிறேன்," என்று கூறிவிட்டு, அரை மணிநேரத்திற்குப் பிறகு, அவர் கேட்ட விலைக்கு இருபதாயிரம் டாலர்கள் குறைவாகக் கொடுத்து அந்த வீட்டை நான் வாங்கினேன்.

அது இரண்டு படுக்கையறைகளைக் கொண்ட ஓர் அழகான வீடு. 1930ம் ஆண்டு கட்டப்பட்ட அந்த வீடு வெளிர்நீல நிறத்தில் சாம்பல் நிறம் கலந்து இருந்தது. நெருப்புமூட்டிக் குளிர்காய்வதற்கான ஓர் இடமும் அதனுள் இருந்தது. வாடகைக்கு விடுவதற்குக் கச்சிதமான வீடாக அது இருந்தது.

எவரும் வாங்க முன்வராத அந்த 65,000 டாலர்கள் பெறுமானமுள்ள வீட்டை, முன்பணமாக 5,000 டாலர்கள் கொடுத்து 45,000 டாலர்களுக்கு நான் வாங்கினேன். ஒரு வாரத்தில் அதன் உரிமையாளர் அந்த வீட்டைவிட்டு மகிழ்ச்சியாக வெளியேறினார். எனது முதல் வாடகைதாரர் அங்கு குடியேறினார். அவர் உள்ளூரில் ஒரு கல்லூரிப் பேராசிரியராக இருந்தார். எல்லாத் தொகைகளும் செலுத்தப்பட்டது போக, ஒவ்வொரு மாதக் கடைசியிலும் சுமார் 40 டாலர்கள் எனக்குக் கிடைத்தன. இது அவ்வளவு உற்சாகமூட்டும் விஷயமல்ல.

ஒரு வருடத்திற்குப் பிறகு, ஓய்ந்து கிடந்த ஓரேகான் வீடுமனை வியாபாரம் தலையெடுக்கத் துவங்கியிருந்தது. கலிபோர்னியாவைச் சேர்ந்த முதலீட்டாளர்கள், கொழித்துக் கொண்டிருந்த வீடுமனை விற்பனைச் சந்தையிலிருந்து கிடைத்த ஏராளமான பணத்தைக் கொண்டு ஓரேகான் மற்றும் வாஷிங்டனில் சொத்துக்களை வாங்கிக் கொண்டிருந்தனர். அந்தச் சிறிய வீட்டை, கலிபோர்னியாவில்

இருந்து வந்த ஓர் இளம் தம்பதியினரிடம் 95,000 டாலர்களுக்கு நான் விற்றேன். அந்தப் பரிவர்த்தனையில் இருந்து எனக்குக் கிடைத்த 40,000 டாலர்கள் லாபத்தைக் கொண்டு வேறொரு வீட்டை வாங்குவதென்று தீர்மானித்தேன். அதுவரை அப்பணத்தை அரசின் வரிவிலக்குப் பத்திரம் ஒன்றில் போட்டு வைத்திருந்தேன். ஒரு மாதத்திற்குள், ஓரேகான் மாநிலத்திலுள்ள பீவர்டன் நகரில் அமைந்திருந்த இன்ட்டெல் தொழிற்சாலையை அடுத்து அமைந்திருந்த, 12 வீடுகளைக் கொண்ட ஒரு குடியிருப்புக் கட்டிடத்தை நான் கண்டுபிடித்தேன். அதன் உரிமையாளர்கள் ஜெர்மனியில் வசித்து வந்தனர். அந்தக் கட்டிடம் எவ்வளவு மதிப்புக் கொண்டது என்ற யோசனை அவர்களுக்கு இருக்கவில்லை. அவர்கள் அதை எப்படியாவது விற்றால் போதும் என்று நினைத்தனர். 4,50,000 டாலர்கள் பெறுமானமுள்ள அந்தக் கட்டிடத்தை 2,75,000 டாலர்களுக்கு நான் கேட்டேன். அவர்கள் 3,00,000 டாலர்களுக்கு விற்பதாக ஒப்புக் கொண்டனர். நான் அதை அவர்களிடம் இருந்து வாங்கி இரண்டு வருடங்கள் என் வசம் வைத்திருந்தேன். பிறகு அக்கட்டிடத்தை 4,95,000 டாலர்களுக்கு விற்று, அரிசோனா மாநிலத்திலுள்ள ஃபீனிக்ஸ் நகரில், 30 வீடுகளைக் கொண்ட ஒரு குடியிருப்புக் கட்டிடத்தை வாங்கினேன். முந்தைய ஓரேகான் சந்தையைப்போலவே, ஃபீனிக்ஸின் வீடுமனைச் சந்தையும் நலிவுற்று இருந்தது. 30 வீடுகளைக் கொண்ட அந்தக் கட்டிடத்தின் விலை 8,75,000 டாலர்களாக இருந்தது. அதற்கு நாங்கள் 2,25,000 டாலர்கள் முன்பணமாகக் கொடுத்தோம். அந்த 30 வீடுகளிலிருந்து ஒவ்வொரு மாதமும் சுமார் 5,000 டாலர்கள் பணம் வந்தது.

> **பாதுகாப்பான முதலீடுகளில் உள்ள பிரச்சனை என்னவென்றால், அவை குறைவான லாபங்களைக் கொடுக்கும் விதத்தில் மிகப் பாதுகாப்பாக அமைக்கப்பட்டுள்ளன என்பதுதான்.**

அரிசோனா சந்தை மேல்நோக்கி வளரத் துவங்கியது. ஒருசில வருடங்களுக்குப் பிறகு, கொலராடோ மாநிலத்தைச் சேர்ந்த ஒரு முதலீட்டாளர் எங்களது அந்தக் கட்டிடத்தை 12 லட்சம் டாலர்கள் கொடுத்து வாங்கினார்.

ஒரு சிறிய தொகையால் எவ்வாறு ஒரு பெரிய தொகையாக வளர முடியும் என்பதற்கான எடுத்துக்காட்டு இது. பொருளாதார அறிக்கைகள், முதலீட்டு உத்திகள், சந்தை நிலவரங்கள், சட்டங்கள் ஆகியவற்றைப் புரிந்து கொள்வதைப் பற்றியது இது.

இவ்விஷயங்கள் பற்றி மக்களுக்குத் தெரிந்திருக்கவில்லை என்றால், அவர்கள் தங்களது பழைய வழியைத்தான் பின்பற்ற வேண்டியிருக்கும். பாதுகாப்பான முதலீடுகளில் உள்ள பிரச்சனை என்னவென்றால், அவை குறைவான லாபங்கள் கிடைக்கும் வகையில் மிகப் பாதுகாப்பாக அமைக்கப்பட்டுள்ளன என்பதுதான்.

பணக்காரர்களை மேலும் பணக்காரர்களாக ஆக்குகின்ற சிறந்த பரிவர்த்தனைகள் அனைத்தும் வியாபாரத்தை நன்றாகப் புரிந்து கொண்டுள்ளவர்களுக்கே வழங்கப்படுகின்றன.

நீங்கள் காலப்போக்கில் உங்களது பொருளாதார அறிவை வளர்த்துக் கொள்ள வேண்டியதற்கு இன்னொரு காரணம், அது அதிகமான வாய்ப்புகளை உங்களுக்கு வழங்கும் என்பதுதான். நீங்கள் எவ்வளவு அதிகமான பொருளாதார அறிவைக் கொண்டிருக்கிறீர்களோ, ஒரு பரிவர்த்தனை நல்லதா இல்லையா என்பதைக் கண்டுகொள்வது உங்களுக்கு அவ்வளவு அதிக சுலபமாக இருக்கும். ஒரு மோசமான பரிவர்த்தனையை அடையாளம் காண உதவுவதும், ஒரு மோசமான பரிவர்த்தனையை நல்ல பரிவர்த்தனையாக மாற்றுவதற்கு உங்களுக்கு உதவுவதும் உங்களது பொருளாதார அறிவுதான். நான் எவ்வளவு அதிகமாகக் கற்கிறேனோ, அவ்வளவு அதிகப் பணத்தை நான் சம்பாதிக்கிறேன். ஏனெனில், காலப்போக்கில் எனக்கு அதிக அனுபவங்களும் அதிக அறிவும் கிடைக்கின்றன. தங்கள் பணத்தைப் பாதுகாப்பாகக் கையாள்கின்ற பல நண்பர்கள் எனக்கு இருக்கின்றனர். அவர்கள் தங்கள் வேலையில் கடினமாக உழைக்கின்றனர், ஆனால் பொருளாதார அறிவைப் பெறத் தவறிவிடுகின்றனர். பொருளாதார அறிவை உருவாக்குவதற்கு நேரம் தேவை.

எனது சொத்துக்கள் பகுதியில் விதைகளை நடுவதுதான் எனது ஒட்டுமொத்தத் தத்துவம். அதுதான் எனது சூத்திரம். நான் சிறிய அளவில் துவக்கி, விதைகளை நடுகிறேன். சில விதைகள் வளர்கின்றன, சில வளர்வதில்லை. எங்களது வீடுமனை வணிக நிறுவனத்திற்குச் சொந்தமாகப் பலகோடி டாலர்கள் பெறுமானமுள்ள சொத்துக்கள் இருக்கின்றன. இந்தக் கோடிக்கணக்கான டாலர்களில் பெரும்பாலானவை 5,000 முதல் 10,000 டாலர்கள் வரையிலான முதலீட்டில் துவங்கியவைதான்.

நாங்கள் பங்குச் சந்தையிலும் ஏராளமாக முதலீடு செய்துள்ளோம். அதை ஒரு தனி நிறுவனமாக அமைத்துள்ளோம். ஒவ்வொரு மாதமும் முதலீடு செய்வதற்குக் கூடுதல் பணத்தை வைத்திருக்கின்ற எங்களைப் போன்ற முதலீட்டாளர்களுடன் பரிவர்த்தனையில் ஈடுபட விரும்புகின்ற நண்பர்கள் எங்களுக்கு இருக்கின்றனர். அமெரிக்காவிலோ அல்லது கனடாவிலோ பங்குச் சந்தையில் பொது நிறுவனமாக ஆகவுள்ள, அதிக சவால்களை உள்ளடக்கிய தனியார் நிறுவனங்களை நாங்கள் வாங்குகிறோம். ஒரு நிறுவனம் பொது நிறுவனமாக ஆகப் போவதற்கு முன் தலா 25 சென்ட்டுகள் கணக்கில் 1 லட்சம் பங்குகளை வாங்குவது விரைவான லாபங்களை உருவாக்குவதற்கான ஒரு வழியாகும். ஆறு மாதங்களுக்குப் பிறகு, அந்த நிறுவனம் பங்குச் சந்தையின் பட்டியலில் இடம்பெற்றிருக்கும். இப்போது அந்த 1 லட்சம் பங்குகள்

ஒவ்வொன்றும் 2 டாலர்கள் மதிப்புக் கொண்டவையாக ஆகியிருக்கும். அந்நிறுவனம் சிறப்பாக நிர்வகிக்கப்பட்டால், அதன் பங்கு விலை தொடர்ந்து அதிகரிக்கும். அதன் ஒவ்வொரு பங்கின் விலையும் 20 டாலர்கள் அல்லது அதற்கு அதிகமாக உயரும். எங்களது 25,000 டாலர்கள் மதிப்புள்ள பங்குகள் ஒரு வருடத்திற்குள் 10 லட்சம் டாலர்களுக்கு அதிகரித்துள்ளது பலமுறை நடந்துள்ளது.

நீங்கள் என்ன செய்து கொண்டிருக்கிறீர்கள் என்று உங்களுக்குத் தெரிந்திருந்தால், அது சூதாட்டம் அல்ல. வெறுமனே ஒரு முதலீட்டில் உங்கள் பணத்தைத் தூக்கிப் போட்டுவிட்டு, அது பதிலீட்டைக் கொடுக்க வேண்டும் என்று பிரார்த்திப்பதுதான் சூதாட்டம். எந்தவொரு விஷயத்திலும் உங்களது நுட்பமான அறிவையும் அந்த விஷயத்தின்மீதுள்ள ஆர்வத்தையும் பயன்படுத்தி, அதிலுள்ள ஆபத்தைக் குறைப்பதுதான் இங்கு முக்கியம். ஆபத்து எப்போதும் இருந்து கொண்டுதான் இருக்கும். பொருளாதார அறிவுதான் உங்கள் வாய்ப்புகளை அதிகரிக்கிறது. எனவே, ஒரு நபருக்கு சவாலாக உள்ள ஒரு விஷயம் இன்னொருவருக்கு அவ்வளவு சவாலானதாக இருக்காது. பங்குகள், வீடுமனைகள், அல்லது பிற சந்தைகளில் முதலீடு செய்வதைவிட அதிகமாகத் தங்களது பொருளாதார அறிவில் முதலீடு செய்யுமாறு மக்களை நான் தொடர்ந்து ஊக்குவிப்பதற்கான முதன்மைக் காரணம் இதுதான். நீங்கள் எவ்வளவு அதிக சாமர்த்தியமானவராக இருக்கிறீர்களோ, சவால்களிலிருந்து மீள்வதற்கான வாய்ப்புகள் உங்களுக்கு அவ்வளவு அதிகமாக ஏற்படும்.

நீங்கள் என்ன செய்து கொண்டிருக்கிறீர்கள் என்பது உங்களுக்குத் தெரிந்திருந்தால், அது சூதாட்டம் அல்ல. வெறுமனே ஒரு முதலீட்டில் உங்கள் பணத்தைத் தூக்கிப் போட்டுவிட்டு, அது பதிலீட்டைக் கொடுக்க வேண்டும் என்று பிரார்த்திப்பதுதான் சூதாட்டம்.

சில பங்குகளில் நான் செய்த முதலீடுகள் பலருக்கு அதிக சவாலானவையாக இருந்திருக்கும். அவர்களுக்கு இதை நான் ஒருபோதும் பரிந்துரைக்க மாட்டேன். அந்த முதலீட்டு விளையாட்டை நான் 1979ம் ஆண்டிலிருந்து செய்து வருகிறேன். அனுபவிக்க வேண்டிய சிரமங்களையெல்லாம் நான் அனுபவித்துவிட்டேன். ஆனால் இப்படிப்பட்ட முதலீடுகள் ஏன் பெரும்பாலான மக்களுக்கு அதிக சவாலானவையாகத் தோன்றுகின்றன என்பதை நீங்கள் மீண்டும் ஆய்வு செய்து பார்த்தால், உங்களுடைய வாழ்க்கையை முற்றிலும் வேறு விதத்தில் உங்களால் அமைத்துக் கொள்ள முடியும்; 25,000 டாலர்கள் பணத்தை முதலீடு செய்து, ஒரு வருடத்திற்குள் அதை 10 லட்சம் டாலர்களாக மாற்றும் பரிவர்த்தனை உங்களுக்கு அவ்வளவு அதிக சவாலான விளையாட்டாகத் தோன்றாது.

முன்பு குறிப்பிடப்பட்டிருந்ததுபோல், நான் எழுதியுள்ள எதுவும் ஒரு பரிந்துரை அல்ல. எது எளிமையானது, எது சாத்தியமானது என்பதை விளக்குவதற்கு நான் பயன்படுத்துகின்ற எடுத்துக்காட்டுகள் மட்டுமே இவை. நான் செய்து கொண்டிருப்பவை மிகச் சிறிய காரியங்கள்தான். ஆனாலும் ஒரு சராசரி நபருக்கு, உழைக்காமல் ஆண்டொன்றுக்கு 1 லட்சம் டாலர்களுக்கு மேல் கிடைக்கின்ற வருமானத்தை ஈட்டுவது அவ்வளவு கடினமான காரியமல்ல. சந்தை நிலவரத்தையும் உங்கள் சாமர்த்தியத்தையும் பொறுத்து, அதை ஐந்து அல்லது பத்து வருடங்களில் சாதித்துவிடலாம். நீங்கள் வாழ்க்கை நடத்துவதற்குத் தேவைப்படும் செலவைக் குறைவாக வைத்துக் கொள்ளும்போது, கூடுதலாக வருகின்ற 1 லட்சம் டாலர்கள் வருவாய் இனிமையானதாக இருக்கும், நீங்கள் வேலையில் இருக்கிறீர்களோ இல்லையோ. நீங்கள் விரும்பினால் வேலை செய்யலாம், அல்லது சில நாட்கள் ஓய்வெடுத்துக் கொள்ளலாம். அரசாங்கத்தின் வரி அமைப்புமுறையை உங்களுக்குச் சாதகமாகப் பயன்படுத்திக் கொள்ளலாம்.

வீடுமனைகள்தான் எனது தனிப்பட்ட அடித்தளம். வீடுமனைகளை நான் அதிகம் விரும்புவதற்குக் காரணம் அவை நிலைப்பாடு கொண்டவை, மெதுவாக இயங்குபவை என்பதுதான். அடித்தளத்தை நான் திடமாக வைத்துக் கொள்கிறேன். பண வரவு போதுமான அளவு சீராக உள்ளது. முறையாக நிர்வகிக்கப்பட்டால், வீடுமனைகளின் மதிப்பு அதிகரிப்பதற்கு ஒரு நல்ல வாய்ப்பு உள்ளது. வீடுமனைகள் எனும் திடமான அடித்தளத்தின் சிறப்பு என்னவென்றால், அதிக சவாலான முயற்சிகளில் துணிந்து இறங்குவதற்கு அவை எனக்கு உதவுகின்றன.

பங்குச் சந்தையில் நான் அதிக லாபங்களை ஈட்டினால், எனக்குக் கிடைக்கும் லாபங்களுக்கான வரிகளை நான் செலுத்துகிறேன். பிறகு, மீதமுள்ளதை நான் வீடுமனைகளில் முதலீடு செய்து என்னுடைய சொத்துக்களை மீண்டும் பலப்படுத்துகிறேன்.

வீடுமனைகளைப் பற்றிக் கடைசியாக ஒரு வார்த்தை: நான் உலகம் நெடுகிலும் பயணம் செய்து, முதலீட்டைப் பற்றிக் கற்றுக் கொடுத்து வந்திருக்கிறேன். ஒவ்வொரு நகரத்திலும், வீடுமனைகளை மலிவான விலைக்கு வாங்க முடியாது என்று மக்கள் கூறுவதை நான் செவிமடுக்கிறேன். ஆனால் என் அனுபவம் வேறு. டோக்கியோ, நியூயார்க் போன்ற நகரங்களில்கூட, நல்ல விலைக்கு வருகின்ற வீடுமனைகளைப் பெரும்பான்மையான மக்கள் தவறவிட்டுவிடுகின்றனர். வீடுமனைகளின் விலை விண்ணைத் தொடுகின்ற சிங்கப்பூரில்கூட, நல்ல விலைக்குச் சொத்துக்களை வாங்க முடியும். “அதை இங்கு உங்களால் செய்ய முடியாது,” என்று யாரேனும் என்னிடம் கூறும்போது, “அதை இங்கு எவ்வாறு செய்வது என்று எனக்குத் தெரியவில்லை,” என்பதுதான் அவர்கள் உண்மையிலேயே கூற வரும் விஷயம் என்று நான் அவர்களுக்கு நினைவூட்டுகிறேன்.

சிறந்த வாய்ப்புகள் உங்கள் கண்களால் பார்க்கப்படுவதில்லை. அவை உங்கள் மனத்தைக் கொண்டு பார்க்கப்படுகின்றன. பெரும்பாலான மக்கள் செல்வந்தர்களாக ஆகாமல் போவதற்குக் காரணம், தங்கள் முகத்திற்கு எதிரே உள்ள வாய்ப்புகளை அடையாளம் கண்டுகொள்வதற்கு அவர்கள் பொருளாதாரரீதியாகப் பயிற்றுவிக்கப்படவில்லை என்பதுதான்.

> **சிறந்த வாய்ப்புகள் உங்கள் கண்களால் பார்க்கப்படுவதில்லை. அவை உங்கள் மனத்தைக் கொண்டு பார்க்கப்படுகின்றன.**

"நான் எவ்வாறு தொடங்குவது?" என்று மக்கள் அடிக்கடி என்னிடம் கேட்கின்றனர்.

இப்புத்தகத்தின் இறுதி அத்தியாயத்தில், பொருளாதாரச் சுதந்திரத்தை அடைவதற்கு நான் பயன்படுத்திய பத்து அம்சங்களை நான் பட்டியலிட்டுள்ளேன். ஆனால் நீங்கள் குதூகலமாக இருக்க வேண்டும் என்பதை எப்போதும் நினைவில் வைத்திருங்கள். முதலீடு செய்வதிலுள்ள விதிகளையும் வார்த்தைகளையும் கற்றுக் கொண்டு உங்கள் சொத்துக்கள் பகுதியை நீங்கள் கட்டியெழுப்பத் துவங்கும்போது, இது நீங்கள் இதுவரை விளையாடியிருக்காத ஒரு குதூகலமான விளையாட்டு என்பதைக் காண்பீர்கள். சில சமயம் நீங்கள் வெற்றி பெறுவீர்கள், சில சமயம் கற்றுக் கொள்வீர்கள். ஆனால் எப்போதும் குதூகலத்தை அனுபவியுங்கள். பெரும்பாலான மக்கள் ஒருபோதும் வெற்றி பெறாததற்குக் காரணம், தோல்வி குறித்த பயம் அவர்களுக்கு இருப்பதுதான். பள்ளிகளைக் கண்டு நான் நகைப்பது இதனால்தான். தவறுகள் மோசமானவை என்று நாம் பள்ளிகளில் கற்கிறோம். தவறுகள் செய்யும்போது அங்கு நாம் தண்டிக்கப்படுகிறோம். ஆனால் கற்பதற்கு மனிதர்கள் எவ்வாறு வடிவமைக்கப்பட்டுள்ளனர் என்பதை நீங்கள் பார்த்தால், நாம் தவறுகள் மூலமாகத்தான் கற்றுக் கொள்கிறோம் என்பதை நீங்கள் அறிவீர்கள். கீழே விழுவதன் மூலமாகத்தான் நாம் நடப்பதற்குக் கற்றுக் கொள்கிறோம். நாம் ஒருபோதும் கீழே விழவில்லை என்றால், நாம் ஒருபோதும் நடக்க மாட்டோம். சைக்கிள் ஓட்டக் கற்றுக் கொள்ளும்போதும் இதேபோலத்தான். நான் கீழே விழுந்தபோது ஏற்பட்டத் தழும்புகள் என்னுடைய கால்மூட்டுகளில் இன்னும் இருக்கின்றன, ஆனால் எதையும் யோசிக்காமல் இன்று என்னால் சைக்கிள் ஓட்ட முடியும். பணக்காரர் ஆவதற்கும் இது பொருந்தும். வெற்றியாளர்கள் தோற்பதற்கு அஞ்சுவதில்லை, ஆனால் தோல்வியாளர்கள் அஞ்சுகின்றனர். தோல்வியானது வெற்றிச் செயல்முறையின் ஒரு பகுதியாகும். தோல்வியைத் தவிர்க்கும் மக்கள் வெற்றியையும் தவிர்க்கின்றனர்.

பணத்தை நான் எனது டென்னிஸ் விளையாட்டைப்போலவே பார்க்கிறேன். நான் கடினமாக உழைக்கிறேன், தவறுகள் செய்கிறேன்,

அவற்றைத் திருத்திக் கொள்கிறேன், இன்னும் அதிகத் தவறுகள் செய்கிறேன், திருத்துகிறேன், சிறப்படைகிறேன். விளையாட்டில் நான் தோற்றுப் போனால், வலையின் அருகே சென்று, என்னை எதிர்த்து விளையாடியவருடன் கைகுலுக்கிவிட்டு, அவரைப் பார்த்துப் புன்னகைத்தபடி, "அடுத்த சனிக்கிழமை பார்க்கலாம்," என்று அவரிடம் கூறுகிறேன்.

இரண்டு வகையான முதலீட்டாளர்கள் உள்ளனர்:

1. ஏற்கனவே இருக்கின்ற ஒரு முதலீட்டை வாங்குபவர்கள் முதல் வகையைச் சேர்ந்தவர்கள். இதுதான் மிகப் பொதுவான அணுகுமுறையாக இருக்கிறது. வீடுமனை வாங்கல் மற்றும் விற்றல் தொழிலில் ஈடுபட்டுள்ள ஒரு நிறுவனத்தையோ, ஒரு பங்குத் தரகரையோ, அல்லது ஒரு பொருளாதாரத் திட்டமைப்பாளரையோ அழைத்து, அவர்கள் ஏதேனும் ஒன்றை வாங்குகின்றனர். அது ஒரு பரஸ்பர நிதியாகவோ, ஒரு வீடுமனை முதலீட்டு அறக்கட்டளையாகவோ, ஒரு பங்காகவோ, அல்லது ஒரு பத்திரமாகவோ இருக்கலாம். முதலீடு செய்வதற்கான தெளிவான, எளிய வழி இது. கணினிகளை விற்கும் ஒரு கடைக்குச் சென்று ஒரு கணினியை வாங்கும் ஒரு நபரைப் போன்றது இது.

2. முதலீடுகளை உருவாக்குபவர்கள் இரண்டாவது வகையைச் சேர்ந்தவர்கள். ஒரு நபர் கணினிக்கான உதிரிப் பாகங்களை வாங்கி ஒரு கணினியை உருவாக்குவதுபோல், இந்த முதலீட்டாளர் தனது பரிவர்த்தனையைக் கையாள்கிறார். கணினியை உருவாக்குவதைப் பற்றி எனக்கு எதுவும் தெரியாது, ஆனால் வாய்ப்புகளை ஒருங்கிணைப்பதைப் பற்றியும், அவ்வாறு ஒருங்கிணைக்கத் தெரிந்த மக்களையும் எனக்குத் தெரியும்.

இந்த இரண்டாவது வகையான முதலீட்டாளர்தான் அதிகத் தொழில்முறையான முதலீட்டாளர். சில சமயங்களில் அனைத்து அம்சங்களும் ஒன்றிணைவதற்குப் பல வருடங்கள் ஆகலாம். சில சமயங்களில் அவை ஒருபோதும் ஒன்றிணையாமல் போகலாம். இந்த இரண்டாவது வகையான முதலீட்டாளராக இருக்கும்படிதான் எனது பணக்காரத் தந்தை என்னை ஊக்குவித்தார். அனைத்து அம்சங்களையும் ஒன்றிணைப்பது எப்படி என்பதைக் கற்றுக் கொள்வது முக்கியம். ஏனெனில், பெரிய வெற்றிகள் அதில்தான் அடங்கியுள்ளன. அலை உங்களுக்கு எதிராக இருந்தால், சில சமயங்களில் சில பெரிய இழப்புகளும் ஏற்படலாம்.

நீங்கள் இரண்டாவது வகையான முதலீட்டாளராக இருக்க விரும்பினால், மூன்று முக்கியத் திறமைகளை நீங்கள் வளர்த்துக் கொள்ள வேண்டும். பொருளாதார அறிவைப் பெறுவதற்குத்

தேவையென்று முன்பு குறிப்பிடப்பட்ட நான்கு திறமைகளோடு, இந்த மூன்று முக்கியமானவற்றையும் நீங்கள் சேர்த்துக் கொள்ள வேண்டும்:

1. மற்ற அனைவரும் தவறவிட்ட ஒரு வாய்ப்பைக் கண்டுபிடியுங்கள்

மற்றவர்கள் தங்கள் கண்களால் தவறவிடுவதை நீங்கள் உங்கள் மனத்தால் பாருங்கள். எடுத்துக்காட்டாக, ஒரு பழைய சிதிலடைந்த வீட்டை உங்கள் நண்பர் ஒருவர் வாங்குவதாக வைத்துக் கொள்வோம். பார்ப்பதற்கு அந்த வீடு அச்சுறுத்துவதாக உள்ளது. அவர் ஏன் அதை வாங்கினார் என்று அனைவரும் வியக்கின்றனர். அந்த வீட்டோடு கூடவே நான்கு காலி இடங்களும் வந்ததை அவர் பார்த்தார், ஆனால் மற்றவர்கள் அதைத் தவறவிட்டுவிட்டார்கள். வீட்டை வாங்கிய பிறகு, அவர் அதை முழுவதுமாக இடித்துத் தள்ளி, மொத்தமாக அந்த ஐந்து காலியிடங்களையும் தான் கொடுத்த விலையைவிட மூன்று மடங்கு அதிக விலைக்கு ஒரு கட்டிடக்காரருக்கு விற்றுவிட்டார். இரண்டு மாத வேலைக்கு அவர் 75,000 டாலர்கள் சம்பாதித்தார். இது ஏராளமான பணமாக இல்லாமல் போகலாம், ஆனால் குறைந்தபட்ச ஊதியத்தைவிட மிக அதிகம்தான். இது ஒன்றும் அவ்வளவு கடினமான காரியமல்ல.

2. பணத்தைத் திரட்டுங்கள்:

சராசரி நபர் மட்டுமே வங்கியை நோக்கிச் செல்வார். மூலதனப் பணத்தை எவ்வாறு திரட்ட வேண்டும் என்பதை இரண்டாவது வகையைச் சேர்ந்த முதலீட்டாளர் அறிவார். இதற்கு வங்கியின் உதவி தேவைப்படாத பல வழிகள் இருக்கின்றன. முதலில், ஒரு வங்கியின் துணையின்றி வீடுகளை வாங்குவது எப்படி என்பதை நான் கற்றேன். நான் வாங்கி விற்ற வீடுகளைவிட, பணத்தைத் திரட்டுவதற்கான திறமையை நான் கற்றதுதான் அதிக விலைமதிப்பான ஒன்று.

மக்கள் அடிக்கடி, “வங்கி எனக்குக் கடன் கொடுக்க மறுக்கின்றது,” அல்லது “அதை வாங்குவதற்கு என்னிடம் போதுமான பணம் இல்லை,” என்று கூறுவதை நான் செவிமடுக்கிறேன். நீங்கள் இரண்டாவது வகையைச் சேர்ந்த ஒரு முதலீட்டாளராக இருக்க விரும்பினால், பெரும்பாலான மக்களைத் தடுத்து நிறுத்துகின்ற அந்த விஷயத்தை எவ்வாறு செய்வது என்பதை நீங்கள் கற்றுக் கொள்ள வேண்டும். வேறு வார்த்தைகளில் கூறினால், தங்களிடம் பணம் இல்லாதது ஒரு நல்ல வாய்ப்பைப் பயன்படுத்திக் கொள்வதிலிருந்து தங்களைத் தடுத்து நிறுத்துவதற்குப் பெரும்பான்மையான மக்கள் அனுமதித்துவிடுகின்றனர். அந்த முட்டுக்கட்டையை நீங்கள் தவிர்த்துவிட்டால், அந்தத் திறமைகளைக் கற்றுக் கொள்ளாத லட்சக்கணக்கான மக்களைவிட நீங்கள் வெகுதூரம் முன்னேறிச் சென்றிருப்பீர்கள். எனது வங்கிக் கணக்கில் சல்லிக்காசு இல்லாமல் ஒரு வீட்டையோ, ஒரு பங்கையோ, அல்லது ஒரு குடியிருப்புக் கட்டிடத்தையோ நான் பலமுறை வாங்கியிருக்கிறேன்.

ஒருமுறை 12 லட்சம் டாலர்கள் மதிப்புவாய்ந்த ஒரு குடியிருப்பு வீட்டை நான் வாங்கிக் கொள்வதாக அதன் உரிமையாளருடன் ஓர் ஒப்பந்தம் செய்து கொண்டேன். பிறகு நான் 1 லட்சம் டாலர்களுக்கான வைப்புத் தொகையைத் திரட்டி முன்பணமாக அவரிடம் கொடுத்தேன். மீதிப் பணத்தைத் திரட்டுவதற்கு அது எனக்குத் தொண்ணூறு நாட்களைப் பெற்றுக் கொடுத்தது. நான் ஏன் அதைச் செய்தேன்? ஏனெனில் அந்த வீட்டின் மதிப்பு 20 லட்சம் டாலர்கள் என்பதை நான் அறிந்திருந்தேன். மீதிப் பணத்தை நான் திரட்டவே இல்லை. மாறாக, 1 லட்சம் டாலர்களை எனக்குக் கொடுத்தவர், அந்த வீட்டைக் கண்டுபிடித்துக் கொடுத்ததற்காக 50,000 டாலர்களை எனக்குக் கொடுத்துவிட்டு, பரிவர்த்தனையை அங்கிருந்து அவர் ஏற்றுக் கொண்டுவிட்டார். நான் அங்கிருந்து அகன்றுவிட்டேன். மொத்தமாக மூன்று நாட்கள் நான் அதற்குச் செலவிட்டேன். நீங்கள் என்ன வாங்குகிறீர்கள் என்பதைவிட, என்ன தெரிந்து வைத்துள்ளீர்கள் என்பதுதான் இங்கு முக்கியம். முதலீடு என்பது ஒன்றை வாங்குவது மட்டுமல்ல. விஷயங்களைத் தெரிந்து கொள்வதும் முதலீடுதான்.

3. சாமர்த்தியமான மக்களை ஒருங்கிணையுங்கள்:

தங்களைவிட அதிக புத்திசாலித்தனம் கொண்ட மக்களை வேலைக்கு எடுத்துக் கொள்பவர்கள்தான் உண்மையான புத்திசாலிகள். உங்களுக்கு ஆலோசனை தேவைப்படும்போது, உங்களது ஆலோசனையாளரைப் புத்திசாலித்தனமாகத் தேர்ந்தெடுப்பதை உறுதி செய்து கொள்ளுங்கள்.

கற்றுக் கொள்வதற்கு ஏராளமான விஷயங்கள் இருக்கின்றன, ஆனால் அதற்குக் கிடைக்கும் வெகுமதிகள் அளப்பரியவையாக இருக்கும். அந்தத் திறமைகளை நீங்கள் கற்றுக் கொள்ள விரும்பவில்லை என்றால், முதல் வகையைச் சேர்ந்த முதலீட்டாளராக இருந்துவிடுவது நல்லது. நீங்கள் என்ன தெரிந்து வைத்திருக்கிறீர்கள் என்பதுதான் உங்களது மாபெரும் சொத்து. உங்களுக்கு என்ன தெரியவில்லையோ, அதுதான் உங்களது மாபெரும் ஆபத்து.

ஆபத்தும் சவால்களும் எப்போதும் இருந்து கொண்டுதான் இருக்கும். எனவே, அவற்றைத் தவிர்ப்பதற்குப் பதிலாக, அவற்றைக் கையாளக் கற்றுக் கொள்ளுங்கள்.

அத்தியாயம் ஆறு

பாடம் 6: கற்பதற்காக வேலை செய்யுங்கள் - பணத்திற்காக வேலை செய்யாதீர்கள்

கல்விமானான எனது ஏழைத் தந்தைக்கு வேலைப் பாதுகாப்புதான் எல்லாமே. ஆனால் என் பணக்காரத் தந்தைக்குக் கற்பதுதான் எல்லாமே.

ஒருசில வருடங்களுக்கு முன், சிங்கப்பூரில் ஒரு செய்தித்தாளுக்காக நான் பேட்டி அளித்திருந்தேன். என்னைப் பேட்டி காண்பதற்காக ஓர் இளம் பெண் பத்திரிகையாளர் குறித்த நேரத்தில் வந்தார். பேட்டி உடனடியாகத் துவங்கியது. ஓர் ஆடம்பரமான ஹோட்டலின் வரவேற்பறையில் நாங்கள் அமர்ந்து, காபி பருகிக் கொண்டே, சிங்கப்பூருக்கு நான் வந்த நோக்கத்தைப் பற்றிக் கலந்துரையாடிக் கொண்டிருந்தோம். அங்கு சிக் சிக்லர் எனும் ஊக்குவிப்புப் பேச்சாளருடன் சேர்ந்து பேசுவதற்காக நானும் அழைக்கப்பட்டிருந்தேன். அவர் ஊக்குவிப்பைப் பற்றிப் பேசிக் கொண்டிருந்தார். நான் பணக்காரர்களின் ரகசியத்தைப் பற்றிப் பேசிக் கொண்டிருந்தேன்.

"என்றேனும் ஒருநாள் நானும் உங்களைப் போன்ற ஒரு வெற்றிகரமான நூலாசிரியராக ஆக விரும்புகிறேன்," என்று அப்பெண் என்னிடம் கூறினார். செய்தித்தாளுக்காக அவர் எழுதிய சில கட்டுரைகளை நான் பார்த்தேன். அவரது கட்டுரைகள் பிரமாதமாக இருந்தன. அவரது எழுத்துப் பாணி தெளிவானதாக இருந்தது. அவரது கட்டுரைகள் வாசகர்களின் ஆர்வத்தைக் கருத்தில் கொண்டு அமைந்திருந்தன.

"உங்களது பாணி மிக அருமையாக உள்ளது. உங்கள் கனவை அடைவதிலிருந்து எது உங்களைத் தடுத்து நிறுத்துகிறது?" என்று நான் கேட்டேன்.

"என்னுடைய வேலை என்னை எங்கும் கூட்டிச் செல்வதுபோல் எனக்குத் தோன்றவில்லை. என்னுடைய புதினங்கள் அற்புதமாக இருப்பதாக எல்லோரும் கூறுகின்றனர், ஆனால் எதுவுமே நிகழ்வதில்லை. எனவே நான் எனது செய்தித்தாள் நிறுவனத்துடன் இருப்பதென்று என்னைத் தேற்றிக் கொண்டேன். குறைந்தபட்சம், வாழ்க்கை நடத்துவதற்குப் போதுமான பணத்தை இது எனக்குக் கொடுக்கிறது. நீங்கள் எனக்கு ஏதேனும் பரிந்துரைக்க விரும்புகிறீர்களா?" என்று அவர் கேட்டார்.

"நிச்சயமாக. விற்பனை செய்வதற்கு மக்களைப் பயிற்றுவிக்கின்ற ஒரு பள்ளியை எனது நண்பர் ஒருவர் சிங்கப்பூரில் நடத்திக் கொண்டிருக்கிறார். சிங்கப்பூரில் உள்ள தலைசிறந்த வணிக நிறுவனங்கள் பலவற்றிற்கு விற்பனை தொடர்பான பயிற்சி வகுப்புகளை அவர் நடத்தி வருகிறார். அவரது பயிற்சி வகுப்பு ஒன்றில் கலந்து கொள்வது உங்களது தொழில்வாழ்க்கையைப் பெரிதும் மேம்படுத்தும்," என்று நான் கூறினேன்.

அவர் சற்று இறுக்கமடைந்து, "விற்பது எப்படி என்பதைக் கற்றுக் கொள்வதற்கு நான் ஒரு பள்ளிக்குச் செல்ல வேண்டும் என்று நீங்கள் கூறுகிறீர்களா?" என்று கேட்டார்.

நான் அதை ஆமாதித்துத் தலையசைத்தேன்.

"நீங்கள் உண்மையாகத்தான் இதைப் பரிந்துரைக்கிறீர்களா?"

மீண்டும் நான் ஆமோதித்துத் தலையசைத்தேன். "அதிலென்ன தவறு?" என்று நான் நினைத்தேன். நான் கூறிய ஏதோ ஒன்று அவரது மனத்தைப் புண்படுத்தியிருக்க வேண்டும். நான் அவரிடம் எதுவும் கூறாமல் இருந்திருக்கலாமோ என்று எனக்குத் தோன்றியது. அவருக்கு உதவ வேண்டும் என்ற ஆர்வத்தில், இப்போது என்னுடைய பரிந்துரையை நான் தற்காக்க வேண்டியிருந்தது. அப்பெண் என்னிடம், "ஆங்கில இலக்கியத்தில் நான் முதுகலைப் பட்டம் பெற்றிருக்கிறேன். ஒரு விற்பனையாளராக ஆவதற்குக் கற்றுக் கொள்வதற்கு நான் ஏன் ஒரு பள்ளிக்குச் செல்ல வேண்டும்? நான் ஒரு விற்பனையாளராக இருக்க வேண்டிய அவசியம் ஏற்படக்கூடாது என்ற காரணத்திற்காகத்தான் ஒரு தொழில்முறைக் கல்வியைக் கற்றுள்ளேன். விற்பனையாளர்களை நான் வெறுக்கிறேன். அவர்களுக்குத் தேவை பணம் மட்டும்தான். இப்போது சொல்லுங்கள், விற்பனையைப் பற்றி நான் ஏன் கற்றுக் கொள்ள வேண்டும்?" என்று கேட்டார். அவர் தன் பொருட்களைச் சேகரித்துக் கொண்டு அங்கிருந்து புறப்பட ஆயத்தமானார். பேட்டி முடிவடைந்திருந்தது.

முன்பு நான் எழுதிய ஒரு வெற்றிகரமான புத்தகம் எனக்கு முன்னே இருந்த காபி மேசையில் இருந்தது. அப்புத்தகத்தையும், அப்பெண்மணி தன் குறிப்பேட்டில் எடுத்திருந்த குறிப்புகளையும் நான் எடுத்தேன்.

அவரது குறிப்புகளைச் சுட்டிக்காட்டி, “இதைப் பாருங்கள்,” என்று நான் அவரிடம் கூறினேன்.

அவர் தனது குறிப்புகளைப் பார்த்தார். “என்ன?” என்று குழப்பத்துடன் கேட்டார். மீண்டும் நான் அவரது குறிப்பேட்டை அவரிடம் சுட்டிக்காட்டினேன். அதில், “ராபர்ட் கியோஸாகி, வெற்றிகரமான நூலாசிரியர்” என்று எழுதப்பட்டிருந்தது.

“வெற்றிகரமான நூலாசிரியர் என்று இதில் குறிப்பிடப்பட்டுள்ளது, சிறப்பாக எழுதும் ஆசிரியர் என்று குறிப்பிடப்படவில்லை,” என்று நான் அமைதியாக அவரிடம் கூறினேன். அவரது கண்கள் விரிந்தன.

“நான் ஒரு மோசமான எழுத்தாளர். ஆனால் நீங்கள் ஒரு மிகச் சிறந்த எழுத்தாளர். நான் விற்பனைப் பள்ளிக்குச் சென்றேன். நீங்கள் ஒரு முதுகலைப் பட்டதாரி. இவ்விரண்டையும் சேர்த்துப் பார்த்தால், ஒரு ‘மிக வெற்றிகரமான எழுத்தாளரும்’ ஒரு ‘மிகச் சிறந்த எழுத்தாளரும்’ கிடைப்பார்கள்.”

அவரது கண்களில் கோபம் தெறித்தது. “எவ்வாறு விற்பது என்பதைக் கற்றுக் கொள்ளும் அளவுக்கு நான் தரம் தாழ்ந்து போகப் போவதில்லை. உங்களைப் போன்றவர்களுக்கு எழுத்துத் துறையில் எந்த வேலையும் கிடையாது. நான் தொழில்முறையாகப் பயிற்றுவிக்கப்பட்ட ஓர் எழுத்தாளர். ஆனால் நீங்கள் ஒரு விற்பனையாளர். இது நியாமல்ல,” என்று அவர் பொருமினார்.

அவர் தனது குறிப்புகளை எடுத்துக் கொண்டு, அந்த இடத்தைவிட்டு வேகமாக வெளியேறினார்.

அடுத்த நாள், பத்திரிகையில் எனது பேட்டி வெளிவந்தது. அதில் என்னைப் பற்றி நியாயமாகவும் நல்லவிதமாகவும் அவர் எழுதியிருந்தார். சாமர்த்தியமான, திறமையான, கல்வியறிவு பெற்றுள்ள, திறன்மிக்க மக்களால் இவ்வுலகம் நிரம்பி வழிகிறது. ஒவ்வொரு நாளும் அவர்களை நாம் பார்க்கிறோம். அவர்கள் நம்மைச் சுற்றி எல்லா இடங்களிலும் இருக்கின்றனர்.

ஒருசில நாட்களுக்கு முன்பு, எனது காரில் ஏதோ ஒரு கோளாறு ஏற்பட்டது. அதை ஒரு மெக்கானிக்கிடம் எடுத்துச் சென்றேன். அந்த இளம் மெக்கானிக் அதை ஒருசில நிமிடங்களில் சரிசெய்தார். எஞ்சின் ஓடுகின்ற சத்தத்தை வெறுமனே கவனித்ததன் மூலம், பிரச்சனை என்ன என்பதை அவர் கண்டுகொண்டார். நான் வியந்து போனேன்.

திறமையான மக்கள் எவ்வளவு குறைவாக சம்பாதிக்கின்றனர் என்பதைக் கண்டு நான் எப்போதும் அதிர்ச்சியடைகிறேன்.

அதிபுத்திசாலிகளான, சிறந்த கல்வியறிவு பெற்ற, ஆனால் ஆண்டொன்றுக்கு 20,000 டாலர்களுக்கும் குறைவாக சம்பாதிக்கின்ற பலரை நான் சந்தித்திருக்கிறேன். பல பொது மருத்துவர்கள், பல் மருத்துவர்கள், கைரோபிராக்டர்கள் ஆகியோர் பொருளாதாரரீதியாக மிகவும் போராடிக் கொண்டிருப்பதாக, மருத்துவத் துறையில் வியாபார ஆலோசனையாளராக உள்ள ஒருவர் என்னிடம் கூறினார். அவர்கள் மருத்துவப் பட்டப்படிப்பை முடித்தவுடன் பணம் கொட்டும் என்று நான் இத்தனை நாட்களாக நினைத்து வந்தேன். "மிகப் பெரிய செல்வந்தர்களாக ஆவதற்கு அவர்களிடம் ஒரே ஒரு திறமை மட்டும் இல்லை," என்று அந்த ஆலோசனையாளர் கூறினார்.

இன்னும் ஒரே ஒரு திறமையை மட்டும் கற்றுக் கொண்டால், பெரும்பாலான மக்களின் வருமானம் பன்மடங்காகப் பெருகும் என்பதுதான் அவர் கூறியதன் சாராம்சம். பொருளாதார அறிவு என்பது கணக்கியல், முதலீடு, சந்தை நிலவரம், மற்றும் சட்டத்தின் கூட்டு இயக்கம் என்று நான் முன்பு குறிப்பிட்டிருந்தேன். இந்த நான்கு நுட்பமான திறமைகளும் ஒன்றிணைந்தால், பணத்தைக் கொண்டு பணத்தை உருவாக்குவது பெரும்பாலான மக்கள் நம்புவதைவிட அதிக சுலபமானதாக இருக்கும். பணம் என்று வரும்போது, பெரும்பாலான மக்களுக்குத் தெரிந்த ஒரே திறமை, கடினமாக உழைப்பதுதான்.

செய்தித்தாளுக்காக என்னைப் பேட்டி காண வந்த அந்த இளம் எழுத்தாளர், திறமைகளின் கூட்டு இயக்கத்திற்கான மிகச் சிறந்த எடுத்துக்காட்டு. விற்பனை மற்றும் விளம்பரத் திறமைகளை அவர் கற்றுக் கொண்டால், அவரது வருமானம் பெருமளவு அதிகரிக்கும். அவரது இடத்தில் நான் இருந்திருந்தால், விளம்பரம் மற்றும் விற்பனை தொடர்பான பயிற்சி வகுப்புகள் சிலவற்றில் கலந்து கொண்டிருப்பேன். பிறகு, செய்தித்தாள் நிறுவனத்தில் வேலை செய்வதற்குப் பதிலாக, விளம்பர நிறுவனம் ஒன்றில் நான் வேலை தேடியிருப்பேன். மக்கள் தொடர்பு எனும் முக்கியமான திறமையைக் கற்பதில் என் நேரத்தைச் செலவிடுவேன். இலவச விளம்பரத்தின் மூலம் எவ்வாறு கோடிக்கணக்கான டாலர்களைச் சம்பாதிப்பது என்பதைக் கற்றுக் கொள்வேன். பிறகு, இரவு நேரங்களிலும் வார இறுதி நாட்களிலும் என்னால் எனது சிறந்த புதினத்தை எழுத முடியும். அப்புத்தகத்தை எழுதி முடித்தவுடன், என்னால் அதைச் சிறப்பாக விற்பனை செய்ய முடியும். பிறகு, ஒரு குறுகிய காலத்திற்குள், 'ஒரு வெற்றிகரமான நூலாசிரியராகவும்' ஆக முடியும்.

'நீங்கள் பணக்காரராகவும் மகிழ்ச்சியாகவும் இருக்க விரும்பினால், பள்ளிக்குச் செல்லாதீர்கள்' என்ற எனது முதல் புத்தகத்தை நான் பதிப்பிக்க முனைந்தபோது, அதன் தலைப்பை, 'கல்வியின் பொருளாதாரம்' என்று மாற்றுமாறு ஒரு பதிப்பாளர்

பரிந்துரைத்தார். என் புத்தகத்திற்கு அப்படிப்பட்ட ஒரு தலைப்பை நான் வைத்தால், இரண்டு புத்தகங்களை மட்டுமே என்னால் விற்க முடியும் என்று நான் அவரிடம் கூறினேன். ஒரு புத்தகத்தை என் குடும்பத்தார் வாங்கிக் கொள்வர், இன்னொன்றை நான் எனது நண்பனின் தலையில் கட்டுவேன். பிரச்சனை என்னவென்றால், அதை நான் இலவசமாகத் தர வேண்டும் என்று அவர்கள் எதிர்பார்ப்பார்கள். ‘நீங்கள் பணக்காரராகவும் மகிழ்ச்சியாகவும் இருக்க விரும்பினால், பள்ளிக்குச் செல்லாதீர்கள்’ என்ற ஒரு தடாலடியான தலைப்பை நான் தேர்ந்தெடுத்ததற்குக் காரணம், அது ஏகப்பட்ட விளம்பரத்தைப் பெற்றுக் கொடுக்கும் என்பதுதான். கல்வியை ஆதரிப்பவன் நான், கல்வியில் சில மாற்றங்கள் ஏற்பட வேண்டும் என்று நம்புகிறவன் நான். நான் கல்விக்கு ஆதரவானவன் அல்ல என்றால், கல்வி அமைப்புமுறையில் மாற்றங்கள் ஏற்படுவதற்கு நான் ஏன் தொடர்ந்து போராடி வர வேண்டும்? எனவே, வானொலி நிகழ்ச்சிகளிலும் தொலைக்காட்சி நிகழ்ச்சிகளிலும் அதிக எண்ணிக்கையில் நான் தோன்றுவதற்காக அத்தலைப்பை நான் தேர்ந்தெடுத்தேன். ஏனெனில், முரண்பட்டு நிற்க நான் தயாராக இருந்தேன். என் புத்தகத்திற்கு வாய்ப்பே இல்லை என்று பலர் நினைத்தனர், ஆனால் எனது புத்தகம் நன்றாகவே விற்பனையானது.

1969ம் ஆண்டில், அமெரிக்க மெர்ச்சன்ட் மரைன் அகாடமியிலிருந்து நான் பட்டம் பெற்றபோது, எனது கல்விமான் தந்தை பெரிதும் மகிழ்ந்தார். கலிபோர்னியா ஸ்டான்டர்டு ஆயில் நிறுவனம் என்னைப் பணியில் அமர்த்தியது. என்னுடைய சக மாணவர்களுடன் ஒப்பிட்டபோது எனக்குக் குறைவான சம்பளமே கொடுக்கப்பட்டது. ஆனால் கல்லூரிப் படிப்பு முடிந்தவுடன் கிடைக்கின்ற முதல் வேலைக்கு அது நல்ல சம்பளமாகத்தான் இருந்தது. துவக்கத்தில், கூடுதல் நேர உழைப்பு உட்பட, ஒரு வருடத்திற்கு 42,000 டாலர்கள் சம்பளம் எனக்குக் கிடைத்தது. அதோடு, நான் ஏழு மாதங்கள் மட்டுமே உழைக்க வேண்டியிருந்தது, ஐந்து மாதங்கள் விடுமுறையும் கிடைத்தது. நான் விரும்பினால், துணைக் கப்பல் நிறுவனம் ஒன்றில் சேர்ந்து, ஐந்து மாத விடுமுறைக்குப் பதிலாக இரண்டு மடங்கு சம்பளத்தைச் சுலபமாகப் பெற்றிருக்க முடியும்.

என் தொழிலில் எனக்குச் சிறந்த எதிர்காலம் இருந்தது. ஆனாலும் ஆறு மாதங்களுக்குப் பிறகு நான் அந்நிறுவனத்திலிருந்து விலகி, விமானம் ஓட்டக் கற்றுக் கொள்வதற்காக அமெரிக்கக் கப்பற்படையில் சேர்ந்தேன். எனது கல்விமான் தந்தை மனமுடைந்தார். பணக்காரத் தந்தை என்னைப் பாராட்டினார்.

ஒன்றில் நிபுணத்துவம் பெறுவது குறித்த யோசனை, பள்ளியிலும் பணியிடத்திலும் மிகப் பிரபலமாக இருந்தது. அதாவது, அதிகப் பணம் சம்பாதிக்க வேண்டுமென்றாலோ அல்லது பதவி உயர்வு பெற

வேண்டும் என்றாலோ, ஒன்றில் நீங்கள் நிபுணத்துவம் பெற வேண்டியது அவசியம். அதனால்தான், மருத்துவப் பட்டப் படிப்பு முடிந்தவுடன், கண், பல், அல்லது எலும்பு என்று ஏதோ ஒரு துறையில் நிபுணத்துவம் பெறுவதற்குப் பலர் உடனடியாக விண்ணப்பிக்கின்றனர். கணக்காளர்கள், கட்டிடக்கலை நிபுணர்கள், விமானிகள், வழக்கறிஞர்கள், மற்றும் பலரது விஷயத்திலும் இது உண்மைதான்.

எனது கல்விமான் தந்தையும் இதே நம்பிக்கையைக் கொண்டிருந்தார். அதனால்தான் தான் முனைவர் பட்டம் பெற்றபோது அவர் மிகவும் உற்சாகமடைந்தார். குறைவானவற்றைப் பற்றி மிக அதிகமாகப் படிக்கும் நபர்களுக்குப் பள்ளிகள் வெகுமதி அளிப்பதாக அவர் அடிக்கடிக் கூறி வந்தார்.

"ஏராளமான விஷயங்களைப் பற்றி உனக்குச் சிறிதளவாவது தெரிந்திருக்க வேண்டும்," என்று என் பணக்காரத் தந்தைப் பரிந்துரைத்தார்.

இதற்கு நேரெதிரானதைச் செய்வதற்குப் பணக்காரத் தந்தை என்னை ஊக்குவித்தார். "ஏராளமான விஷயங்களைப் பற்றி உனக்குச் சிறிதளவாவது தெரிந்திருக்க வேண்டும்," என்று அவர் பரிந்துரைத்தார். அதனால்தான் பல ஆண்டுகளாக நான் அவரது நிறுவனங்களின் வெவ்வேறு துறைகளில் வேலை பார்த்தேன். சில காலம்வரை, நான் அவரது கணக்கியல் பிரிவில் வேலை செய்தேன். நான் ஒருபோதும் ஒரு கணக்காளராக ஆகப் போவதில்லை என்று எனக்குத் தெரிந்திருந்தபோதிலும், அதைப் பற்றித் தெரிந்து கொள்ள வேண்டும் என்று அவர் விரும்பினார். எது முக்கியம், எது முக்கியம் அல்ல என்பதை நான் கற்றுக் கொள்வேன் என்பதை அவர் அறிந்திருந்தார். நான் கட்டிடத் தொழிலாளியாகவும் வேலை பார்த்தேன். விற்பனைப் பிரிவு, பதிவுப் பிரிவு, மற்றும் விளம்பரப் பிரிவிலும் நான் வேலை செய்தேன். பணக்காரத் தந்தை என்னையும் மைக்கையும் தயார்படுத்திக் கொண்டிருந்தார். வங்கியாளர்கள், வழக்கறிஞர்கள், கணக்காளர்கள், மற்றும் தரகர்களை அவர் சந்தித்துப் பேச்சுவார்த்தை நடத்திபோது நானும் மைக்கும் உடனிருக்க வேண்டும் என்று அவர் வற்புறுத்தியது அதனால்தான். தனது சாம்ராஜ்யத்தின் ஒவ்வோர் அம்சத்தைப் பற்றியும் நாங்கள் சிறிதளவு தெரிந்திருக்க வேண்டும் என்று அவர் விரும்பினார்.

ஸ்டான்டர்டு ஆயில் நிறுவனத்தில் அதிகச் சம்பளத்துடன்கூடிய வேலையை நான் ராஜினாமா செய்தபோது, எனது ஏழைத் தந்தை என்னிடம் மனம்விட்டுப் பேசினார். அவர் குழப்பம் அடைந்தார். அதிக சம்பளம், சிறந்த அனுகூலங்கள், ஏகப்பட்ட ஓய்வு நேரம், பதவி உயர்வுக்கான வாய்ப்பு ஆகியவற்றை உள்ளடக்கிய ஒரு நல்ல வேலையில் இருந்து ராஜினாமா செய்வது என்ற எனது தீர்மானத்தை அவரால் புரிந்து கொள்ள முடியவில்லை. ஒருநாள் மாலையில் அவர்

என்னிடம், "நீ ஏன் அந்த வேலையைவிட்டு விலகினாய்?" என்று கேட்டபோது, எவ்வளவு கடினமாக முயற்சித்தும், அவருக்கு என்னால் விளக்கமளிக்க முடியவில்லை. எனது பகுத்தறிவுரீதியான காரணம் அவரது பகுத்தறிவுரீதியான காரணத்துடன் பொருந்தவில்லை. எனது பகுத்தறிவுரீதியான காரணம் என் பணக்காரத் தந்தையின் பகுத்தறிவுரீதியான காரணத்தை ஒத்து இருந்ததுதான் பிரச்சனை.

என் கல்விமான் தந்தைக்கு வேலைப் பாதுகாப்புதான் எல்லாமே, ஆனால் என் பணக்காரத் தந்தைக்குக் கற்றுக் கொள்வதுதான் எல்லாமே.

ஒரு கப்பல் அதிகாரியாக ஆவதற்காக நான் கற்றதாக என் கல்விமான் தந்தை நினைத்தார். சர்வதேச வர்த்தகத்தைக் கற்பதற்காகத்தான் நான் பள்ளிக்குச் சென்றேன் என்பதைப் பணக்காரத் தந்தை அறிந்திருந்தார். ஒரு மாணவன் என்ற முறையில், சரக்குக் கப்பல்கள், பெரிய கப்பல்கள், எண்ணெய்க் கப்பல்கள், பயணியர் கப்பல்கள் ஆகியவற்றில் தூரக் கிழக்கு மற்றும் தென் பசிபிக் நாடுகளுக்கு நான் வேலை நிமித்தமான பிரயாணத்தில் ஈடுபட்டேன். ஐரோப்பாவிற்குச் செல்வதற்குப் பதிலாக நான் பசிபிக் நாடுகளில் தங்கியிருக்க வேண்டும் என்று பணக்காரத் தந்தை வலியுறுத்தினார். ஏனெனில், வளர்ந்து வரும் நாடுகள் ஆசியாவில்தான் இருந்தனவேயன்றி ஐரோப்பாவில் அல்ல என்பதை அவர் அறிந்திருந்தார். மைக் உட்பட, எனது சக மாணவர்கள் பலர், கேளிக்கை நடவடிக்கைகளில் ஈடுபட்டிருந்தபோது, ஜப்பான், தாய்வான், தாய்லாந்து, சிங்கப்பூர், ஹாங்காங், வியட்னாம், கொரியா, தஹீட்டி, சமோவா, பிலிப்பைன்ஸ் ஆகிய நாடுகளின் வர்த்தகம், மக்கள், வியாபார அணுகுமுறைகள், கலாச்சாரங்கள் ஆகியவற்றை நான் கற்றுக் கொண்டிருந்தேன். நான் வேகமாக வளர்ந்தேன்.

வேலையை ராஜினாமா செய்துவிட்டு கப்பற்படையில் சேர்வதென்று நான் ஏன் தீர்மானித்தேன் என்பதை எனது கல்விமான் தந்தையால் புரிந்து கொள்ள முடியவில்லை. விமானம் ஓட்டக் கற்றுக் கொள்ள நான் விரும்புவதாக அவரிடம் கூறினேன், ஆனால் உண்மையில் படைகளை முன்னின்று நடத்தக் கற்றுக் கொள்ளவே நான் விரும்பினேன். மக்களை நிர்வகிப்பதுதான் ஒரு நிறுவனத்தை நடத்துவதில் உள்ள மிகக் கடினமான பகுதி என்று பணக்காரத் தந்தை எனக்கு விளக்கினார். கட்டாய ராணுவப் பயிற்சியிலிருந்து என் ஏழைத் தந்தைக்கு விதிவிலக்கு அளிக்கப்பட்டு இருந்தது. ஆபத்தான சூழ்நிலைகளுக்குள் மக்களை வழிநடத்திச் செல்லக் கற்றுக் கொள்வது மதிப்புமிக்க ஒன்று என்று பணக்காரத் தந்தை கருதினார். "தலைமைத்துவம்தான் அடுத்து நீ கற்றுக் கொள்ள வேண்டிய விஷயம். நீ ஒரு நல்ல தலைவராக இல்லையென்றால், உன் முதுகில் துப்பாக்கிக் குண்டு பாயும். வியாபாரத்திலும் இதே நிலைதான்," என்று அவர் கூறினார்.

விமானத்தில் பறப்பதை நான் பெரிதும் விரும்பினாலும், 1973ம் ஆண்டு நான் வியட்னாமில் இருந்து திரும்பி வந்தபோது என் வேலையை ராஜினாமா செய்தேன். ஜெராக்ஸ் நிறுவனத்தில் ஒரு வேலையில் சேர்ந்தேன். நான் அந்நிறுவனத்தில் சேர்ந்ததற்கு ஒரே ஒரு காரணம்தான். அதில் கிடைத்த அனுகூலங்கள் அதற்குக் காரணம் அல்ல. நான் மிகவும் சங்கோஜமானவனாக இருந்தேன். விற்பனை என்ற வார்த்தை என்னை நடுங்கச் செய்தது. அமெரிக்காவிலேயே மிகச் சிறந்த விற்பனைப் பயிற்சித் திட்டங்களில் ஒன்றை ஜெராக்ஸ் நிறுவனம் தன் ஊழியர்களுக்காக நடத்தி வந்தது.

பணக்காரத் தந்தை என்னைக் கண்டு பெருமிதம் கொண்டார். எனது கல்விமான் தந்தை என்னைக் கண்டு வெட்கப்பட்டார். கற்றறிந்த ஒருவர் என்ற முறையில், விற்பனையாளர்களை அவர் குறைத்து மதிப்பிட்டார். விற்பனை மற்றும் நிராகரிப்புக் குறித்த பயம் போகும்வரை ஜெராக்ஸ் நிறுவனத்தில் நான் நான்கு வருடங்கள் வேலை பார்த்தேன். தலைசிறந்த ஐந்து விற்பனையாளர்களில் நானும் ஒருவனாகத் தொடர்ந்து இடம்பிடிக்கும் நிலையை நான் எட்டியபோது, சிறந்த வாய்ப்புகளைக் கொண்டிருந்த இன்னுமோர் அற்புதமான நிறுவனத்திலிருந்து மீண்டும் என் வேலையை ராஜினாமா செய்தேன்.

1977ம் ஆண்டில், நான் எனது முதல் நிறுவனத்தை உருவாக்கியபோது, பிற நிறுவனங்களை ஒன்றிணைத்துக் கொள்வது பற்றி எனக்கும் மைக்கிற்கும் என் பணக்காரத் தந்தை கற்றுக் கொடுத்திருந்தார். இப்போது நான் அவற்றை உருவாக்கி ஒன்றிணைக்கக் கற்றுக் கொள்ள வேண்டியிருந்தது. எனது முதல் தயாரிப்பான ‘நைலான் — வெல்குரோ’ பர்ஸ், தூரக் கிழக்கு நாடு ஒன்றில் தயாரிக்கப்பட்டு, நியூயார்க்கிலுள்ள ஒரு சேமிப்புக் கிடங்கிற்குக் கப்பலில் கொண்டுவரப்பட்டது. எனது முறையான கல்வி நிறைவடைந்திருந்தது. எனது சிறகுகளைச் சோதிப்பதற்கான நேரம் வந்துவிட்டிருந்தது. இதில் நான் தோற்றால், நான் சல்லிக்காசு இல்லாதவனாக ஆகிவிடுவேன். முப்பது வயதுக்குள் நொடிந்துபோவது நல்லது என்று பணக்காரத் தந்தை நினைத்தார். எனது முப்பதாவது பிறந்தநாளன்று, எனது முதல் சரக்கு கொரியாவிலிருந்து புறப்பட்டு நியூயார்க் நகருக்கு வந்து கொண்டிருந்தது.

இன்றும் நான் சர்வதேச அளவில் வியாபாரம் செய்கிறேன். என் பணக்காரத் தந்தை என்னை ஊக்குவித்ததுபோல், வளர்ந்து வரும் நாடுகளையே நான் நாடுகிறேன். இன்று எனது முதலீட்டு நிறுவனம் தென் அமெரிக்க நாடுகளிலும், ஆசியாவிலும், நார்வே மற்றும் ரஷ்யாவிலும் முதலீடு செய்கின்றது.

துரதிர்ஷ்டவசமாக, கோடிக்கணக்கான மக்கள், வேலை எனும் பொறிக்குள் சிக்கிக் கொண்டு தவிக்கின்றனர். பொருளாதார அறிவு

என்பது உண்மையான அறிவு அல்ல என்று பள்ளிகள் நினைப்பதால், பெரும்பாலான ஊழியர்கள் தங்கள் வருமானத்திற்குள் வாழ்க்கை நடத்துகின்றனர். அவர்கள் கடினமாக உழைத்துத் தங்கள் செலவுகளைச் சமாளிக்கின்றனர்.

"ஊழியர்கள் தாங்கள் பணிநீக்கம் செய்யப்பட்டுவிடக்கூடாது என்ற அளவுக்கு உழைக்கின்றனர்; ஊழியர்கள் தங்கள் வேலையைவிட்டு நின்றுவிடக்கூடாது என்ற அளவுக்கு உரிமையாளர்கள் ஊதியம் கொடுக்கின்றனர்," என்ற ஒரு மோசமான நிர்வாகக் கோட்பாடு உள்ளது. பெரும்பாலான நிறுவனங்களின் சம்பள முறையைப் பார்த்தால், அந்த வாக்கியத்தில் ஓரளவு உண்மை இருப்பதை உங்களால் காண முடியும்.

இதன் விளைவாக, பெரும்பாலான ஊழியர்கள் ஒருபோதும் முன்னேறுவதே இல்லை. தங்களுக்குக் கற்றுக் கொடுக்கப்பட்டுள்ளதை அவர்கள் செய்கின்றனர். ஒரு பாதுகாப்பான வேலையைப் பெறுகின்றனர். பெரும்பாலான மக்கள் தங்கள் ஊதியத்திற்காகவும், தங்களுக்குக் கிடைக்கக்கூடிய குறுகியகால அனுகூலங்களுக்காகவும் வேலை செய்வதில் கவனம் செலுத்துகின்றனர், ஆனால் காலப்போக்கில் அவர்களது வளர்ச்சி ஒடுக்கப்பட்டுவிடுகிறது.

மாறாக, வேலை தேடுகின்ற இளைஞர்களுக்கு நான் பரிந்துரைப்பது இதைத்தான்: தங்களுக்குக் கிடைக்கக்கூடிய சம்பளத்தை மனத்தில் வைத்து வேலை தேடாமல், தங்களால் என்ன கற்றுக் கொள்ள முடியும் என்பதற்கு முன்னுரிமை கொடுத்து வேலை தேட வேண்டும். ஒரு குறிப்பிட்டத் தொழிலைத் தேர்ந்தெடுப்பதற்கு முன்பு, என்னென்ன திறமைகளைத் தாங்கள் கைவசப்படுத்த வேண்டும் என்பதை அவர்கள் தெரிந்து கொள்ள வேண்டும்.

கிடைக்கும் வருவாய்க்குள் வாழ்க்கை நடத்துவதற்கு மக்கள் பழக்கப்பட்டுவிடும்போது, அவர்கள் கூண்டுக் கிளிகளாக ஆகிவிடுகின்றனர். எவ்வளவுதான் சிறகடித்துப் பறக்க முயற்சித்தாலும், அவர்களுக்கு விடிவே இருப்பதில்லை. அவர்கள் அந்தக் கூண்டிற்குள்ளேயே அடைபட்டுக் கிடக்க வேண்டியதுதான்.

டாம் குரூஸ் நடித்த ஜெர்ரி மெக்வயர் என்ற ஆங்கிலத் திரைப்படத்தில் பல சிறந்த ஒற்றை வசனங்கள் இடம்பெற்றுள்ளன. அதில் ஒரு வசனம் உண்மையை எடுத்துரைப்பதாக நான் நினைக்கிறேன். அப்போதுதான் வேலையிலிருந்து நீக்கப்பட்ட அவர், தனது சக ஊழியர்கள் அனைவரையும் பார்த்து, "யாருக்கு என்னுடன் வர விருப்பம்?" என்று கேட்பார். அந்த ஒட்டுமொத்த இடமும் அமைதியில் உறையும். ஒரே ஒரு பெண் மட்டும் பேசுவார். "எனக்கு உங்களுடன் வர விருப்பம்தான், ஆனால் இன்னும் மூன்று மாதங்களில் எனக்குப் பதவி உயர்வு வரவிருக்கிறது," என்று அப்பெண் கூறுவார்.

அந்த ஒட்டுமொத்தத் திரைப்படத்திலேயே இந்த வசனம்தான் அதிக உண்மையானது என்று நான் நினைக்கிறேன். வாழ்க்கை நடத்துவதற்குக் கடினமாக உழைக்கும் மக்கள், வேலையில் தங்களை மும்முரமாக வைத்துக் கொள்வதற்கு இந்த வகையான வசனத்தைத்தான் பயன்படுத்துகின்றனர். எனது கல்விமான் தந்தை ஒவ்வொரு வருடமும் ஊதிய உயர்வை எதிர்பார்த்ததையும், அது கிடைக்காமல் ஒவ்வொரு வருடமும் அவர் ஏமாற்றம் அடைந்ததையும் நான் அறிவேன். எனவே, ஊதிய உயர்வு கிடைக்க வேண்டும் என்பதற்காக அதிகப்படியான தகுதிகளை வளர்த்துக் கொள்வதற்கு அவர் மீண்டும் கல்லூரிக்குச் சென்று பயில்வார். பிறகு மீண்டும் ஓர் ஏமாற்றம் அவருக்காகக் காத்திருக்கும்.

மக்களிடம் நான் அடிக்கடிக் கேட்கும் கேள்வி, "உங்களது இந்த அன்றாட நடவடிக்கை உங்களை எங்கே அழைத்துச் செல்கிறது?" என்பதுதான். தங்களது கடின உழைப்பு தங்களை எங்கே கூட்டிக் கொண்டு செல்கிறது என்பதை மக்கள் எப்போதாவது பார்க்கிறார்களா என்று நான் வியக்கிறேன். அவர்களது எதிர்காலம் எப்படியிருக்கும்?

'த ரிடயர்மென்ட் மித்' என்ற தனது புத்தகத்தில், கிரெய்க் கார்ப்பெல் இவ்வாறு எழுதியுள்ளார்: "நான் ஒரு முக்கிய தேசிய ஓய்வூதிய ஆலோசனை மையத்தின் தலைமையகத்திற்குச் சென்று, மேல்மட்ட நிர்வாகத்தில் உள்ளவர்களது ஓய்வை வடிவமைப்பதில் திறமை பெற்ற ஒரு நிர்வாக அதிகாரியைச் சந்தித்தேன். தங்களுக்கென்று தனியான அலுவலக அறைகள் இல்லாத மக்கள் தங்கள் ஓய்வூதியமாக என்ன எதிர்பார்க்கலாம் என்று அவரிடம் நான் கேட்டபோது, 'வெள்ளித் துப்பாக்கிக் குண்டு,' என்று அவர் பதிலளித்தார்.

"'வெள்ளிக் குண்டா?' என்று நான் அவரிடம் கேட்டேன்.

"அவர் தன் தோள்களைக் குலுக்கிவிட்டு, 'வயதாகும்போது தாங்கள் வாழ்வதற்குப் போதுமான பணம் இல்லை என்பதை மக்கள் கண்டுகொள்ளும்போது, அவர்கள் தற்கொலை செய்து கொள்வதற்கு இந்த வெள்ளிக் குண்டு உதவுமல்லவா?' என்று கூறினார்."

பழைய ஓய்வூதியத் திட்டங்களுக்கும், அதைவிட அதிக ஆபத்து நிறைந்த 401கே எனும் புதிய ஓய்வூதியத் திட்டத்திற்கும் இடையேயான வித்தியாசத்தைக் கார்ப்பெல் விளக்குகிறார். இன்று வேலை பார்த்துக் கொண்டிருக்கும் பெரும்பாலான மக்களுக்கு இது அவ்வளவு மகிழ்ச்சியூட்டும் விஷயமல்ல. மருத்துவச் செலவுகளை நினைத்தால், பீதியை அது இன்னும் அதிகரிக்கும்.

ஏற்கனவே, ஒருசில நாடுகளிலுள்ள அரசு மருத்துவமனைகள், "யார் வாழ்வார்கள், யார் சாவார்கள்?" போன்ற கடினமான தீர்மானங்களை மேற்கொள்ள வேண்டியுள்ளது. நோயாளிகளிடம் எவ்வளவு பணம் உள்ளது, அவர்களது வயது என்ன என்பதைக்

கணக்கில் வைத்தே அவர்கள் இத்தீர்மானங்களை எடுக்கின்றனர். நோயாளி வயதானவராக இருந்தால், அவரைவிட மிகவும் வயது குறைந்த நோயாளி ஒருவருக்கு அவர்கள் மருத்துவம் பார்ப்பர். வயதான நோயாளிகள் வரிசையில் பின்னுக்குத் தள்ளப்பட்டுவிடுகின்றனர். சிறப்பான கல்வியைப் பெறுவதற்குப் பணக்காரர்களுக்கு வசதிகள் இருப்பதைப்போல், உயிர்வாழ்வதற்கும் பணக்காரர்களுக்கு அதிக வாய்ப்புள்ளது. குறைவான செல்வத்தைக் கொண்டவர்கள் சாவை எதிர்கொள்ள வேண்டியதுதான்.

"ஊழியர்கள் தங்கள் எதிர்காலத்திற்குள் உற்று நோக்குகின்றனரா அல்லது தாங்கள் எங்கே சென்று கொண்டிருக்கிறோம் என்பதைப் பற்றி ஒருபோதும் கேள்வி கேட்காமல் அடுத்த மாதச் சம்பளம் வருவதற்காகக் காத்துக் கொண்டிருக்கிறார்களா?" என்று நான் வியக்கிறேன்.

அதிகப் பணத்தைச் சம்பாதிக்க விரும்புகின்ற நபர்களிடம் நான் பேசும்போது, நான் எப்போதும் ஒரே விஷயத்தைத்தான் பரிந்துரைக்கிறேன். தங்களது வாழ்க்கையைப் பற்றிய ஒரு நீண்டகாலக் கண்ணோட்டத்தை மேற்கொள்ளுமாறு நான் அவர்களிடம் கூறுகிறேன். வெறுமனே பணத்திற்காகவும் பாதுகாப்பிற்காகவும் வேலை செய்வதற்குப் பதிலாக, இவையிரண்டும் முக்கியம் என்றாலும்கூட, ஓர் இரண்டாவது திறமையைக் கற்றுக் கொடுக்கக்கூடிய இன்னொரு வேலையைப் பார்க்குமாறு நான் அவர்களுக்குப் பரிந்துரைக்கிறேன். அவர்கள் விற்பனைத் திறமையைக் கற்றுக் கொள்ள விரும்பினால், ஒரு நெட்வொர்க் மார்க்கெட்டிங் நிறுவனத்தில் சேருமாறு நான் அடிக்கடிப் பரிந்துரைக்கிறேன். மக்கள் வெற்றி பெறாமல் இருப்பதற்கு முக்கியக் காரணமாக உள்ள தோல்வி பயம் மற்றும் நிராகரிப்புக் குறித்த பயங்களில் இருந்து அவர்கள் மீள்வதற்கு இவற்றில் சில நிறுவனங்களில் அற்புதமான பயிற்சித் திட்டங்கள் இருக்கின்றன. காலப்போக்கில், பணத்தைவிடக் கல்வி அதிக மதிப்பு வாய்ந்ததாக அமையும்.

நான் இதைப் பரிந்துரைக்கும்போது, "இதற்கு அதிக முயற்சி தேவைப்படும்போல் தோன்றுகிறது," அல்லது "எனக்கு எதில் ஆர்வம் இருக்கிறதோ, அதை மட்டுமே நான் செய்ய விரும்புகிறேன்," போன்ற பதில்களை நான் கேட்க நேரிடுகிறது.

"இதற்கு அதிக முயற்சி தேவைப்படும்போல் தோன்றுகிறது," என்று அவர்கள் கூறும்போது, "நீங்கள் சம்பாதிப்பதில் அரசாங்கத்திற்கு 50 சதவீதம் கொடுத்தபடி உங்கள் வாழ்நாள் முழுவதும் உழைப்பதற்கு நீங்கள் தயாரா?" என்று நான் கேட்கிறேன். "எனக்கு எதில் ஆர்வம் இருக்கிறதோ, அதை மட்டுமே நான் செய்ய விரும்புகிறேன்," என்று அவர்கள் கூறினால், "உடற்பயிற்சி மையத்திற்குச் செல்வதில் எனக்கு ஆர்வமில்லை, ஆனால் நான்

ஆரோக்கியமாகவும் நீண்ட நாட்களும் வாழ விரும்புவதால் அங்கு செல்கிறேன்," என்று நான் கூறுகிறேன்.

துரதிர்ஷ்டவசமாக, "ஒரு வயதான நாய்க்குப் புதிய தந்திரங்களைக் கற்றுக் கொடுக்க முடியாது," என்ற பழைய கூற்றில் ஓர் உண்மை இருக்கிறது. மாற்றத்திற்கு ஒருவர் பழக்கப்பட்டிருக்கவில்லை என்றால், மாறுவது கடினமாக இருக்கும்.

ஏதேனும் ஒரு புதிய விஷயத்தைக் கற்றுக் கொள்வதற்காக வேலை பார்ப்பது குறித்த யோசனை என்று வரும்போது நீங்கள் கத்தி முனையில் நடப்பதைப்போல் உணர்ந்தால், பின்வரும் விளக்கம் உங்களை ஊக்குவிக்கக்கூடும்: வாழ்க்கை என்பது ஓர் உடற்பயிற்சி மையத்திற்குச் செல்வதைப் போன்றது. போவதென்று தீர்மானிப்பதுதான் மிகவும் கடினமான பகுதி. அதை நீங்கள் கடந்துவிட்டால், மற்றவை சுலபமாகிவிடும். உடற்பயிற்சி மையத்திற்குச் செல்வதற்கு நான் தயங்கிய நாட்கள் ஏராளம் உண்டு. ஆனால் அங்கு சென்று என் பயிற்சிகளைத் துவக்கியவுடன், அது ஓர் இனிமையான அனுபவமாக இருக்கும். பயிற்சி முடிந்த பிறகு, அங்கு சென்றதற்காக நான் என்னைக் குறித்து மகிழ்ச்சி கொள்வேன்.

உங்களது சொந்தத் துறையில் அதிக நிபுணத்துவம் பெறுவதில் மட்டும் குறியாக இருந்து, ஏதேனும் ஒரு புதிய விஷயத்தைக் கற்றுக் கொள்வதற்காக வேறொரு வேலை செய்வதற்கு நீங்கள் தயாராக இல்லை என்றால், நீங்கள் வேலை பார்க்கும் நிறுவனத்தில் தொழிற்சங்கம் இருப்பதை உறுதி செய்து கொள்ளுங்கள். நிபுணத்துவம் கொண்ட மக்களைப் பாதுகாப்பதற்காகவே தொழிற்சங்கங்கள் வடிவமைக்கப்பட்டுள்ளன. எனது கல்விமான் தந்தை, ஹவாய் மாநிலத்தின் ஆசிரியர்கள் தொழிற்சங்கத்தின் தலைவராக ஆனார். தான் பார்த்த வேலைகளிலேயே மிகக் கடினமான வேலை அதுதான் என்று அவர் என்னிடம் கூறினார். ஆனால் எனது பணக்காரத் தந்தை, தனது நிறுவனங்களில் தொழிற்சங்கங்கள் உருவாகாமல் இருப்பதை உறுதி செய்வதற்குத் தன் வாழ்நாள் முழுவதும் தன்னாலான அனைத்தையும் செய்து வந்தார். அவர் அதில் வெற்றி பெற்றார். தொழிற்சங்கங்கள் கைகூடி வந்தபோதிலும்கூட, பணக்காரத் தந்தையால் அவர்களை எதிர்த்துப் போரிட்டுத் தோற்கடிக்க முடிந்தது.

நான் இதில் யாருக்கும் ஆதரவாகப் பேசுவதில்லை. ஏனெனில், இரு தரப்பிலும் அனுகூலங்கள் உள்ளன. இரண்டுமே தேவைதான். பள்ளிகள் பரிந்துரைப்பதைப்போல் நீங்கள் உயர்ந்த நிபுணத்துவத்தைப் பெற்றால், உங்கள் பாதுகாப்பிற்காகத் தொழிற்சங்கங்களை நாடுங்கள். எடுத்துக்காட்டாக, நான் தொடர்ந்து விமானியாக இருந்திருந்தால், விமானிகளுக்கென்று ஒரு வலிமையான தொழிற்சங்கத்தைக் கொண்டிருக்கக்கூடிய ஒரு நிறுவனத்தை நான் நாடியிருப்பேன். ஏன்? ஒரே ஒரு துறையில் மட்டுமே மதிப்பானதாக

இருக்கக்கூடிய ஒரு திறமையைக் கற்பதில் என் வாழ்நாள் முழுவதையும் நான் செலவிட வேண்டியிருக்கும். அத்துறையில் இருந்து நான் வெளியேற்றப்பட்டால், எனது திறமைகள் வேறு எந்தத் துறைக்கும் பயன்படாது. சரக்கு விமானத்தில் 100,000 மணிநேரம் வானில் பறந்து, வருடத்திற்கு 150,000 டாலர்கள் வருமானம் வாங்கிய, நிறுவனத்திலிருந்து பணிநீக்கம் செய்யப்பட்ட ஒரு விமானிக்கு, பள்ளிக்கூடத்தில் அந்த அளவு உயர்ந்த சம்பளத்தில் ஆசிரியர் பணி கிடைப்பது கடினம்தான். வெவ்வேறு துறைகளில் வெவ்வேறு திறமைகள் தேவைப்படுகின்றன. விமானத் துறையில் விமானிகளுக்கு எந்தத் திறமைகளுக்காக ஊதியம் வழங்கப்படுகிறதோ, பள்ளிகளில் அந்தத் திறமைகள் அவ்வளவு முக்கியமல்ல.

மருத்துவர்களின் விஷயத்திலும் இன்று இதுதான் உண்மை. மருத்துவத்தில் ஏற்பட்டுள்ள அனைத்து மாற்றங்களோடு, பல மருத்துவ நிபுணர்கள், ஆரோக்கியப் பராமரிப்பு நிறுவனம் போன்ற மருத்துவ நிறுவனங்களுடன் ஒத்துப் போக வேண்டியுள்ளது. பள்ளி ஆசிரியர்கள் நிச்சயமாகத் தொழிற்சங்க உறுப்பினர்களாக இருக்க வேண்டியுள்ளது. அமெரிக்காவில் இன்று ஆசிரியர்கள் தொழிற்சங்கம்தான் மிகப் பெரிய மற்றும் மிகச் செழிப்பான தொழிற்சங்கமாக உள்ளது. தேசியக் கல்வி அமைப்பு அதிக அரசியல் செல்வாக்கைப் பெற்றுள்ளது. ஆசிரியர்களுக்குத் தங்கள் தொழிற்சங்கங்கள் தரும் பாதுகாப்பு தேவைப்படுகிறது. ஏனெனில், அவர்களது திறமைகளுக்குக் கல்வித்துறையைத் தவிர பிற துறைகளில் அவ்வளவு மதிப்பு இல்லை. "உயர்ந்த நிபுணத்துவத்தைப் பெறுங்கள்; பிறகு தொழிற்சங்கத்தில் சேருங்கள்," என்பதுதான் தாரக மந்திரமாக இருக்க வேண்டும். அது சாமர்த்தியமான செயலும்கூட.

நான் கற்றுக் கொடுக்கும் வகுப்புகளில், "மெக்டொனால்ட்ஸைவிடச் சிறந்த ஒரு ஹேம்பர்கரை உங்களில் எத்தனைப் பேரால் சமைக்க முடியும்?" என்று நான் கேட்கும்போது, கிட்டத்தட்ட அனைத்து மாணவர்களும் தங்கள் கைகளை உயர்த்துகின்றனர். பிறகு நான் அவர்களிடம், "உங்களால் ஒரு சிறந்த ஹேம்பர்கரைத் தயாரிக்க முடியும் எனும்போது, மெக்டொனால்ட்ஸ் எப்படி உங்களைவிட அதிகப் பணத்தைச் சம்பாதிக்கிறது?" என்று நான் கேட்பேன்.

வியாபார அமைப்புமுறைகளில் மெக்டொனால்ட்ஸ் தலைசிறந்து விளங்குவதுதான் இதற்குக் காரணம். பல திறமையான மனிதர்கள் ஏழைகளாக இருப்பதற்குக் காரணம், அவர்கள் ஒரு சிறந்த ஹேம்பர்கரை உருவாக்குவதில் கவனம் செலுத்துகின்றனரே தவிர, வியாபார அமைப்புமுறைகளைப் பற்றி அவர்களுக்கு எதுவும் தெரிந்திருக்காததுதான்.

ஹவாயில் உள்ள எனது நண்பர் ஒருவர் சிறந்த ஓவியக் கலைஞர். அவர் ஓரளவு நல்ல தொகையைச் சம்பாதிக்கிறார்.

ஒருநாள் அவரது தாயாரின் வழக்கறிஞர் அவரை அழைத்து, அவரது தாயார் 35,000 டாலர்கள் பணத்தை விட்டுச் சென்றிருந்ததாகத் தெரிவித்தார். அவரது தாயாரின் எஸ்டேட்டை விற்றப் பிறகு, அந்த வழக்கறிஞரும் அரசாங்கமும் தங்கள் பங்குகளை எடுத்துக் கொண்டது போக, அவ்வளவு பணம்தான் மிச்சமிருந்தது. உடனடியாக, தனக்குக் கிடைத்த அந்தப் பணத்திலிருந்து ஒரு சிறு பகுதியைப் பயன்படுத்தித் தன் வியாபாரத்தை விளம்பரப்படுத்துவதற்கான ஒரு வாய்ப்பை எனது நண்பர் பார்த்தார். இரண்டு மாதங்களுக்குப் பிறகு, அவரது முதல் விளம்பரம், பணக்காரர்கள் படிக்கின்ற ஒரு விலையுயர்ந்த செய்திப் பத்திரிகையில் நான்கு வண்ணங்களில் முழுப் பக்கத்தில் வெளிவந்தது. அந்த விளம்பரம் மூன்று மாதங்கள் தொடர்ந்து வெளியிடப்பட்டது. ஆனால் அவருக்கு எந்தத் தொலைபேசி அழைப்பும் வரவில்லை. தன் தாயாரிடமிருந்து கிடைத்தப் பணத்தையும் அவர் இழந்துவிட்டார். இப்போது அவர் அந்தப் பத்திரிகையின்மீது வழக்குத் தொடர விரும்புகிறார்.

ஓர் அழகான ஹேம்பர்கரை உருவாக்கத் தெரிந்த, ஆனால் வியாபாரத்தைப் பற்றி எதுவும் தெரியாத ஒருவருக்குப் பொதுவாக ஏற்படும் விஷயம் இது. என்ன கற்றுக் கொண்டார் என்று அவரிடம் நான் கேட்டபோது, "விளம்பர விற்பனையாளர்கள் அனைவரும் குறுக்கு புத்திக்காரர்கள்," என்று மட்டும் அவர் பதிலளித்தார். விற்பனை மற்றும் நெட்வொர்க் மார்க்கெட்டிங் தொடர்பான பயிற்சி வகுப்பு ஒன்றில் சேர்ந்து பயில அவர் தயாராக இருக்கிறாரா என்று நான் அவரிடம் கேட்டபோது, "எனக்கு அதற்கு நேரமில்லை. அதோடு, என் பணத்தை வீணாக்கவும் நான் விரும்பவில்லை," என்று அவர் பதிலளித்தார்.

திறமையான ஏழை மக்களால் இவ்வுலகம் நிரம்பியுள்ளது. அவர்கள் ஏழைகளாகவோ அல்லது பொருளாதாரரீதியாகப் போராடிக் கொண்டோ அல்லது தங்கள் திறனுக்குக் குறைவாகப் பணம் சம்பாதித்துக் கொண்டோ இருப்பதற்குக் காரணம், அவர்களுக்குத் தெரிந்துள்ள விஷயங்களால் அல்ல, மாறாக அவர்களுக்குத் தெரியாத விஷயங்களால்தான். விற்பனை மற்றும் விளம்பரத் திறமைகளை வளர்த்துக் கொள்வதில் கவனம் செலுத்துவதற்குப் பதிலாக, ஒரு சிறந்த ஹேம்பர்கரை உருவாக்குவதற்கான திறமைகளைக் கச்சிதப்படுத்துவதில் அவர்கள் அதிக கவனம் செலுத்துகின்றனர். மெக்டொனால்ட்ஸின் ஹேம்பர்கர் அவ்வளவு சிறப்பானதாக இல்லாமல் போகலாம், ஆனால் ஒரு சராசரி பர்கரை விற்பதில் அவர்கள் சிறந்தவர்கள் என்பதை மறுக்க முடியாது.

நான் ஏதேனும் ஒன்றில் நிபுணத்துவம் பெற வேண்டும் என்று என் ஏழைத் தந்தை விரும்பினார். அதிகப் பணத்தை ஈட்டுவதற்கு

இதுதான் வழி என்று அவர் கருதினார். மாநில அரசாங்கத்தில் அவரால் இனி தொடர்ந்து வேலை செய்ய முடியாது என்று ஹவாய் மாநில ஆளுனர் அவரிடம் கூறிய பிறகும்கூட, நான் நிபுணத்துவம் பெற வேண்டும் என்று அவர் என்னைத் தொடர்ந்து ஊக்குவித்தார். பிறகு ஆசிரியர்கள் தொழிற்சங்க வேலைகளில் அவர் ஈடுபட்டார். அதிகத் திறமையும் கல்வியறிவும் பெற்றவர்களுக்கு மேலும் அதிகப் பாதுகாப்பும் அனுகூலங்களும் கிடைப்பதற்காகப் போராடினார். நாங்கள் அடிக்கடி விவாதித்தோம், ஆனால் தொழிற்சங்கம் தரும் பாதுகாப்பு ஒருவருக்குத் தேவைப்படுவதற்குக் காரணம் அவர் அளவுக்கதிகமான நிபுணத்துவத்தைப் பெற்றிருப்பதுதான் என்பதை அவர் ஒருபோதும் ஒத்துக் கொள்ளவே இல்லை என்பதை நான் அறிவேன். நீங்கள் எவ்வளவு அதிக நிபுணத்துவம் பெறுகிறீர்களோ, அந்த நிபுணத்துவம் உங்களை அவ்வளவு அதிகமாகச் சிக்கலில் மாட்டிவிடுகிறது, அவ்வளவு அதிகமாக உங்களைத் தன்மீது சார்ந்திருக்க வைக்கிறது என்பதை அவர் ஒருபோதும் புரிந்து கொள்ளவே இல்லை.

மைக்கும் நானும் எங்களை நாங்களே மெருகேற்றிக் கொள்ள வேண்டும் என்று பணக்காரத் தந்தை அறிவுறுத்தினார். பல வணிக நிறுவன உரிமையாளர்கள் அதைத்தான் செய்கின்றனர். வணிகக் கல்லூரியிலிருந்து பட்டம் பெற்று வெளியே வருகின்ற ஒரு புத்திசாலி இளைஞரைக் கண்டுபிடித்து, என்றேனும் ஒருநாள் தங்கள் நிறுவனத்தைத் தலைமையேற்று நடத்துவதற்கு அவர்கள் அவரைத் தயார்படுத்துகின்றனர். இந்த இளம் ஊழியர்கள் எந்தவொரு குறிப்பிட்டத் துறையிலும் நிபுணத்துவம் பெறுவதில்லை. வியாபார அமைப்புமுறையின் அனைத்து அம்சங்களையும் கற்றுக் கொள்வதற்காக அவர்கள் ஒவ்வொரு துறைக்கும் அனுப்பப்படுகின்றனர். பணக்காரர்கள் எப்போதும் தங்கள் குழந்தைகளை இவ்வாறுதான் தயார்படுத்துகின்றனர். அவ்வாறு செய்வதன் மூலம், வியாபாரத்தை நடத்துவது குறித்த அறிவும், பல்வேறு துறைகளுக்கு இடையேயான தொடர்பு குறித்த ஒட்டுமொத்த அறிவும் அக்குழந்தைகளுக்குக் கிடைத்துவிடுகிறது.

இரண்டாம் உலகப் போர் நடைபெற்ற சமயத்தில் வாழ்ந்த தலைமுறையினர், ஒரு நிறுவனத்திலிருந்து மற்றொரு நிறுவனத்திற்குத் தாவுவதை மோசமாகக் கருதினர். இன்று, அது சாதுரியமான விஷயமாகப் பார்க்கப்படுகிறது. திறமைகளில் அதிக நிபுணத்துவம் பெறுவதற்குப் பதிலாக மக்கள் ஒரு நிறுவனத்திலிருந்து இன்னொரு நிறுவனத்திற்கு மாறுவார்கள் என்பதால், அந்த மாற்றத்தைப் பணத்தை முன்னிருத்தி மேற்கொள்ளாமல், கற்றுக் கொள்வதை முன்னிருத்தி ஏன் மேற்கொள்ளக்கூடாது? அவ்வாறு செய்தால், குறுகிய காலம்வரை நீங்கள் குறைவாகச் சம்பாதிக்கக்கூடும், ஆனால் காலப்போக்கில் அது உங்களுக்குப் பெரும் பதிலீடுகளைக் கொடுக்கும்.

> **வெற்றிக்குத் தேவையான முக்கிய நிர்வாகத் திறமைகள் இவை:**
>
> 1. **பணப் பெயர்ச்சி நிர்வாகம்**
> 2. **அமைப்புமுறைகள் நிர்வாகம்**
> 3. **மக்கள் நிர்வாகம்**

விற்பனையும் விளம்பரமும்தான் மிக முக்கியமான நிபுணத்துவத் திறமைகளாகும். விற்பதற்கான திறன், அதாவது, இன்னொரு நபரிடம் எடுத்துரைப்பதற்கான திறன்தான் தனிப்பட்ட வெற்றிக்கு அடிப்படை. எழுதுவது, பேசுவது, பேரம் பேசுவது போன்ற கருத்துப் பரிமாற்றத் திறமைகள் வெற்றிகரமான வாழ்க்கைக்கு இன்றியமையாதவையாகும். இத்திறமைகளில் நான் தொடர்ந்து கவனம் செலுத்துகிறேன். எனது அறிவைப் பெருக்கிக் கொள்வதற்காக நான் இவை தொடர்பான பயிற்சி வகுப்புகளில் கலந்து கொள்கிறேன் அல்லது புத்தகங்களைப் படிக்கிறேன்.

நான் முன்பு குறிப்பிட்டதுபோல், என் கல்விமான் தந்தை எவ்வளவு அதிகத் தகுதிகளைப் பெற்றாரோ, அவ்வளவு அதிகக் கடினமாக உழைத்தார். அவர் எவ்வளவு அதிக நிபுணத்துவம் பெற்றாரோ, அவ்வளவு அதிகமாகப் பொறிக்குள் சிக்கினார். அவரது சம்பளம் உயர்ந்தது என்றாலும்கூட, அவர் தேர்ந்தெடுப்பதற்கான விஷயங்கள் மட்டுப்படுத்தப்பட்டன. அரசாங்க வேலையிலிருந்து அவர் நீக்கப்பட்டப் பிறகு, தொழில்முறைரீதியாகத் தான் எவ்வளவு பலவீனமாக இருந்தோம் என்பதை அவர் கண்டார். திடீரென்று காயம் ஏற்பட்ட அல்லது விளையாடுவதற்கு வயதாகிவிட்டத் தொழில்முறைத் தடகள வீரர்களைப் போன்றது இது. அதிகப் பணத்தை ஈட்டிக் கொடுத்த அவர்களது பதவி இப்போது பறிபோய்விட்டது. வாழ்க்கை நடத்துவதற்கு இப்போது அவர்களுக்கு அதிகத் திறமைகள் இல்லை. என் ஏழைத் தந்தையும் அதன் பிறகு தொழிற்சங்கங்களுக்கு அதிக ஆதரவாகச் செயல்பட்டதற்குக் காரணம் இதுதான். ஒரு தொழிற்சங்கம் இருந்திருந்தால் தனக்கு எவ்வளவு பயனுள்ளதாக இருந்திருக்கும் என்பதை அவர் காலங்கடந்து உணர்ந்தார்.

ஏராளமானவற்றைப் பற்றிச் சிறிதளவாவது தெரிந்து வைத்துக் கொள்ளுமாறு பணக்காரத் தந்தை என்னையும் மைக்கையும் ஊக்குவித்தார். எங்களைவிட அதிக சாமர்த்தியமான மக்களுடன் வேலை செய்வதற்கும், ஒரு குழுவாக இணைந்து வேலை செய்வதற்கு அதிக சாமர்த்தியமானவர்களை ஒன்றிணைப்பதற்கும் அவர் எங்களை ஊக்குவித்தார். அது இன்று தொழில்முறை நிபுணத்துவத்தின் கூட்டு இயக்கம் என்று அழைக்கப்படக்கூடும்.

இன்று, ஒவ்வொரு வருடமும் பல்லாயிரக்கணக்கான டாலர்கள் பணத்தைச் சம்பாதிக்கின்ற முன்னாள் ஆசிரியர்களை நான் சந்திக்கிறேன். அவர்கள் அவ்வளவு சம்பாதிப்பதற்குக் காரணம், தங்கள் துறையில் திறமை பெற்றிருப்பதோடு கூடவே, பிற திறமைகளையும் பெற்றிருப்பதுதான். அவர்களுக்குக் கற்றுக் கொடுக்கத் தெரிந்திருப்பதோடு, விற்பனை செய்யவும் விளம்பரப்படுத்திக் கொள்ளவும் தெரிந்திருக்கிறது. விற்பனை மற்றும் விளம்பரத்தைப்போல் அதிக முக்கியமான திறமைகள் எனக்குத் தெரிந்து வேறெதுவும் இல்லை. விற்பனை மற்றும் விளம்பரத் திறமைகளைக் கற்றுக் கொள்வது பெரும்பாலான மக்களுக்குக் கடினமாக இருப்பதற்கு முக்கியக் காரணம், நிராகரிப்புக் குறித்த அவர்களது பயம்தான். கருத்துப் பரிமாற்றம், பேரப்பேச்சு, நிராகரிப்புக் குறித்த உங்கள் பயத்தைக் கையாளுதல் போன்றவற்றில் நீங்கள் எவ்வளவு அதிகச் சிறப்புடன் திகழ்கிறீர்களோ, உங்கள் வாழ்க்கை அவ்வளவு அதிக சுலபமானதாக இருக்கும். ஒரு வெற்றிகரமான நூலாசிரியராக ஆக விரும்பிய அந்தச் செய்திப் பத்திரிகையாளருக்கு நான் வழங்கிய அதே அறிவுரையை இன்று பலருக்கும் நான் வழங்கி வருகிறேன்.

நுட்பமான நிபுணத்துவத்தைப் பெற்றிருப்பதில் வலிமைகளும் உள்ளன, பலவீனங்களும் உள்ளன. எனது நண்பர்கள் பலர் சிறந்த மேதைகள், ஆனால் மற்றவர்களுடன் அவர்களால் பலனளிக்கும் வகையில் பேச முடியாத காரணத்தால், அவர்கள் மிகக் குறைவான பணத்தையே சம்பாதிக்கின்றனர். விற்பனைத் திறனை வளர்த்துக் கொள்வதில் ஒரு வருடத்தைச் செலவிடுமாறு நான் அவர்களுக்கு அறிவுறுத்துகிறேன். அவர்கள் எதுவும் சம்பாதிக்காவிட்டாலும்கூட, அவர்களது கருத்துப் பரிமாற்றத் திறமைகள் நன்றாக மேம்படும். அது விலைமதிக்க முடியாத சொத்தாகும்.

நன்றாகக் காதுகொடுத்துக் கேட்பவர்களாகவும், சிறந்த விற்பனையாளர்களாகவும், விளம்பரப்படுத்துவதில் திறம்படைத்தவர்களாகவும் இருப்பதோடு கூடவே, நாம் நல்ல ஆசிரியர்களாகவும் நல்ல மாணவர்களாகவும் இருக்க வேண்டியது அவசியம். உண்மையிலேயே பணக்காரராக இருக்க வேண்டும் என்றால், நம்மால் பிறரிடமிருந்து பெற்றுக் கொள்ளவும் முடிய வேண்டும், மற்றவர்களுக்குக் கொடுக்கவும் முடிய வேண்டும். பொருளாதாரரீதியான அல்லது தொழில்முறைரீதியான போராட்டங்களில், கொடுப்பதும் பெற்றுக் கொள்வதும் அரிதாகவே நிகழ்கின்றன. நல்ல ஆசிரியர்களாகவும் நல்ல மாணவர்களாகவும் இல்லாத காரணத்தால் ஏழைகளாக இருக்கின்ற பலரை நானறிவேன்.

எனது இரு தந்தையரும் தயாள குணம் கொண்டவர்கள். முதலில் கொடுப்பது என்ற பழக்கத்தை இருவரும் கடைபிடித்தனர். பிறருக்குக் கற்றுக் கொடுப்பது அவர்களது ஈகை வழிகளில் ஒன்று.

அவர்கள் எவ்வளவு அதிகமாகக் கொடுத்தார்களோ, அவ்வளவு அதிகமாக அவர்களுக்குத் திரும்பக் கிடைத்தது. ஆனால் பணத்தைப் பிறருக்குக் கொடுப்பதில் இருவரிடையே கண்கூடான வித்தியாசம் இருந்தது. எனது பணக்காரத் தந்தை ஏராளமான பணத்தைத் தானம் கொடுத்தார். அவர் தன் தேவாலயத்திற்கும், பிற நற்காரியங்களுக்கும், தனது அறக்கட்டளைக்கும் அள்ளி அள்ளிக் கொடுத்தார். பணத்தைப் பெற வேண்டும் என்றால், பணத்தைக் கொடுக்க வேண்டும் என்பதை அவர் அறிந்திருந்தார். தாராளமாகப் பணம் கொடுப்பதுதான் மாபெரும் செல்வந்தர்களின் செல்வத்திற்கான ரகசியமாகும். அதனால்தான் ராக்கஃபெல்லர், ஃபோர்டு அறக்கட்டளைகள் நிறுவப்பட்டன.

“என்னிடம் கூடுதல் பணம் இருந்தால், நான் அதைக் கொடுப்பேன்,” என்று எனது கல்விமான் தந்தை எப்போதும் கூறினார். ஆனால் பிரச்சனை என்னவென்றால், அவரிடம் ஒருபோதும் கூடுதல் பணம் இருந்ததே இல்லை. எனவே அவர் அதிகப் பணத்தைச் சம்பாதிப்பதற்கு அதிகக் கடினமாக உழைத்தார். “கொடுங்கள், அப்போது உங்களுக்குக் கிடைக்கும்,” என்ற மிக முக்கியமான பண விதியின்மீது கவனம் செலுத்துவதற்குப் பதிலாக, “பெற்றுக் கொள்ளுங்கள், பிறகு கொடுங்கள்,” என்பதில் நம்பிக்கை கொண்டிருந்தார்.

முடிவாக, இரண்டு தந்தையரின் குணநலன்களுடன் நான் வளர்ந்தேன். என்னில் ஒரு பகுதி முதலாளித்துவத்தை நேசித்தது. பணத்தைக் கொண்டு பணத்தை உருவாக்கும் விளையாட்டில் தீராத ஆர்வம் எனக்கு இருக்கிறது. இன்னொரு பக்கத்தில், சமூகரீதியான பொறுப்பைக் கொண்ட ஓர் ஆசிரியராக நான் இருக்கிறேன். இருப்பவர்களுக்கும் இல்லாதவர்களுக்கும் இடையே தொடர்ந்து விரிவடைந்து கொண்டிருக்கும் இடைவெளி எனக்கு ஆழ்ந்த கவலையளிக்கிறது. பழமைவாதக் கல்வி அமைப்புமுறைதான் வளர்ந்து வரும் இந்த இடைவெளிக்கு முக்கியப் பொறுப்பு என்று நான் தனிப்பட்ட முறையில் கருதுகிறேன்.

அத்தியாயம் ஏழு

தடைகளிலிருந்து மீளுதல்

பணக்காரர்களுக்கும் ஏழைகளுக்கும் இடையேயான முக்கிய வேறுபாடு, அவர்கள் தங்களது பயத்தைக் கையாளும் விதம்தான்.

மக்கள் பொருளாதாரக் கல்வியறிவைப் பெற்றப் பிறகும்கூட, பொருளாதாரச் சுதந்திரத்தை நோக்கிச் செல்லும் வழியில் பல முட்டுக்கட்டைகளை அவர்கள் எதிர்கொள்ளக்கூடும். பொருளாதாரக் கல்வியறிவைப் பெற்ற மக்கள்கூட அதிகப் பணத்தை உருவாக்கக்கூடிய அபரிமிதமான சொத்துக்களைச் சேகரிக்காமல் போவதற்கு ஐந்து முக்கியக் காரணங்கள் உள்ளன. அவை:

1. பயம்
2. சந்தேகம்
3. சோம்பேறித்தனம்
4. மோசமான பழக்கங்கள்
5. ஆணவம்

பயத்திலிருந்து மீளுதல்

உண்மையிலேயே பணத்தை இழக்க விரும்பும் எவரொருவரையும் நான் ஒருபோதும் சந்தித்ததில்லை. இத்தனை வருடங்களில், பணத்தை ஒருபோதும் இழந்திருக்காத எந்தவொரு பணக்காரரையும் நான் ஒருபோதும் சந்தித்ததில்லை. ஆனால், ஒருபோதும் சல்லிக்காசைக்கூடத் தொலைத்திருக்காத, அதாவது, முதலீடே செய்திருக்காத ஏராளமான ஏழைகளை நான் சந்தித்திருக்கிறேன்.

பணத்தை இழப்பது குறித்த பயம் உண்மையானதுதான். பணக்காரர்கள் உட்பட, எல்லோருக்கும் அந்த பயம் இருக்கிறது. ஆனால் பயத்தைக் கொண்டிருப்பது இங்கு பிரச்சனையல்ல. அந்த பயத்தை நீங்கள் எவ்வாறு கையாள்கிறீர்கள் என்பதுதான் முக்கியம். இழப்பை நீங்கள் எவ்வாறு கையாள்கிறீர்கள் என்பதுதான் இங்கு பிரதானம். தோல்வியை நீங்கள் எவ்வாறு கையாள்கிறீர்கள் என்பதுதான் உங்கள் வாழ்வில் வித்தியாசத்தை ஏற்படுத்துகிறது. பணக்காரர்களுக்கும் ஏழைகளுக்கும் இடையேயான முக்கிய வேறுபாடு, அவர்கள் தங்களது பயத்தைக் கையாளும் விதம்தான்.

பயப்படுவதில் எந்தத் தவறும் இல்லை. பணம் என்று வரும்போது கோழையாக இருப்பதில் தவறில்லை. ஆனாலும்கூட உங்களால் பணக்காரராக இருக்க முடியும். நாம் அனைவரும் ஏதோ ஒரு விஷயத்தில் துணிச்சலானவர்களாகவும், வேறு ஏதோ ஒன்றில் கோழைகளாகவும் இருக்கிறோம். எனது நண்பர் ஒருவரின் மனைவி அவசரச் சிகிச்சைப் பிரிவில் ஒரு செவிலியாக இருக்கிறார். ரத்தத்தைப் பார்த்தால் அவர் உடனடியாகச் செயலில் இறங்கிவிடுவார். ஆனால் நான் முதலீட்டைப் பற்றிக் குறிப்பிட்டால் ஓடிச் சென்று ஒளிந்து கொள்வார். நான் ரத்தத்தைப் பார்த்தால், எங்கும் ஓடிப் போக மாட்டேன், ஆனால் மயங்கிக் கீழே விழுந்துவிடுவேன்.

பணத்தைப் பற்றிய தீவிர பயங்களை என் பணக்காரத் தந்தை புரிந்து வைத்திருந்தார். "சிலர் பாம்புகளைக் கண்டால் நடுங்குவார்கள். சிலர் பணத்தை இழப்பது குறித்து பயப்படுவார்கள். இரண்டுமே பயங்கள்தான்," என்று அவர் கூறுவார். பணத்தை இழப்பது குறித்த பயத்திற்கு அவரது தீர்வு இதுதான்: "ஆபத்தையும் கவலையையும் நீங்கள் வெறுத்தால், வெகு சீக்கிரமாகவே நீங்கள் செயலில் இறங்க வேண்டும்."

அதனால்தான் நீங்கள் சிறுவயதினராக இருக்கும்போது சேமிப்பதை ஒரு பழக்கமாக ஆக்கிக் கொள்ளுமாறு வங்கிகள் பரிந்துரைக்கின்றன. சிறு வயதிலேயே நீங்கள் துவக்கினால், பணக்காரராவது அதிக சுலபமாக இருக்கும். இது பற்றி விரிவாக நான் இங்கு பேசப் போவதில்லை. ஆனால், இருபது வயதில் துவக்கும் ஒருவருக்கும், முப்பது வயதில் துவக்கும் ஒருவருக்கும் இடையே மலையளவு வேறுபாடு உள்ளது. கூட்டு வட்டியின் சக்தியானது உலகின் மிக அற்புதமான விஷயங்களில் ஒன்று. மன்ஹாட்டன் தீவுகளை வாங்கியது மிகச் சிறந்த பேரப்பேச்சாகக் கருதப்படுகிறது. பல நூற்றாண்டுகளுக்கு முன்பு நியூயார்க் நகரம் 24 டாலர்களுக்கு வாங்கப்பட்டது. அந்த 24 டாலர்கள் வருடத்திற்கு 8 சதவீத வட்டியில் முதலீடு செய்யப்பட்டிருந்தால், அதன் மதிப்பு இன்று 3 லட்சம் கோடி டாலர்களாக ஆகியிருக்கும்.

ஆனால் உங்களிடம் அதிக நேரம் மீதமில்லை என்றாலோ அல்லது நீங்கள் சீக்கிரமாக ஓய்வு பெற விரும்பினாலோ என்ன செய்வது? பணத்தை இழப்பது குறித்த பயத்தை நீங்கள் எவ்வாறு கையாள்கிறீர்கள்?

எனது ஏழைத் தந்தை அது குறித்து எதுவும் செய்யவில்லை. அவர் வெறுமனே அந்த விவகாரத்தைத் தவிர்த்தார், அதைப் பற்றிப் பேச மறுத்தார்.

ஆனால், நான் டெக்சாஸ் நகர மக்களைப்போல் சிந்திக்க வேண்டும் என்று என் பணக்காரத் தந்தை பரிந்துரைத்தார். "எனக்கு டெக்சாஸ் மாநிலத்தையும், அங்குள்ள மக்களையும் மிகவும் பிடிக்கும். டெக்சாஸில் எல்லாமே பெரிதாக இருக்கின்றன. டெக்சாஸ் நகர மக்கள் வெற்றி பெறும்போது, பெரிய அளவில் வெற்றி பெறுகின்றனர். அவர்கள் தோற்கும்போது, அது கண்கொள்ளாக் காட்சியாக இருக்கும்," என்று கூறுவது அவரது வழக்கம்.

"தோற்பது அவர்களுக்குப் பிடிக்குமா?" என்று நான் கேட்டேன்.

"நான் கூறுவது அதுவல்ல. தோற்பது யாருக்குமே பிடிக்காது. ஆபத்து, வெகுமதி, மற்றும் தோல்வி குறித்து டெக்சாஸ் மாநில மக்கள் கொண்டுள்ள மனப்போக்கைப் பற்றித்தான் நான் இங்கு பேசிக் கொண்டிருக்கிறேன். வாழ்க்கையை அவர்கள் கையாளும் விதத்தைப் பற்றியே நான் இங்கு குறிப்பிடுகிறேன். அவர்கள் பெரிதாக வாழ்கின்றனர். பணம் என்று வரும்போது தொடைநடுங்கிகளாக வாழ்கின்ற இங்குள்ள மக்களைப் போன்றவர்கள் அல்ல அவர்கள்," என்று பணக்காரத் தந்தை கூறினார்.

அவர் மேலும் தொடர்ந்தார். "டெக்சாஸ் மாநில மக்களின் மனப்போக்கை நான் வெகுவாக விரும்புகிறேன். அவர்கள் வெற்றி பெறும்போது பெருமிதம் கொள்கின்றனர், தோற்கும்போது அதைப் பற்றித் தம்பட்டம் அடித்துக் கொள்கின்றனர். 'நீ பணமின்றி நொடிந்து போகப் போகிறாய் என்றால், பெரிய அளவில் தோற்றுப் போ,' என்று அவர்களிடையே ஒரு கூற்று உள்ளது."

பெரும்பாலான மக்கள் மிகவும் பாதுகாப்பாக விளையாடுவதுதான் பொருளாதார வெற்றியின்மைக்கான மாபெரும் காரணம் என்று அவர் என்னிடமும் மைக்கிடமும் அடிக்கடிக் கூறி வந்தார். "தோல்வி குறித்து மக்கள் பெருமளவில் பயந்து, இறுதியில் தோல்வியைத் தழுவுகின்றனர்," என்பது அவருக்குப் பிடித்தமான கூற்று.

அமெரிக்கக் கால்பந்து வீரரான ஃபிரான் டார்க்கென்டன் இதை வேறு விதமாகக் கூறுகிறார்: "தோற்பதற்கு பயப்படாமல் இருப்பதுதான் வெற்றி."

என் சொந்த வாழ்வில், பொதுவாக, தோல்வியைப் பின்தொடர்ந்தே வெற்றி வருகிறது என்பதை நான் கண்டுகொண்டுள்ளேன். ஒருவழியாக சைக்கிள் ஓட்ட நான் கற்றுக்

கொண்டதற்கு முன், பலமுறை அதிலிருந்து நான் கீழே விழுந்தேன். ஒரு கோல்ஃப் பந்தைத் தொலைத்திராத எந்தவொரு கோல்ஃப் வீரரையும் நான் பார்த்ததில்லை. தங்கள் காதல் முறிந்து போனதால் மனமுடைந்து போகாத எந்தவொரு நபரையும் நான் சந்தித்ததில்லை. ஒருபோதும் பணத்தை இழந்திராத எந்தவொரு பணக்காரரையும் நான் ஒருபோதும் பார்த்ததில்லை.

எனவே, பெரும்பாலான மக்களைப் பொறுத்தவரை, அவர்கள் பொருளாதாரரீதியாக வெற்றி பெறாததற்குக் காரணம், பணத்தை இழப்பது குறித்து அவர்கள் கொண்டுள்ள பயமானது, பணக்காரராக இருப்பதில் உள்ள மகிழ்ச்சியைவிட அதிகமாக இருப்பதுதான்.

டெக்சாஸ் மாநிலத்தில் நிலவும் இன்னொரு கூற்று இது: "எல்லோரும் சொர்க்கத்திற்குப் போக விரும்புகின்றனர், ஆனால் யாரும் இறந்து போக விரும்பவில்லை." பணக்காரராக இருப்பது குறித்துப் பெரும்பாலான மக்கள் கனவு காண்கின்றனர், ஆனால் பணத்தை இழப்பது குறித்து அவர்கள் பயந்து நடுங்குகின்றனர். எனவே அவர்கள் ஒருபோதும் சொர்க்கத்திற்குச் செல்வதில்லை.

பெரும்பாலான மக்கள் பொருளாதாரரீதியாக வெற்றி பெறாததற்குக் காரணம், பணத்தை இழப்பது குறித்து அவர்கள் கொண்டுள்ள பயமானது, பணக்காரராக இருப்பதில் உள்ள மகிழ்ச்சியைவிட அதிகமாக இருப்பதுதான்.

தனது டெக்சாஸ் பயணங்கள் குறித்தக் கதைகள் பலவற்றை எனது பணக்காரத் தந்தை என்னிடமும் மைக்கிடமும் அடிக்கடிக் கூறினார். "ஆபத்து, இழப்பு, மற்றும் தோல்வியை எவ்வாறு கையாள வேண்டும் என்ற மனப்போக்கை நீங்கள் உண்மையிலேயே கற்றுக் கொள்ள விரும்பினால், டெக்சாஸில் உள்ள சான் அன்டோனியோ நகரில் அமைந்துள்ள அலாமோ கட்டிடத்தைச் சென்று பாருங்கள். வெற்றிக்கு வழியே இல்லை என்பதை அறிந்திருந்தும் சண்டையிடுவதைத் தேர்ந்தெடுத்தத் துணிச்சலான மக்களைப் பற்றிய மாபெரும் கதை அது. சரணடைவதற்குப் பதிலாக அவர்கள் சண்டையிடுவதைத் தேர்ந்தெடுத்தனர். கண்டிப்பாகத் தெரிந்து கொள்ளப்பட வேண்டிய, உத்வேகமூட்டும் ஒரு கதை அது. ஆனாலும் அது ஒரு பெரும் ராணுவத் தோல்வியாகும். ஆக, டெக்சாஸ் மக்கள் தோல்வியை எவ்வாறு கையாள்கின்றனர்? 'அலாமோ நினைவிருக்கட்டும்!' என்று அவர்கள் கோஷமிடுகின்றனர்."

மைக்கும் நானும் இக்கதையை ஏராளமான முறைகள் கேட்டுள்ளோம். தான் ஒரு பெரிய பரிவர்த்தனையில் ஈடுபடவிருந்த நேரத்தில் சற்று நடுக்கமாக இருந்தபோதெல்லாம் பணக்காரத் தந்தை இக்கதையை எங்களிடம் கூறினார். ஒரு தவறைச் செய்துவிடுவோம்

அல்லது பணத்தை இழந்துவிடுவோம் என்ற பயம் அவருக்கு ஏற்பட்ட ஒவ்வொரு முறையும் அவர் இக்கதையை எங்களிடம் கூறினார். அது அவருக்கு வலிமையைக் கொடுத்தது. ஏனெனில், ஒரு பொருளாதாரரீதியான தோல்வியை ஒரு பொருளாதாரரீதியான வெற்றியாகத் தன்னால் மாற்ற முடியும் என்பதை அது அவருக்கு நினைவூட்டியது. தோல்வி தன்னை அதிக வலிமையானவனாகவும் அதிக சாமர்த்தியமானவனாகவும் மட்டுமே ஆக்கும் என்பதைப் பணக்காரத் தந்தை அறிந்திருந்தார். தோற்க வேண்டும் என்று அவர் விரும்பினார் என்பது அதற்கு அர்த்தமல்ல. மாறாக, தான் யார் என்பதையும், ஒரு தோல்வியைத் தான் எவ்வாறு எடுத்துக் கொள்வோம் என்பதையும் அவர் அறிந்திருந்தார். அவர் ஒரு தோல்வியை எடுத்து ஒரு வெற்றியாக மாற்றக்கூடிய சக்தியைக் கொண்டிருந்தார். அதுதான் அவரை ஒரு வெற்றியாளராகவும் மற்றவர்களைத் தோல்வியாளர்களாகவும் ஆக்கியது. மற்றவர்கள் பின்வாங்கியபோது, முன்னால் அடியெடுத்து வைப்பதற்கு அது அவருக்குத் துணிச்சலைக் கொடுத்தது. “அதனால்தான் டெக்சாஸ் மக்களை எனக்கு மிகவும் பிடிக்கும். அவர்கள் ஒரு மாபெரும் தோல்வியை எடுத்து, அதை ஓர் உத்வேகமாக மாற்றினார்கள். அதோடு, பலகோடி டாலர்களை ஈட்டிக் கொடுக்கின்ற ஒரு சுற்றுலாப் பகுதியாகவும் அதை ஆக்கினர்,” என்று அவர் கூறுவது வழக்கம்.

ஆனால் அவர் கூறியவற்றில் இன்று எனக்கு அதிக அர்த்தம் வாய்ந்ததாகப் படுகின்ற வார்த்தைகள் இவைதான்: “டெக்சாஸ் மாநிலத்தைச் சேர்ந்த மக்கள் தங்கள் தோல்விகளைக் குழிதோண்டிப் புதைப்பதில்லை. அவர்கள் அவற்றால் உத்வேகம் பெறுகின்றனர். அவர்கள் தங்களது தோல்விகளை ஏற்றுக் கொள்கின்றனர். தோல்விகள் டெக்சாஸ் மக்கள் வெற்றியாளர்களாக ஆவதற்கு அவர்களை ஊக்குவிக்கின்றன. ஆனால் இந்தச் சூத்திரம் டெக்சாஸ் மக்களுக்கு மட்டுமே சொந்தமல்ல. அனைத்து வெற்றியாளர்களின் சூத்திரமும் இதுதான்.”

நான் என் சைக்கிளில் இருந்து கீழே விழுந்தது, சைக்கிள் ஓட்டக் கற்றுக் கொள்வதன் ஒரு பகுதி என்று நான் கூறியிருந்தேன். நான் கீழே விழுந்தபோதெல்லாம், சரியாக ஓட்டக் கற்றுக் கொள்ள வேண்டுமென்ற மனஉறுதியை அது பலப்படுத்தியதே அன்றி, அதைக் குறைக்கவில்லை. ஒரு கோல்ஃப் பந்தைத் தொலைத்திராத எந்தவொரு கோல்ஃப் வீரரையும் நான் ஒருபோதும் பார்த்ததில்லை என்று நான் கூறியிருந்தேன் அல்லவா? சிறந்த கோல்ஃப் வீரர்களுக்கு, ஒரு பந்து தொலைந்து போவதோ அல்லது ஒரு போட்டியில் அவர்கள் தோல்வியடைவதோ, அவர்கள் இன்னும் சிறப்பாக விளையாடுவதற்கும், அதிகக் கடினமாகப் பயிற்சி செய்வதற்கும், அதிகச் சிறப்பாகக் கற்றுக் கொள்வதற்கும் உத்வேகம் அளிக்கின்றது.

அதுதான் அவர்களைச் சிறந்த வீரர்களாக ஆக்குகிறது. தோல்வி வெற்றியாளர்களை உத்வேகப்படுத்துகிறது, ஆனால் அதே தோல்வி தோல்வியாளர்களைத் தோற்கடிக்கிறது.

ஜான் டி. ராக்கஃபெல்லர் ஒருமுறை கூறியதை நான் இங்கு மேற்கோள் காட்ட விரும்புகிறேன்: "நான் எப்போதும் ஒவ்வொரு பேரிழப்பையும் ஒரு வாய்ப்பாக மாற்ற முயற்சித்தேன்."

> **தோல்வி வெற்றியாளர்களை உத்வேகப்படுத்துகிறது, ஆனால் அதே தோல்வி தோல்வியாளர்களைத் தோற்கடிக்கிறது.**

ஜப்பானிய அமெரிக்கன் என்ற முறையில் என்னால் இதைக் கூற முடியும். பேர்ல் ஹார்பர் நிகழ்வு அமெரிக்காவின் தவறு என்று பலர் கூறுகின்றனர். ஆனால் அது ஜப்பானியர்கள் செய்த தவறு என்று நான் கூறுகிறேன். "டோரா, டோரா, டோரா," என்ற திரைப்படத்தில், ஒரு ஜப்பானிய ராணுவ அதிகாரி தனது உற்சாகமான வீரர்களிடம், "உறங்கிக் கொண்டிருக்கும் ஒரு பூதத்தை நாம் தட்டியெழுப்பிவிட்டோம் என்று நான் நினைக்கிறேன்," என்று கூறுவார். "பேர்ல் ஹார்பர் நினைவிருக்கட்டும்!" என்பது ஒரு முழக்கமாக மாறியது. இது அமெரிக்காவின் மிகப் பெரிய தோல்விகளில் ஒன்றை ஒரு பெரிய வெற்றியாக மாற்றியது. இந்த மாபெரும் தோல்வி அமெரிக்காவிற்கு வலிமையைக் கொடுத்தது. விரைவில் அமெரிக்கா ஓர் உலக சக்தியாக மாறியது.

தோல்விகள் வெற்றியாளர்களை ஊக்குவிக்கின்றன. அதே தோல்விகள், தோல்வியாளர்களைத் தோற்கடிக்கின்றன. வெற்றியாளர்களின் மிகப் பெரிய ரகசியம் இதுதான். தோல்வியாளர்கள் அறியாத ரகசியமும் இதுதான். வெற்றியாளர்கள் இந்த ரகசியத்தை அறிந்திருப்பதால், தோற்பதற்கு அவர்கள் பயப்படுவதில்லை. "தோற்பதற்கு பயப்படாமல் இருப்பதுதான் வெற்றி," என்று ஃபிரான் டார்க்கென்டன் கூறியது உங்களுக்கு நினைவிருக்கும். அவரைப் போன்றவர்கள் தோற்பதற்கு பயப்படுவதில்லை, ஏனெனில் தாங்கள் யார் என்பதை அவர்கள் நன்றாக அறிந்துள்ளனர். தோல்வியை அவர்கள் வெறுக்கின்றனர். எனவே, தோற்பது தாங்கள் சிறப்பாகச் செயல்படுவதற்குத் தங்களை உத்வேகப்படுத்த மட்டுமே செய்யும் என்பதை அவர்கள் அறிந்துள்ளனர். தோல்வியை வெறுப்பதற்கும் தோற்பதற்கு பயப்படுவதற்கும் இடையே ஒரு பெரிய வேறுபாடு உள்ளது. பணத்தை இழந்துவிடுவது குறித்துப் பெரும்பாலான மக்கள் பயப்படுவதால், அவர்கள் உண்மையிலேயே பணத்தை இழந்துவிடுகின்றனர். பொருளாதாரரீதியாக, அவர்கள் தங்கள் வாழ்க்கையை மிகச் சாதாரணமாகவும் அதிகப் பாதுகாப்பானதாகவும் வாழ்ந்துவிடுகின்றனர். அவர்கள் பெரிய

வீடுகளையும் பெரிய கார்களையும் வாங்குகின்றனர், ஆனால் பெரிய முதலீடுகளைச் செய்வதில்லை. அமெரிக்காவில் 90 சதவீத மக்கள் பொருளாதாரரீதியாகப் போராடுவதற்கான முக்கியக் காரணம், தோற்றுப் போகாமல் இருப்பதற்காக அவர்கள் விளையாடுவதுதான். வெற்றி பெறுவதற்காக அவர்கள் விளையாடுவதில்லை.

ஒரு சமநிலையான முதலீட்டுத் திட்டத்தைப் பெறுவதற்காக அவர்கள் ஒரு பொருளாதாரத் திட்டமைப்பாளரையோ அல்லது கணக்காளரையோ அல்லது பங்குத் தரகரையோ தேடிச் செல்கின்றனர். பெரும்பாலானவர்களிடம் குறைந்த பதிலீட்டைக் கொடுக்கின்ற பத்திரங்கள், வங்கிக் கணக்குகள், பரஸ்பர நிதிகள், மற்றும் ஒருசில தனிப்பட்டப் பங்குகளில் ஏராளமான பணம் இருக்கிறது. இது ஒரு பாதுகாப்பான மற்றும் அறிவார்ந்த முதலீட்டுத் திட்டம்தான். ஆனால் இது வெற்றி பெறுவதற்கான முதலீட்டுத் திட்டமல்ல. தோற்காமல் இருப்பதற்காக விளையாடுகின்ற ஒருவருடைய முதலீட்டுத் திட்டம் இது.

என்னைத் தவறாக எடுத்துக் கொள்ளாதீர்கள். இது 70 சதவீத மக்களின் முதலீட்டுத் திட்டத்தைவிடச் சிறந்த ஒரு திட்டம்தான், ஆனால் இது அச்சுறுத்துவதாக உள்ளது. பாதுகாப்பை விரும்புகின்ற ஒருவருக்கு இது ஒரு மகத்தான திட்டம்தான். ஆனால் உங்களது முதலீட்டுத் திட்டத்தில் பாதுகாப்பாகவும் சமநிலையுடனும் விளையாடுவது, வெற்றிகரமான முதலீட்டாளர்கள் விளையாடும் விதத்திற்கு முற்றிலும் மாறுபட்டுள்ளது. உங்களிடம் குறைவான பணம் இருந்து, பணக்காரராக ஆக வேண்டும் என்று நீங்கள் விரும்பினால், முதலில் நீங்கள் ஒருமித்தக் கவனம் செலுத்த வேண்டுமேயன்றி, சமநிலையில் இருப்பதைப் பற்றி நீங்கள் நினைக்கக்கூடாது. எந்தவொரு வெற்றிகரமான நபரையும் நீங்கள் பார்த்தால், துவக்கத்தில் அவர்கள் சமநிலையில் இருக்கவில்லை என்பதை நீங்கள் காண்பீர்கள். சமநிலையுடன்கூடிய மக்கள் எங்கும் சென்றடைவதில்லை. அவர்கள் ஒரே இடத்தில் இருந்துவிடுகின்றனர். முன்னேற வேண்டும் என்றால், முதலில் நீங்கள் சமநிலையை இழக்க வேண்டும். நீங்கள் நடக்கும்போது எவ்வளவு முன்னேறுகிறீர்கள் என்பதைப் பாருங்கள்.

தாமஸ் ஆல்வா எடிசன் சமநிலையில் இருக்கவில்லை. அவர் ஒருமித்தக் கவனத்துடன் இருந்தார். பில் கேட்ஸும் அப்படித்தான். டொனால்டு டிரம்ப் ஒருமித்தக் கவனத்துடன் இருந்தார்.

பணக்காரராக ஆக வேண்டும் என்று நீங்கள் விரும்பினால், நீங்கள் ஒருமித்தக் கவனத்துடன் இருக்க வேண்டும். ஏழைகளும் நடுத்தர வர்க்கத்தினரும் செய்வதைப்போலன்றி, உங்களது ஒருசில முட்டைகளைப் பல கூடைகளில் போடாதீர்கள். உங்களது பல முட்டைகளை ஒருசில கூடைகளில் போட்டுவிட்டு அவற்றின்மீது ஒருமித்தக் கவனம் செலுத்துங்கள். வெற்றி பெறும்வரை ஒரு விஷயத்தைப் பின்தொடர்ந்து செல்லுங்கள்.

தோற்பதை நீங்கள் வெறுத்தால், பாதுகாப்பாக விளையாடுங்கள். தோல்வி உங்களை பலவீனப்படுத்தினால், பாதுகாப்பாக விளையாடுங்கள். சமநிலையுடன்கூடிய முதலீடுகளைத் தேர்ந்தெடுங்கள். நீங்கள் 25 வயதுக்கு மேற்பட்டவராக இருந்து, சவாலான காரியங்களில் ஈடுபடுவதற்கு பயந்தால், மாறாதீர்கள். பாதுகாப்பாக விளையாடுங்கள், ஆனால் முன்னதாகவே துவக்கிவிடுங்கள். உங்களது கூட்டில் உள்ள முட்டைகளைச் சீக்கிரமாகவே சேகரிக்கத் துவங்குங்கள், ஏனெனில் அதற்கு வெகுகாலம் பிடிக்கும்.

ஆனால் சுதந்திரத்தைப் பற்றி ஏதேனும் கனவுகள் உங்களுக்கு இருந்தால், அதாவது, பொறியிலிருந்து நீங்கள் விடுபட விரும்பினால், "தோல்வியை நான் எவ்வாறு கையாள்வது?" என்பதுதான் நீங்கள் உங்களிடம் கேட்டுக் கொள்ள வேண்டிய முதல் கேள்வி. தோல்வியானது நீங்கள் வெற்றி பெறுவதற்கு உங்களை உத்வேகப்படுத்தினால், நீங்கள் அதைச் செய்யலாம். தோல்வி உங்களை பலவீனப்படுத்தினாலோ அல்லது கோபம் கொள்ளச் செய்தாலோ, பாதுகாப்பாக விளையாடுங்கள். உங்களது முழுநேர வேலையைத் தக்க வைத்துக் கொள்ளுங்கள். அல்லது பங்குப் பத்திரங்களையோ அல்லது பரஸ்பர நிதிகளையோ வாங்குங்கள். ஆனால் இவை பாதுகாப்பானவையாகத் தோன்றினாலும்கூட, இந்த முதலீடுகளிலும் ஆபத்துக்கள் இருக்கின்றன என்பதை நினைவில் கொள்ளுங்கள்.

டெக்சாஸ் பற்றியும் ஃபிரான் டார்க்கென்டன் பற்றியும் நான் குறிப்பிட்டதற்குக் காரணம், சொத்துக்களைச் சேர்ப்பது சுலபம் என்பதை உங்களுக்கு உணர்த்துவதற்குத்தான். இதற்கு உண்மையில் அதிக புத்திசாலித்தனம் தேவையில்லை. ஐந்தாம் வகுப்பிற்கான கணக்குத் தெரிந்திருந்தால் போதும். ஆனால் உங்களது சொத்துக்களைச் சேகரிக்கும் விளையாட்டில் உங்கள் மனப்போக்கு ஒரு முக்கியப் பங்கு வகிக்கிறது. இதற்குத் துணிச்சலும் பொறுமையும் தோல்வி குறித்த ஒரு சிறந்த மனப்போக்கும் தேவை. தோல்வியாளர்கள் தோற்பதைத் தவிர்க்கின்றனர். ஆனால் தோல்விதான் தோல்வியாளர்களை வெற்றியாளர்களாக மாற்றுகின்றது. அலாமோவை நினைவில் வைத்திடுங்கள்!

சந்தேகத்திலிருந்து மீளுதல்

பயமும் சந்தேகமும் நமது எண்ணங்களைச் சூழ்ந்து கொள்ளும்போது, நமக்குள் ஒரு நம்பிக்கையின்மை உருவாகிறது. நம் எல்லோருக்குமே சந்தேகங்கள் உள்ளன: "நான் சாமர்த்தியமானவன் அல்ல," "நான் போதுமானவன் அல்ல," "அவர் என்னைவிடச் சிறந்தவர்," போன்ற எண்ணங்கள் பலருக்கு முளைக்கின்றன. நமது

சந்தேகங்கள் அடிக்கடி நம்மை முடக்கிப் போடுகின்றன. "இப்படி நடந்துவிட்டால் என்ன செய்வது?" என்ற விளையாட்டை நாம் விளையாடுகிறோம். "நான் முதலீடு செய்த பிறகு பொருளாதாரம் வீழ்ந்துவிட்டால் என்ன செய்வது?" "பணத்தை என்னால் திருப்பிக் கொடுக்க முடியாவிட்டால் என்ன செய்வது?" "விஷயங்கள் நான் திட்டமிட்டபடி நிகழாவிட்டால் என்ன செய்வது?" போன்ற கேள்விகள் நமக்குள் எழும். அல்லது, நமது நண்பர்களோ அல்லது அன்புக்குரியவர்களோ நமது குறைபாடுகளை நமக்கு நினைவூட்டுவார்கள்: "உன்னால் அதைச் செய்ய முடியும் என்று எப்படி நீ நினைக்கிறாய்?" "அது அவ்வளவு நல்ல யோசனையாக இருந்தால், ஏன் வேறொருவர் இதை ஏற்கனவே செய்திருக்கவில்லை?" "இது ஒருபோதும் வேலை செய்யாது. நீ எதைப் பற்றிப் பேசிக் கொண்டிருக்கிறாய் என்று உனக்குத் தெரியவில்லை," என்று அவர்கள் அடிக்கடிக் கூறுவார்கள். இந்த சந்தேக வார்த்தைகள் நம்மைச் செயல்படவிடாமல் முடக்கிவிடுகின்றன. நமது வயிற்றில் ஒரு பிரளய உணர்வு உருவாகும். சில சமயங்களில் நம்மால் உறங்க முடியாது. முன்னேறிச் செல்வதற்கு நாம் தவறிவிடுவோம். எனவே, எது பாதுகாப்பானதோ அதில் நாம் அமைதியடைந்துவிடுகிறோம், வாய்ப்புகள் நம்மைக் கடந்து செல்வதற்கு நாம் அனுமதித்துவிடுகிறோம். நாம் முடங்கிக் கிடக்கும்போது வாழ்க்கை நம்மைக் கடந்து செல்வதைப் பார்க்கும் பார்வையாளர்களாக நாம் இருந்துவிடுகிறோம். இந்த உணர்வு நம் அனைவருக்கும் ஏதோ ஒரு நேரத்தில் நிச்சயமாக ஏற்பட்டிருக்கும்.

சந்தேகம் நமது தலைக்குள் உருவாக்கப்படுகிறது அல்லது வெளியிலிருந்து வருகிறது. அது பெரும்பாலும், நண்பர்கள், குடும்பத்தினர், சக ஊழியர்கள், மற்றும் செய்தி ஊடகங்களில் இருந்து வருகிறது. 1950களின்போது அணு ஆயுதப் போர் வருவதற்கான அச்சுறுத்தல், செய்திகளில் பரவலாக இருந்த காரணத்தால், கதிர்வீச்சிலிருந்து மக்கள் தங்களைத் தற்காத்துக் கொள்வதற்காகப் பாதுகாப்பகங்களைக் கட்டத் துவங்கினர், உணவு மற்றும் நீரைச் சேமித்து வைக்கத் துவங்கினர் என்று லின்ச் நினைவுகூர்கிறார். பாதுகாப்பகங்களைக் கட்டுவதற்குப் பதிலாக அவர்கள் அந்தப் பணத்தைச் சந்தையில் புத்திசாலித்தனமாக முதலீடு செய்திருந்தால், இன்று அவர்கள் பொருளாதாரரீதியாக சுதந்திரமாக இருந்திருப்பார்கள்.

ஒரு நகரத்தில் வன்முறை தலைவிரித்தாடும்போது, நாடு முழுவதிலும் துப்பாக்கி விற்பனை அதிகரிக்கிறது. வாஷிங்டன் மாநிலத்தில் ஏதோ ஓர் உணவகத்தில் ஹேம்பர்கர் சாப்பிட்ட ஒருவர் இறந்துபோனால், அரிசோனா மாநிலத்தின் சுகாதாரத் துறையானது, மாட்டிறைச்சி அனைத்தும் நன்றாகச் சமைக்கப்பட வேண்டும் என்று எல்லா உணவகங்களுக்கும் உத்தரவிடுகிறது. மக்களிடையே சளித்

தொந்தரவு அதிகரித்திருப்பதாக ஒரு மருந்து நிறுவனம் ஒரு தொலைக்காட்சியில் விளம்பரப்படுத்தும்போது, சளித் தொந்தரவோடு கூடவே, சளிக்கான மருந்துகளின் விற்பனையும் அதிகரிக்கிறது.

பெரும்பாலான மக்கள் ஏழைகளாக இருப்பதற்குக் காரணம், முதலீடு என்று வரும்போது, அது ஆபத்தானது என்று கூவிக் கொண்டிருக்கின்ற மக்களால் இவ்வுலகம் நிரம்பி வழிவதுதான். இந்தக் கூக்குரல்கள் ஆற்றல்மிக்கவையாக இருக்கின்றன. ஏனெனில் நம் ஒவ்வொருவருக்கு உள்ளேயும் பயம் ஒளிந்துள்ளது. வதந்திகளும் எதிர்மறையான பேச்சுகளும் நமது சந்தேகங்கள் மற்றும் பயங்கள்மீது தாக்கம் ஏற்படுத்துவதை அனுமதிக்காமல் இருப்பதற்கு நமக்கு அதிகத் துணிச்சல் தேவை. ஆனால் பார்ப்பதற்கு மிகவும் மோசமான நேரம்போல் தோன்றுகின்ற சமயம்தான் உண்மையில் பணம் சம்பாதிப்பதற்குச் சிறந்த நேரம் என்பதை ஒரு திறமையான முதலீட்டாளர் அறிவார். நடவடிக்கை எடுப்பதற்கு மற்றவர்கள் பயந்து கொண்டிருக்கும்போது, இவர்கள் செயலில் இறங்குகின்றனர், வெகுமதிகளைப் பெறுகின்றனர்.

சிறிது காலத்திற்கு முன்பு, ரிச்சர்டு என்ற எனது நண்பர் என்னையும் கிம்மையும் பார்ப்பதற்காக பாஸ்டன் நகரிலிருந்து ஃபீனிக்ஸ் நகருக்கு வந்தார். பங்குகள் மற்றும் வீடுமனைகளில் நாங்கள் செய்திருந்த முதலீடுகளைக் கண்டு அவர் பெரிதும் பிரமித்தார். அந்த நேரத்தில் ஃபீனிக்ஸ் நகரில் வீடுமனைகளின் விலைகள் சரிந்திருந்தன. பண வரவிற்கும் மூலதனங்களின் விலைமதிப்பு அதிகரிப்பதற்குமான வாய்ப்புகளை அவருக்குக் காட்டுவதில் நாங்கள் இரண்டு நாட்களைச் செலவிட்டோம்.

கிம்மும் நானும் உண்மையான வீடுமனை முகவர்கள் அல்ல. நாங்கள் வெறும் முதலீட்டாளர்கள்தான். ரிச்சர்டு வாங்குவதற்காக நாங்கள் ஓர் அழகான வீட்டைக் கண்டுபிடித்து, ஒரு முகவரை அழைத்துப் பேசினோம். அன்று மதியம் அவர் அந்த வீட்டை ரிச்சர்டுக்கு விற்றுவிட்டார். இரண்டு படுக்கையறைகளைக் கொண்ட அந்த நகர்ப்புற வீட்டின் விலை வெறும் 45,000 டாலர்கள் மட்டுமே. அதேபோன்ற வீடுகள் 65,000 டாலர்களுக்கு விற்றுக் கொண்டிருந்தன. ரிச்சர்டு ஒரு நல்ல விலைக்கு அந்த வீட்டை வாங்கியிருந்தார். பிறகு உற்சாகமாக பாஸ்டனுக்குப் புறப்பட்டுச் சென்றார்.

இரண்டு வாரங்களுக்குப் பிறகு, அந்த முகவர் என்னைத் தொலைபேசியில் அழைத்து, எங்கள் நண்பர் அந்த வீட்டை வாங்குவதிலிருந்து பின்வாங்கிவிட்டதாகத் தெரிவித்தார். நான் உடனடியாக ரிச்சர்டைத் தொடர்பு கொண்டு அதற்கான காரணத்தைக் கேட்டேன். தன் அண்டைவீட்டுக்காரர் ஒருவரிடம் தான் பேசியதாகவும், அந்த வீட்டின் விலை அதிகம் என்று அவர் கூறியதாகவும் ரிச்சர்டு என்னிடம் கூறினார். அவரது

அண்டைவீட்டுக்காரர் ஒரு முதலீட்டாளரா என்று நான் கேட்டேன். இல்லை என்று ரிச்சர்டு பதிலளித்தார். பிறகு ஏன் அவரது பேச்சிற்குச் செவிசாய்த்தார் என்று ரிச்சர்டிடம் நான் கேட்டபோது, வேறு பிற வீடுகளையும் தான் பார்க்க விரும்புவதாக மட்டும் அவர் மழுப்பலாகத் தெரிவித்தார்.

ஃபீனிக்ஸின் வீடுமனைச் சந்தை மீண்டும் சூடு பிடித்தது. ஒருசில வருடங்களுக்குப் பிறகு, ரிச்சர்டு தவறவிட்ட வீட்டிற்கு மாதம் 1,000 டாலர்கள் வாடகை கிடைத்தது, குளிர்காலங்களில் அதன் வாடகை 2,500 டாலர்களாக உயர்ந்தது. அந்த வீட்டின் மதிப்பு 95,000 டாலர்களாக அதிகரித்தது. பொருளாதாரரீதியான சுதந்திரத்தைப் பெறுவதற்கான ஒரு நல்ல துவக்கத்தைப் பெறுவதற்கு ரிச்சர்டு வெறும் 5,000 டாலர்கள் மட்டுமே முன்பணம் கொடுக்க வேண்டியிருந்தது. ஆனால் இன்று அவரிடம் இன்னும் எந்தச் சொத்தும் இல்லை.

ரிச்சர்டு பின்வாங்கியதில் எனக்கு எந்த ஆச்சரியமும் இல்லை. அவரது பயம் வெற்றி பெற்றது, அவரது சுதந்திரம் பறிபோனது.

இன்னோர் எடுத்துக்காட்டைப் பார்க்கலாம். என்னுடைய சொத்துக்களில் ஒரு சிறு பகுதி, வங்கிக் கையிருப்புகளுக்குப் பதிலாக அடமானவரிப் பத்திரத்தில் உள்ளது. வருடத்திற்குப் பதினாறு சதவீத வட்டி எனக்கு அதிலிருந்து கிடைக்கிறது. இது வங்கிகள் கொடுக்கும் வட்டியைவிட அதிகம். இது பெரும்பாலான வங்கிகள் கொடுக்கும் அனுகூலங்களைவிட மிகச் சிறந்தது. இவற்றைப் பணமாக மாற்ற முடியாது, அவ்வளவுதான். எனவே நான் இவற்றை எனது வங்கிக் கையிருப்பில் 2–7 வருடங்கள்வரை இருக்கின்ற கையிருப்பாகப் பார்க்கிறேன். என் பணத்தை இதில் நான் முதலீடு செய்திருப்பதாக நான் ஒருவரிடம் கூறும் ஒவ்வொரு முறையும், அது ஆபத்தானது என்று அவர்கள் கூறுகின்றனர், குறிப்பாக, அவர்களது பணம் வங்கிக் கையிருப்புகளில் இருக்கும்போது. நான் ஏன் இவ்விதத்தில் முதலீடு செய்யக்கூடாது என்று அவர்கள் கூறுகின்றனர். இதுபோன்ற தகவல்கள் அவர்களுக்கு எங்கிருந்து கிடைக்கின்றன என்று நான் அவர்களிடம் கேட்கும்போது, ஒரு நண்பரிடமிருந்து அல்லது ஏதோ ஒரு முதலீட்டுப் பத்திரிகையிலிருந்து கிடைத்ததாக அவர்கள் கூறுகின்றனர். அவர்கள் இதுபோன்ற முதலீடுகளைச் செய்ததில்லை, எனவே இன்னொருவர் ஏன் அவ்வாறு செய்யக்கூடாது என்று அவரிடம் கூறிக் கொண்டிருக்கின்றனர். குறைந்தபட்சமாக நான் 16 சதவீத வட்டியை எதிர்பார்க்கிறேன், ஆனால் சந்தேகம் நிரம்பிய மனிதர்கள் அதற்குக் குறைவான வட்டியை ஏற்றுக் கொள்ளத் தயாராக இருக்கின்றனர். சந்தேகம் விலையுயர்ந்த ஒன்றாகும்.

நான் கூற வரும் விஷயம் இதுதான்: இந்த சந்தேகங்களும் நம்பிக்கையின்மையும் பெரும்பாலான மக்களை ஏழைகளாக ஆக்கி

வைத்து, அவர்கள் பாதுகாப்பாக விளையாடும்படிச் செய்கின்றன. நீங்கள் பணக்காரராக ஆக வேண்டும் என்பதற்காக இவ்வுலகம் காத்துக் கொண்டிருக்கிறது. ஒருவரது சந்தேகங்கள்தான் அவரை ஏழையாக இருக்க வைக்கின்றன. நான் முன்பு கூறியதுபோல், பொறியிலிருந்து தப்பிப்பது சுலபம். அதற்கு அதிகக் கல்வியறிவு தேவையில்லை, ஆனால் சந்தேகங்கள் பெரும்பாலான மக்களை முடக்கிப் போடுகின்றன.

"நம்பிக்கையற்றவர்கள் ஒருபோதும் வெற்றி பெறுவதில்லை. ஆய்வு செய்யப்படாத சந்தேகமும் பயமும் நம்பிக்கையின்மையை உருவாக்குகின்றன," என்று பணக்காரத் தந்தை கூறினார். "நம்பிக்கையற்றவர்கள் விமர்சிக்கின்றனர், வெற்றியாளர்கள் ஆய்வு செய்கின்றனர்," என்பது அவருக்குப் பிடித்தமான இன்னொரு கூற்று. விமர்சனம் ஒருவரைக் குருடராக்குகிறது, ஆய்வு அவரது கண்களைத் திறக்கின்றது என்றும் பணக்காரத் தந்தை விளக்கினார். விமர்சகர்கள் பார்வையற்றவர்கள் என்பதைப் பார்ப்பதற்கும், மற்ற அனைவரும் தவறவிட்டுவிட்ட வாய்ப்புகளைப் பார்ப்பதற்கும் ஆய்வுகள் வெற்றியாளர்களுக்கு உதவுகின்றன. மக்கள் தவறவிட்டுள்ளவற்றைக் கண்டுபிடிப்பதுதான் எந்தவொரு வெற்றிக்குமான ரகசியமாகும்.

பொருளாதாரச் சுதந்திரம் அல்லது விடுதலையை விரும்புகின்ற எவரொருவருக்கும் வீடுமனைகள் ஒரு சக்திவாய்ந்த முதலீட்டுக் கருவியாகும். அது ஒரு தனித்துவமான முதலீட்டுக் கருவி. ஆனாலும் நான் அவ்வாறு குறிப்பிடும் ஒவ்வொரு முறையும், "குளியலறைகளைப் பழுது பார்ப்பதில் எனக்கு விருப்பமில்லை," என்ற பதில் என் காதுகளில் விழும். நம்பிக்கையற்றவர்களின் பேச்சு இது, ஆய்வுகள் செய்யாமல் வெறுமனே விமர்சிக்கின்ற ஒருவரின் பேச்சு இது, தங்களது பயங்களும் சந்தேகங்களும் தங்கள் கண்களைத் திறப்பதற்குப் பதிலாகத் தங்கள் மனங்களை மூட அனுமதிக்கும் ஒருவரது பேச்சு இது என்று என் பணக்காரத் தந்தை கூறுவார்.

எனவே, "குளியலறைகளைப் பழுது பார்ப்பதில் எனக்கு விருப்பமில்லை," என்று யாரேனும் ஒருவர் கூறும்போது, "எனக்கு அதைச் செய்வதில் விருப்பம் என்று நீங்கள் ஏன் நினைக்கிறீர்கள்?" என்று திருப்பிக் கூற வேண்டும் என்று எனக்குத் தோன்றும். தாங்கள் உண்மையிலேயே விரும்பும் பொருளைவிடக் குளியலறை மிக முக்கியமானது என்று அவர்கள் கூறுகின்றனர். பொறியிலிருந்து தப்பித்து வெளியேறுவதைப் பற்றி நான் பேசுகிறேன், அவர்கள் குளியலறைகளின்மீது கவனம் செலுத்துகின்றனர். இந்த வகையான சிந்தனைதான் பெரும்பாலான மக்களை ஏழைகளாக வைக்கின்றது. ஆய்வு செய்வதற்குப் பதிலாக அவர்கள் விமர்சிக்கின்றனர்.

"'எனக்கு இதைச் செய்ய விருப்பமில்லை, எனக்கு அதைச் செய்ய விருப்பமில்லை,' போன்றவற்றிடம்தான் உங்களது வெற்றிக்கான திறவுகோல்கள் உள்ளன," என்று பணக்காரத் தந்தை கூறுவார்.

குளியலறைகளைப் பழுது பார்ப்பதில் எனக்கும் விருப்பமில்லை, ஆனால் அந்த வேலைகளைச் செய்வதற்கு, வீடுகளை நிர்வகிக்கக்கூடிய ஒரு மேலாளரை நான் அரும்பாடுபட்டுக் கண்டுபிடிக்கின்றேன். ஒரு சிறந்த வீட்டு நிர்வாக மேலாளரைக் கண்டுபிடிப்பதன் மூலம் எனது வருமானம் அதிகரிக்கிறது. ஆனால் அதைவிட மிக முக்கியமாக, ஒரு சிறந்த வீட்டு நிர்வாக மேலாளரைக் கொண்டிருப்பது, இன்னும் அதிகமான வீடுமனைகளை வாங்குவதற்கு என்னை அனுமதிக்கிறது. ஏனெனில் வீட்டில் உள்ள பழுதுகளைச் சரிபார்க்கும் பணியை நான் செய்ய வேண்டியதில்லை. வீடுமனைகள் முதலீட்டில் வெற்றிகரமாக விளங்குவதற்கு ஒரு நிர்வாக மேலாளர் அவசியம் தேவை. வீடுமனைகளைத் தேடிக் கண்டுபிடிப்பதைவிட ஒரு சிறந்த நிர்வாக மேலாளரைக் கண்டுபிடிப்பது மிகவும் முக்கியம். இப்படிப்பட்ட மேலாளர்கள், நல்ல பரிவர்த்தனைகளை, வீடுமனை முகவர்களைவிட முன்னதாகத் தெரிந்து கொள்வர். எனவே அவர்கள் இன்னும் அதிக மதிப்புக் கொண்டவர்களாக ஆகின்றனர்.

"'எனக்கு இதைச் செய்ய விருப்பமில்லை, எனக்கு அதைச் செய்ய விருப்பமில்லை,' போன்றவற்றிடம்தான் உங்களது வெற்றிக்கான திறவுகோல்கள் உள்ளன," என்று பணக்காரத் தந்தை கூறுவது அதனால்தான். பழுதுபார்ப்புப் பணிகளைச் செய்வதில் எனக்கும் விருப்பமில்லை என்பதால், அதிகமான வீடுமனைகளை வாங்குவது எப்படி என்பதையும், பொறியிலிருந்து விரைவாகத் தப்புவது எப்படி என்பதையும் நான் கண்டுபிடித்தேன். "குளியலறைகளைப் பழுது பார்ப்பதில் எனக்கு விருப்பமில்லை," என்று தொடர்ந்து கூறும் மக்கள், இந்த சக்திமிக்க முதலீட்டுக் கருவியைத் தங்களுக்குச் சாதகமாகப் பயன்படுத்தத் தவறிவிடுகின்றனர். அவர்களது சுதந்திரத்தைவிட, குளியலறைகள் அவர்களுக்கு முக்கியமாகப் படுகின்றன.

"நான் பணத்தை இழக்க விரும்பவில்லை," என்று பங்குச் சந்தையில் மக்கள் கூறுவதை நான் அடிக்கடிச் செவிமடுக்கிறேன். நான் மட்டும் பணத்தை இழக்க விரும்புவதாக அவர்களிடம் யார் கூறினார்கள்? அவர்கள் பணத்தைச் சம்பாதிக்காமல் இருப்பதற்குக் காரணம், பணத்தை இழக்காமல் இருப்பதை அவர்கள் தேர்ந்தெடுப்பதுதான். ஆய்வு செய்வதற்குப் பதிலாக, பங்குச் சந்தை என்னும் மற்றொரு சக்திவாய்ந்த முதலீட்டுக் கருவியை அவர்கள் பயன்படுத்தத் தவறுகின்றனர்.

எங்கள் வீட்டுப் பக்கத்திலிருந்த பெட்ரோல் நிலையத்தின் வழியாக ஒருநாள் நானும் என் நண்பரும் சென்று கொண்டிருந்தோம். அவர் அந்தப் பெட்ரோல் நிலையத்தில் இருந்த விலைப் பட்டியலைப் பார்த்தபோது, பெட்ரோல் விலையும் எண்ணெய் விலையும் அதிகரிக்கப் போவதாக அவர்

கவலைப்பட்டார். கவலைப்படுவதில் என் நண்பர் கைதேர்ந்தவர். எப்போதுமே ஆபத்து நிறைந்துள்ளது என்று நினைப்பவர் அவர். வழக்கமாக அந்த ஆபத்து அவரது தலையில் விடிந்துவிடுகிறது.

நாங்கள் வீட்டிற்கு வந்தபோது, அடுத்த ஒருசில வருடங்களுக்கு எண்ணெய் விலை ஏன் அதிகரிக்கப் போகிறது என்பதற்கான புள்ளிவிபரங்களை அவர் என்னிடம் எடுத்துரைத்தார். ஓர் எண்ணெய் நிறுவனத்தில் குறிப்பிடத்தக்க எண்ணிக்கையிலான பங்குகளை நான் வாங்கியிருந்தபோதிலும், அந்தப் புள்ளிவிபரங்களை நான் அதற்கு முன்பு ஒருபோதும் கேட்டிருக்கவில்லை. அந்த விபரங்களைக் கேட்டவுடன், ஒரு புதிய, அவ்வளவு பிரபலமாக இல்லாத, இன்னும் எண்ணெயைக் கண்டுபிடித்திருக்காத ஓர் எண்ணெய் நிறுவனத்தை நான் உடனடியாகத் தேடத் துவங்கினேன். என் தரகர் அந்தப் புதிய நிறுவனத்தைக் கண்டு உற்சாகமடைந்தார். தலா 65 சென்ட்டுகளுக்கு நான் அந்நிறுவனத்தின் 15,000 பங்குகளை வாங்கினேன்.

மூன்று மாதங்களுக்குப் பிறகு, அதே நண்பருடன் அதே பெட்ரோல் நிலையம் வழியாக நான் காரில் சென்று கொண்டிருந்தேன். அவர் கணித்தபடியே எண்ணெய் விலை 15 சதவீதம் அதிகரித்திருந்தது. மீண்டும் அவர் கவலைப்பட்டார், குறைகூறினார். ஆனால் நான் புன்னகைத்தேன். ஏனெனில், ஒரு மாதத்திற்கு முன்பு, அந்தச் சிறிய எண்ணெய் நிறுவனம் எண்ணெயைக் கண்டுபிடித்திருந்தது. அந்நிறுவனத்தின் பங்குகளின் விலை 3 டாலர்களுக்கு மேல் அதிகரித்திருந்தது. என் நண்பர் கூறுவது உண்மையானால், பெட்ரோல் விலை தொடர்ந்து அதிகரித்துக் கொண்டே இருக்கும்.

பங்குச் சந்தையில் ஒரு 'நிறுத்தம்' என்று கூறப்படுவது எவ்வாறு வேலை செய்கிறது என்பதைப் பெரும்பாலான மக்கள் புரிந்து கொண்டால், அதிக எண்ணிக்கையிலான மக்கள், தோற்காமல் இருப்பதற்கு முதலீடு செய்வதற்குப் பதிலாக, வெற்றி பெறுவதற்கு முதலீடு செய்வர். ஒரு நிறுத்தம் என்பது கணினிக்குக் கொடுக்கப்படும் ஒரு கட்டளைதான். பங்குகளின் விலை சரியத் துவங்கும்போது, உங்களது இழப்புகளைக் குறைப்பதற்காகவும் உங்களது லாபங்களை அதிகரிப்பதற்காகவும் உங்களது பங்குகளைத் தானாகவே விற்பதற்கான ஒரு கட்டளை அது. தோற்பது குறித்து பயப்படுபவர்களுக்கான ஒரு சிறந்த கருவி இது.

எனவே, தங்களுக்கு விருப்பமானதை விடுத்து, தங்களுக்கு விருப்பமில்லாதவற்றின்மீது மக்கள் கவனம் செலுத்துவதை நான் பார்க்கும் ஒவ்வொரு முறையும், அவர்களது தலைக்குள் பயமும் சந்தேகமும் கூக்குரலிடுவதை நான் செவிமடுக்கிறேன். எனவே தங்களுக்குப் பிடிக்காததை அவர்கள் தவிர்க்க விரும்புகின்றனர், ஆனால் அதற்கு அவர்கள் அதிக விலை கொடுக்கின்றனர். வாழ்வில்

தங்களுக்கு விருப்பமானவற்றை அவர்கள் ஒருபோதும் பெறாமல் போகக்கூடும். ஆய்வு செய்வதற்குப் பதிலாக, அவர்களது பயமும் சந்தேகமும் அவர்களது மனத்தைப் மூடிவிடுகின்றன.

சந்தேகத்தைப் பார்ப்பதற்கான ஒரு வழியைப் பணக்காரத் தந்தை எனக்குக் காட்டினார். "கேஎஃப்சி துரித உணவகத்தின் நிறுவனரான ஹார்லன் சான்டர்ஸ் செய்ததை அப்படியே செய்," என்று அவர் கூறினார். 66 வயதில் ஹார்லன் சான்டர்ஸ் தனது வியாபாரத்தை இழந்து, சமூகப் பாதுகாப்புத் திட்டத்தின் உதவியின்கீழ் வாழத் துவங்கினார். அது அவருக்குப் போதுமானதாக இருக்கவில்லை. எனவே, சிக்கன் வறுவலுக்கான சமையற்குறிப்பை விற்பதற்காக நாடு முழுவதும் அவர் பயணம் செய்தார். ஆனால் 1,009 முறை அவர் நிராகரிக்கப்பட்டார். பிறகு அவரது சமையற்குறிப்பை ஒருவர் விலைகொடுத்து வாங்கினார். பெரும்பாலான மக்கள் ஓய்ந்து விழும் வயதில் அவர் கோடீஸ்வரர் ஆனார். "அவர் ஒரு துணிச்சல்காரர், உறுதிமிக்கவர்," என்று ஹார்லன் சான்டர்ஸைப் பற்றி என் பணக்காரத் தந்தை கூறினார்.

உங்களுக்கு சந்தேகம் ஏற்படும்போதோ, அல்லது நீங்கள் சற்று பயப்படும்போதோ, ஹார்லன் சான்டர்ஸ் தன் சிக்கனை வறுவல் செய்ததைப்போல் உங்கள் பயத்தையும் சந்தேகத்தையும் நீங்கள் வறுத்தெடுத்துவிடுங்கள்.

சோம்பேறித்தனத்திலிருந்து மீளுதல்

வேலையில் மும்முரமாக இருப்பவர்கள் மிகப் பெரிய சோம்பேறிகளாகவும் இருக்கின்றனர். பணத்தைச் சம்பாதிப்பதற்குக் கடினமாக உழைக்கின்ற ஊழியர்களைப் பற்றிய கதைகளை நாம் அனைவருமே கேள்விப்பட்டிருக்கிறோம். அவர் தன் மனைவியையும் குழந்தைகளையும் நன்றாக வாழ வைப்பதற்காகக் கடினமாக உழைக்கிறார். அலுவலகத்தில் அவர் நீண்ட நேரம் செலவிடுகிறார். வார இறுதிகளில் தன் வேலைகளை வீட்டிற்குக் கொண்டு வருகிறார். ஒருநாள் அவர் வீட்டிற்கு வரும்போது வீடு காலியாக இருக்கிறது. அவரது மனைவி தன் குழந்தைகளைக் கூட்டிக் கொண்டு வீட்டைவிட்டுப் போய்விட்டார். தனக்கும் தன் மனைவிக்கும் பிரச்சனைகள் இருந்ததென்பதை அவர் அறிந்திருந்தார், ஆனால் உறவை பலப்படுத்துவதில் கவனம் செலுத்துவதற்குப் பதிலாக, அவர் தன் வேலையில் மும்முரமாக இருந்தார். மனமொடிந்து போயுள்ள அவரால், தன் வேலையிலும் சிறப்பாகச் செயல்பட முடியாமல் போய்விடுகிறது. இதனால் அவர் தன் வேலையை இழக்கிறார்.

இன்று, தங்களது செல்வத்தைப் பாதுகாக்க நேரமில்லாமல் வேறு வேலைகளில் மும்முரமாக இருக்கின்ற மக்களை நான் அடிக்கடி சந்திக்கிறேன். தங்களது ஆரோக்கியத்தைப் பராமரிக்க நேரமில்லாத

மக்களையும் நான் பார்க்கிறேன். இரண்டுக்கும் காரணம் ஒன்றுதான். அவர்கள் மும்முரமாக வேறு வேலைகளில் ஈடுபட்டுள்ளனர். தங்களுக்கு விருப்பமில்லாத ஏதோ ஒன்றை எதிர்கொள்வதைத் தவிர்ப்பதற்காக அவர் மற்ற வேலைகளில் மும்முரமாக இருந்துவிடுகின்றனர். இதை யாரும் அவர்களிடம் கூற வேண்டியதில்லை. அவர்களுக்கே அது நன்றாகத் தெரியும். வாஸ்தவத்தில், இதை நீங்கள் அவர்களுக்கு நினைவுபடுத்தினால், கோபத்தோடும் எரிச்சலோடும்தான் அவர்கள் உங்களுக்கு பதிலளிப்பார்கள்.

வேலையிலோ அல்லது குழந்தைகளுடன் விளையாடுவதிலோ அவர்கள் மும்முரமாக இல்லை என்றால், தொலைக்காட்சி பார்ப்பது, மீன் பிடிப்பது, கோல்ஃப் விளையாடுவது, அல்லது கடைக்குச் சென்று பொருட்கள் வாங்குவது போன்றவற்றில் மும்முரமாக இருப்பார்கள். ஏதோ முக்கியமான ஒன்றைத் தாங்கள் தவிர்ப்பதை அவர்கள் அறிவார்கள். வேறு ஏதோ ஒன்றில் மும்முரமாக இருப்பதன் மூலம் சோம்பேறியாக இருப்பதுதான் சோம்பேறித்தனத்தின் மிகப் பொதுவான வெளிப்பாடு.

இந்த சோம்பேறித்தனத்திற்குத் தீர்வு உள்ளதா? 'சிறிதளவு பேராசை கொள்ளுங்கள்' என்பதுதான் இதற்கான விடை. பேராசை அல்லது தீராத ஆசை மோசமானது என்று கூறப்பட்டு நம்மில் பலர் வளர்க்கப்பட்டிருக்கிறோம். "பேராசைக்காரர்கள் மோசமானவர்கள்," என்று என் தாயார் என்னிடம் கூறுவது வழக்கம். ஆனாலும், அழகான, புதிய, அல்லது உற்சாகம் தரும் பொருட்களைப் பெற வேண்டும் என்ற ஆசை நம் ஒவ்வொருவருக்குள்ளும் நிச்சயமாக இருக்கிறது.

> "எனக்கு இது கட்டுப்படியாகாது," என்று நீங்கள் கூறும்போது அது உங்கள் மூளையை முடக்கிவிடுகிறது என்று என் பணக்காரத் தந்தை நம்பினார். "இதை எப்படிப் பெறலாம்," என்ற கேள்வி சாத்தியக்கூறுகளையும் பரவசத்தையும் கனவுகளையும் ஊற்றெடுக்க வைக்கிறது.

எனவே அந்த ஆசை எனும் உணர்வைக் கட்டுப்படுத்தி வைப்பதற்காக, குற்றவுணர்வைப் பயன்படுத்தி அதை ஒடுக்குவதற்குப் பெற்றோர்கள் பல வழிகளைக் கண்டுபிடிக்கின்றனர். "நீ உன்னைப் பற்றி மட்டுமே நினைக்கிறாய். உனக்கு சகோதர சகோதரிகள் இருப்பது நினைவிருக்கிறதா?" என்பது என் தாயாருக்குப் பிடித்தமான வசவு. "நான் உனக்கு என்ன வாங்கித் தர வேண்டும் என்று நீ கூறுகிறாய்?" என்பது என் தந்தைக்குப் பிடித்த வசவு. "நாம் பணத்தில் குளித்துக் கொண்டிருப்பதாக உனக்கு நினைப்பா? பணம் மரத்திலா காய்க்கிறது? நாம் பணக்காரர்கள் அல்ல என்பது நினைவிருக்கட்டும்."

இந்த வார்த்தைகள் என்னை அவ்வளவாக பாதிக்கவில்லை, ஆனால் அவை ஏற்படுத்திய கோபமும் குற்றவுணர்வும் என்னை மிகவும் பாதித்தன.

இல்லையென்றால் என் தந்தை, "உனக்கு இதை வாங்கிக் கொடுப்பதற்காக நான் என் வாழ்க்கையைத் தியாகம் செய்து கொண்டிருக்கிறேன். நான் சிறுவனாக இருந்தபோது எனக்கு இந்த அனுகூலம் கிடைக்கவில்லை என்ற காரணத்தால்தான் உனக்கு இதை நான் வாங்கித் தருகிறேன்," என்று கூறுவார். எங்கள் பக்கத்து வீட்டுக்காரரிடம் அவ்வளவாகப் பணம் கிடையாது, ஆனாலும் அவரது வீட்டில் கார் நிறுத்துமிடம் முழுவதும் அவரது குழந்தைகளுக்கான விளையாட்டுச் சாமான்களால் நிரம்பி வழியும். அவரது குழந்தைகள் கேட்கும் எதையும் அவர் வாங்கிக் கொடுத்துவிடுவார். "அவர்களுக்கு ஒருபோதும் ஏக்க உணர்வு ஏற்படக்கூடாது," என்று அவர் தினசரிக் கூறுவார். அவர் தனது குழந்தைகளின் கல்லூரிப் படிப்பிற்கோ அல்லது தனது ஓய்வுக் காலத்திற்கோ எதையும் சேர்த்து வைக்கவில்லை. ஆனால் அவரது குழந்தைகளிடம் அனைத்து வகையான பொம்மைகளும் இருந்தன. சமீபத்தில் அவருக்குப் புதிதாக ஒரு கடனட்டை கிடைத்தது. அதைக் கொண்டு அவர் தனது குழந்தைகளை லாஸ் வேகஸ் நகரத்திற்கு விடுமுறைக்கு அழைத்துச் சென்றார். "நான் இதை என் குழந்தைகளுக்காகச் செய்கிறேன்," என்று பெரும் தியாக உணர்வுடன் கூறினார்.

"எனக்கு இது கட்டுப்படியாகாது," என்று கூறுவதற்கு என் பணக்காரத் தந்தை மறுப்புத் தெரிவித்தார். ஆனால் எங்கள் வீட்டில் அந்த வார்த்தைகள்தான் எப்போதும் என் காதுகளில் விழுந்தன. மாறாக, பணக்காரத் தந்தை, "இதை எவ்வாறு நான் வாங்குவது?" என்று கேட்பதற்குத் தன் குழந்தைகளைப் பழக்கப்படுத்தினார். "எனக்கு இது கட்டுப்படியாகாது," என்ற வார்த்தைகள் நம் மூளையைச் செயல்படவிடாமல் தடுத்துவிடுவதாக அவர் நம்பினார். அதற்கு மேல் சிந்திப்பதற்கு மூளைக்கு அங்கு எந்த வாய்ப்பும் இல்லாமல் போய்விடுகிறது. "இதை எவ்வாறு நான் வாங்குவது?" என்ற கேள்வி மூளையைத் தூண்டிவிட்டு, விடைகளைத் தேடுவதற்கு அதைச் சிந்திக்க வைக்கிறது.

ஆனால் மிக முக்கியமாக, "எனக்கு இது கட்டுப்படியாகாது," என்ற வார்த்தைகள் ஒரு பொய் என்று அவர் உணர்ந்தார். மக்களும் அதை உணர்வுபூர்வமாக அறிவர். "மனித உணர்வு மிக அதிக சக்திவாய்ந்தது. தன்னால் எதையும் செய்ய முடியும் என்று அதற்குத் தெரியும்," என்று அவர் கூறுவார். "எனக்கு இது கட்டுப்படியாகாது," என்று கூறுகின்ற ஒரு சோம்பேறி மனம் உங்களுக்குள் ஒரு யுத்தத்தைத் தோற்றுவிக்கிறது. உங்கள் உணர்வு கோபமாக இருக்கிறது, எனவே உங்களது சோம்பேறி மனம் தனது பொய்யைத் தற்காக்க

வேண்டியிருக்கிறது. "வா, உடற்பயிற்சி நிலையத்திற்குச் சென்று பயிற்சி செய்து வரலாம்," என்று உங்கள் உணர்வு உங்களை அழைக்கிறது. ஆனால் உங்களது சோம்பேறி மனமானது, "ஆனால் எனக்குக் களைப்பாக உள்ளது. நான் இன்று மிகவும் கடினமாக உழைத்துவிட்டேன்," என்று கூறுகிறது. அல்லது, "ஏழையாக இருந்து நான் களைத்துப் போய்விட்டேன். பணக்காரனாகும் வழியைப் பார்க்கலாம்," என்று மனித உணர்வு கூறும்போது, "பணக்காரர்கள் பேராசைக்காரர்கள். அதோடு, பணக்காரராக ஆவதற்கு அதிக உழைப்புத் தேவை. அது பாதுகாப்பானதுமல்ல. நான் பணத்தை இழக்கக்கூடும். நான் ஏற்கனவே மிகவும் கடினமாக உழைத்துக் கொண்டிருக்கிறேன். செய்வதற்கு எனக்கு ஏராளமான வேலைகள் கைவசம் இருக்கின்றன. இன்றிரவு நான் செய்ய வேண்டிய வேலைகளைப் பார். நாளை காலைக்குள் இவை அனைத்தையும் நான் செய்து முடிக்க வேண்டும் என்று என் முதலாளி எதிர்பார்க்கிறார்," என்று சோம்பேறி மனம் கூறுகிறது.

"எனக்கு இது கட்டுப்படியாகாது," என்பது வருத்தத்தையும் ஒருவித நிராதரவான உணர்வையும் ஏற்படுத்தி, செயலின்மைக்கும் மனச்சோர்வுக்கும் ஒருவரை ஆளாக்குகிறது. "இதை நான் எவ்வாறு வாங்குவது?" என்ற கேள்வி, சாத்தியக்கூறுகளையும் உற்சாகத்தையும் கனவுகளையும் தூண்டிவிடுகின்றது. "இதை நான் எவ்வாறு வாங்குவது?" என்ற கேள்வி ஒரு வலிமையான மனத்தையும் ஓர் உற்சாகமான உணர்வையும் உருவாக்குகின்றது என்பதை நாங்கள் புரிந்து கொண்டதால், நாங்கள் என்ன வாங்க விரும்புகிறோம் என்பதைப் பற்றிப் பணக்காரத் தந்தை அக்கறை கொள்ளவில்லை.

மைக்கிற்கும் எனக்கும் அவர் அரிதாகவே எதையெனும் கொடுத்தார். மாறாக, "இதை நீங்கள் எவ்வாறு வாங்குவீர்கள்?" என்று அவர் எங்களிடம் கேட்பார். கல்லூரிப் படிப்பிற்கும் அவர் இதே கேள்வியைத்தான் எங்களிடம் கேட்டார். எங்கள் கல்லூரிப் படிப்பிற்கான செலவுகளை நாங்களே பார்த்துக் கொண்டோம். இலக்கைப் பற்றி அவர் கவலைப்படவில்லை, ஆனால் அந்த இலக்கை அடைவதற்கான செயல்முறையை நாங்கள் கற்றுக் கொள்ள வேண்டும் என்று அவர் விரும்பினார்.

தங்களது ஆழ்விருப்பம் அல்லது 'பேராசையை'க் கண்டு குற்றவுணர்வு கொண்டுள்ள லட்சக்கணக்கான மக்களை இன்று நான் பார்க்கிறேன். இது ஒரு பெரிய பிரச்சனை. குழந்தைப் பருவத்தில் அவர்களுக்குக் கொடுக்கப்பட்டப் பயிற்றுவிப்புதான் இதற்குக் காரணம். வாழ்க்கையிலிருந்து கிடைக்கக்கூடிய அருமையான விஷயங்களை அவர்கள் விரும்பினாலும்கூட, "என்னால் அதை வாங்க முடியாது," அல்லது "அது ஒருபோதும் எனக்குக் கட்டுப்படியாகாது," என்று கூறுவதற்குப் பெரும்பாலானவர்கள் ஆழ்மனரீதியாகப் பயிற்றுவிக்கப்பட்டுள்ளனர்.

பொறியிலிருந்து தப்பிப்பதென்று நான் தீர்மானித்தபோது, “இனிமேல் ஒருபோதும் வேலை பார்க்க வேண்டிய அவசியம் இல்லாத அளவுக்கு நான் எவ்வாறு சம்பாதிப்பது?” என்ற கேள்வி மட்டுமே என்முன் நின்றது. விடைகளையும் தீர்வுகளையும் கொண்டு வருவதற்கு என் மனம் மும்முரமாகச் செயலில் இறங்கியது. என் பெற்றோர்களின் பழமைவாதச் சிந்தனையை எதிர்த்துப் போராடுவதுதான் உண்மையிலேயே எனக்குக் கடினமாக இருந்தது: “நமக்கு அது கட்டுப்படியாகாது.” “உன்னைப் பற்றி மட்டும் நினைப்பதை நிறுத்து.” “மற்றவர்களைப் பற்றி நீ ஏன் ஒருபோதும் நினைப்பதில்லை?” என்னுடைய பேராசையை ஒடுக்குவதற்கு, குற்றவுணர்வைத் தூண்டுகின்ற இதுபோன்ற பல கேள்விகளை அவர்கள் என்னிடம் கேட்டனர்.

ஆக, சோம்பேறித்தனத்திலிருந்து எவ்வாறு மீள்வது? சிறிதளவு பேராசை கொள்வதுதான் இதற்கான விடை. ஒரு நபர் ஓரிடத்தில் அமர்ந்து, பின்வரும் கேள்விகளைத் தனக்குத் தானே கேட்டுக் கொள்ள வேண்டும்: “நான் இனி ஒருபோதும் வேலை செய்ய வேண்டியதில்லை என்றால் என் வாழ்க்கை எப்படி இருக்கும்?” “எனக்குத் தேவையான அனைத்துப் பணமும் என்னிடம் இருந்தால் நான் என்ன செய்வேன்?” சிறிதளவு பேராசை இல்லாமல், சிறப்பான ஒன்றைப் பெற வேண்டும் என்ற ஆசை இல்லாமல், எந்த முன்னேற்றமும் ஏற்படுவதில்லை. நாம் அனைவரும் ஒரு சிறந்த வாழ்க்கையை விரும்புவதால்தான் நமது உலகம் தொடர்ந்து முன்னேறிக் கொண்டிருக்கிறது. புதிய கண்டுபிடிப்புகள் நிகழ்வதற்குக் காரணம் நாம் சிறப்பான ஒன்றை விரும்புவதுதான். பள்ளிக்குச் சென்று நாம் கடினமாகப் படிப்பதற்குக் காரணம் சிறப்பான ஒன்றை விரும்புவதுதான். எனவே நீங்கள் கண்டிப்பாகச் செய்தாக வேண்டிய ஏதேனும் ஒன்றை நீங்கள் தவிர்ப்பதாக நீங்கள் உணரும்போது, நீங்கள் உங்களிடம் கேட்டுக் கொள்ள வேண்டிய ஒரே கேள்வி இதுதான்: “இதைச் செய்வதால் எனக்கு என்ன நன்மை ஏற்படும்?” சிறிதளவு பேராசையுடன் இருங்கள். சோம்பேறித்தனத்திற்கான சிறந்த தீர்வு இதுதான்.

ஆனால், அளவுக்கு மிஞ்சினால் அமுதமும் நஞ்சு என்பதுபோல், அளவுக்கதிகமான பேராசை நல்லதல்ல. “பேராசையைவிடக் குற்றவுணர்வு மோசமானது. ஏனெனில், அது உங்கள் உடலில் இருந்து ஆன்மாவைக் கொள்ளை கொண்டுவிடுகிறது,” என்று பணக்காரத் தந்தை கூறினார். எலினார் ரூஸ்வெல்ட் இதை அழகாக எடுத்துரைத்தார்: “எது சரி என்று உங்கள் இதயத்திற்குத் தோன்றுகிறதோ, அதைச் செய்யுங்கள். ஏனெனில், எப்படியிருந்தாலும் நீங்கள் விமர்சிக்கப்படுவீர்கள். நீங்கள் ஒன்றைச் செய்தாலும் பழிக்கப்படுவீர்கள், அதைச் செய்யாவிட்டாலும் பழிக்கப்படுவீர்கள்.”

மோசமான பழக்கங்களில் இருந்து மீளுதல்

நமது வாழ்க்கையானது நமது கல்வியைவிட நமது பழக்கங்களின் பிரதிபலிப்புதான். அர்னால்டு ஸ்வார்ஷெனகர் நடித்து வெளிவந்த ‘கானன் த பார்பேரியன்’ என்ற திரைப்படத்தைப் பார்த்தப் பிறகு, ஒரு நண்பர், “நான் அர்னால்டைப் போன்ற உடலைப் பெற விரும்புகிறேன்,” என்று கூறினார். பெரும்பாலான நண்பர்கள் அதை ஆமோதித்துத் தலையசைத்தனர்.

“அவர் ஒரு காலத்தில் உண்மையிலேயே ஒல்லியாக இருந்ததாக நான் கேள்விப்பட்டேன்,” என்று இன்னொரு நண்பர் கூறினார்.

“நானும் அதைக் கேள்விப்பட்டேன். உடற்பயிற்சி மையத்தில் தினந்தோறும் பயிற்சி செய்யும் பழக்கம் அவருக்கு இருந்ததாகவும் என் காதுகளில் விழுந்தது,” என்று மற்றொரு நண்பர் கூறினார்.

“அது உண்மையாக இருக்கலாம்.”

ஆனால், அந்தக் குழுவில் இருந்த சந்தேகப் பேர்வழி, “இல்லை, அவர் பிறக்கும்போதே அவ்வாறு பிறந்திருக்க வேண்டும். அது மட்டுமல்ல, இப்போது அர்னால்டைப் பற்றிப் பேசுவதை நிறுத்திவிட்டு, நாம் அனைவரும் மதுவருந்தச் செல்லலாம்,” என்று கூறினார்.

பழக்கங்கள் நடத்தையைக் கட்டுப்படுத்துவதற்கான ஓர் எடுத்துக்காட்டு இது. பணக்காரர்களின் பழக்கங்களைப் பற்றி என் பணக்காரத் தந்தையிடம் நான் கேட்டது எனக்கு நினைவிருக்கிறது. என் கேள்விக்கு நேரடியாக விடையளிப்பதற்குப் பதிலாக, வழக்கம்போல், எடுத்துக்காட்டின் மூலம் அதை நான் கற்றுக் கொள்ள வேண்டும் என்று அவர் விரும்பினார்.

“உன்னுடைய தந்தை தான் செலுத்த வேண்டிய கட்டணங்களை எப்போது செலுத்துகிறார்?” என்று அவர் என்னிடம் கேட்டார்.

“மாதத்தின் முதல்நாளன்று,” என்று நான் பதிலளித்தேன்.

“அதன் பிறகு அவரிடம் ஏதேனும் பணம் மிச்சமிருக்குமா?” என்று அவர் கேட்டார்.

“வெகு குறைவான பணம் அவரிடம் மிச்சமிருக்கும்,” என்று நான் கூறினேன்.

“அவர் கஷ்டப்படுவதற்கு முக்கியக் காரணம் அதுதான். அவர் மோசமான பழக்கங்களைக் கொண்டிருக்கிறார். மற்ற அனைவருக்கும் செலுத்த வேண்டியதை அவர் முதலில் செலுத்திவிடுகிறார். தனக்குக் கடைசியில் செலுத்துகிறார், ஏதேனும் மிச்சமிருக்கும் பட்சத்தில்!” என்று பணக்காரத் தந்தை கூறினார்.

“வழக்கமாக அவரிடம் எதுவும் மிச்சமிருப்பதில்லை. ஆனால் அவர் செலுத்தியாக வேண்டிய கட்டணங்களைச் செலுத்தத்தான் வேண்டும் இல்லையா? அவர் அவ்வாறு செய்யக்கூடாது என்று நீங்கள் கூறுகிறீர்களா?” என்று நான் கேட்டேன்.

"நான் அப்படிச் சொல்லவில்லை. செலுத்த வேண்டியவற்றைக் குறித்த நேரத்தில் செலுத்துவதில் நான் முழுமையான நம்பிக்கை கொண்டிருக்கிறேன். ஆனால் நான் முதலில் எனக்கான தொகையை எடுத்து வைக்கிறேன். அதன் பிறகுதான் அரசாங்கத்திற்குக் கொடுக்க வேண்டியதைக்கூட நான் கொடுக்கிறேன்," என்று அவர் கூறினார்.

"ஆனால் போதுமான பணம் உங்களிடம் இல்லை என்றால் என்னவாகும்? அப்போது நீங்கள் என்ன செய்வீர்கள்?" என்று நான் கேட்டேன்.

"நான் அப்போதும் அதைத்தான் செய்வேன். என்னிடம் பணம் குறைவாக இருந்தாலும்கூட, எனக்கான தொகையை முதலில் நான் எடுத்து வைத்துவிடுவேன். அரசாங்கத்தைவிட எனது சொத்துக்கள் எனக்கு அதிக முக்கியமானவை," என்று அவர் கூறினார்.

"ஆனால் அரசாங்க அதிகாரிகள் உங்களைத் தேடி வர மாட்டார்களா?" என்று நான் கேட்டேன்.

"செலுத்தியாக வேண்டிய பணத்தைச் செலுத்தாவிட்டால் நிச்சயமாக என்னைத் தேடி வருவார்கள். ஆனால், நான் அரசாங்கத்திற்குப் பணம் செலுத்துவதில்லை என்று நான் கூறவில்லை. முதலில் எனக்குத் தேவையானதை நான் எடுத்துக் கொள்கிறேன், பணம் குறைவாக இருந்தாலும்கூட, அவ்வளவுதான்," என்று அவர் விளக்கினார்.

"ஆனால் அதை நீங்கள் எவ்வாறு செய்கிறீர்கள்?" என்று நான் கேட்டேன்.

"எப்படி என்பது இங்கு கேள்வியல்ல, 'ஏன்' என்பதுதான் உண்மையான கேள்வி," என்று அவர் பதிலளித்தார்.

"சரி, ஏன்?"

"ஊக்குவிப்பு. அவர்களுக்கு நான் பணம் செலுத்தாவிட்டால் யார் அதிகமாகக் கூச்சலிடுவார்கள் என்று நீ நினைக்கிறாய் — நானா அல்லது எனக்குக் கடன் கொடுத்தவர்களா?"

"உங்களைவிட உங்களுக்குக் கடன் கொடுத்தவர்கள் அதிகமாகக் கூச்சலிடுவார்கள். நீங்கள் உங்களுக்குப் பணம் ஒதுக்கிக் கொள்ளவில்லை என்றால் நீங்கள் உங்களைக் குறைகூற மாட்டீர்கள், இல்லையா?" என்று நான் கூறினேன்.

"ஆக, நான் எனக்குப் பணம் ஒதுக்கிக் கொண்ட பிறகு, வரிகள் செலுத்துவதற்கும் மற்றக் கடன்காரர்களுக்குக் கொடுப்பதற்கும் நான் கட்டாயத்திற்கு உள்ளாவேன். அப்போது வருமானத்தை ஈட்டுவதற்கான பிற வழிகளை நான் தேடுவேன். இந்தக் கட்டாயம் என்னை ஊக்குவிக்கும். நான் பல கூடுதல் வேலைகளைச் செய்திருக்கிறேன், பல நிறுவனங்களைத் துவக்கியிருக்கிறேன், பங்குச் சந்தையில் பரிவர்த்தனைகளை மேற்கொண்டிருக்கிறேன். எனக்குக் கடன் கொடுத்தவர்கள் என்னிடம் கத்தாமல் இருப்பதற்காக நான் பலவற்றைச் செய்திருக்கிறேன். பணம் செலுத்தியாக வேண்டும் என்ற

வற்புறுத்தல், கடுமையாக உழைப்பதற்கும் சிந்திப்பதற்கும் என்னைத் தூண்டியது. ஒட்டுமொத்தத்தில், பணம் என்னை அதிக சாமர்த்தியமானவனாகவும் அதிக சுறுசுறுப்பானவனாகவும் ஆக்கியது. நான் எனக்குக் கடைசியில் கொடுத்துக் கொள்ளலாம் என்று இருந்துவிட்டால், எனக்கு எந்தக் கட்டாயமும் இருக்காது, என்னிடம் சல்லிக்காசுகூட இருக்காது."

"அரசாங்கத்திற்கு அல்லது மற்றவர்களுக்கு நீங்கள் கொடுக்க வேண்டிய பணம் குறித்த பயம்தான் உங்களை ஊக்குவிக்கிறதா?"

"ஆமாம். பணம் வசூலிக்கும் அரசாங்க அதிகாரிகள் பிடிவாதக்காரர்கள். பொதுவாக அனைத்து வசூலிப்பு அதிகாரிகளும் பிடிவாதக்காரர்கள்தான். பெரும்பாலான மக்கள் இவர்கள் இழுத்த இழுப்புக்கு வருகின்றனர். அவர்கள் இந்த அதிகாரிகளுக்குப் பணம் செலுத்திவிட்டுத் தங்களுக்கு எதுவும் கொடுத்துக் கொள்ளாமல் இருந்துவிடுகின்றனர். அந்த அதிகாரிகள் இவர்களைப் பந்தாடுகின்றனர். இந்த அதிகாரிகளைப் பற்றிய பயத்தை என்னை வலிமையாக்குவதற்குப் பயன்படுத்திக் கொள்வதென்று நான் தீர்மானித்தேன். அப்போது மற்றவர்கள் பலமிழந்துவிடுகின்றனர். கூடுதல் பணத்தை எவ்வாறு சம்பாதிப்பது என்று சிந்திப்பதற்கு என்னைக் கட்டாயப்படுத்துவது என்பது உடற்பயிற்சி மையத்திற்குச் சென்று பளு தூக்குவதைப் போன்றது. பணம் குறித்த மனத் தசைகளை நான் எவ்வளவு அதிகமாக வேலை வாங்குகிறேனோ, நான் அவ்வளவு அதிக வலிமையானவனாக ஆகிறேன். இப்போது அந்த அதிகாரிகளைக் கண்டு நான் பயப்படுவதில்லை."

> **நான் எனக்குத் தேவையான பணத்தை முதலில் எடுத்துக் கொண்டால், உளரீதியாகவும் பொருளாதாரரீதியாகவும் அதிக வலிமையானவனாக ஆவேன்.**

பணக்காரத் தந்தை கூறிக் கொண்டிருந்தது எனக்கு மிகவும் பிடித்திருந்தது. "ஆக, நான் எனக்குத் தேவையான பணத்தை முதலில் எடுத்துக் கொண்டால், பொருள்ரீதியாகவும் உளரீதியாகவும் நான் அதிக வலிமையானவனாக ஆவேன், அப்படித்தானே?" என்று நான் கேட்டேன்.

பணக்காரத் தந்தை அதை ஆமோதித்துத் தலையாட்டினார்.

"என்னைப் பின்னுக்குத் தள்ளினாலோ அல்லது எனக்கென்று நான் எதையும் எடுத்துக் கொள்ளாவிட்டாலோ, நான் பலவீனமடைகிறேன். எனவே, நல்ல பணப் பழக்கங்கள் என்னிடம் இல்லாததால், மேலதிகாரிகள், மேலாளர்கள், வரி வசூலிப்பவர்கள், கட்டணங்களை வசூலிப்பவர்கள், வீட்டு உரிமையாளர்கள் போன்றோர் என் வாழ்நாள் முழுவதும் என்னைப் பந்தாடுகின்றனர்."

பணக்காரத் தந்தை மீண்டும் தலையசைத்துத் தன் ஒப்புதலைத் தெரிவித்தார்.

ஆணவத்திலிருந்து மீளுதல்

"எனக்குத் தெரிந்த விஷயங்கள் பணத்தை உருவாக்குகின்றன. எனக்குத் தெரியாத விஷயங்கள் எனது பணத்தைத் தொலைத்துவிடுகின்றன. நான் ஆணவத்தோடு இருந்து வந்துள்ள ஒவ்வொரு முறையும், நான் பணத்தை இழந்திருக்கிறேன். ஏனெனில், நான் ஆணவத்துடன் இருக்கும்போது, எனக்குத் தெரியாத விஷயங்கள் முக்கியமானவை அல்ல என்று நான் உண்மையாக நம்புகிறேன்," என்று பணக்காரத் தந்தை என்னிடம் அடிக்கடிக் கூறினார்.

தங்களது அறியாமையை மறைப்பதற்காகப் பலர் ஆணவத்தைப் பயன்படுத்துவதை நான் பார்த்திருக்கிறேன். கணக்காளர்கள் மற்றும் பிற முதலீட்டாளர்களுடன் நான் நிதிநிலை அறிக்கைகளை விவாதிக்கும்போது இது அடிக்கடி நிகழ்வதை நான் காண்கிறேன்.

விவாதம் நெடுகிலும் அவர்கள் ஆரவாரத்துடன் பேச முயற்சிக்கின்றனர். அவர்கள் என்ன பேசிக் கொண்டிருக்கிறார்கள் என்பது அவர்களுக்குத் தெரியவில்லை என்பது எனக்குத் தெளிவாகத் தெரிகிறது. அவர்கள் பொய் கூறுவதில்லை, ஆனால் அவர்கள் உண்மையையும் கூறுவதில்லை.

பணம், பொருளாதாரம், முதலீடுகள் ஆகியவற்றில் சம்பந்தப்பட்டுள்ள நபர்கள் பலர், தாங்கள் என்ன பேசிக் கொண்டிருக்கிறோம் என்று தெரியாமல் இருக்கின்றனர். பணத் துறையில் உள்ள பெரும்பாலான மக்கள் எந்த விஷயமும் தெரியாமல் வெறுமனே கூச்சலிடுகின்றனர். ஒரு விஷயம் குறித்து உங்களுக்கு எதுவும் தெரியாது என்பது உங்களுக்குத் தெரிந்திருக்கும்போது, அத்துறையில் நிபுணராக இருக்கும் ஒருவரை அல்லது அது குறித்த ஒரு புத்தகத்தைக் கண்டுபிடித்துப் பயன்படுத்திக் கொள்வதன் மூலம், அவ்விஷயத்தைப் பற்றிக் கற்றுக் கொள்ளத் துவங்குங்கள்.

அத்தியாயம் எட்டு

துவக்குதல்

தங்கம் எல்லா இடங்களிலும் இருக்கிறது. அதைப் பார்ப்பதற்குப் பெரும்பாலான மக்கள் பயிற்றுவிக்கப்படவில்லை.

செல்வத்தைக் கைவசப்படுத்துவது எனக்கு சுலபமாக இருந்தது என்று கூற எனக்கு ஆசைதான், ஆனால் அது உண்மையல்ல.

எனவே, “நான் எவ்வாறு துவக்குவது?” என்ற கேள்விக்கு விடையாக, அன்றாடம் நான் கடைபிடிக்கின்ற சிந்தனைமுறையை உங்களுக்கு நான் வழங்குகிறேன். சிறந்த பரிவர்த்தனைகள் கிடைக்கப் பெறுவது உண்மையிலேயே சுலபமானதுதான். அதற்கு நான் உங்களுக்கு உத்தரவாதம் தருகிறேன். சைக்கிள் ஓட்டக் கற்றுக் கொள்வது போன்றது அது. சிறிது தடுமாற்றத்திற்குப் பிறகு, அது உங்களுக்குக் கைவந்த கலையாக ஆகிவிடும். ஆனால் பணம் என்று வரும்போது, அந்தத் தடுமாற்றத்தைச் சமாளித்து வெளிவருவதற்கு மனஉறுதி தேவை. அது ஒருவரது தனிப்பட்ட விஷயம்.

பலகோடி டாலர்கள் பணத்தை உள்ளடக்கிய பரிவர்த்தனைகளைக் கண்டுபிடிப்பதற்குப் பொருளாதாரரீதியான மேதமை தேவை. நம் ஒவ்வொருவருக்குள்ளும் அப்படிப்பட்ட ஒரு மேதமை இருக்கிறது என்று நான் நம்புகிறேன். பிரச்சனை என்னவென்றால், அந்த மேதமை நமக்குள் உறங்கிக் கிடக்கிறது, விழிப்பூட்டப்படுவதற்காக அது காத்துக் கொண்டிருக்கிறது. அது உறங்கிக் கிடப்பதற்குக் காரணம், பணத்தின்மீதான காதல்தான் அனைத்துத் தீமைக்கும் காரணம் என்று நமது கலாச்சாரம் நம்மைப் பயிற்றுவித்திருப்பதுதான். பணத்திற்காக வேலை செய்வதற்கு ஏதுவாக ஒரு தொழிலைக் கற்றுக் கொள்வதற்கு அது நம்மை ஊக்குவித்து வந்துள்ளதே தவிர, பணத்தை நமக்காக வேலை செய்ய வைப்பது எப்படி என்பதை நமக்குக் கற்றுக் கொடுக்க அது தவறிவிட்டது. நாம்

நமது பொருளாதாரரீதியான எதிர்காலத்தைப் பற்றிக் கவலைப்படாமல் இருப்பதற்கு அது நமக்குக் கற்றுக் கொடுத்துள்ளது. ஏனெனில், நாம் ஓய்வு பெற்றப் பிறகு நமது நிறுவனமோ அல்லது அரசாங்கமோ நம்மைப் பார்த்துக் கொள்ளும், நமது தேவைகளைக் கவனித்துக் கொள்ளும் என்று அது நம்மைப் பயிற்றுவித்துள்ளது. ஆனால், நமக்குப் பொருளாதாரக் கல்வி இல்லாமல் போனதற்கு, இதே கல்வி அமைப்புமுறையில் படித்துக் கொண்டிருக்கும் நமது குழந்தைகள் விலைகொடுத்தாக வேண்டியிருக்கும். கடினமாக உழைக்க வேண்டும், பணத்தைச் சம்பாதிக்க வேண்டும், அதைச் செலவழிக்க வேண்டும், பணம் நம்மிடம் குறைவாக இருந்தால் மற்றவர்களிடம் கடன் வாங்க வேண்டும் என்று நமது கல்வி அமைப்புமுறை நமக்கு அறிவுறுத்துகிறது.

துரதிர்ஷ்டவசமாக, மேற்கத்திய உலகைச் சேர்ந்த 90 சதவீத மக்கள் இந்த நம்பிக்கையை ஏற்றுக் கொள்கின்றனர். ஏனெனில், ஒரு வேலையைத் தேடிக் கொண்டு, பணத்திற்காக உழைப்பது சுலபமான காரியம். கூட்டத்திலிருந்து நீங்கள் தனித்து நிற்க விரும்பினால், உங்களது பொருளாதாரரீதியான மேதமையைத் தட்டி எழுப்புவதற்குப் பின்வரும் பத்து வழிகளை நான் உங்களுக்கு வழங்குகிறேன். தனிப்பட்ட முறையில் நான் பின்பற்றியுள்ள வழிகளையே நான் உங்களுக்குக் கொடுக்கிறேன். இவற்றில் சிலவற்றை நீங்கள் பின்பற்ற விரும்பினாலும் சரி, அல்லது சொந்தமாக நீங்களே சில வழிகளைக் கண்டறிந்தாலும் சரி, சுயமாக ஒரு பட்டியலை உருவாக்கிக் கொள்ளக்கூடிய சாமர்த்தியம் உங்களது பொருளாதாரரீதியான மேதமைக்கு உள்ளது.

நான் பெரு நாட்டிற்குச் சென்றிருந்தபோது, 45 வயது நிரம்பிய ஒரு தங்கச் சுரங்க உரிமையாளரிடம், ஒரு தங்கச் சுரங்கத்தைக் கண்டுபிடிப்பது குறித்து அவர் எவ்வாறு தன்னம்பிக்கையுடன் இருக்கிறார் என்று நான் கேட்டபோது, "தங்கம் எல்லா இடங்களிலும் இருக்கிறது. அதைப் பார்ப்பதற்குப் பெரும்பாலான மக்கள் பயிற்றுவிக்கப்படவில்லை," என்று அவர் கூறினார்.

அது உண்மை என்று நானும் ஒத்துக் கொள்கிறேன். வீடுமனை வாங்கல் மற்றும் விற்றல் தொழிலில், களத்தில் இறங்கித் தேடிப் பார்த்தால், ஒரே நாளில் மிகச் சிறந்த சாத்தியக்கூறுள்ள ஐந்தாறு பரிவர்த்தனைகளை என்னால் கொண்டுவர முடியும். ஆனால் நான் தேடிய அதே இடங்களில் ஒரு சராசரி நபரால் ஒன்றைக்கூடக் கண்டுபிடிக்க முடியாது. அவர்கள் தங்களது பொருளாதாரரீதியான மேதமையை வளர்த்துக் கொள்ளாததுதான் அதற்குக் காரணம்.

கடவுள் உங்களுக்குக் கொடுத்துள்ள, உங்கள் கட்டுப்பாட்டில் மட்டுமே இருக்கின்ற சக்திகளை உருவாக்கிக் கொள்வதற்கான செயல்முறையின் பத்து அம்சங்களை நான் உங்களுக்குக் கொடுக்கிறேன்.

1. ஆழ் உணர்வுகளின் சக்தி: யதார்த்தத்தைவிட உயர்வான ஒரு காரணத்தைக் கண்டுபிடியுங்கள்

பணக்காரர்களாக ஆக விரும்புகிறார்களா என்று நீங்கள் பெரும்பாலான மக்களிடம் கேட்டால், அவர்கள் அனைவரும் ஆமாமென்று பதில் கூறுவார்கள். பிறகு யதார்த்தம் அவர்கள் நினைவிற்கு வந்துவிடுகிறது. பணத்தைக் குவிப்பதற்கான பாதை நீளமாக இருப்பதையும், ஏறுவதற்கு ஏராளமான குன்றுகள் இருப்பதையும் அவர்கள் உணர்கின்றனர். பணத்திற்காக வேலை செய்வதும், கூடுதலாக உள்ள பணத்தை உங்கள் தரகரிடம் கொடுப்பதும் உங்களுக்கு அதிக சுலபமானதாகத் தோன்றுகின்றது.

சிறிது காலத்திற்கு முன் நான் ஓர் இளம் நீச்சல் வீராங்கனையைச் சந்தித்தேன். நீச்சல் பிரிவுக்கான அமெரிக்க ஒலிம்பிக் குழுவில் பங்கேற்க வேண்டும் என்று அவர் கனவு கண்டார். ஆனால், ஒவ்வொரு நாளும் அதிகாலை நான்கு மணிக்கு எழுந்து, கல்லூரிக்குச் செல்வதற்கு முன் மூன்று மணிநேரம் தான் நீச்சல் பயிற்சி செய்ய வேண்டியிருக்கும் என்ற யதார்த்தத்தை அவர் உணர்ந்தார். சனிக்கிழமை இரவுகளில் அவர் தன் தோழிகளோடு கேளிக்கை விருந்துகளில் கலந்து கொள்ளவில்லை. அவர் நன்றாகப் படித்து, சிறந்த மதிப்பெண்களைப் பெற வேண்டியிருந்தது.

இவ்வளவு பெரிய இலக்கை நிர்ணயித்துக் கொள்வதற்கும் இத்தனைத் தியாகங்களைச் செய்வதற்கும் எது அவருக்கு உத்வேகமளித்தது என்று நான் அவரிடம் கேட்டபோது, "நான் எனக்காகவும் நான் நேசிக்கும் மக்களுக்காகவும் இதைச் செய்கிறேன். அன்புதான் தடைகளைத் தாண்டுவதற்கும் தியாகங்களைச் செய்வதற்கும் எனக்கு உதவுகிறது," என்று அவர் கூறினார்.

ஒருவரது குறிக்கோளானது, அவர் செய்ய விரும்புவது மற்றும் செய்ய விரும்பாதது ஆகியவற்றை உள்ளடக்கிய ஒன்றுதான். நான் ஏன் பணக்காரனாக இருக்க விரும்புகிறேன் என்று மக்கள் என்னிடம் கேட்கும்போது, எனது உணர்வுபூர்வமான விருப்பங்கள் மற்றும் விருப்பமின்மைகளின் கலவைதான் அதற்குக் காரணம் என்று நான் கூறுகிறேன்.

நான் ஒருசிலவற்றை உங்களுக்குப் பட்டியலிடுகிறேன். எனக்கு விருப்பமில்லாதவற்றை முதலில் பட்டியலிடுகிறேன். ஏனெனில், அவைதான் எனது விருப்பங்களை உருவாக்குகின்றன. என் வாழ்நாள் முழுவதும் வேலை செய்ய நான் விரும்பவில்லை. என் பெற்றோரின் ஆசைகளான வேலைப் பாதுகாப்பு மற்றும் நகருக்கு வெளியே ஒரு வீடு ஆகியவற்றில் எனக்கு விருப்பமில்லை. நான் ஓர் ஊழியனாக இருக்க விரும்பவில்லை. என் தந்தை தன் வேலையில் மும்முரமாக இருந்ததால், நான் பங்குகொண்டு விளையாடிய கால்பந்துப் போட்டிகளை நேரில் காண அவரால் வர முடியாமல் போனதை

நான் வெறுக்கிறேன். தன் வாழ்நாள் முழுவதும் வேலை செய்த அவர் இறந்தபோது, அவர் எதற்காக வேலை செய்தாரோ, அதன் பெரும்பகுதியை அரசாங்கம் எடுத்துக் கொண்டதை நான் வெறுக்கிறேன். தான் கடினமாக உழைத்துச் சம்பாதித்தவற்றைத் தனது மரணத்திற்குப் பிறகு அவரால் தனது சந்ததியினருக்குக் கொடுக்க முடியாமல் போனது. பணக்காரர்கள் அவ்வாறு செய்வதில்லை. அவர்கள் கடினமாக உழைத்து, அதன் பலனைத் தங்களது சந்ததியினருக்கு விட்டுச் செல்கின்றனர்.

இப்போது எனது விருப்பங்களைப் பட்டியலிடலாம். உலகைச் சுற்றிப் பார்த்து வருவதற்கும், நான் விரும்புகின்ற வாழ்க்கைமுறையை அனுபவிப்பதற்கும் நான் சுதந்திரமானவனாக இருக்க விரும்புகிறேன். இவற்றை நான் இளமையாக இருக்கும்போது செய்ய விரும்புகிறேன். நான் சுதந்திரமானவனாக இருக்க விரும்புகிறேன். எனது நேரத்தையும் எனது வாழ்க்கையையும் நான் கட்டுப்படுத்த விரும்புகிறேன். என்னுடைய பணம் எனக்காக வேலை செய்ய வேண்டும் என்று நான் விரும்புகிறேன்.

இவைதான் என் மனத்தில் ஆழமாகப் பதிந்துள்ள உணர்வுபூர்வமான காரணங்கள். உங்களுடைய காரணங்கள் எவை? அவை போதிய வலிமை கொண்டவையாக இல்லாமல் போனால், நீங்கள் பயணிக்கவிருக்கும் பாதையின் யதார்த்தம் உங்கள் காரணங்களைவிடப் பெரிதாக இருக்கும். பலமுறை நான் பணத்தை இழந்திருக்கிறேன், பல பின்னடைவுகளைச் சந்தித்திருக்கிறேன், ஆனால் எனக்குள் ஆழப் பதிந்துள்ள உணர்வுபூர்வமான காரணங்கள்தான் என்னைக் கைதூக்கிவிட்டு முன்னேற வைத்தன. 40 வயதிற்குள் நான் பொருளாதாரச் சுதந்திரத்தைப் பெற விரும்பினேன், ஆனால் அதற்கு எனக்கு 47 வயதுவரை ஆனது. வழியில், விலைமதிக்க முடியாத பல படிப்பினை அனுபவங்கள் எனக்குக் கிடைத்தன.

அது எனக்குச் சுலபமாக இருந்தது என்று கூற எனக்கு ஆசைதான். ஆனால் அது அப்படி இருக்கவில்லை. அதே சமயம், அது கடினமாகவும் இருக்கவில்லை. ஒரு வலிமையான காரணமோ அல்லது குறிக்கோளோ இல்லாமல், வாழ்வில் எல்லாமே கடினம்தான் என்பதை நான் கற்றுக் கொண்டுள்ளேன்.

2. தேர்ந்தெடுப்பின் சக்தி: தினசரித் தேர்ந்தெடுப்புகளை மேற்கொள்ளுங்கள்

விருப்பத்தேர்வுதான் மக்கள் ஒரு சுதந்திரமான நாட்டில் வாழ விரும்புவதற்கு முக்கியக் காரணம். தேர்ந்தெடுப்பதற்கான சக்தியை நாம் விரும்புகிறோம்.

பொருளாதாரரீதியாக, நம் கையில் வந்து சேரும் ஒவ்வொரு டாலர் பணத்தைக் கொண்டு, நமது எதிர்காலத்தைத்

தேர்ந்தெடுப்பதற்கான சக்தி நம்மிடம் உள்ளது. அதாவது, பணக்காரராக ஆவதையோ, ஏழையாக ஆவதையோ, அல்லது நடுத்தர வர்க்கத்தைச் சேர்ந்தவராக ஆவதையோ நம்மால் தேர்ந்தெடுக்க முடியும். நமது செலவுப் பழக்கங்கள் நாம் யார் என்பதை நமக்குப் பிரதிபலித்துக் காட்டும். ஏழை மக்கள் மோசமான செலவுப் பழக்கங்களைக் கொண்டுள்ளனர். நான் சிறுவனாக இருந்தபோது 'மொனாப்பொலி' என்ற விளையாட்டு எனக்கு மிகவும் பிடித்திருந்தது சிறுவயதில் எனக்குக் கிடைத்த அனுகூலம். மொனாப்பொலி விளையாட்டு சிறுவர்களுக்கு மட்டுமே உரியது என்று யாரும் என்னிடம் கூறவில்லை. எனவே நான் வளர்ந்து பெரியவனான பிறகும் தொடர்ந்து அதை விளையாடினேன். ஒரு சொத்துக்கும் ஒரு கடனுக்கும் இடையேயான வேறுபாட்டை எனக்கு எடுத்துரைக்க ஒரு பணக்காரத் தந்தையும் எனக்கு இருந்தார். எனவே, வெகு காலத்திற்கு முன்பு, நான் சிறுவனாக இருந்தபோது, பணக்காரனாக ஆவதென்று நான் தேர்ந்தெடுத்தேன். உண்மையான சொத்துக்களைச் சேகரிக்க வேண்டியது மட்டும்தான் என் வேலை என்பதையும் நான் அறிந்திருந்தேன். மைக்கிற்குப் பல சொத்துக்கள் கொடுக்கப்பட்டன. ஆனாலும் அவற்றைத் தக்க வைத்துக் கொள்ளக் கற்றுக் கொள்வதை அவன் தேர்ந்தெடுக்க வேண்டியிருந்தது.

பெரும்பாலான மக்கள் பணக்காரர்களாக இல்லாமல் இருப்பதைத் தேர்ந்தெடுக்கின்றனர். 90 சதவீத மக்களுக்கு, பணக்காரர்களாக இருப்பது அதிகச் சுமையானது. எனவே, "எனக்குப் பணத்தில் ஆர்வமில்லை," "நான் ஒருபோதும் பணக்காரனாக ஆக மாட்டேன்," "நான் கவலைப்படத் தேவையில்லை. நான் இன்னும் இளைஞன்தான்," "நான் சிறிதளவு பணத்தைச் சம்பாதிக்கும்போது என் எதிர்காலத்தைப் பற்றி நான் சிந்திப்பேன்," "எனது கணவர்/மனைவி எனது நிதிகளைக் கையாள்கிறார்," போன்ற வசனங்களை அவர்கள் உருவாக்குகின்றனர். இந்த வாக்கியங்களிலுள்ள பிரச்சனை என்னவென்றால், இப்படிப்பட்ட எண்ணங்களை எண்ணுவதைத் தேர்ந்தெடுக்கின்ற மக்களிடமிருந்து இவை இரண்டு விஷயங்களைப் பறித்துவிடுகின்றன: முதலாவது விஷயம், நேரம். இதுதான் உங்களுடைய அதிக விலையுயர்ந்த சொத்து. இரண்டாவது, கற்றுக் கொள்ளுதல். ஒன்றைக் கற்றுக் கொள்ளாமல் இருப்பதற்கு, உங்களிடம் பணம் இல்லாததை ஒரு சாக்குப்போக்காகக் கூறக்கூடாது. ஆனால், நமது நேரத்தையும் பணத்தையும் கொண்டு நாம் என்ன செய்கிறோம் என்பதும், நமது மனத்தில் நாம் எதை விதைக்கிறோம் என்பதும் அன்றாடம் நாம் மேற்கொள்ளும் விருப்பத்தேர்வுகளே. தேர்ந்தெடுப்பின் சக்தி அது. நம் அனைவருக்கும் விருப்பத்தேர்வு உள்ளது. நான் பணக்காரனாக இருப்பதைத் தேர்ந்தெடுக்கிறேன், ஒவ்வொரு நாளும் நான் அந்தத் தேர்ந்தெடுப்பை மேற்கொள்கிறேன்.

முதலில் கல்வியில் முதலீடு செய்யுங்கள். உங்களிடம் உள்ள ஒரே உண்மையான சொத்து உங்கள் மனம்தான். நமது கட்டுப்பாட்டில் உள்ள அதிக சக்திவாய்ந்த கருவி இது. சிந்திக்கும் வயது வந்த பிறகு, நமது மனத்திற்குள் நாம் எப்படிப்பட்ட எண்ணங்களை விதைக்கிறோம் என்பது நம் ஒவ்வொருவரின் விருப்பத்தேர்வுதான். நீங்கள் தொலைக்காட்சி நிகழ்ச்சிகளைப் பார்க்கலாம், பத்திரிகைகளைப் படிக்கலாம், அல்லது பொருளாதாரத் திட்டமிடுதல் போன்ற ஏதேனும் ஒரு பயிற்சி வகுப்பிற்குச் செல்லலாம். நீங்களே தேர்ந்தெடுத்துக் கொள்ளுங்கள். முதலீட்டைப் பற்றிக் கற்றுக் கொள்வதில் முதலில் முதலீடு செய்யாமல், பெரும்பாலான மக்கள் நேரடியாக முதலீடுகளைச் செய்துவிடுகின்றனர்.

எனது தோழி ஒருவரின் வீட்டில் சமீபத்தில் ஒரு கொள்ளை நடந்தது. அவரது வீட்டில் இருந்த எலக்ட்ரானிக்ஸ் பொருட்கள் அனைத்தையும் திருடர்கள் எடுத்துச் சென்றுவிட்டனர். ஆனால் அங்கிருந்த புத்தகங்களை மட்டும் அவர்கள் தொடவே இல்லை. நமக்கும் அதே விருப்பத்தேர்வு இருக்கிறது. 90 சதவீத மக்கள் தொலைக்காட்சிகளை வாங்குகின்றனர், 10 சதவீதத்தினர் மட்டுமே வியாபாரம் தொடர்பான புத்தகங்களை வாங்குகின்றனர்.

நான் என்ன செய்கிறேன்? நான் பயிலரங்குகளுக்குச் செல்கிறேன். பயிலரங்கு குறைந்தபட்சம் இரண்டு நாட்கள் இருந்தால் நான் மிகவும் மகிழ்வேன். ஏனெனில், ஒரு விஷயத்தைப் பற்றி ஆழமாகத் தெரிந்து கொள்ள நான் விரும்புகிறேன். 1973ம் ஆண்டில், முன்பணம் எதுவுமின்றி வீடுமனைகளை எவ்வாறு வாங்குவது என்பது பற்றிய ஒரு மூன்று—நாள் பயிலரங்கு பற்றிய ஒரு விளம்பரத்தைத் தொலைக்காட்சியில் நான் பார்த்தேன். அந்தப் பயிற்சி வகுப்பிற்காக 385 டாலர்கள் கட்டணம் செலுத்தி, அதில் கலந்து கொண்டு கற்றேன். அது எனக்கு 20 லட்சம் டாலர்கள் பணத்தை உருவாக்கிக் கொடுத்தது. ஆனால் மிக முக்கியமாக, அது எனக்கு வாழ்க்கையைப் பெற்றுக் கொடுத்தது. அந்த ஒரு பயிற்சியின் காரணமாக, எனது எஞ்சிய வாழ்நாள் முழுவதும் நான் வேலை செய்ய வேண்டியதில்லாமல் போய்விட்டது. ஒரு வருடத்தில் இப்படிப்பட்ட இரண்டு பயிலரங்குகளிலாவது நான் கலந்து கொள்கிறேன்.

எனக்கு ஒலிநாடாக்களைக் கேட்க மிகவும் பிடிக்கும். நான் கேட்டவற்றை மீண்டும் சுலபமாக மறுபரிசீலனை செய்து பார்ப்பதற்கு அவை உதவுவதுதான் அதற்குக் காரணம். எனக்கு ஒப்புதல் இல்லாத ஏதோ ஒரு விஷயத்தை ஒரு முதலீட்டாளர் பேசுவதை ஒருமுறை நான் ஓர் ஒலிநாடாவில் கேட்டுக் கொண்டிருந்தேன். ஆணவத்துடன் அவரை விமர்சிப்பதற்குப் பதிலாக, அந்த ஐந்து நிமிடப் பேச்சைக் குறைந்தபட்சம் 20 முறை

நான் கேட்டேன். திறந்த மனத்துடன் நான் அதைக் கேட்டுக்
கொண்டிருந்தபோது, அவர் ஏன் அவ்வாறு கூறினார் என்பதைத்
திடீரென்று நான் புரிந்துகொண்டேன். அது ஒரு மாயாஜாலம்போல்
இருந்தது. இக்காலத்தைச் சேர்ந்த மாபெரும் முதலீட்டாளர் ஒருவரின்
மனத்திற்குள் ஊடுருவிச் சென்று பார்த்ததுபோல் நான் உணர்ந்தேன்.
அவரது கல்வியறிவும் அனுபவமும் எனக்கு ஏராளமான
உள்நோக்குகளைக் கொடுத்தன.

இதன் இறுதி விளைவு இவ்வாறு அமைந்தது: எனது பழைய
சிந்தனைமுறையும் என்னிடம் இருந்தது, அதே பிரச்சனையை
அல்லது சூழ்நிலையை வேறொரு புதிய விதத்தில் பார்ப்பதற்கான
வழியும் என்னிடம் இருந்தது. ஒரு பிரச்சனையை அல்லது ஒரு
போக்கை அலசுவதற்கு என்னிடம் இரண்டு வழிகள் இப்போது
இருந்தன. அது விலைமதிக்க முடியாத வாய்ப்பாகும். இன்று,
"டொனால்டு டிரம்ப்போ அல்லது வாரன் பஃபேயோ இதை
எப்படிச் செய்வார்?" என்று அடிக்கடி நான் என்னிடம் கேட்டுக்
கொள்கிறேன். அவர்களது பரந்த மனவளத்தைப் பயன்படுத்திக்
கொள்வதற்கான ஒரே சிறந்த வழி, அவர்கள் கூறுவதைக் கேட்பதற்கு
அல்லது அவர்கள் எழுதுவதைப் படிப்பதற்குப் போதிய அளவு
பணிவுடன் இருப்பதுதான். ஆணவமான அல்லது விமர்சிக்கும்
போக்கைக் கொண்ட மக்கள், பெரும்பாலும், ஆபத்தான முயற்சியில்
துணிந்து இறங்காத, குறைந்த சுயமதிப்பைக் கொண்ட மக்களே.
ஏனெனில், நீங்கள் ஏதேனும் ஒரு புதிய விஷயத்தைக் கற்றால், நீங்கள்
கற்றுக் கொண்டுள்ளதை முழுமையாகப் புரிந்து கொள்வதற்கு நீங்கள்
ஒருசில தவறுகளைச் செய்தாகத்தான் வேண்டும்.

நீங்கள் இப்புத்தகத்தை இதுவரை படித்து வந்திருக்கிறீர்கள்
என்றால், ஆணவம் உங்களது ஒரு பிரச்சனையல்ல. ஆணவக்கார
மக்கள் நிபுணர்களின் பேச்சைக் கேட்பதுமில்லை, அவர்களது
புத்தகங்களைப் படிப்பதுமில்லை.

ஒரு புதிய யோசனை தாங்கள் சிந்திக்கும் விதத்தோடு
முரண்படும்போது, அந்த யோசனையை எதிர்த்து விவாதிக்கின்ற
அல்லது தங்களது சிந்தனைமுறையைத் தற்காத்துக் கொள்கின்ற
'புத்திசாலிகள்' ஏராளமானோர் உள்ளனர். இங்கு அவர்களது
'புத்திசாலித்தனம்' அவர்களது ஆணவத்தோடு இணைந்து
கொள்கிறது. இது அறியாமைக்கு வித்திடுகிறது. உயர்ந்த கல்வியறிவு
பெற்ற, அல்லது தாங்கள் சாமர்த்தியசாலிகள் என்று நம்புகின்ற
மக்களை நாம் ஒவ்வொருவரும் அறிவோம். ஆனால் அவர்களது நிதி
நிகர அறிக்கை முற்றிலும் வித்தியாசமான ஒரு காட்சியைத்
தீட்டுகிறது. உண்மையிலேயே புத்திசாலியாக உள்ள ஒரு நபர் புதிய
யோசனைகளை வரவேற்கிறார். ஏனெனில், புதிய யோசனைகள் மற்ற
யோசனைகளோடு கூட்டு சேர்ந்து அதிகப் பலனைக் கொடுக்கும்
என்பதை அவர் அறிவார். பேசுவதைவிட மற்றவர்களின் பேச்சைக்
காதுகொடுத்துக் கேட்பது அதிக முக்கியமானது. அது உண்மை

இல்லை என்றால், கடவுள் நமக்கு இரண்டு காதுகளையும் ஒரே ஒரு வாயையும் கொடுத்திருக்க மாட்டார். அதிக எண்ணிக்கையிலான மக்கள், புதிய யோசனைகளையும் சாத்தியக்கூறுகளையும் உள்வாங்கிக் கொள்வதற்கு, கவனமாகக் காதுகொடுத்துக் கேட்பதற்குப் பதிலாகத் தங்கள் வாயால் சிந்திக்கின்றனர். கேள்விகள் கேட்பதற்குப் பதிலாக அவர்கள் வாதம் புரிகின்றனர்.

நான் எனது சொத்துக்களை ஒரு நீண்டகாலக் கண்ணோட்டத்தில் பார்க்கிறேன். குறுகிய காலத்தில் பணக்காரனாக ஆவது என்ற மனப்போக்கில் எனக்கு நம்பிக்கையில்லை. லாட்டரி டிக்கட்டுகளை வாங்குபவர்களிடமும் சூதாடுபவர்களிடமும் இந்த மனப்போக்கு குடிகொண்டுள்ளது. நீங்கள் ஒரு விமானத்தை ஓட்ட விரும்பினால், முதலில் அதற்கான பயிற்சிகளை எடுத்துக் கொள்ள வேண்டும். பங்குகள் அல்லது வீடுமனைகளை வாங்குகின்ற, ஆனால் தங்களது மாபெரும் சொத்தான தங்கள் மனத்தில் ஒருபோதும் முதலீடு செய்யாத மக்களைப் பார்த்து நான் எப்போதும் அதிர்ச்சி அடைகிறேன். நீங்கள் வெறுமனே ஓரிரு வீடுகளை வாங்கியதால், வீடுமனை வாங்கல் மற்றும் விற்றலில் நீங்கள் ஒரு வல்லுனர் என்று அர்த்தமல்ல.

3. கூட்டமைப்பின் சக்தி: நண்பர்களை எச்சரிக்கையாகத் தேர்ந்தெடுங்கள்

முதலில், பணத்தை அளவீடாகக் கொண்டு நான் என் நண்பர்களைத் தேர்ந்தெடுப்பதில்லை. எனக்கு ஏழை நண்பர்களும் உண்டு, கோடீஸ்வர நண்பர்களும் உண்டு. அவர்கள் அனைவரிடம் இருந்தும் நான் கற்றுக் கொள்கிறேன்.

சில சமயங்களில், பணக்காரராக இருக்கிறார்கள் என்ற ஒரே காரணத்திற்காக உண்மையில் நான் சிலரை நாடியுள்ளேன் என்பதை நான் இங்கு ஒத்துக் கொள்கிறேன். ஆனால் நான் அவர்களது பணத்தின் பின்னால் செல்லவில்லை, அவர்களிடம் இருந்த அறிவைத் தேடியே நான் அவர்களிடம் சென்றேன். சில விஷயங்களில், இந்தப் பணக்கார மக்கள் எனது அருமை நண்பர்களாக ஆனார்கள். பணம் படைத்த எனது நண்பர்கள் எப்போதும் பணத்தைப் பற்றியே பேசுவதை நான் கவனித்திருக்கிறேன். அவர்கள் தங்களது பெருமையைத் தம்பட்டம் அடித்துக் கொள்வதற்காக அவ்வாறு பேசுவதில்லை. பணத்தைப் பற்றிப் பேசுவது அவர்களுக்குப் பிடித்திருக்கிறது. எனவே, நான் அவர்களிடம் இருந்து கற்றுக் கொள்கிறேன். தீவிரமான பணப் பிரச்சனையில் இருக்கும் எனது சில நண்பர்கள் பணத்தையோ, முதலீட்டையோ, அல்லது வியாபாரத்தையோ பற்றிப் பேச விரும்புவதில்லை. அது மரியாதையற்றச் செயல் அல்லது புத்திசாலித்தனமற்றக் காரியம் என்று அவர்கள் நினைக்கின்றனர்.

பொருளாதாரரீதியாகத் துன்புற்றுக் கொண்டிருக்கும் எனது நண்பர்களிடம் இருந்தும் நான் கற்றுக் கொள்கிறேன். நான் என்ன செய்யக்கூடாது என்பதை அவர்களிடம் இருந்து நான் கண்டுகொள்கிறேன்.

குறுகிய காலத்தில் பலகோடி டாலர்களை ஈட்டியுள்ள பல நண்பர்கள் எனக்கு உள்ளனர். அவர்களில் மூன்று பேர் இதே கருத்தைத் தெரிவிக்கின்றனர்: பணமில்லாத அவர்களது நண்பர்கள், அவர்கள் எவ்வாறு பணத்தைச் சம்பாதித்தார்கள் என்று அவர்களிடம் ஒருபோதும் கேட்பதில்லை. ஆனால் அதே நண்பர்கள், ஒரு கடனையோ அல்லது ஒரு வேலையையோ கேட்பதற்கு அவர்களிடம் வருகின்றனர்.

எச்சரிக்கை: ஏழைகள் அல்லது பயந்து போயுள்ள மக்கள் கூறுவதைக் காதுகொடுத்துக் கேட்காதீர்கள். எனக்கும் அப்படிப்பட்ட நண்பர்கள் இருக்கின்றனர், அவர்களை நான் நேசிக்கிறேன். ஆனால் அவர்கள் பயந்த சுபாவம் கொண்டவர்கள். பணம் என்று வரும்போது, குறிப்பாக, முதலீடுகள் என்று வரும்போது, அது எப்போதுமே ஆபத்தானது என்று அவர்கள் கருதுகின்றனர். ஒன்று ஏன் வேலை செய்யாது என்பதற்கு அவர்களிடம் எப்போதும் ஒரு காரணம் இருக்கும். பிரச்சனை என்னவென்றால், அவர்கள் கூறுவதைக் கண்மூடித்தனமாக அப்படியே ஏற்றுக் கொள்ளும் மக்களும் பயந்தவர்களாகவே இருக்கின்றனர். "இனம் இனத்தோடு சேரும்," என்ற பழைய கூற்று உண்மைதான்.

தொலைக்காட்சியில் வியாபாரம் தொடர்பான நிகழ்ச்சிகளை நீங்கள் பார்த்தால், சில 'நிபுணர்கள்' தோன்றுவார்கள். பங்குச் சந்தை வீழ்ச்சியடைவதாக ஒருவர் கூறுவார், அது கொழிக்கப் போவதாக இன்னொருவர் கூறுவார். நீங்கள் சாமர்த்தியமானவர் என்றால், இருவர் கூறுவதையும் கேளுங்கள், திறந்த மனத்துடன் இருங்கள். ஏனெனில் இருவரும் அர்த்தமுள்ள விஷயங்களைக் கூறுவார்கள். துரதிர்ஷ்டவசமாக, பெரும்பாலான ஏழைகள் எதிர்மறையானவர்களின் கூற்றுக்கே செவிசாய்க்கின்றனர்.

ஒரு பரிவர்த்தனையை மேற்கொள்வதிலிருந்து அல்லது ஒரு முதலீட்டைச் செய்வதிலிருந்து என்னைத் தடுத்தப் பல நெருங்கிய நண்பர்கள் எனக்கு உள்ளனர். சிறிது காலத்திற்கு முன்பு, 6 சதவீத வட்டியில் ஒரு வைப்புத் திட்டம் தனக்குக் கிடைத்திருந்ததால் தான் உற்சாகமாக இருந்ததாக எனது நண்பர் ஒருவர் என்னிடம் கூறினார். மாநில அரசாங்கத்திடமிருந்து 16 சதவீத வட்டி எனக்குக் கிடைத்ததாக நான் அவரிடம் தெரிவித்தேன். அடுத்த நாள், எனது முதலீடு ஏன் ஆபத்தானது என்பதைப் பற்றிய ஒரு கட்டுரையை அவர் எனக்கு அனுப்பி வைத்தார்.

செல்வத்தை உருவாக்குவதிலுள்ள மிகக் கடினமான விஷயங்களில் ஒன்று, கூட்டத்தோடு கூட்டமாகச் செல்லாமல் இருக்கத் தயாராக இருப்பதுதான். பங்குச் சந்தையில் கடைசி நேரத்தில் முதலீடு செய்வபவர்களுக்கே இழப்பு ஏற்படுகிறது என்பதுதான் இதற்குக் காரணம். சாமர்த்தியமான முதலீட்டாளர்கள் ஒரு வாய்ப்பைத் தவறவிட்டுவிட்டால், இன்னொரு வாய்ப்பிற்காகப் பொறுமையாகக் காத்திருப்பார்கள். இது பெரும்பாலான முதலீட்டாளர்களுக்குக் கடினமான காரியம். ஏனெனில், பிரபலமாக இல்லாத ஒரு நிறுவனத்தின் பங்கை வாங்குவது அச்சுறுத்துவதாக இருக்கின்றது. பயந்த சுபாவம் கொண்ட முதலீட்டாளர்கள் ஆட்டுமந்தை மனப்போக்கைக் கொண்டிருக்கின்றனர். அல்லது அவர்களது பேராசை அவர்களைப் படுகுழியில் தள்ளிவிடுகிறது. ஏனெனில், அறிவார்ந்த முதலீட்டாளர்கள் தங்களது லாபங்களை முதலிலேயே எடுத்துக் கொண்டுவிடுகின்றனர். பிரபலமாக இல்லாத நிறுவனத்தின் பங்குகளை அறிவார்ந்த முதலீட்டாளர்கள் வாங்குகின்றனர். பங்குகளை வாங்கும்போதுதான் லாபங்கள் உருவாக்கப்படுகின்றனவேயன்றி, அவற்றை விற்கும்போது அல்ல என்பதை அவர்கள் அறிந்துள்ளனர். அவர்கள் பொறுமையாகக் காத்திருக்கின்றனர்.

இவை அனைத்தும் உட்தகவல்களே. சில வகையான உட்தகவல்கள் சட்டபூர்வமானவை, சில வகையான உட்தகவல்கள் சட்டத்திற்குப் புறம்பானவை. எப்படிப் பார்த்தாலும், இது உட்தகவல்தான். உள்ளிருந்து நீங்கள் எவ்வளவு தொலைவில் இருக்கிறீர்கள் என்பதுதான் ஒரே வித்தியாசம். பணக்கார நண்பர்களை நீங்கள் பெற்றிருக்க வேண்டும் என்பதற்கான ஒரே காரணம், பணம் அங்குதான் உருவாக்கப்படுகிறது என்பதுதான். பணம் தகவல்களின்மீது உருவாக்கப்படுகிறது. அடுத்த முறை பங்குச் சந்தைக்குள் நுழையும்போது சீக்கிரமாக நுழைந்து, அது வீழ்ச்சியடைவதற்கு முன்பு வெளியேறிவிடுங்கள். எப்போது வெளியேற வேண்டும் என்பது குறித்தத் தகவல் மிகவும் இன்றியமையாதது. அது குறித்தத் தகவல்கள் எவ்வளவு சீக்கிரம் கிடைக்கிறதோ, அவ்வளவு விரைவாக உங்களுக்கு லாபம் கிடைக்கும். இதற்குத்தான் நண்பர்கள் தேவை. பொருளாதார அறிவு என்பது இதுதான்.

4. விரைவாகக் கற்பதன் சக்தி: ஒரு சூத்திரத்தில் திறமை பெற்றப் பிறகு ஒரு புதிய சூத்திரத்தைக் கற்றுக் கொள்ளுதல்

ரொட்டி தயாரிக்க வேண்டும் என்றால், அதைத் தயாரிப்பவர் ஒரு சமையல் குறிப்பைப் பின்பற்றுவார். அது எழுத்து வடிவில் இருந்தாலும் சரி அல்லது அவரது நினைவில் இருந்தாலும் சரி,

அதில் பெரிய வித்தியாசம் எதுவும் கிடையாது. பணத்தை உருவாக்குவதிலும் இது உண்மைதான்.

நீங்கள் எதைக் கற்றுக் கொள்கிறீர்கள் என்பதில் எச்சரிக்கையாக இருங்கள். ஏனெனில், உங்கள் மனத்தில் நீங்கள் எதை விதைக்கிறீர்களோ, அதுவாகவே நீங்கள் ஆகிவிடுகிறீர்கள். எடுத்துக்காட்டாக, நீங்கள் சமையல் கலையைக் கற்றால், சமையல் செய்ய முற்படுவீர்கள். நீங்கள் தொடர்ந்து சமைக்க விரும்பாவிட்டால், வேறு ஏதேனும் ஒன்றை நீங்கள் கற்றுக் கொள்ள வேண்டும்.

பணத்தைப் பொறுத்தவரை, பெரும்பாலான மக்களிடம் பொதுவாக ஒரே ஓர் அடிப்படைச் சூத்திரம் மட்டுமே இருக்கிறது. 'பணத்திற்காக உழையுங்கள்' என்று பள்ளியில் அவர்கள் கற்றுக் கொண்டதுதான் அது. ஒவ்வொரு நாளும் கோடிக்கணக்கான மக்கள் காலையில் எழுந்து, வேலைக்குச் சென்று, பணத்தைச் சம்பாதித்து, கட்டணங்களைச் செலுத்தி, வங்கிக் கணக்கைச் சரிபார்த்து, சில பரஸ்பர நிதிகளை வாங்கி, மீண்டும் வேலைக்குச் செல்வதுதான் உலகில் அன்றாடம் நடைபெறும் விஷயமாகும். இதுதான் அடிப்படைச் சூத்திரம்.

நீங்கள் செய்து கொண்டிருக்கும் வேலை உங்களுக்கு அலுப்பூட்டினாலோ அல்லது நீங்கள் போதுமான பணத்தைச் சம்பாதித்துக் கொண்டிருக்கவில்லை என்றாலோ, பணத்தை உருவாக்குவதற்கு நீங்கள் பயன்படுத்துகின்ற சூத்திரத்தை மாற்ற வேண்டும், அவ்வளவுதான்.

எனக்கு 26 வயதாக இருந்தபோது, 'கடன் தவணைகள் கட்டப்படாததால் கடன் கொடுத்த நிறுவனங்கள் தங்கள்வசம் எடுத்துக் கொண்ட வீடுகளை எவ்வாறு வாங்குவது' என்ற பயிற்சி வகுப்பில் நான் கலந்து கொண்டேன். அங்கு நான் ஒரு சூத்திரத்தைக் கற்றேன். அதை ஒழுங்குடன் எவ்வாறு செயல்படுத்துவது என்பதுதான் அடுத்து நான் கற்றுக் கொண்ட விஷயம். அங்குதான் பெரும்பாலான மக்கள் நிறுத்திவிடுகின்றனர். நான் ஜெராக்ஸ் நிறுவனத்தில் வேலை பார்த்துக் கொண்டிருந்தபோது, மூன்று வருடங்கள், வேலை போக எனக்குக் கிடைத்த எஞ்சிய நேரத்தை, கடன் தவணைகள் கட்டப்படாததால் கடன் கொடுத்த நிறுவனங்கள் தங்கள்வசம் எடுத்துக் கொண்ட வீடுகளை வாங்கும் கலையில் திறமை பெறுவதில் நான் செலவிட்டேன்.

அந்தச் சூத்திரத்தைத் திறம்படக் கற்றுக் கொண்ட பிறகு, வேறு பிற சூத்திரங்களை நான் தேடிச் சென்றேன். நான் எப்போதும் ஏதேனும் ஒரு புதிய விஷயத்தைக் கற்றுக் கொண்டே இருந்தேன்.

பொருளாதாரத் திட்டமிடுதல் மற்றும் பாரம்பரிய முதலீடுகளை வாங்குதல் போன்றவை தொடர்பான பல பயிற்சி வகுப்புகள்

உள்ளூர்க் கல்லூரிகளிலும் சமூகக் கல்லூரிகளிலும் இடம்பெறுகின்றன. இவற்றில் பங்குகொண்டு பயில்வது ஒரு நல்ல துவக்கம்தான், ஆனால் நான் எப்போதும் ஒரு விரைவான சூத்திரத்தைத் தேடுகிறேன். அதனால்தான், பலர் தங்கள் வாழ்நாள் முழுவதும் சம்பாதிக்கும் பணத்தைவிட அதிகப் பணத்தை நான் ஒரே நாளில் சம்பாதித்துவிடுகிறேன்.

வேகமாக மாறிக் கொண்டிருக்கும் இன்றைய உலகில், நீங்கள் தெரிந்து வைத்திருக்கும் விஷயங்கள் அவ்வளவு மதிப்பு வாய்ந்தவை அல்ல, ஏனெனில், அவை மிகவும் பழைய விஷயங்களே. நீங்கள் எவ்வளவு விரைவாகக் கற்றுக் கொள்கிறீர்கள் என்பதுதான் இங்கு முக்கியம். இந்தத் திறமை அதிக விலைமதிப்புக் கொண்டது. பணத்திற்காக வேலை பார்ப்பது என்பது குகை மனிதன் காலத்தில் தோன்றிய ஒரு பழைய சூத்திரமாகும்.

5. சுயஒழுங்கின் சக்தி: முதலில் உங்களுக்குக் கொடுக்க வேண்டியதைக் கொடுத்துக் கொள்ளுங்கள்

உங்களை உங்கள் கட்டுப்பாட்டிற்குள் உங்களால் கொண்டுவர முடியவில்லை என்றால், பணக்காரராக ஆவதற்கு முயற்சிக்காதீர்கள். முதலீடு செய்து, பணத்தை உருவாக்கி, இறுதியில் அதை இழப்பதில் எந்த அர்த்தமும் இல்லை. லாட்டரிக் குலுக்கலில் கோடிக்கணக்கான டாலர்கள் பரிசு பெற்றவர்கள் விரைவில் ஆண்டிகளாக ஆவதற்கு அவர்களிடம் சுயஒழுங்கு இல்லாததுதான் காரணம். ஓர் ஊதிய உயர்வு கிடைத்தவுடனேயே ஒரு புதிய கார் வாங்குவதோ அல்லது ஓர் உல்லாசப் பயணம் மேற்கொள்வதோகூட சுயஒழுங்கின்மையால்தான்.

நான் கூறுகின்ற பத்து அம்சங்களில் எது மிக முக்கியமானது என்று கூறுவது கடினம். ஆனால், இந்த ஐந்தாவது அம்சம் ஏற்கனவே உங்களிடம் இல்லை என்றால், கற்றுக் கொள்வதற்கு இதுதான் மிகவும் கடினமான அம்சமாகும். தனிப்பட்ட சுயஒழுங்குதான் பணக்காரர்களையும் ஏழைகளையும் பிரிக்கின்ற முதற்காரணியாகும்.

சுருக்கமாகக் கூறினால், குறைவான சுயமதிப்பும் பொருளாதார அழுத்தம் குறித்துக் குறைவான சகிப்புத்தன்மையும் கொண்டவர்களால் ஒருபோதும் பணக்காரர்களாக ஆக முடியாது. நான் முன்பே கூறியதுபோல், உலகம் உங்களைப் பந்தாடும் என்ற ஒரு படிப்பினையை என் பணக்காரத் தந்தை எனக்குக் கற்றுக் கொடுத்தார். உலகம் மக்களைப் பந்தாடுவதற்குக் காரணம், தனிநபர்களிடம் உள்ளார்ந்த கட்டுப்பாடும் ஒழுங்கும் இல்லாததுதான்.

நான் கற்றுக் கொடுக்கும் தொழில்முனைவோர் வகுப்புகளில், தங்கள் சேவைகள், பொருட்கள், அல்லது இணையத்தளத்தின்மீது

கவனம் செலுத்தாமல் இருக்குமாறும், நிர்வாகத் திறமைகளை வளர்த்துக் கொள்வதில் கவனம் செலுத்துமாறும் மக்களுக்குத் தொடர்ந்து நான் அறிவுறுத்துகிறேன். உங்களது சொந்த வியாபாரத்தைத் துவக்குவதற்குத் தேவையான மூன்று முக்கிய நிர்வாகத் திறமைகள் இவை:

* **பண வரவு—செலவு நிர்வாகம்**
* **மக்கள் நிர்வாகம்**
* **தனிப்பட்ட நேர நிர்வாகம்**

இந்த மூன்று நிர்வாகத் திறமைகளும் தொழில்முனைவோருக்கு மட்டுமல்லாமல், எல்லோருக்குமே தேவையானவைதான். ஒரு தனிநபராகவோ, அல்லது ஒரு குடும்பம், ஒரு வியாபாரம், ஒரு தொண்டு நிறுவனம், ஒரு நகரம் அல்லது ஒரு நாட்டின் ஒரு பகுதியாகவோ நீங்கள் வாழும் விதத்தில் இந்த மூன்று நிர்வாகத் திறமைகளும் அதிக அர்த்தம் வாய்ந்தவையாகப் பரிணமிக்கும்.

சுயஒழுங்கில் திறம்படைத்தவராக ஆவதன் மூலம் இந்த மூன்று திறமைகளும் மெருகூட்டப்படுகின்றன.

"முதலில் உங்களுக்குக் கொடுத்துக் கொள்ளுங்கள்," என்ற ஆலோசனையை நான் அவ்வளவு சாதாரணமாக எடுத்துக் கொள்வதில்லை.

"முதலில் உங்களுக்குக் கொடுத்துக் கொள்ளுங்கள்," என்ற வாக்கியம், ஜார்ஜ் கிளாசன் எழுதிய 'த ரிச்சஸ்ட் மேன் இன் பாபிலோன்' என்ற புத்தகத்தில் இடம்பெற்றுள்ளது. அப்புத்தகத்தின் பிரதிகள் கோடிக்கணக்கில் விற்பனையாகியுள்ளன. இந்த வாக்கியத்தைக் கோடிக்கணக்கான மக்கள் அடிக்கடிக் கூறினாலும், வெகுசிலரே இதைப் பின்பற்றுகின்றனர். நான் ஏற்கனவே கூறியதுபோல், பொருளாதாரரீதியான அறிவைப் பெற்றிருப்பது எண்களைப் படிப்பதற்கு உதவுகிறது. எண்கள்தான் உண்மையான கதையைக் கூறுகின்றன. ஒருவரது வருமான அறிக்கையையும் நிதி நிகர அறிக்கையையும் பார்த்தால், "முதலில் உங்களுக்குக் கொடுத்துக் கொள்ளுங்கள்," என்று கூறுபவர்கள் தாங்கள் கூறுவதைக் கடைபிடிக்கிறார்களா என்பதை என்னால் கூற முடியும்.

ஒரு படம் ஆயிரம் வார்த்தைகளுக்குச் சமானம். எனவே, முதலில் தங்களுக்குக் கொடுத்துக் கொள்ளும் மக்களின் பொருளாதார அறிக்கைகளையும், முதலில் தங்களுக்குக் கொடுத்துக் கொள்ளாதவர்களின் பொருளாதார அறிக்கைகளையும் நாம் பரிசீலனை செய்யலாம்.

முதலில் தங்களுக்குக் கொடுத்துக் கொள்ளும் மக்கள்

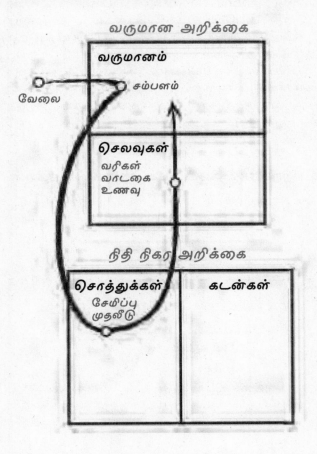

இந்தப் படங்களை ஆய்வு செய்து, ஏதேனும் வேறுபாடுகளை உங்களால் காண முடிகிறதா என்று பாருங்கள். பண வரவைப் புரிந்து கொள்வதுடன் தொடர்புடையது இது. பெரும்பாலான மக்கள் எண்களைப் பார்த்துவிட்டு, கதையைத் தவறவிடுகின்றனர்.

உங்களால் பார்க்க முடிகிறதா? முதலில் தங்களுக்குக் கொடுத்துக் கொள்ளும் தனிநபர்களின் நடவடிக்கைகளை இப்படம் பிரதிபலிக்கிறது. ஒவ்வொரு மாதமும் அவர்கள் தங்கள மாதாந்திரச் செலவுகளைச் செய்வதற்கு முன் தங்களுக்குக் கொடுத்துக் கொள்கின்றனர். கோடிக்கணக்கானவர்கள் ஜார்ஜ் கிளாசனின் புத்தகத்தைக் படித்து, “முதலில் உங்களுக்குக் கொடுத்துக் கொள்ளுங்கள்” என்ற வார்த்தைகளைப் புரிந்து கொண்டாலும்கூட, உண்மையில் அவர்கள் கடைசியில்தான் தங்களுக்குக் கொடுத்துக் கொள்கின்றனர்.

செலுத்தப்பட வேண்டிய கட்டணங்களை உரிய நேரத்தில் செலுத்துவதில் உண்மையிலேயே நம்பிக்கை கொண்டவர்கள் கூக்குரலிடுவது இப்போது என் காதுகளில் விழுகிறது. குறித்த நேரத்தில் கட்டணங்களைச் செலுத்தும் பொறுப்பான மனிதர்களின் குரலும் என் காதுகளில் விழுகிறது. நீங்கள் பொறுப்பற்றவராக இருக்க வேண்டும் என்றோ, அல்லது நீங்கள் உங்கள் கட்டணங்களைச் செலுத்தக்கூடாது என்றோ நான் கூறவில்லை. முதலில் உங்களுக்குக் கொடுத்துக் கொள்ளுங்கள் என்றுதான் நான் கூறுகிறேன். முந்தையப் படம் அதை வலியுறுத்துகின்றது.

முதலில் மற்றவர்களுக்குக் கொடுத்துவிடும் மக்கள்

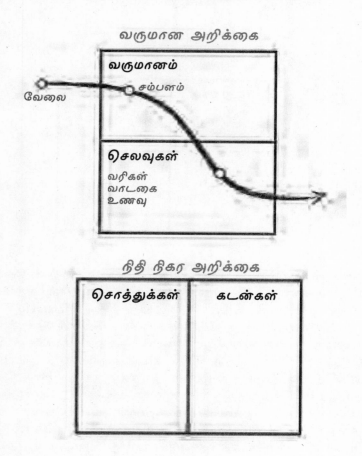

பணப் பெயர்ச்சியின் சக்தியை உண்மையிலேயே உங்களால் புரிந்து கொள்ளத் துவங்க முடியும்போது, முந்தையப் படத்தில் என்ன தவறு உள்ளது என்பதை விரைவில் நீங்கள் உணர்வீர்கள். அதோடு, 90 சதவீத மக்கள் ஏன் தங்கள் வாழ்நாள் முழுவதும் கடினமாக உழைக்கிறார்கள் என்பதையும், தங்களால் இனிமேலும் உழைக்க முடியாது என்று அவர்கள் உணரும்போது, சமூகப் பாதுகாப்புத் திட்டம் போன்ற அரசாங்க உதவித் திட்டங்களின் உதவி அவர்களுக்கு ஏன் தேவைப்படுகிறது என்பதையும் நீங்கள் புரிந்து கொள்வீர்கள்.

“முதலில் உங்களுக்குக் கொடுத்துக் கொள்ளுங்கள்” என்ற கண்ணோட்டத்தில் பார்ப்பது ஒரு பிரச்சனையாக இருக்கின்ற பல கணக்காளர்களையும் வங்கியாளர்களையும் நானும் கிம்மும் அறிவோம். இவர்கள் அனைவரும் பெரும்பாலானவர்கள் செய்வதையே செய்கின்றனர்: இவர்கள் கடைசியில்தான் தங்களுக்குக் கொடுத்துக் கொள்கின்றனர்.

என் வாழ்வில் சில சமயங்களில், என் வருமானம் என் செலவுகளைவிட மிகவும் குறைவாக இருந்ததுண்டு. அப்போதும் நான் முதலில் எனக்குக் கொடுத்துக் கொண்டேன். “அவர்கள் உங்களைத் துரத்திக் கொண்டு வரப் போகிறார்கள். வருவாய்த் துறை அதிகாரிகள் உங்களைச் சிறையில் அடைக்கப் போகிறார்கள். நீங்கள் உங்கள் கடன் மதிப்பை இழக்கப் போகிறீர்கள். மின்சார இணைப்பை அவர்கள் துண்டித்துவிடுவர்,” என்று என் கணக்காளர் பீதியில் கத்தினார். ஆனாலும் நான் முதலில் எனக்குக் கொடுத்துக் கொண்டேன்.

“ஏன்?” என்று நீங்கள் கேட்கலாம். ‘ரிச்சஸ்ட் மேன் இன் பாபிலோன்’ புத்தகத்தின் கதை அதைப் பற்றியதுதான். சுயஒழுங்கு மற்றும் உள்ளார்ந்த கட்டுப்பாடு ஆகியவற்றின் சக்தியைப் பற்றியது அது. என் பணக்காரத் தந்தையிடம் நான் வேலை பார்த்த முதல் மாதம் அவர் எனக்குக் கற்றுக் கொடுத்ததைப்போல், உலகம் தங்களைப் பந்தாடுவதற்குப் பெரும்பாலான மக்கள் அனுமதித்துவிடுகின்றனர். ஒரு கட்டண வசூலிப்பாளர் உங்களை அழைத்து, “கட்டணத்தைச் செலுத்திவிடுங்கள், இல்லையென்றால் . . .” என்று மிரட்டுகிறார். ஒரு கடையில் உள்ள விற்பனைப் பெண், “நீங்கள் பணம் எடுத்து வரவில்லையா? அதனால் என்ன? கடனட்டையில் வாங்கிக் கொள்ளுங்கள்,” என்று கூறுகிறார். அந்தப் புத்தகம் உண்மையிலேயே அதைப் பற்றியதுதான். அலைக்கு எதிராகச் சென்று பணக்காரராக ஆவதைப் பற்றியதுதான். நீங்கள் பலவீனமானவராக இல்லாமல் இருக்கலாம், ஆனால் பணம் என்று வரும்போது பலர் நடுங்குகின்றனர்.

நீங்கள் பொறுப்பற்றவராக இருக்க வேண்டும் என்று நான் கூறவில்லை. எனக்கு அதிகமான கடனட்டைக் கடன்கள் இல்லாமல்

இருப்பதற்குக் காரணம், முதலில் நான் எனக்குக் கொடுத்துக் கொள்வதுதான்.

நான் எனது கட்டணங்களைக் கடைசியில் செலுத்தினாலும்கூட, பொருளாதாரச் சிக்கல்களுக்குள் சிக்கிக் கொள்ளாமல் இருக்கும் அளவுக்கு நான் பொருளாதாரரீதியான சாமர்த்தியம் மிக்கவனாக இருக்கிறேன். எனக்கு நுகர்வோர் கடன் பிடிக்காது. 99 சதவீத மக்களைவிட எனக்கு அதிகக் கடன்கள் இருக்கின்றன, ஆனால் அவற்றுக்கு நான் பணம் செலவிடுவதில்லை. மற்றவர்கள் எனது கடன்களுக்குப் பணம் செலுத்துகின்றனர். என் வீடுகளிலும் கட்டிடங்களிலும் வாடகைக்கு இருப்பவர்கள்தான் அவர்கள். எனவே, முதலில் உங்களுக்குக் கொடுத்துக் கொள்வதில் உள்ள முதல் விதி இதுதான்: எக்காரணம் கொண்டும் கடனுக்கு ஆளாகாதீர்கள். நான் செலுத்த வேண்டிய கட்டணங்களை நான் கடைசியில் செலுத்தினாலும்கூட, அவை முக்கியமற்றச் சிறு கட்டணங்களாக இருக்குமாறு நான் பார்த்துக் கொள்கிறேன்.

எப்போதாவது என்னிடம் பணம் மிகக் குறைவாக இருந்தால், அப்போதுகூட நான் முதலில் எனக்குக் கொடுத்துக் கொள்கிறேன். எனக்குக் கடன் கொடுத்தவர்களும் அரசாங்கமும் கூச்சலிடட்டும் என்று விட்டுவிடுவேன். அவர்கள் என்னிடம் கடுமையாக நடந்து கொள்வதை நான் மிகவும் விரும்புகிறேன். ஏன்? ஏனெனில் அவர்கள் எனக்கு ஓர் உபகாரம் செய்கின்றனர். அதிகப் பணத்தை உருவாக்குவதற்கு அவர்கள் எனக்கு உத்வேகம் ஊட்டுகின்றனர். எனவே, நான் முதலில் எனக்குக் கொடுத்துக் கொண்டு, பணத்தை முதலீடு செய்துவிட்டு, எனக்குக் கடன் கொடுத்தவர்கள் கத்துவதற்கு விட்டுவிடுகிறேன். பொதுவாக நான் அவர்களுக்கு உடனடியாகக் கொடுத்துவிடுவேன். ஆனால் நுகர்வோர் கடன்களை அடைப்பதற்காக, நானும் கிம்மும் அழுத்தத்திற்கு வளைந்து கொடுத்து, எங்களது சேமிப்புகளைச் செலவழித்து, அல்லது பங்குகளை விற்று எங்கள் கடன்களை அடைப்பதில்லை. இது பொருளாதாரரீதியாக அறிவார்ந்த செயல் அல்ல.

நீங்கள் வெற்றிகரமாக முதலில் உங்களுக்குக் கொடுத்துக் கொள்ள வேண்டும் என்றால், பின்வரும் விஷயங்களை மனத்தில் வைத்துக் கொள்ளுங்கள்:

1. பெரிய கடன்களுக்கு ஆளாகாதீர்கள். உங்களது செலவுகளைக் குறைவாக வைத்துக் கொள்ளுங்கள். முதலில் சொத்துக்களைச் சேகரியுங்கள். பிறகு ஒரு பெரிய வீட்டையோ அல்லது புதிய காரையோ வாங்குங்கள். பொறிக்குள் சிக்கிக் கொள்வது புத்திசாலித்தனமான காரியமல்ல.

2. உங்களிடம் பணம் குறைவாக இருக்கும்போது, உங்கள் சேமிப்புகளிலோ அல்லது முதலீடுகளிலோ கை வைக்காதீர்கள், அழுத்தத்திற்கு வளைந்து கொடுக்காதீர்கள். அதிகப் பணத்தை உருவாக்குவதற்கான புதிய வழிகளைக் கண்டுபிடிப்பதற்கு உங்களது பொருளாதாரரீதியான மேதமைக்கு உத்வேகமூட்ட அந்த அழுத்தத்தைப் பயன்படுத்திக் கொள்ளுங்கள். பிறகு நீங்கள் மற்றவர்களுக்குச் செலுத்த வேண்டியவற்றைச் செலுத்துங்கள். அதிகப் பணத்தை உருவாக்குவதற்கான உங்களது திறனையும் உங்களது பொருளாதாரரீதியான அறிவையும் அப்போது நீங்கள் அதிகரித்திருப்பீர்கள்.

பல சமயங்களில் நான் கடினமான பொருளாதாரச் சிக்கல்களில் மாட்டிக் கொண்டிருக்கிறேன். அந்த சமயங்களில் நான் என் மூளையைப் பயன்படுத்தி அதிக வருவாயை உருவாக்கியிருக்கிறேன். அதோடு, என் சொத்துக்களையும் பாதுகாத்திருக்கிறேன். எனது கணக்காளரோ ஓடிச் சென்று ஒளிந்து கொண்டுவிடுவார்.

ஏழைகள் மோசமான பழக்கங்களைக் கொண்டுள்ளனர். எடுத்தவுடனேயே சேமிப்பில் கை வைப்பது ஒரு பொதுவான மோசமான பழக்கம். சேமிப்புகள் அதிகப் பணத்தை உருவாக்குவதற்கு மட்டுமே பயன்படுத்தப்பட வேண்டியவை, கட்டணங்களைச் செலுத்துவதற்கு உரியவை அல்ல என்பதைப் பணக்காரர்கள் அறிவார்கள்.

பொருளாதாரரீதியான அழுத்தத்தை நீங்கள் விரும்பவில்லை என்றால், உங்களுக்குப் பலனளிக்கக்கூடிய ஒரு சூத்திரத்தைக் கண்டுபிடியுங்கள். உங்கள் செலவுகளைக் குறைத்து, உங்கள் பணத்தை வங்கியில் சேமித்து, அளவுக்கதிகமான வருமான வரியைச் செலுத்தி, பாதுகாப்பான பரஸ்பர நிதிகளை வாங்கி, சராசரி மக்களின் பிரமாணத்தை மேற்கொள்வது ஒரு நல்ல சூத்திரம். ஆனால், முதலில் உங்களுக்குக் கொடுத்துக் கொள்ளுங்கள் என்ற விதியை இது மீறிவிடுகிறது.

சுயதியாகத்தையோ அல்லது பொருளாதாரத்திலிருந்து விலகி இருப்பதையோ இவ்விதி ஊக்குவிக்கவில்லை. முதலில் நீங்கள் உங்களுக்குக் கொடுத்துக் கொள்ள வேண்டும், பிறகு பட்டினி கிடக்க வேண்டும் என்பது இதற்கு அர்த்தமல்ல. வாழ்க்கை மகிழ்ச்சியாக அனுபவிக்கப்பட வேண்டிய ஒன்றுதான். உங்களது பொருளாதாரரீதியான மேதமையை நீங்கள் பயன்படுத்திக் கொண்டால், வாழ்வின் அனைத்து நல்ல விஷயங்களும் உங்களுக்குக் கிடைக்கும், நீங்கள் பணக்காரராக ஆகலாம், செலுத்த வேண்டிய கட்டணங்களைச் செலுத்தலாம். பொருளாதாரரீதியான அறிவு என்பது அதுதான்.

6. நல்ல ஆலோசனையின் சக்தி: உங்களது தரகர்களுக்கு நல்ல ஊக்கத் தொகையைக் கொடுங்கள்

சிலர் யாருடைய உதவியுமின்றித் தங்கள் வீடுகளைத் தாங்களே விற்க முற்படுவார்கள். ஆனால் இதற்கு நேரெதிரான அணுகுமுறையை எடுப்பதற்கு என் பணக்காரத் தந்தை எனக்குக் கற்றுக் கொடுத்தார். ஒரு தொழிலில் நிபுணர்களாக இருப்பவர்களுக்கு நல்ல தொகையைக் கொடுத்து, அவர்களது உதவியைப் பெற்றுக் கொள்ள வேண்டும் என்பது அவரது கொள்கையாக இருந்தது. நானும் அதே கொள்கையை சுவீகரித்துக் கொண்டுள்ளேன். இன்று, நான் அதிகப் பணம் கொடுத்து, வழக்கறிஞர்களையும், கணக்காளர்களையும், வீடுமனைத் தரகர்களையும், பங்குத் தரகர்களையும் வேலைக்கு அமர்த்தியுள்ளேன். ஏன்? அவர்கள் உண்மையிலேயே மிகச் சிறப்பான தொழில்முறை ஊழியர்களாக இருந்தால், அவர்களது சேவை உங்களுக்குப் பெரும் பணத்தைச் சம்பாதித்துக் கொடுக்க வேண்டும். அவர்கள் எவ்வளவு அதிகப் பணத்தைச் சம்பாதிக்கிறார்களோ, அதைவிடப் பல மடங்கு அதிகப் பணத்தை நீங்கள் சம்பாதிப்பீர்கள்.

நாம் தகவல் யுகத்தில் வாழ்கிறோம். தகவல் விலைமதிப்பிட முடியாதது. ஒரு நல்ல தரகர் என்றால், உங்களுக்குத் தகவல்களை வழங்குவதோடு, உங்களுக்குக் கற்றுக் கொடுப்பதற்கு நேரத்தையும் செலவிட வேண்டும். இத்தகைய சேவைகளைச் செய்கின்ற ஏராளமான தரகர்கள் எனக்குக் கிடைத்துள்ளனர். என்னிடம் குறைவான பணம் இருந்தபோது அல்லது பணமே இல்லாதபோதுகூட இவர்களில் சிலர் எனக்குக் கற்றுக் கொடுத்துள்ளனர். நான் இன்றும் அவர்களோடு இருக்கிறேன்.

அவர்கள் கொடுக்கும் தகவல்களை வைத்து நான் சம்பாதிக்கும் பணத்தோடு ஒப்பிட்டால், அவர்களுக்கு நான் கொடுக்கும் பணம் ஒரு சிறு தொகைதான். எனது வீடுமனைத் தரகர்களும் பங்குத் தரகர்களும் அதிகமாகப் பணம் சம்பாதிக்கும்போது அது எனக்கு மிகவும் மகிழ்ச்சி அளிக்கிறது. ஏனெனில், நான் அதைவிடப் பல மடங்கு அதிகமாகப் பணம் சம்பாதிக்கிறேன் என்று அர்த்தம்.

ஒரு நல்ல தரகர் எனக்குப் பணம் சம்பாதித்துக் கொடுப்பதோடு, எனது நேரத்தையும் மிச்சப்படுத்துகிறார். என் தரகர் கொடுத்தத் தகவலின் அடிப்படையில் நான் 9,000 டாலர்கள் கொடுத்து ஒரு காலி நிலத்தை வாங்கி, உடனடியாக அதை 25,000 டாலர்களுக்கும் அதிகமான தொகைக்கு விற்று, ஒரு புதிய கார் வாங்கியதை இதற்கு எடுத்துக்காட்டாகக் கூறலாம்.

பங்குச் சந்தையைப் பொறுத்தவரை ஒரு தரகர்தான் எனது கண்கள் மற்றும் காதுகள். எனக்குப் பதிலாக அவர்கள் ஒவ்வொரு நாளும் அங்கு செல்கின்றனர். அந்த நேரத்தில் நான் கோல்ஃப் விளையாடலாம்.

தங்கள் சொந்த முயற்சியில் தங்களது வீடுகளை விற்கின்ற மக்கள் தங்கள் நேரத்தை அவ்வளவாக மதிப்பதில்லை. அவர்கள் தரகுத் தொகையைக் கொடுக்க விரும்புவதில்லை. ஆனால் அந்தப் பணத்தை மிச்சப்படுத்துவதற்குப் பதிலாக, அந்த நேரத்தில் என்னால் அதிகப் பணத்தைச் சம்பாதிக்க முடியும் அல்லது என் பிரியத்திற்கு உரியவர்களுடன் அந்த நேரத்தை என்னால் செலவிட முடியும். பெரும்பாலான ஏழைகளும் நடுத்தர வர்க்கத்து மக்களும் உணவகங்களில் சாப்பிட்டுவிட்டு 15 — 20 சதவீதம் டிப்ஸ் வைப்பதற்கு யோசிப்பதில்லை, அந்த உணவகங்களின் சேவை மோசமாக இருந்தாலும்கூட. ஆனால் தரகர்களுக்கு 3 — 7 சதவீதம் கொடுப்பதற்கு அவர்கள் முன்வராதது வேடிக்கையான விஷயம். செலவுகள் பகுதியில் உள்ள மக்களுக்கு டிப்ஸ் கொடுப்பதற்கு அவர்கள் தயங்குவதில்லை, ஆனால் சொத்துக்கள் பகுதியில் உள்ள மக்களுக்குப் பணம் கொடுப்பதற்கு அவர்கள் விரும்புவதில்லை. இது பொருளாதாரரீதியான அறிவு அல்ல.

அனைத்துத் தரகர்களும் ஒன்றுபோல் படைக்கப்படவில்லை என்பதை நினைவில் கொள்ளுங்கள். துரதிர்ஷ்டவசமாக, பெரும்பாலான தரகர்கள் வெறும் விற்பனையாளர்கள்தான். அவர்கள் விற்கின்றனர், ஆனால் அவர்களுக்கென்று சொந்தமாக ஒருசில வீடுமனைகளே இருக்கின்றன அல்லது வீடுமனைகள் எதுவுமே இருப்பதில்லை. பங்குகள், பத்திரங்கள், பரஸ்பர நிதிகள், காப்பீடுகள் போன்றவற்றை விற்பனை செய்கின்ற தரகர்களின் விஷயத்திலும் இது உண்மைதான்.

எந்தவொரு நிபுணரையும் நான் நேர்முகத் தேர்வு செய்யும்போது, தனிப்பட்ட முறையில் அவர்களுக்கு எவ்வளவு சொத்துக்கள் இருக்கின்றன அல்லது எவ்வளவு பங்குகள் இருக்கின்றன என்பதையும், அவர்கள் எத்தனை சதவீதம் வரி செலுத்துகின்றனர் என்பதையும் நான் முதலில் கண்டுபிடிப்பேன். இது எனது வரிகளைக் கையாளும் வழக்கறிஞர்களுக்கும் எனது கணக்காளர்களுக்கும் பொருந்தும். என்னிடம் உள்ள ஒரு கணக்காளர் தனக்கென்று சொந்தமாக ஒரு தொழிலையும் வைத்திருக்கிறார். கணக்குவழக்குகளைக் கையாள்வது அவரது வேலை, ஆனால் வீடுமனைகளை வாங்குவதும் விற்பதும் அவரது தொழில்.

உங்களது நலனை மனத்தில் வைத்திருக்கும் ஒரு தரகரைக் கண்டுபிடியுங்கள். பல தரகர்கள் உங்களைப் பயிற்றுவிப்பதற்கு நேரம் செலவிடுவார்கள். அவர்கள் உங்களது மிகச் சிறந்த சொத்தாக ஆவார்கள். நீங்கள் நியாயமாக நடந்து கொண்டால், அவர்களும் உங்களிடம் நியாயமாக நடந்து கொள்வார்கள். அவர்களது கமிஷன் தொகைகளைக் குறைப்பதைப் பற்றி மட்டுமே நீங்கள் யோசித்தால், அவர்கள் ஏன் உங்களுக்கு உதவப் போகிறார்கள்? இது சாதாரணக் கணக்கு.

நான் முன்பு கூறியதுபோல், மக்கள் நிர்வாகம் என்பது நிர்வாகத் திறமைகளில் ஒன்று. பல மேலாளர்கள் தங்களைவிடக் குறைந்த சாமர்த்தியம் கொண்ட, தங்களால் அதிகாரம் செலுத்த முடிகின்ற மக்களை நிர்வகிப்பதை மட்டுமே விரும்புகின்றனர். பல இடைநிலை மேலாளர்கள் இடைநிலை மேலாளர்களாகவே இருந்துவிடுகின்றனர், பதவி உயர்வைத் தவறவிடுகின்றனர். ஏனெனில், தங்களைவிடக் குறைந்த திறமை கொண்ட மக்களை வைத்து வேலை வாங்க அவர்களுக்குத் தெரிந்திருக்கிறது, ஆனால் தங்களைவிட அதிகத் திறமைசாலிகளை வைத்து வேலை வாங்க அவர்களுக்குத் தெரிந்திருப்பதில்லை. சில நுட்பமான பகுதிகளில் உங்களைவிட சாமர்த்தியமான மக்களை நிர்வகித்து, அவர்களுக்கு வெகுமதியளிப்பதுதான் உண்மையான திறமை. அதனால்தான் நிறுவனங்களில் இயக்குனர்கள் குழுமங்கள் இருக்கின்றன. நீங்கள் அப்படிப்பட்ட ஒரு குழுமத்தை வைத்திருக்க வேண்டும். அதுதான் பொருளாதாரரீதியான அறிவு.

7. ஒன்றும் செய்யாமல் எதையாவது பெறும் சக்தி: செவ்விந்தியர்களைப்போலக் கொடுங்கள்

மக்கள் முதன்முதலில் ஐரோப்பாவிலிருந்து அமெரிக்காவில் குடியேறியபோது, செவ்விந்தியர்களின் சில கலாச்சாரப் பழக்கவழக்கங்கள் அவர்களுக்கு அதிர்ச்சி அளித்தன. எடுத்துக்காட்டாக, புதிதாகக் குடியேறி வந்திருக்கும் ஒரு நபருக்குக் குளிரெடுத்தால், செவ்விந்தியர்கள் அவருக்கு ஒரு கம்பளியைக் கொடுப்பார்கள். அது தனக்குக் கொடுக்கப்பட்டப் பரிசு என்று அவர் தவறாக நினைத்துக் கொள்வார். பின்னர் அதை அவர்கள் திருப்பித் தருமாறு கேட்கும்போது, அவரது மனம் புண்படுகிறது.

அவர் அதைத் திருப்பிக் கொடுக்க விரும்பவில்லை என்பதை உணர்ந்தபோது செவ்விந்தியர்களும் மனம் நொந்தனர். இது கலாச்சாரரீதியான ஒரு தவறான புரிதலாகும்.

சொத்துக்களைப் பொறுத்தவரை, செவ்விந்தியர்களைப்போல் இருப்பது செல்வத்திற்கு இன்றியமையாதது. கைதேர்ந்த முதலீட்டாளரின் முதல் கேள்வி, "எவ்வளவு விரைவாக என் பணம் எனக்குத் திரும்பக் கிடைக்கும்?" என்பதாகத்தான் இருக்கும். இலவசமாகத் தங்களுக்கு எது கிடைக்கும் என்பதையும் அவர்கள் தெரிந்து கொள்ள விரும்புகின்றனர். அதனால்தான், முதலீட்டின்மீதான பதிலீடு மிக முக்கியமானதாக ஆகிறது.

எடுத்துக்காட்டாக, நான் வசித்த இடத்திலிருந்து சிறிது தூரத்தில், கடன் தவணை கட்டப்படாததால் ஒரு வங்கி தன்வசம் எடுத்துக் கொண்ட ஒரு வீடு இருந்தது. அந்த வங்கி அதற்கு 60,000 டாலர்கள் தொகையை எதிர்பார்த்தது. நான் 50,000 டாலர்கள் தர முன்வந்து

விண்ணப்பித்தேன். அவர்கள் அதை ஏற்றுக் கொண்டனர். ஏனெனில், எனது ஏல விண்ணப்பத்தோடு கூடவே, 50,000 டாலர்களுக்கான ஒரு காசோலையையும் நான் அனுப்பி வைத்தேன். இது நான் அந்த வீட்டை வாங்குவதில் தீவிரமாக இருந்ததை அவர்களுக்கு உணர்த்தியது.

கைதேர்ந்த முதலீட்டாளரின் முதல் கேள்வி, "எவ்வளவு விரைவாக என் பணம் எனக்குத் திரும்பக் கிடைக்கும்?" என்பதாகத்தான் இருக்கும்.

"ஏகப்பட்டப் பணத்தை நீங்கள் முடக்குகிறீர்களே? இது புத்திசாலித்தனமான காரியமா?" என்று பெரும்பாலான முதலீட்டாளர்கள் கேட்பார்கள். "இந்த விஷயத்திற்கு அது பொருந்தும்," என்பதுதான் எனது பதில். எனது முதலீட்டு நிறுவனம் இந்த வீட்டைக் குளிர்காலத்தில் வாடகைக்கு விடுவதற்காகப் பயன்படுத்தியது. மாதம் ஒன்றுக்கு 2,500 டாலர்கள் வாடகையில், அந்த வீடு ஒரு வருடத்திற்கு நான்கு மாதங்கள் வாடகைக்கு விடப்படுகிறது. குளிர்காலம் முடிந்த பிறகு, அது ஒரு மாதத்திற்கு 1,000 டாலர்களுக்கு வாடகைக்கு விடப்படுகிறது. சுமார் மூன்று வருடங்களில் எனது பணம் எனக்குத் திரும்பக் கிடைத்தது. இப்போது இந்தச் சொத்து எனக்குச் சொந்தமாக உள்ளது. ஒவ்வொரு மாதமும் அது எனக்கு வருவாயை ஈட்டிக் கொடுக்கிறது.

பங்குகளையும் நான் இதுபோலவே கையாள்கிறேன். ஏதேனும் ஒரு நிறுவனம் ஒரு புதிய பொருளை அறிமுகப்படுத்தும்போதோ அல்லது வேறு ஏதோ ஒன்றைச் செய்யும்போதோ, அந்நிறுவனத்தின் பங்கு விலை அதிகரிப்பதற்கான வாய்ப்பு நிலவும்போது எனது தரகர் என்னை அழைத்து, ஒரு கணிசமான தொகையை அந்நிறுவனத்தின் பங்குகளில் முதலீடு செய்யுமாறு எனக்குப் பரிந்துரைப்பார். ஒரு வாரத்திலிருந்து ஒரு மாதம்வரை நான் என் பணத்தை அதில் விட்டு வைப்பேன். அந்நிறுவனத்தின் பங்கு விலை அதிகரிக்கும்போது, நான் முதலில் முதலீடு செய்த பணத்தின் மதிப்பிற்கு ஈடான பங்குகளை விற்றுவிட்டு, மீதிப் பங்குகளை அப்படியே வைத்துக் கொள்வேன். பிறகு, பங்குச் சந்தையின் ஏற்ற இறக்கங்களைப் பற்றிக் கவலைபடாமல் இருந்துவிடுவேன். ஏனெனில், நான் முதலில் போட்டப் பணம் எனக்குத் திரும்பக் கிடைத்துவிட்டது, இப்போது அது இன்னொரு சொத்தின்மீது வேலை செய்து கொண்டிருக்கிறது. என் பணம் உள்ளே போகிறது, பிறகு வெளியே வருகிறது. ஆனால் விலை ஏறியதால் செலவே இல்லாமல் ஒரு சொத்து எனக்குச் சொந்தமாகிவிடுகிறது.

நான் பல சமயங்களில் பணத்தை இழந்திருக்கிறேன் என்பது உண்மை. ஆனால் எனக்குக் கட்டுப்படியாகக்கூடிய பணத்தைக் கொண்டு மட்டுமே நான் இதில் இறங்குவேன். சராசரியாக நான்

பத்து முதலீடுகளைச் செய்தால், அதில் இரண்டு அல்லது மூன்று முதலீடுகள் எனக்கு நல்ல லாபத்தைக் கொடுக்கும், ஐந்தாறு முதலீடுகளிலிருந்து எதுவும் வராது, இரண்டு அல்லது மூன்று முதலீடுகளில் எனக்கு இழப்பு ஏற்படும்.

சவாலான அல்லது ஆபத்தான முதலீடுகளை வெறுக்கும் மக்கள் தங்கள் பணத்தை வங்கியில் போட்டு வைக்கின்றனர். காலப்போக்கில், எதுவும் சேமிக்காமல் இருப்பதைவிட, பாதுகாப்பான சேமிப்புகள் சிறந்தவைதான். ஆனால் உங்கள் பணத்தைத் திரும்பப் பெறுவதற்கு அதிக காலம் ஆகும். பெரும்பாலான சமயங்களில், அவற்றோடு இலவசமாக எதுவும் வருவதில்லை.

எனது ஒவ்வொரு முதலீட்டிலும், இலவசமாக எனக்கு ஏதேனும் ஒன்று கிடைத்தாக வேண்டும்: ஒரு வீடு, ஒரு சிறிய சேமிப்புக் கிடங்கு, ஒரு சிறு நிலம், பங்குகள், அல்லது ஓர் அலுவலகக் கட்டிடம் போன்றவற்றை இதற்கு உதாரணமாகக் கூறலாம். அந்த முதலீட்டில் குறைந்த ஆபத்தே இருக்க வேண்டும். இது தொடர்பான பல புத்தகங்கள் ஏற்கனவே வெளிவந்து இருப்பதால், நான் இதைப் பற்றி எதுவும் பேசப் போவதில்லை.

எனவே, அறிவார்ந்த முதலீட்டாளர்கள் பதிலீட்டைத் தாண்டிப் பார்க்க வேண்டும். தங்கள் பணம் தங்களுக்குக் கிடைத்தவுடன், அதன் பிறகு வருகின்ற இலவசமான சொத்துக்களை அவர்கள் பார்க்கின்றனர். அதுதான் பொருளாதாரரீதியான அறிவு.

8. ஒருமித்தக் கவனத்தின் சக்தி: சொத்துக்களைப் பயன்படுத்தி ஆடம்பர வசதிகளை வாங்குங்கள்

என் நண்பர் ஒருவரின் பதினாறு வயது மகன் அளவுக்கதிகமாகச் செலவு செய்யும் பழக்கத்தைக் கொண்டிருந்தான். அவன் தனக்குச் சொந்தமாக ஒரு கார் வாங்க விரும்பினான். "என்னுடைய நண்பர்கள் அனைவரின் பெற்றோரும் தங்கள் குழந்தைகளுக்குக் கார் வாங்கிக் கொடுத்துள்ளனர்," என்பதுதான் அதற்கு அவன் கூறும் சாக்குப்போக்கு. அவன் தனது சேமிப்பிலிருந்து பணத்தை எடுத்து, தான் வாங்கவிருந்த காருக்கான முன்பணமாக அதைப் பயன்படுத்த விரும்பினான். அது விஷயமாக அவனது தந்தை என்னைப் பார்த்துப் பேச வந்தார்.

"அவன் தன் சேமிப்பிலிருந்து பணத்தை எடுத்துக் கார் வாங்க நான் அனுமதிக்க வேண்டுமா அல்லது நானே அவனுக்கு ஒரு காரை வாங்கிக் கொடுத்துவிட வேண்டுமா? நீங்கள் என்ன பரிந்துரைக்கிறீர்கள்?" என்று அவர் என்னிடம் கேட்டார்.

"குறுகிய காலத்திற்கு இது அவனது அழுத்தத்திலிருந்து அவனுக்கு நிவாரணம் அளிக்கும், ஆனால் காலப்போக்கில் நீங்கள்

அவனுக்கு எதைக் கற்றுக் கொடுத்திருப்பீர்கள்? கார் வாங்க வேண்டும் என்ற அவனது ஆசையைப் பயன்படுத்தி, ஏதேனும் ஒன்றை அவன் கற்றுக் கொள்வதற்கு அவனுக்கு உத்வேகமூட்ட முடியுமா என்று பாருங்கள்," என்று நான் பதிலளித்தேன். அவரது மனத்தில் ஏதோ ஒரு யோசனை பளிச்சிட்டிருக்க வேண்டும் என்று நினைக்கிறேன். ஏனெனில், அவர் அங்கிருந்து புறப்பட்டுத் தன் வீட்டை நோக்கி வேகமாகச் சென்றார்.

இரண்டு மாதங்களுக்குப் பிறகு மீண்டும் அவரை நான் சந்தித்தேன். "உங்கள் மகன் ஒரு புது கார் வாங்கிவிட்டானா?" என்று நான் கேட்டேன்.

"இல்லை. ஆனால் கார் வாங்குவதற்கு நான் அவனுக்கு 3,000 டாலர்கள் கொடுத்தேன். தன் கல்லூரிப் படிப்பிற்காக அவன் சேமித்து வைத்துள்ள பணத்திலிருந்து கார் வாங்குவதற்குப் பதிலாக நான் கொடுத்தப் பணத்தைப் பயன்படுத்திக் கொள்ளுமாறு நான் அவனிடம் கூறினேன்," என்று அவர் கூறினார்.

"நீங்கள் தாராள மனம் கொண்டவர்தான்," என்று நான் கூறினேன்.

"உண்மையில் அப்படியில்லை. கூடவே நான் ஒரு நிபந்தனையும் விதித்தேன்," என்று அவர் கூறினார்.

"அது என்ன?" என்று நான் கேட்டேன்.

"முதலில் நாங்கள் உங்களுடைய கேஷ்ஃபுளோ விளையாட்டை விளையாடினோம். பிறகு, பணத்தைப் புத்திசாலித்தனமாகப் பயன்படுத்துவதைப் பற்றி நாங்கள் நீண்ட நேரம் கலந்துரையாடினோம். அதன் பிறகு, வால்ஸ்டிரீட் ஜர்னல் பத்திரிகையையும் பங்குச் சந்தை பற்றிய ஒருசில புத்தகங்களையும் நான் அவனுக்குக் கொடுத்தேன்."

"பிறகு என்ன நடந்தது? நீங்கள் அவனுக்கு என்ன நிபந்தனை விதித்தீர்கள்?"

"நான் கொடுத்த 3,000 டாலர்கள் பணம் இனி அவனுடையதுதான் என்றும், ஆனால் அவன் அதைக் கொண்டு நேரடியாக ஒரு கார் வாங்கக்கூடாது என்றும், ஒரு பங்குத் தரகரைக் கண்டுபிடித்து, பங்குகளை வாங்கவும் விற்கவும் அவன் அந்தப் பணத்தைப் பயன்படுத்திக் கொள்ளலாம் என்றும் நான் அவனிடம் கூறினேன். அந்த 3,000 டாலர்கள் பணத்தை 6,000 டாலர்களாக அவன் மாற்றும்போது, அதில் 3,000 டாலர்களைக் கொண்டு அவன் ஒரு கார் வாங்கிக் கொள்ளலாம் என்றும், மீதி 3,000 டாலர்களை மீண்டும் தன் கல்லூரிப் படிப்பிற்கான சேமிப்புக் கணக்கில் போட்டு வைக்க வேண்டும் என்றும் அவனுக்கு நிபந்தனை விதித்தேன்."

"பிறகு என்ன நடந்தது?" என்று நான் கேட்டேன்.

"பங்கு வர்த்தகத்தில் வெகு சீக்கிரத்திலேயே அவனுக்கு அதிர்ஷ்டம் கிடைத்தது, ஆனால் ஒருசில நாட்களில் அவன்

எல்லாவற்றையும் இழந்துவிட்டான். இன்று அவனிடம் 1,000 டாலர்கள் மட்டுமே மிஞ்சியிருக்கிறது. ஆனால் அவனது ஆர்வம் அதிகரித்துள்ளது. நான் அவனுக்கு வாங்கிக் கொடுத்த அனைத்துப் புத்தகங்களையும் அவன் படித்துவிட்டான். இப்போது நூலகத்திற்குச் சென்று இன்னும் பல புத்தகங்களை வீட்டிற்கு எடுத்து வருகிறான். வால்ஸ்டிரீட் ஜர்னல் பத்திரிகையை அவன் தவறாமல் படித்துவிடுகிறான். கற்றுக் கொள்ளும் ஆர்வம் விண்ணளவு உயர்ந்துள்ளது. பணத்தை இழந்தால் இன்னும் இரண்டு வருடங்களுக்குத் தான் நடந்துதான் செல்ல வேண்டும் என்பதை அவன் அறிந்திருக்கிறான். ஆனால் அது பற்றி அவன் கவலைப்படுவதுபோல் தெரியவில்லை. கார் வாங்குவதில்கூட அவன் அவ்வளவு ஆர்வமாக இல்லை என்று தோன்றுகிறது. ஏனெனில், அதைவிட அதிகக் குதூகலமூட்டும் ஒரு விளையாட்டை அவன் கண்டுபிடித்திருக்கிறான்."

"அவன் எல்லாப் பணத்தையும் இழந்துவிட்டால் நீங்கள் என்ன செய்வீர்கள்?" என்று நான் கேட்டேன்.

"அவ்வாறு நடக்கும்போது பார்த்துக் கொள்ளலாம். அவன் நம்முடைய வயதை எட்டும்போது இழப்பதைவிட இப்போது எல்லாப் பணத்தையும் இழப்பது நல்லது என்று நான் நினைக்கிறேன். அதோடு, நான் அவனுக்காகச் செலவிட்டிருக்கும் இந்த 3,000 டாலர்கள்தான் அவனது கல்விக்காக நான் செய்த மிகச் சிறந்த செலவு. அவன் இப்போது கற்றுக் கொண்டிருக்கும் விஷயம் அவனது வாழ்நாள் முழுவதும் அவனுக்கு நன்மை பயக்கும். பணத்தின் சக்தியை அவன் மதிக்கக் கற்றுக் கொண்டுவிட்டதுபோல் தோன்றுகிறது."

நான் முன்பு கூறியதுபோல், ஒருவரால் சுயஒழுங்கில் திறம்படைத்தவராக ஆக முடியாவிட்டால், அவர் பணக்காரராக ஆவதற்கு முயற்சிக்காமல் இருப்பது நல்லது. நான் ஏன் இதைக் கூறுகிறேன் என்றால், சொத்துக்களைப் பயன்படுத்திப் பண வரவை உருவாக்கும் செயல்முறையானது கோட்பாட்டுரீதியாக மிகவும் சுலபமானதாகத் தோன்றினாலும்கூட, பணத்தைச் சரியாகப் பயன்படுத்துவதற்குத் தேவையான மனக்கட்டுப்பாட்டை உருவாக்குவதுதான் இதில் கடினமான விஷயம். வெளியிலிருந்து ஏற்படக்கூடிய சபலங்களின் காரணமாக, இன்றைய நுகர்வோர் உலகில் செலவு செய்வது மிகவும் சுலபமான காரியம். மனக்கட்டுப்பாடு பலவீனமாக இருந்தால், பணம் பயனற்ற விஷயங்களில் செலவாவது உறுதி. ஏழ்மைக்கும் பணப் பிரச்சனைக்கும் இதுதான் காரணம்.

பணத்தை உருவாக்குவதற்குப் பணத்தைப் பயன்படுத்துவதற்குத் தேவையான பொருளாதாரரீதியான அறிவைப் பின்வரும் எடுத்துக்காட்டு விளக்குகின்றது.

வருடத் துவக்கத்தில் 100 பேருக்குத் தலா 10,000 டாலர்கள் பணத்தை நாம் கொடுத்தால், வருடக் கடைசியில் இவ்வாறு நிகழ்ந்திருக்கும் என்று நான் நம்புகிறேன்:

- 80 பேரிடம் எதுவும் மிச்சமிருக்காது. உண்மையில், ஒரு புதிய கார், குளிர்சாதனப் பெட்டி அல்லது வேறு பிற சாதனங்களை வாங்குவதற்கோ, அல்லது ஒரு விடுமுறையில் செல்வதற்கோ முன்பணம் செலுத்துவதன் மூலம் அவர்கள் அதிகமான கடனுக்கு ஆளாகியிருப்பார்கள்.

- தங்களுக்குக் கொடுக்கப்பட்ட 10,000 டாலர்கள் பணத்தை16 பேர் 5 முதல் 10 சதவீதம்வரை அதிகரித்திருப்பார்கள்.

- நான்கு பேர் அதை 20,000 டாலர்களாக அதிகரித்திருப்பார்கள் அல்லது கோடிக்கணக்கான டாலர்களாக மாற்றியிருப்பார்கள்.

பணத்திற்காக வேலை செய்வதற்கு ஒரு தொழிலைக் கற்றுக் கொள்ள நாம் பள்ளிக்குச் செல்கிறோம். பணத்தை உங்களுக்காக வேலை செய்ய வைப்பது எப்படி என்பதைக் கற்றுக் கொள்வதும் அந்த அளவுக்கு முக்கியம் என்பது எனது அபிப்பிராயம்.

மற்றவர்களைப்போலவே நானும் சௌகரியங்களையும் ஆடம்பர வசதிகளையும் விரும்புகிறேன். ஆனால் நான் அவற்றைக் கடன் கொடுத்து வாங்குவதில்லை என்பதுதான் எனக்கும் மற்றவர்களுக்கும் இடையே உள்ள ஒரு வித்தியாசம். நான் ஒரு புதிய கார் வாங்க விரும்பினால், எனது வங்கியாளரை அழைத்துக் கடன் கேட்பது சுபலமான காரியமாக இருக்கும். கடன்கள் பகுதியில் கவனம் செலுத்துவதற்குப் பதிலாக, சொத்துக்கள் பகுதியில் நான் கவனம் செலுத்த விரும்புகிறேன்.

பொருட்கள் வாங்க வேண்டும் என்ற எனது ஆசையை, முதலீடு செய்வதற்கு எனது பொருளாதாரரீதியான மேதமையை உத்வேகப்படுத்துவதற்கும் ஊக்குவிப்பதற்கும் நான் பயன்படுத்துவது எனது பழக்கம்.

இன்று பெரும்பாலும், பணத்தை உருவாக்குவதில் கவனம் செலுத்துவதற்குப் பதிலாக, நமக்கு விருப்பமான பொருட்களை வாங்குவதற்குப் பணத்தைக் கடன் வாங்குவதில் நாம் தீவிரக் கவனம் செலுத்துகிறோம். இவ்வாறு கடன் வாங்குவது குறுகிய காலம்வரை சுலபமாக இருக்கும், ஆனால் நாளாவட்டத்தில் கடினமாக இருக்கும். தனிநபர்கள் என்ற முறையிலும், ஒரு தேசம் என்ற முறையிலும், நாம் இந்த மோசமான பழக்கத்திற்கு அடிமையாகிவிட்டோம். துவக்கத்தில் சுலபமாக இருக்கும் பாதை போகப்போகக் கடினமான பாதையாக ஆகிவிடுகிறது, முதலில் கடினமாக இருக்கும் பாதை நாளாவட்டத்தில் சுலபமான பாதையாக ஆகிவிடுகிறது என்பதை நினைவில் கொள்ளுங்கள்.

பணத்தைக் கட்டுப்பாட்டுடன் கையாள்வதில் திறமை பெறுவதற்கு உங்களையும் உங்கள் பிரியத்திற்குரியவர்களையும் நீங்கள் எவ்வளவு சீக்கிரம் பயிற்றுவித்துக் கொள்கிறீர்களோ, அவ்வளவு தூரம் அது உங்களுக்கு நன்மை பயப்பதாக அமையும். பணம் என்பது ஒரு சக்திமிக்க ஆற்றல், துரதிர்ஷ்டவசமாக, பணத்தின் சக்தியை மக்கள் தங்களுக்கு எதிராகப் பயன்படுத்துகின்றனர். உங்களுடைய பொருளாதாரரீதியான அறிவு குறைவாக இருந்தால், பணம் பல வழிகளில் உங்கள் கையைவிட்டுப் போய்விடும். அது உங்களைவிடச் சாமர்த்தியமாக ஆகிவிடும். பணம் உங்களைவிடச் சாமர்த்தியமாக இருந்தால், பணத்திற்காக நீங்கள் உங்கள் வாழ்நாள் முழுவதும் உழைத்துக் கொண்டே இருப்பீர்கள்.

பணத்தை உங்கள் கட்டுப்பாட்டில் வைத்திருக்க வேண்டும் என்றால், நீங்கள் பணத்தைவிட அதிக சாமர்த்தியமானவராக இருக்க வேண்டும். அப்போது அது உங்கள் கட்டளைக்கு அடிபணிந்து நடக்கும். நீங்கள் கூறுவதை அது செய்யும். பணத்திற்கு நீங்கள் அடிமையாக இருப்பதற்குப் பதிலாக, அது உங்கள் கட்டுப்பாட்டில் இருக்கும். அதுதான் பொருளாதாரரீதியான அறிவு.

9. கனவுகளின் சக்தி: கதாநாயகர்களைத் தேர்ந்தெடுங்கள்

நான் சிறுவனாக இருந்தபோது, வில்லி மேஸ், ஹேங்க் ஏரான், யோகி பெர்ரா போன்ற பிரபல பேஸ்பால் வீரர்களைப் பார்த்து பிரமித்தேன். சிறு வயதில் அவர்கள்தான் என்னுடைய கதாநாயகர்களாக இருந்தனர். நானும் அவர்களைப்போல் இருக்க விரும்பினேன். அவர்கள் கையெழுத்திட்டுக் கொடுத்த பேஸ்பால் அட்டைகளை நான் பொக்கிஷமாகப் பாதுகாத்தேன். அவர்களுடைய விளையாட்டு வாழ்க்கை தொடர்பான அனைத்துப் புள்ளி விபரங்களும் என்னிடம் இருந்தன. அவர்கள் எவ்வளவு சம்பளம் வாங்கினார்கள், அவர்கள் எவ்வளவு ஓட்டங்களைக் குவித்தார்கள், அவர்கள் எப்படிச் சிறிய அணிகளிலிருந்து பெரிய அணிகளுக்குத் தேர்ந்தெடுக்கப்பட்டார்கள் என்பது போன்ற அனைத்து விபரங்களையும் நான் என் விரல் நுனியில் வைத்திருந்தேன்.

எனக்கு ஒன்பது வயதாக இருந்தபோது, முதன்முதலில் நான் பேஸ்பால் விளையாட்டில் அடியெடுத்து வைத்தபோது, நான் நானாக இருக்கவில்லை. நான் ஒரு பிரபலமான பேஸ்பால் வீரன் என்பதுபோல் நடந்து கொண்டேன். நாம் கற்றுக் கொள்வதற்கான மிகவும் சக்திவாய்ந்த வழிகளில் இதுவும் ஒன்று. ஆனால் வளர்ந்து பெரியவர்களாகும்போது நாம் பெரும்பாலும் இதை மறந்துவிடுகிறோம். நமது கதாநாயகர்களை நாம் தொலைத்துவிடுகிறோம்.

இன்று, என் வீட்டின் அருகே சிறுவர்கள் பேஸ்பால் விளையாடுவதை நான் பார்க்கிறேன். விளையாட்டு மைதானத்திற்குள் நுழைந்தவுடன், அவர்கள் தங்களைத் தங்களது கதாநாயகர்கள்போல் பாவித்து நடந்து கொள்கின்றனர். கதாநாயகர்களைப் பார்த்து அப்படியே நடந்து கொள்வது உண்மையிலேயே சக்திவாய்ந்த படிப்பினைதான்.

எனக்கு வயது ஏற ஏற, புதிய கதாநாயகர்களை நான் சுவீகரித்தேன். கோல்ஃப் விளையாட்டில் எனக்குக் கதாநாயகர்கள் இருந்தனர். அவர்கள் தங்கள் மட்டையைச் சுழற்றுவதைப்போல் நானும் சுழற்றினேன். அவர்களைப் பற்றிய அனைத்து விஷயங்களையும் என்னால் முடிந்த அளவுக்கு நான் படித்தேன். டொனால்டு டிரம்ப், வாரன் பஃபே, பீட்டர் லின்ச், ஜார்ஜ் சாரோஸ், ஜிம் ரோஜர்ஸ் போன்றவர்களும் என் கதாநாயகர்கள்தான். அவர்களைப் பற்றிய அனைத்துப் புள்ளி விபரங்களையும் நான் அறிவேன். வாரன் பஃபே எதில் முதலீடு செய்கிறார் என்பதை நான் தொடர்ந்து கண்காணித்து, சந்தை நிலவரம் பற்றிய அவரது கண்ணோட்டத்தையும், பங்குகளை அவர் தேர்ந்தெடுக்கும் விதத்தைப் பற்றியும் என் கைக்கு அகப்படும் எந்தவொரு தகவலையும் நான் படிக்கிறேன். டொனால்டு டிரம்ப் எவ்வாறு பேரப்பேச்சு நடத்துகிறார், எவ்வாறு சொத்துக்களை வாங்குகிறார் என்பதைப் பற்றி நான் படிக்கிறேன்.

ஒன்பது வயதில் எவ்வாறு நான் என்னை ஒரு பிரபலமான பேஸ்பால் வீரனாக பாவித்து நடந்து கொண்டேனோ, அதேபோல், பங்குச் சந்தையில் இருக்கும்போதோ அல்லது ஒரு பரிவர்த்தனையைக் கையாண்டு கொண்டிருக்கும்போதோ, ஆழ்மனரீதியாக நான் டொனால்டு டிரம்ப்பின் துணிச்சலோடு நடந்து கொள்கிறேன். அல்லது சந்தையின் போக்கை ஆய்வு செய்யும்போது, நான் என்னை வாரன் பஃபேயாக பாவித்து அதைச் செய்வேன். கதாநாயகர்களைக் கொண்டிருப்பதன் மூலம், நமக்குப் பெரிய உள்நோக்குகள் கிடைக்கின்றன.

ஆனால் கதாநாயகர்கள் வெறுமனே நம்மை உத்வேகப்படுத்துவது மட்டுமில்லை. விஷயங்கள் சுலபமாக இருப்பதுபோல் அவர்கள் தோன்றச் செய்கின்றனர். அவ்வாறு சுலபமாக இருப்பதாகத் தோன்றச் செய்வதன் மூலம், நாமும் அவர்களைப்போல் ஆக முடியும் என்று அவர்கள் நம்மை நம்ப வைக்கின்றனர்.

"அவர்களால் முடியும் என்றால், என்னாலும் முடியும்."

முதலீட்டைப் பொறுத்தவரை, பெரும்பாலான மக்கள், அது கடினம் என்பதுபோல் தோன்றச் செய்கின்றனர். மாறாக, அது சுலபம் என்று தோன்றச் செய்கின்ற கதாநாயகர்களைத் தேடிக் கண்டுபிடியுங்கள்.

10. கொடுத்தலின் சக்தி: கற்றுக் கொடுங்கள், அப்போது உங்களுக்குக் கொடுக்கப்படும்

என்னுடைய இரண்டு தந்தையரும் ஆசிரியர்கள். என் பணக்காரத் தந்தை எனக்குக் கற்றுக் கொடுத்த ஒரு பாடத்தை என் வாழ்நாள் முழுவதும் நான் கடைபிடித்து வருகிறேன். பிறருக்குக் கொடுப்பதற்கான தேவைதான் அது. என் கல்விமான் தந்தை மற்றவர்களுக்காக ஏராளமான நேரத்தையும் அறிவையும் கொடுத்தார், ஆனால் பணம் எதுவும் கொடுக்கவில்லை.

தன்னிடம் கூடுதல் பணம் இருக்கும்போது தான் கொடுக்கப் போவதாக அவர் எப்போதும் கூறி வந்தார், ஆனால் அவரிடம் கூடுதல் பணம் ஒருபோதும் இருந்ததே இல்லை.

என் பணக்காரத் தந்தை மற்றவர்களுக்குப் பணத்தையும் கல்வியையும் கொடுத்தார். நற்காரியங்களுக்காக தானம் கொடுப்பதில் அவர் உறுதியான நம்பிக்கை கொண்டிருந்தார். "உனக்கு ஏதேனும் வேண்டுமென்றால், முதலில் நீ கொடுக்க வேண்டும்," என்று அவர் எப்போதும் கூறினார். அவரிடம் குறைவான பணம் இருந்தபோதுகூட, அவர் தன் தேவாலயத்திற்கோ அல்லது தனக்குப் பிரியமான தொண்டு நிறுவனத்திற்கோ பணம் கொடுத்தார்.

இந்த யோசனையை நான் உங்கள் மனத்தில் ஆழப் பதிவு செய்ய விரும்புகிறேன். உங்களிடம் குறைவான பணம் இருப்பதாகவோ அல்லது ஏதேனும் ஒன்று உங்களுக்குத் தேவைப்படுவதாகவோ நீங்கள் உணரும்போதெல்லாம், உங்களுக்குத் தேவையானதை முதலில் நீங்கள் மற்றவர்களுக்குக் கொடுங்கள். பிறகு அது பன்மடங்கில் உங்களிடம் திரும்பி வரும். பணம், அன்பு, நட்பு போன்ற எல்லா விஷயங்களிலும் இது உண்மை. ஆனால் பொதுவாக ஒருவர் செய்ய விரும்புகின்ற கடைசி விஷயம் இதுவாகத்தான் இருக்கும். என்னைப் பொறுத்தவரை, இது எப்போதும் எனக்குப் பலனளித்து வந்துள்ளது. நான் இக்கோட்பாட்டை நம்புகிறேன். எனக்கு எது வேண்டுமோ, அதை நான் மற்றவர்களுக்குக் கொடுக்கிறேன். எனக்குப் பணம் வேண்டும், எனவே நான் பணத்தைக் கொடுக்கிறேன். அதன் விளைவாக, அது பன்மடங்கில் என்னிடம் திரும்பி வருகிறது. என் பொருட்கள் விற்பனையாக வேண்டும் என்று நான் விரும்புகிறேன், அதனால் மற்றவர்கள் ஏதோ ஒன்றை விற்பதற்கு அவர்களுக்கு நான் உதவுகிறேன். அப்போது என்னுடைய பொருட்கள் விற்பனையாகின்றன. எனக்கு மக்களுடனான தொடர்புகள் தேவை, எனவே வேறொருவருக்கு அப்படிப்பட்டத் தொடர்புகளை நான் ஏற்படுத்திக் கொடுக்கிறேன். மாயாஜாலம்போல், பலருடனான தொடர்புகள் எனக்குக் கிடைக்கின்றன. "எதையும் பெறுவதற்கான அவசியம் கடவுளுக்கு இல்லை, ஆனால் கொடுப்பதற்கான தேவை மனிதர்களுக்கு உள்ளது," என்ற ஒரு கூற்றைப் பல வருடங்களுக்கு முன்பு நான் கேட்டேன்.

“ஏழைகள் பணக்காரர்களைவிட அதிகப் பேராசைக்காரர்கள்,” என்று என் பணக்காரத் தந்தை அடிக்கடிக் கூறுவது வழக்கம். ஒருவர் பணக்காரராக இருந்தால், மற்றவர்களுக்குத் தேவையான ஏதோ ஒன்றை அவர் அவர்களுக்குக் கொடுக்கிறார். என் வாழ்வில் எப்போதெல்லாம் எனக்குப் பணத் தட்டுப்பாடு ஏற்பட்டதோ, அல்லது ஏதேனும் உதவி தேவைப்பட்டதோ, அப்போதெல்லாம், எனக்கு என்ன வேண்டும் என்பதை என் இதயத்திற்குள் சென்று பார்த்து, முதலில் அதை நான் மற்றவர்களுக்குக் கொடுப்பதென்று தீர்மானித்தேன். அதை நான் கொடுத்தவுடன், அது எப்போதும் என்னிடம் திரும்பி வந்தது.

ஒரு வேடிக்கையான கதையை இது எனக்கு நினைவூட்டுகிறது. கடுங்குளிரான ஓர் இரவில், கையில் விறகுகளோடு ஒருவன் அமர்ந்திருந்தான். அவன் தன் எதிரே இருந்த ஒரு பெரிய அடுப்பைப் பார்த்து, “நீ எனக்குச் சிறிது வெப்பத்தைக் கொடுத்தால், நான் உனக்குள் கொஞ்சம் விறகுகளைப் போடுவேன்,” என்று கத்தினான். பணம், அன்பு, மகிழ்ச்சி, விற்பனை, மனிதத் தொடர்புகள் என்று வரும்போது, முதலில் கொடுக்க வேண்டும் என்பதை நினைவில் கொள்ளுங்கள்.

எனக்கு என்ன வேண்டும், அதை வேறொருவருக்கு எப்படிக் கொடுக்கலாம் என்று சிந்திப்பது, ஏராளமான நல்ல விஷயங்களைக் கட்டவிழ்த்துவிடுகின்றது. மக்கள் என்னைப் பார்த்துப் புன்னகைக்கவில்லை என்று நான் உணரும்போது, நான் புன்னகைத்து அவர்களுக்கு வணக்கம் தெரிவிக்கத் துவங்குகிறேன். மாயாஜாலம்போல், என்னைச் சுற்றி அனைவரும் புன்னகைத்துக் கொண்டிருப்பதை நான் காண்கிறேன். உங்கள் உலகம் உங்களின் பிரதிபலிப்பு என்பது உண்மைதான்.

“கற்றுக் கொடுங்கள், அப்போது நீங்கள் பெறுவீர்கள்,” என்று நான் கூறுவது அதனால்தான். கற்றுக் கொள்ள விரும்புபவர்களுக்கு நான் எவ்வளவு அதிகமாகக் கற்றுக் கொடுக்கிறேனோ, நான் அவ்வளவு அதிகமாகக் கற்கிறேன் என்பதை நான் கண்டுகொண்டுள்ளேன். நீங்கள் பணத்தைப் பற்றிக் கற்றுக் கொள்ள விரும்பினால், அதை வேறொருவருக்குக் கற்றுக் கொடுங்கள். ஏராளமான புதிய யோசனைகள் உங்களை வந்தடையும்.

சில சமயங்களில், நான் பிறருக்குக் கொடுத்தும்கூட, எனக்கு எதுவும் திரும்பக் கிடைக்காமல் போயுள்ளது. அல்லது எனக்குக் கிடைத்தது நான் விரும்பிய ஒன்றாக இல்லாமலும் போயிருக்கிறது. ஆனால் அந்த நிகழ்வுகளைக் கூர்ந்து ஆராய்ந்து பார்த்தபோது, கொடுப்பதில் உள்ள மகிழ்ச்சிக்காகக் கொடுப்பதற்குப் பதிலாக, ஒன்றைப் பெற வேண்டும் என்ற எண்ணத்துடன் நான் கொடுத்திருந்தேன் என்பது எனக்குப் புரிந்தது.

என் தந்தை ஆசிரியர்களுக்குக் கற்றுக் கொடுத்தார், அதனால் ஒரு சிறந்த ஆசிரியராக ஆனார். என் பணக்காரத் தந்தை தான் வியாபாரம் செய்யும் விதத்தைப் பற்றி இளைஞர்களுக்கு எப்போதும் கற்றுக் கொடுத்தார். இப்போது அவற்றை நினைத்துப் பார்த்தபோது, என் தந்தையர் இருவரின் தாராள மனப்பான்மைதான் அவர்களை அதிக சாமர்த்தியமானவர்களாக ஆக்கியது என்பதை நான் உணர்ந்தேன். நம்மைவிட அதிக சாமர்த்தியமான சக்திகள் இவ்வுலகில் உள்ளன. நீங்கள் உங்கள் சொந்த முயற்சியில் சாதிக்கலாம், ஆனால் அந்த சக்திகளின் உதவியைக் கொண்டு சுலபமாக உங்களால் சாதிக்க முடியும். உங்களிடம் இருப்பதைப் பிறருக்குக் கொடுப்பதற்கு நீங்கள் தாராள மனப்பான்மையுடன் இருக்க வேண்டும், அவ்வளவுதான்.

அத்தியாயம் ஒன்பது

இன்னும் அதிகமாக வேண்டுமா? நீங்கள் செய்யக்கூடிய சில விஷயங்கள்

முந்தைய அத்தியாயத்தில் நான் பட்டியலிட்டிருந்த பத்து அம்சங்கள் எல்லோருக்கும் திருப்தி அளிப்பவையாக இல்லாமல் போகலாம். கோட்பாட்டைப் புரிந்து கொள்வது நடவடிக்கை எடுப்பதைப்போல் முக்கியமானது என்று நான் நினைக்கிறேன். சிந்திப்பதற்குப் பதிலாக நடவடிக்கை எடுப்பதற்குப் பலர் விரும்புகின்றனர் என்பதும், வெறுமனே சிந்தித்துவிட்டு நடவடிக்கை எதுவும் எடுக்க விருப்பமில்லாத மக்களும் ஏராளமானோர் இருக்கின்றனர் என்பதும் எனக்குத் தெரியும். இந்த இரண்டும் சேர்ந்த கலவைதான் நான் என்று கூறுவேன். எனக்குப் புதிய யோசனைகளும் பிடிக்கும், செயலில் இறங்குவதும் பிடிக்கும்.

எவ்வாறு துவக்க வேண்டும் என்பதைத் தெரிந்து கொள்ள விரும்புகின்ற மக்களுக்கு, சில விஷயங்களைச் சுருக்கமாக நான் எடுத்துரைக்க விரும்புகிறேன்:

- **நீங்கள் செய்து கொண்டிருக்கும் வேலையை நிறுத்தி வையுங்கள்:**

  வேறு வார்த்தைகளில் கூறினால், உங்கள் வேலையைக் கொஞ்சம் நிறுத்தி வைத்துவிட்டு, எது பலனளிக்கிறது, எது பலனளிக்கவில்லை என்பதை ஆய்வு செய்யுங்கள். ஒரே விஷயத்தை மீண்டும் மீண்டும் செய்துவிட்டு, ஒவ்வொரு முறையும் ஒரு வித்தியாசமான விளைவை எதிர்பார்ப்பது முட்டாள்தனம். எது பலனளிக்கவில்லையோ, அதைச் செய்வதை நிறுத்திவிட்டு, ஏதேனும் ஒரு புதிய விஷயத்தைத் தேடுங்கள்.

- ## புதிய யோசனைகளைத் தேடுங்கள்:

புதிய முதலீட்டு யோசனைகளைப் பெறுவதற்கு, நான் புத்தகக் கடைகளுக்குச் சென்று, வித்தியாசமான மற்றும் தனித்துவமான விஷயங்கள் பற்றிய புத்தகங்களைத் தேடுகிறேன். நான் அவற்றைச் சூத்திரங்கள் என்று அழைக்கிறேன். எனக்குத் தெரியாத சூத்திரங்களைக் கற்றுக் கொள்வதற்கு, அவை தொடர்பான புத்தகங்களை நான் வாங்குகிறேன்.

எடுத்துக்காட்டாக, ஜோயல் மாஸ்கோவிட்ஸ் எழுதிய 'த 16 பர்சென்ட் சல்யூஷன்' என்ற புத்தகத்தை ஒரு புத்தகக்கடையில் நான் கண்டேன். அதை வாங்கிப் படித்துவிட்டு, மறு வியாழக்கிழமையன்று அதில் கூறப்பட்டிருந்தபடியே செய்தேன். பெரும்பாலான மக்கள் நடவடிக்கை எடுப்பதில்லை அல்லது தாங்கள் படித்துக் கொண்டிருக்கும் விஷயத்தைப் பாதியிலேயே நிறுத்திவிடுவதற்கு மற்றவர்கள் தங்கள்மீது தாக்கம் ஏற்படுத்த அனுமதித்துவிடுகின்றனர். நான் படித்தப் புத்தகம் ஏன் வேலை செய்யாது என்று என் அண்டைவீட்டுக்காரர் ஒருவர் என்னிடம் கூறினார். நான் அவர் கூறியதற்குச் செவிசாய்க்கவில்லை, ஏனெனில் அவர் அதை ஒருபோதும் முயற்சித்துப் பார்த்திருக்கவில்லை.

- ## நீங்கள் செய்ய விரும்புவதை ஏற்கனவே செய்துள்ள ஒருவரைக் கண்டுபிடியுங்கள்:

அவர்களை மதிய உணவிற்கு வெளியே அழைத்துச் சென்று, உங்களுக்கு விருப்பமான விஷயம் குறித்து அவர்களுக்குத் தெரிந்த உத்திகளையும் நுணுக்கங்களையும் பற்றிக் கேட்டுத் தெரிந்து கொள்ளுங்கள். எடுத்துக்காட்டாக, அரசாங்கத்தில் ஒரு முதலீட்டுத் திட்டம் உள்ளது. 'அடமானவரிப் பத்திரம்' என்று அது அழைக்கப்படுகிறது. ஒருவர் தனது சொத்து வரியை அரசாங்கத்திற்குச் செலுத்தத் தவறும்போது, அந்த வரி பாக்கியை நீங்கள் செலுத்தினால், உங்களுக்கு ஒரு பத்திரம் வழங்கப்படும். அதன்படி, நீங்கள் செலுத்திய தொகைக்கு அரசாங்கம் உங்களுக்கு ஆண்டொன்றுக்கு 16 சதவீத வட்டியைக் கொடுக்கும். பிறகு, அந்தச் சொத்தின் உரிமையாளர் தன் பாக்கிப் பணத்தைச் செலுத்தச் செலுத்த, உங்களது முதல் உங்களுக்குத் திருப்பிக் கொடுக்கப்படும். ஒருவேளை அந்த உரிமையாளர் தொடர்ந்து தன் பாக்கியைச்

செலுத்தத் தவறினால், ஒரு குறிப்பிட்டக் காலத்திற்குப் பிறகு அந்தச் சொத்து அரசாங்கத்தால் ஏலத்திற்கு விடப்படும். அப்போது அதை வாங்குவதற்கான முதல் உரிமை உங்களுக்குக் கிடைக்கும். எப்படிப் பார்த்தாலும் இது ஒரு சிறந்த முதலீடுதான். இது பற்றி அதிகமாகத் தெரிந்து கொள்வதற்காக, நான் மாவட்ட வரி அலுவலகத்திற்குச் சென்று, அங்கு வேலை பார்த்துக் கொண்டிருந்த அரசாங்க ஊழியரைக் கண்டுபிடித்தேன். அவரும் இந்தப் பத்திரத்தில் முதலீடு செய்திருந்தார் என்பதை நான் கண்டறிந்தேன். உடனடியாக, மதிய உணவிற்கு என்னுடன் வருமாறு அவருக்கு நான் அழைப்பு விடுத்தேன். நாங்கள் உணவருந்தியபோது, அந்த முதலீடு பற்றித் தனக்குத் தெரிந்த விஷயங்களை என்னிடம் அவர் மகிழ்ச்சியாகப் பகிர்ந்து கொண்டார். மதிய நேரம் முழுவதும் அவர் அந்த முதலீடு தொடர்பான அனைத்தையும் எனக்குக் காட்டினார். அடுத்த நாள், அவரது உதவியுடன் இரண்டு பெரிய சொத்துக்களைக் கண்டுபிடித்து, அவற்றுக்கான வரிப் பத்திரங்களை வாங்கினேன். அவை இன்றுவரை எனக்கு 16 சதவீத வட்டி அளித்து வருகின்றன. நான் முன்பு குறிப்பிட்டப் புத்தகத்தைப் படிப்பதற்கு எனக்கு ஒரு நாள் ஆனது, நடவடிக்கை எடுப்பதற்கு ஒரு நாள் தேவைப்பட்டது, மதிய உணவிற்கு ஒரு மணிநேரம் ஆனது, இரண்டு பெரிய முதலீடுகளைச் செய்வதற்கு இரண்டு நாட்கள் ஆயின.

- **பயிற்சி வகுப்புகளிலும் பயிலரங்குகளிலும் கலந்து கொள்ளுங்கள், புத்தகங்களைப் படியுங்கள்:**

புதிய, சுவாரசியமான பயிற்சி வகுப்புகளை நான் செய்தித்தாள்களிலும் இணையத்திலும் தேடுகிறேன். அவற்றில் பல வகுப்புகள் இலவசமானவை அல்லது குறைந்த கட்டணத்தைக் கொண்டவை. நான் கற்றுக் கொள்ள விரும்பும் விஷயம் தொடர்பான மிக அதிகக் கட்டணத்துடன்கூடிய பயிலரங்குகளிலும் நான் கலந்து கொள்கிறேன். நான் பங்குகொண்ட பயிற்சி வகுப்புகளின் காரணமாக நான் செல்வந்தனாக இருக்கிறேன். ஒரு வேலை எனக்குத் தேவையில்லை. இந்த வகுப்புகளில் கலந்து கொள்ளாத எனது நண்பர்கள் சிலர் நான் என் பணத்தை விரயம் செய்து கொண்டிருந்ததாகக் கூறினர். ஆனால் அவர்கள் அனைவரும் இன்றும் அதே வேலையில்தான் இருக்கின்றனர்.

- **அதிகமாக விண்ணப்பியுங்கள்:**

  நான் ஒரு சொத்தை வாங்க விரும்பும்போது, பல வீடுகளை நான் பார்க்கிறேன். பொதுவாக அவற்றுக்கு நான் கொடுக்க விரும்பும் விலையைக் குறிப்பிட்டு விண்ணப்பிக்கிறேன். எது சரியான விலை என்று உங்களுக்குத் தெரியாவிட்டால், அது எனக்கும் தெரியாது. வீடுமனைத் தரகரின் வேலை அது. அவர்கள்தான் விலையைக் குறிப்பிட்டு விண்ணப்பிக்கின்றனர். நான் மிகக் குறைந்த அளவு வேலையையே செய்கிறேன்.

குடியிருப்பு வீடுகளை எவ்வாறு வாங்குவது என்று தனக்குக் காட்டுமாறு என் தோழி ஒருவர் என்னிடம் கேட்டார். எனவே, ஒரு சனிக்கிழமையன்று, அவரும் அவரது முகவரும் நானும் சேர்ந்து ஆறு குடியிருப்பு வீடுகளைப் பார்த்தோம். அவற்றில் இரண்டு வீடுகள் நன்றாக இருந்தன. ஆனால் அந்த ஆறு வீடுகளுக்கும் விண்ணப்பிக்குமாறு நான் அவரிடம் கூறினேன். அதன் உரிமையாளர்கள் கேட்கின்ற விலையில் பாதி விலைக்கு விண்ணப்பிக்குமாறு நான் அவருக்கு அறிவுறுத்தினேன். அதைக் கேட்டு அவருக்கும் அவரது முகவருக்கும் கிட்டத்தட்ட மாரடைப்பு ஏற்பட்டுவிட்டது. அது மரியாதைக் குறைவான செயல் என்றும், அந்த உரிமையாளர்களை அது அவமானப்படுத்துவதுபோல் இருக்கும் என்றும் அவர்கள் கருதினர். ஆனால், என் தோழியுடன் வந்த முகவர் அவ்வளவு கடினமாக உழைக்க விரும்பவில்லை என்று எனக்குத் தோன்றியது. எனவே அவர்கள் எதுவும் செய்யாமல், வேறொரு வீட்டைப் பார்ப்பதற்காக அங்கிருந்து சென்றுவிட்டனர்.

அவர் இன்றும் சரியான விலையில் ஒரு வீட்டைத் தேடிக் கொண்டிருக்கிறார். இன்னொரு நபர் அந்த வீட்டை வாங்குவதற்கு ஒரு விலையைக் குறிப்பிட்டு விண்ணப்பிக்கும்வரை, எது சரியான விலை என்று உங்களுக்குத் தெரியாது. பெரும்பாலான உரிமையாளர்கள் அளவுக்கதிகமாகக் கேட்கின்றனர். ஒரு வீட்டின் உண்மையான மதிப்பைவிடக் குறைந்த விலைக்கு ஒருவர் விலை பேசுவது அரிதான காரியம்.

இதிலிருந்து நீங்கள் கற்றுக் கொள்ள வேண்டிய பாடம் இதுதான்: விலையைக் குறிப்பிட்டு விண்ணப்பம் செய்யுங்கள். ஒன்றை விற்க முயற்சிப்பது எப்படி இருக்கும் என்பது குறித்து, முதலீட்டாளர்களாக இல்லாத மக்களுக்கு எந்த யோசனையும் இருப்பது இல்லை. பல மாதங்களாக நான் ஒரு வீட்டை விற்க விரும்பியிருந்தேன். எந்த விலைக்கும் நான் அதை விற்றிருப்பேன். என் வீட்டிற்குப் பத்துப் பன்றிகளைக் கொடுத்தால்கூட நான் சந்தோஷப்பட்டிருப்பேன் — அவர் கொடுத்தப் பன்றிகளுக்காக அல்ல, மாறாக என் வீட்டில் அவர் ஆர்வம் காட்டியதற்காக. அவர்

கொடுக்க விரும்புகின்ற பத்துப் பன்றிகளுக்குப் பதிலாக நான் ஒரு பன்றிப் பண்ணையை விலையாகக் கேட்டிருப்பேன். ஆனால் இந்த விளையாட்டு அப்படித்தான். வாங்குவது மற்றும் விற்பதை உள்ளடக்கிய இந்த விளையாட்டு குதூகலமூட்டும் ஒன்றாகும். இதை மனத்தில் வைத்துக் கொள்ளுங்கள். இது குதூகலமானது, இது வெறும் விளையாட்டு மட்டுமே. விலையைக் குறிப்பிட்டு விண்ணப்பம் செய்யுங்கள். சிலர் சரியென்று கூறக்கூடும்.

நான் விண்ணப்பிக்கும்போது எப்போதும் சில தற்காப்பு நிபந்தனைகளுடன் விண்ணப்பிக்கிறேன். வீடுமனைகளை வாங்கும்போது அல்லது விற்கும்போது, என் வியாபாரக் கூட்டாளியின் ஒப்புதல் போன்ற சில எதிர்பாராத நிகழ்வுகளை எனது விண்ணப்பத்தில் நான் விபரமாகக் குறிப்பிடுகிறேன். யார் உங்களுடைய வியாபாரக் கூட்டாளி என்று ஒருபோதும் குறிப்பிடாதீர்கள். எனது பூனைதான் எனது கூட்டாளி என்று பெரும்பாலான மக்களுக்குத் தெரியாது. அவர்கள் என் விண்ணப்பத்தை ஏற்றுக் கொள்ளும்போது அந்தப் பரிவர்த்தனையில் எனக்கு விருப்பமில்லை என்றால், நான் என் வீட்டிற்குத் தொலைபேசி அழைப்பு விடுத்து, என் கூட்டாளியுடன் பேசுவதுபோல் பாவனை செய்து என் பூனையுடன் பேசுவேன். இதை நான் வேடிக்கையாகக் குறிப்பிடுவதற்குக் காரணம், இந்த விளையாட்டு எவ்வளவு சுலபமானது, எவ்வளவு எளிமையானது என்பதை உங்களுக்குக் காட்டுவதற்குத்தான். விஷயங்களைப் பலர் மிகக் கடினமாக ஆக்கி, எல்லாவற்றையும் மிகத் தீவிரமாக எடுத்துக் கொள்கின்றனர்.

ஒரு நல்ல பரிவர்த்தனை, ஒரு சரியான தொழில் போன்றவற்றையும், சரியான மக்கள், சரியான முதலீட்டாளர்கள் போன்றவர்களையும் கண்டுபிடிப்பது மிகவும் சுலபம். சந்தைக்குச் சென்று பலரிடம் பேச வேண்டும், ஏராளமாக விண்ணப்பிக்க வேண்டும், அவர்கள் கேட்கும் விலைக்கு நீங்கள் இன்னொரு விலையைக் கூற வேண்டும், பேரம் பேச வேண்டும், நிராகரிக்க வேண்டும், ஏற்றுக் கொள்ள வேண்டும். வீட்டில் அமர்ந்து கொண்டு யாரேனும் தங்களைத் தொலைபேசியில் அழைக்க வேண்டும் என்று எதிர்பார்த்திருக்கும் மக்கள் பலர் உள்ளனர். ஆனால் சந்தைக்குச் செல்வது சிறந்தது. தேடுவது, விண்ணப்பிப்பது, நிராகரிப்பது, பேரம் பேசுவது, ஏற்றுக் கொள்வது ஆகிய அனைத்தும் வாழ்வில் கிட்டத்தட்ட அனைத்து விஷயங்களிலும் நிகழ்கின்ற செயல்முறையின் பல பகுதிகள்தான்.

- **ஒரு குறிப்பிட்ட இடத்தை மாதம் ஒருமுறை 10 நிமிடங்கள் சுற்றி வாருங்கள்:**

ஒரு குறிப்பிட்ட இடத்தில் தொடர்ந்து காலைநேர ஓட்டத்தில் ஈடுபடுவது, காலாற நடப்பது, காரில் உலா

வருவது போன்றவற்றைச் செய்ததன் மூலம் நான் சில சிறந்த வீடுமனைகளில் முதலீடு செய்திருக்கிறேன். ஒரு குறிப்பிட்டப் பகுதியை ஒரு வருடம்வரை நான் சுற்றிக் கொண்டே இருப்பேன். அங்கு ஏதேனும் மாற்றம் நிகழ்கிறதா என்று பார்ப்பேன். ஒரு பரிவர்த்தனையில் லாபம் கிடைக்க வேண்டும் என்றால், அதில் இரண்டு விஷயங்கள் இருக்க வேண்டும்: பேரம் மற்றும் மாற்றம். ஏராளமான பேரங்கள் இருக்கின்றன, ஆனால் மாற்றம்தான் ஒரு பேரத்தை ஒரு லாபகரமான வாய்ப்பாக மாற்றுகிறது. எனவே நான் காலைநேர ஓட்டத்தில் ஈடுபட்டிருக்கும்போது, நான் முதலீடு செய்ய விரும்புகின்ற ஓர் இடத்தில் ஓடுகிறேன். தொடர்ந்து இவ்வாறு செய்வதுதான் அந்த இடத்தில் நிகழ்கின்ற லேசான மாற்றங்களை என் கவனத்திற்குக் கொண்டு வருகின்றது. நீண்டகாலம் விற்பனையாகாமல் இருக்கின்ற வீடுகளை நான் பார்வையிடுகிறேன். அவற்றின் உரிமையாளர்கள் விற்பதற்கு அதிக ஆர்வமாக இருப்பார்கள் என்று அர்த்தம். அந்தப் பகுதியில் வந்து போய்க் கொண்டிருக்கும் லாரிகளை நான் பார்க்கிறேன். அவற்றின் ஓட்டுனர்களிடம் நான் பேச்சுக் கொடுக்கிறேன். அஞ்சல்களைக் கொண்டு செல்லும் வாகனங்களின் ஓட்டுனர்களிடம் பேசுகிறேன். ஒரு பகுதியைப் பற்றி அவர்களுக்கு எவ்வளவு தகவல்கள் தெரிந்திருக்கிறது என்பதைக் கண்டு நான் வியக்கிறேன். நான் ஒரு மோசமான பகுதியைக் கண்டுபிடிக்கிறேன். குறிப்பாக, செய்தி ஊடகங்களின் எதிர்மறையான செய்திகளின் காரணமாக, மக்கள் பயந்து கொண்டு ஓடுகின்ற பகுதியைப் பார்க்கிறேன். அங்கு ஏதேனும் மாற்றம் ஏற்படுகிறதா என்று ஒரு வருடம் வரை நான் கண்காணிக்கிறேன். ஒரு மாதத்திற்கு ஒருசில நிமிடங்கள் இதில் செலவிட்டால் போதும். ஆனால் நான் இதற்கென்று பிரத்யேகமாக வருவதில்லை. காலை நேரத்தில் ஓடுவது அல்லது கடைவீதிக்குச் சென்று வருவது போன்ற ஏதேனும் ஒரு வேலையில் ஈடுபட்டிருக்கும்போது, அப்படியே அந்த இடத்தைப் பார்வையிடுகிறேன்.

அனைத்துச் சந்தைகளிலும் பேரங்களைத் தேடுங்கள்:

நுகர்வோர் எப்போதும் ஏழைகளாகவே இருப்பார்கள். பேரங்காடியில் ஒரு பொருள் தள்ளுபடியில் விற்பனையாகும்போது, அவர்கள் ஓடிச் சென்று அப்பொருளை வாங்கிக் குவிப்பார்கள். ஆனால் வீடுமனைகளோ அல்லது பங்குகளோ தள்ளுபடி விலையில் விற்பனைக்கு வரும்போது, அதாவது வீழ்ச்சி ஏற்படும்போது,

அதே நுகர்வோர் அங்கிருந்து தலைதெறிக்க ஓடிவிடுகிறார்கள். பேரங்காடி தனது பொருட்களின் விலைகளை அதிகரித்தால், இவர்கள் வேறு எங்கேனும் சென்று வாங்குகின்றனர். ஆனால் வீடுமனை விலையோ அல்லது பங்குச் சந்தை விலையோ அதிகரிக்கும்போது, அதே நுகர்வோர் ஓடிச் சென்று அவற்றை வாங்கத் துவங்குகின்றனர். ஒரு விஷயத்தை எப்போதும் நினைவில் வைத்திடுங்கள்: வாங்குவதில்தான் லாபங்கள் இருக்கின்றனவே தவிர, விற்பதில் அல்ல.

- **சரியான இடங்களில் தேடுங்கள்:**

எனது அண்டைவீட்டுக்காரர் ஒருவர் 1 லட்சம டாலர்கள் விலையில் ஒரு வீட்டை வாங்கினார். அவர் வாங்கிய வீட்டிற்கு அடுத்து இருந்த அதேபோன்ற இன்னொரு குடியிருப்பு வீட்டை நான் 50,000 டாலர்களுக்கு வாங்கினேன். விலை ஏறுவதற்காகத் தான் காத்துக் கொண்டிருந்ததாக அவர் என்னிடம் கூறினார். வாங்கும்போதுதான் லாபம் கிடைக்கிறதே தவிர விற்கும்போது அல்ல என்று நான் அவருக்கு விளக்கினேன். தனக்கென்று சொந்தமாக ஒரு வீடுகூட இல்லாத ஒரு முகவரின் உதவியுடன் இவர் வீடு வாங்கச் சென்றிருந்தார். தவணைத் தொகை செலுத்தப்படாத காரணத்தால் வீடுகள் ஏலத்திற்கு வந்த இடத்தில் நான் தேடினேன். இதை எவ்வாறு செய்வது என்பதைக் கற்றுக் கொள்வதற்கு 500 டாலர்கள் கொடுத்து ஒரு பயிற்சி வகுப்பில் நான் கலந்து கொண்டேன்.

வீடுமனைகளில் முதலீடு செய்வது பற்றிய ஒரு வகுப்பிற்கு 500 டாலர்கள் அதிகம் என்று என் அண்டைவீட்டுக்காரர் நினைத்தார். அதற்கான நேரமோ அல்லது பணமோ தன்னிடம் இல்லை என்று அதற்குக் காரணம் கூறினார். எனவே, விலை ஏறுவதற்காக அவர் காத்துக் கொண்டிருக்கிறார்.

- **வாங்க விரும்பும் மக்களை முதலில் தேடுங்கள். பிறகு, விற்க விரும்பும் மக்களைத் தேடுங்கள்:**

என் நண்பர் ஒருவர் ஒரு குறிப்பிட்ட நிலத்தை வாங்க விரும்பினார். அவரிடம் பணம் இருந்தது, ஆனால் நேரம் இருக்கவில்லை. என் நண்பர் வாங்க விரும்பிய நிலத்தைவிடப் பெரிய நிலம் ஒன்றை நான் கண்டுபிடித்து, என் நண்பரை அழைத்து, அவருக்கு ஒரு நிலத்தைப் பார்த்திருப்பதாகக் கூறினேன். அந்த நிலத்தில் ஒரு பகுதியைத்

தான் வாங்க விரும்புவதாக அவர் என்னிடம் கூறினார். எனவே அந்தப் பகுதியை அவருக்கு விற்றுவிட்டு, பிறகு நான் அந்த நிலத்தை வாங்கினேன். மீதமிருந்த இடத்தை நான் எனக்கு இலவசமாக வைத்துக் கொண்டேன். இந்தக் கதையின் நீதி இதுதான்: பெரிய கேக் ஒன்றை வாங்கி, அதைத் துண்டுகளாக்கிக் கொள்ளுங்கள். பெரும்பாலான மக்கள் தங்களுக்குக் கட்டுப்படியாகின்ற ஒன்றைத்தான் தேடுவார்கள், எனவே அவர்கள் சிறிய நிலங்களைத் தேடுவார்கள். கேக்கில் ஒரு சிறு துண்டை மட்டுமே அவர்கள் வாங்குகிறார்கள். எனவே, சிறிய நிலத்திற்கு அதிக விலை கொடுத்து வாங்குகிறார்கள். சிறிதாகச் சிந்திப்பவர்களுக்குப் பெரிய வாய்ப்புகள் கிடைப்பதில்லை. நீங்கள் பணக்காரராக ஆக விரும்பினால், பெரிதாகச் சிந்தியுங்கள்.

• பெரிய அளவில் சிந்தியுங்கள்:

பெரிய தள்ளுபடிகளைக் கொடுப்பதைச் சில்லறை வியாபாரிகள் பெரிதும் விரும்புகின்றனர். ஏனெனில், பெரிதாகச் செலவு செய்பவர்களைப் பெரும்பாலான தொழிலதிபர்களுக்குப் பிடிக்கும். என் நிறுவனத்திற்குக் கணினிகள் வாங்குவதற்காக நான் சந்தைக்குச் சென்றபோது, எனது நண்பர்கள் பலரை அழைத்து, கணினிகள் வாங்க அவர்களுக்கு விருப்பமா என்று அவர்களிடம் கேட்டேன். அவர்களும் அதற்குச் சம்மதித்தனர். பிறகு, நாங்கள் பல கணினிகளை வாங்க விரும்பியதால், பல்வேறு வினியோகிப்பாளர்களிடம் சென்று நாங்கள் பேரம் பேசினோம். பங்குகள் விஷயத்திலும் நான் இதைச் செய்திருக்கிறேன். சிறியவர்கள் சிறிய அளவிலேயே இருந்துவிடுவதற்குக் காரணம், அவர்கள் சிறிய அளவில் சிந்திக்கின்றனர், சிறிய அளவில் நடவடிக்கை எடுக்கின்றனர், அல்லது எந்த நடவடிக்கையுமே எடுப்பதில்லை என்பதுதான்.

• வரலாற்றிலிருந்து கற்றுக் கொள்ளுங்கள்:

அனைத்துப் பெரிய நிறுவனங்களும் பங்குச் சந்தையில் சிறிய நிறுவனங்களாகத்தான் துவங்கின. தனது 66வது வயதில் தனது எல்லாப் பணத்தையும் தொலைத்தப் பிறகுதான் ஹார்லன் சான்டர்ஸ் பணக்காரரானார். பில் கேட்ஸ் தனது 30வது வயதிற்குள் உலகின் மிகப் பெரிய பணக்காரர்களில் ஒருவராக ஆனார்.

- **செயல்பாடு எப்போதும் செயலின்மையைத் தோற்கடிக்கின்றது.**

  செயலில் இறங்குங்கள், வெற்றிகளை அள்ளிக் குவியுங்கள். செயல்பாடுதான் எப்போதும் செயலின்மையைத் தோற்கடிக்கின்றது.

  வாய்ப்புகளை அடையாளம் கண்டுகொள்வதற்கு நான் செய்துள்ள, இப்போதும் செய்து கொண்டிருக்கின்ற ஒருசில விஷயங்கள் இவை. இப்புத்தகம் நெடுகிலும் பலமுறை கூறப்பட்டு வந்திருப்பதுபோல், பொருளாதாரரீதியான வெகுமதிகளைப் பெறுவதற்கு முன் நீங்கள் நடவடிக்கை எடுக்க வேண்டியது அவசியம். இப்போதே செயலில் இறங்குங்கள்!

முடிவுரை

இறுதியாக நான் சில எண்ணங்களை உங்களோடு பகிர்ந்து கொள்ள விரும்புகிறேன்.

நான் இப்புத்தகத்தை எழுதியதற்கும் 2000ம் ஆண்டிலிருந்து மிகச் சிறப்பாக விற்பனையாகிக் கொண்டிருக்கும் ஒரு புத்தகமாக இது இருந்து வருவதற்கும் முக்கியக் காரணம், அதிகமான பொருளாதாரரீதியான அறிவைக் கொண்டு எவ்வாறு வாழ்வில் பல பொதுவான பிரச்சனைகளைத் தீர்க்க முடியும் என்பது பற்றிய உள்நோக்குகளை உங்களுடன் பகிர்ந்து கொள்வதுதான். பொருளாதாரரீதியான பயிற்சி இல்லையென்றால், கடினமாக உழைத்து, சேமித்து, கடன் வாங்கி, அதிகப்படியான வரிகளைச் செலுத்தி நம் வாழ்க்கையை நாம் ஓட்டிவிடுவோம். முன்பு எப்போதையும்விட இப்போது நமக்குச் சிறந்த தகவல்கள் தேவை.

இன்று பல இளம் குடும்பங்கள் எதிர்கொள்கின்ற ஒரு பொருளாதாரரீதியான பிரச்சனைக்கான ஓர் எடுத்துக்காட்டாகப் பின்வரும் கதையை நான் பயன்படுத்துகிறேன். உங்களுடைய குழந்தைகளைச் சிறப்பாகப் படிக்க வைப்பதற்கும், நீங்கள் பணியிலிருந்து ஓய்வு பெற்றப் பிறகு வாழ்க்கை நடத்துவதற்கும் தேவையான பணத்தை எவ்வாறு சம்பாதிப்பது? கடின உழைப்பிற்குப் பதிலாக, இதற்குப் பொருளாதாரரீதியான புத்திசாலித்தனம் தேவை.

ஒருநாள் என் நண்பர் ஒருவர் தன் நான்கு குழந்தைகளின் கல்லூரிப் படிப்பிற்குப் பணம் சேர்ப்பது எவ்வளவு கடினமாக உள்ளது என்பது பற்றி என்னிடம் குறைபட்டுக் கொண்டிருந்தார். அவர் ஒவ்வொரு மாதமும் கல்லூரிச் செலவிற்கென்று 300 டாலர்களைச் சேமித்துக் கொண்டிருந்தார். இதுவரை 12,000 டாலர்கள் பணத்தை மட்டுமே அவர் சேமித்திருக்கிறார். அவரது மூத்தக் குழந்தைக்கு இப்போது ஆறு வயது என்பதால், கல்லூரிச் செலவுகளுக்காகச் சேமிப்பதற்கு அவருக்கு வெறும் 12 ஆண்டுகள் மட்டுமே இருந்தன.

அந்த நேரத்தில், ஃபீனிக்ஸ் நகரில் வீடுமனைகள் சந்தை நிலவரம் மிக மோசமாக இருந்தது. மக்கள் தங்கள் வீடுகளை விற்றுக் கொண்டிருந்தனர். கல்லூரிக்காகச் சேர்த்துக் கொண்டிருந்த பணத்தில் இருந்து சிறிது பணத்தை எடுத்து ஒரு வீட்டை வாங்குமாறு நான் என் நண்பருக்குப் பரிந்துரைத்தேன். அந்த யோசனை அவருக்கு ஆர்வமூட்டியது. அதன் சாத்தியக்கூற்றை நாங்கள் கலந்தாலோசிக்கத் துவங்கினோம். தன் வங்கியில் ஏற்கனவே அவர் கடன் வாங்கி இருந்ததால், மேலும் அவர்களிடம் கடன் வாங்க முடியாது என்பது அவருக்குப் பெரும் கவலை அளித்தது. வங்கியைத் தவிர, ஒரு சொத்தை வாங்குவதற்குத் தேவையான பணத்தைத் திரட்டுவதற்கு வேறு பல வழிகள் இருந்தன என்று நான் அவருக்கு உறுதியளித்தேன்.

பொருத்தமான ஒரு வீட்டை இரண்டு வாரங்களாகத் தேடினோம். தேர்ந்தெடுப்பதற்கு ஏகப்பட்ட வீடுகள் இருந்ததால், இந்த விளையாட்டு குதூகலமானதாக இருந்தது. இறுதியில், மூன்று படுக்கையறைகளையும் இரண்டு குளியலறைகளையும் கொண்ட ஒரு வீட்டை ஒரு நல்ல பகுதியில் நாங்கள் கண்டுபிடித்தோம். அதன் உரிமையாளர் வேறொரு வேலையில் சேருவதற்காகத் தன் குடும்பத்துடன் அன்றைய தினமே கலிபோர்னியாவிற்குக் இடம்பெயர வேண்டியிருந்ததால், அவர் அன்றே அந்த வீட்டை விற்க வேண்டியிருந்தது. அவர் தன் வீட்டிற்கு 1,02,000 டாலர்கள் கேட்டார், ஆனால் 79,000 டாலர்கள் மட்டுமே தர முடியும் என்று நாங்கள் கூறினோம். அதை உடனடியாக அவர் ஏற்றுக் கொண்டார். 10 சதவீதத்தை முன்பணமாக அவர் கேட்டார். என் நண்பர் வெறும் 7,900 டாலர்கள் மட்டுமே செலுத்த வேண்டியிருந்தது. அந்த வீட்டு உரிமையாளர் அங்கிருந்து நகர்ந்தவுடன், என் நண்பர் அந்த வீட்டை வாடகைக்கு விட்டார். தவணைத் தொகை உட்பட, அனைத்துச் செலவுகளும் போக, ஒவ்வொரு மாதமும் அவருக்கு 125 டாலர்கள் பணம் கிடைத்தது.

அந்த வீட்டை 12 ஆண்டுகள் வைத்திருந்து, ஒவ்வொரு மாதமும் 125 டாலர்கள் தொகையைக் கூடுதலாக முதலுக்குச் செலுத்தி, வீட்டுக் கடனை விரைவில் அடைப்பதென்று அவர் திட்டமிட்டார். 12 வருடங்களில் வீட்டுக் கடனில் பெரும்பகுதி அடைக்கப்பட்டுவிடும் என்பதையும், அவரது முதல் குழந்தை கல்லூரிக்குச் செல்லத் துவங்கும் நேரத்தில், வாடகை மூலம் ஒவ்வொரு மாதமும் 800 டாலர்கள் பணம் அவருக்குக் கிடைக்கும் என்றும் நாங்கள் கணக்கிட்டோம். வீட்டின் விலை அதிகரித்திருந்தால் அதை விற்கவும் முடியும் என்பதை நாங்கள் கண்டோம்.

மூன்று வருடங்களுக்குப் பிறகு, ஃபீனிக்ஸின் சந்தை நிலவரம் பெரிதும் மேம்பாடு அடைந்தது. என் நண்பரின் வீட்டில்

வாடகைக்கு இருந்த ஒருவர் அந்த வீட்டை 1,56,000 டாலர்களுக்கு வாங்கிக் கொள்ள முன்வந்தார். இது பற்றிய எனது அபிப்பிராயத்தை என் நண்பர் என்னிடம் கேட்டார். வீட்டை விற்றுவிட்டு, அதிலிருந்து கிடைக்கும் பணத்தை அரசு வரிவிலக்குப் பத்திரங்களில் முதலீடு செய்யுமாறு நான் அவருக்கு அறிவுறுத்தினேன்.

இதன் விளைவாக அவருக்குக் கிட்டத்தட்ட 80,000 டாலர்கள் பணம் கையில் வந்தது. பிறகு, டெக்சாஸ் மாநிலத்திலுள்ள ஆஸ்டின் நகரில் இருந்த எனது நண்பர் ஒருவரை அழைத்து, இந்தப் பணத்தை ஒரு சிறிய சேமிப்புக் கிடங்கில் முதலீடு செய்தோம். மூன்று மாதங்களுக்குள், அதிலிருந்து கிடைத்த வாடகை மூலமாக என் நண்பருக்கு ஒவ்வொரு மாதமும் 1,000 டாலர்கள் பணம் கிடைத்தது. அதை அவர் தன் குழந்தைகளுக்கான கல்லூரி நிதியில் சேமித்தார்.

ஓரிரு வருடங்களுக்குப் பிறகு, அந்தச் சிறிய சேமிப்புக் கிடங்கை விற்றதன் மூலம் என் நண்பருக்கு சுமார் 3,30,000 டாலர்கள் பணம் கிடைத்தது. அவர் அதை ஒரு புதிய பணித்திட்டத்தில் முதலீடு செய்ததன் விளைவாக, ஒவ்வொரு மாதமும் 3,000 டாலர்கள் அவருக்கு வருமானம் வருகிறது. இதையும் அவர் தனது குழந்தைகளின் கல்லூரி நிதியில் சேமிக்கிறார். தன் இலக்கு இப்போது சுலபமாக நிறைவேறிவிடும் என்று அவர் உறுதியான நம்பிக்கையோடு இருக்கிறார்.

துவக்கத்தில் அவருக்கு வெறும் 7,900 டாலர்கள் பணமும் சிறிதளவு பொருளாதாரரீதியான அறிவும் மட்டுமே தேவைப்பட்டன. அவரது குழந்தைகளால் இப்போது தங்களுக்கு விருப்பமான படிப்பைத் தொடர முடியும். அதன் பிறகு, அவர் பணியிலிருந்து ஓய்வு பெற்றப் பிறகு வாழ்க்கை நடத்துவதற்கு அவரது சொத்து அவருக்கு உதவும். இந்த வெற்றிகரமான முதலீட்டு உத்தியின் விளைவாக, அவர் வெகு சீக்கிரத்தில் ஓய்வு பெற்றுவிடலாம்.

இப்புத்தகத்தைப் படித்ததற்கு நன்றி. பணத்தின் சக்தியை உங்களுக்கு வேலை செய்வதற்குப் பயன்படுத்துவதைப் பற்றிய சில உள்நோக்குகளை இது உங்களுக்குக் கொடுத்திருக்கும் என்று நம்புகிறேன். இன்று, நாம் வெறுமனே உயிர்பிழைத்து இருப்பதற்குக்கூட அதிகப்படியான பொருளாதாரரீதியான அறிவு தேவைப்படுகிறது. பணத்தை உருவாக்குவதற்குப் பணம் தேவை என்ற யோசனை, பொருளாதாரரீதியான விபரங்கள் எதுவும் தெரியாத மக்களின் கூற்று.

பணம் என்பது ஒரு யோசனை மட்டுமே. நீங்கள் அதிகப் பணத்தை விரும்பினால், வெறுமனே உங்கள் சிந்தனையை மாற்றுங்கள். சுயமாக முன்னேறிய ஒவ்வொருவரும் ஒரு யோசனையைக் கொண்டு சிறிய அளவில்தான் துவக்கினர். பிறகு, அதைப் பெரிய ஒன்றாக மாற்றினர். முதலீட்டிற்கும் இது பொருந்தும். ஒன்றைத் துவக்கி அதைப் பெரிதாக வளர்ப்பதற்கு ஒருசில டாலர்கள்

மட்டுமே தேவை. தங்கள் வாழ்நாள் முழுவதும் ஒரு பெரிய முதலீட்டைத் துரத்திக் கொண்டு இருக்கின்ற பலரை நானறிவேன். அதேபோல், ஒரு பெரிய முதலீட்டைச் செய்வதற்காக ஏராளமான பணத்தைச் சம்பாதிப்பதற்குத் தங்கள் வாழ்நாள் முழுவதையும் செலவிடுகின்ற பலரையும் எனக்குத் தெரியும். ஆனால் என்னைப் பொறுத்தவரை இது முட்டாள்தனமானது. தங்களது அனைத்துப் பணத்தையும் ஒரே ஒரு முதலீட்டில் முடக்கிவிட்டு, விரைவில் அதை இழந்துவிடுகின்ற, விபரமறியாத பல முதலீட்டாளர்களை நானறிவேன். இவர்கள் நல்ல ஊழியர்களாக இருந்திருக்கக்கூடும், ஆனால் இவர்கள் நல்ல முதலீட்டாளர்கள் அல்ல.

பணத்தைப் பற்றிய கல்வியும் அறிவும் முக்கியமானவை. இவற்றை வெகு சீக்கிரமாகவே துவக்கிவிடுங்கள். ஒரு புத்தகத்தை வாங்குங்கள். ஒரு பயிலரங்கில் கலந்து கொள்ளுங்கள். சிறிய அளவில் துவக்குங்கள். 5,000 டாலர்களை முதலீடு செய்து, அதை 10 லட்சம் டாலர்கள் மதிப்புள்ள சொத்தாக மாற்றி, அதிலிருந்து ஒவ்வொரு மாதமும் 5,000 டாலர்கள் வருமானம் வரும்படிச் செய்வதற்கு எனக்கு ஆறு வருடங்கள் ஆனது. ஆனால் நான் சிறுவனாக இருந்தபோதே கற்றுக் கொள்ளத் துவங்கிவிட்டேன். நீங்களும் சீக்கிரமாகக் கற்றுக் கொள்ள வேண்டும் என்று நான் உங்களை ஊக்குவிக்கிறேன். ஏனெனில், இது அவ்வளவு கடினமானதல்ல. உண்மையில், இது என்னவென்று உங்களுக்குப் புரிந்துவிட்டால், இது மிகவும் சுலபம்.

நான் கூற விரும்புகின்ற செய்தியைத் தெளிவாகக் கூறிவிட்டேன் என்று நினைக்கிறேன். உங்கள் தலைக்குள் என்ன இருக்கிறது என்பதுதான் உங்கள் கையில் என்ன இருக்கிறது என்பதைத் தீர்மானிக்கிறது. பணம் என்பது ஒரு யோசனை மட்டுமே. நெப்போலியன் ஹில் எழுதிய 'சிந்தனையை ஒருமுகப்படுத்தி செல்வத்தைக் குவியுங்கள்' என்ற ஒரு புத்தகம் உள்ளது. 'கடினமாக உழைத்து செல்வத்தைக் குவியுங்கள்' என்பது அதன் தலைப்பு அல்ல. பணத்தை உங்களுக்காகக் கடினமாக உழைக்க வைப்பதற்குக் கற்றுக் கொள்ளுங்கள், அப்போது உங்கள் வாழ்க்கை சுலபமானதாகவும் மகிழ்ச்சியானதாகவும் இருக்கும். இன்று, பாதுகாப்பாக விளையாடாதீர்கள், மாறாக, சாமர்த்தியமாக விளையாடுங்கள்.

மூன்று வகையான வருவாய்

கணக்கியல் உலகில் மூன்று வெவ்வேறு வகையான வருவாய்கள் உள்ளன.

1. சம்பாத்தியம் மூலம் கிடைக்கும் வருவாய்

2. முதலீடுகள் மூலம் கிடைக்கும் வருவாய்

3. அசையும் மற்றும் அசையாச் சொத்துக்கள் தொடர்ந்து கொடுத்துக் கொண்டிருக்கும் வருவாய்

“பள்ளிக்குச் சென்று படி, நல்ல மதிப்பெண்களை வாங்கு, ஒரு பாதுகாப்பான வேலையைத் தேடு,” என்று என் ஏழைத் தந்தை என்னிடம் கூறியபோது, சம்பாதிக்கப்படுகின்ற ஊதியத்திற்காக வேலை பார்க்குமாறு அவர் எனக்குப் பரிந்துரைத்துக் கொண்டிருந்தார். ஆனால் என் பணக்காரத் தந்தை, “பணக்காரர்கள் பணத்திற்காக வேலை செய்வதில்லை. தங்கள் பணம் தங்களுக்காக வேலை செய்யும்படி அவர்கள் பார்த்துக் கொள்கிறார்கள்,” என்று கூறியபோது, அவர் வீடுமனைகளில் செய்துள்ள முதலீடுகளில் இருந்தும், பங்குகள் மற்றும் பத்திரங்களிலிருந்தும் வருகின்ற வருமானத்தைப் பற்றிப் பேசிக் கொண்டிருந்தார். பில் கேட்ஸைப் பணக்காரராக ஆக்கியது பங்குகள் மற்றும் பத்திரங்களிலிருந்து வந்த வருவாயே அன்றி, அவர் உழைத்துச் சம்பாதித்ததால் வந்த வருமானம் அல்ல.

“ஊதியத்தின் மூலம் வருகின்ற வருவாயை, விரைவில், சொத்துக்களில் இருந்து வரும் வருமானமாகவும் பங்குகள் மற்றும் பத்திரங்களில் இருந்து வருகின்ற வருமானமாகவும் மாற்றக்கூடிய திறன்தான் செல்வந்தராவதற்கான திறவுகோல்,” என்று என் பணக்காரத் தந்தை கூறுவது வழக்கம். “ஊதியத்திலிருந்து கிடைக்கும் வருமானத்தின்மீது அதிக வரிகள் விதிக்கப்படுகின்றன. சொத்துக்களிலிருந்து கிடைக்கும் வருமானத்தின்மீது மிகக் குறைந்த வரிகள் விதிக்கப்படுகின்றன. உன் பணம் ஏன் உனக்காகக் கடினமாக உழைக்க வேண்டும் என்பதற்கு இன்னொரு காரணமும் உள்ளது. நீ கடினமாக உழைத்துச் சம்பாதிக்கும் பணத்திற்கு அரசாங்கம் விதிக்கின்ற வரி, உன் பணம் உனக்காக உழைப்பதிலிருந்து கிடைக்கும் வருமானத்தின்மீது விதிக்கப்படுகின்ற வரியைவிட மிகவும் அதிகம்,” என்று அவர் கூறினார்.

வியாபார உலகில் நான்கு வகையான மக்கள் உள்ளனர் என்று ‘ரிச் டாட்ஸ் கேஷ்ஃப்ளோ குவாட்ரன்ட்’ என்ற எனது இரண்டாவது புத்தகத்தில் நான் குறிப்பிட்டிருந்தேன். ஊழியர்கள், சுயமாகத் தொழில் புரிபவர்கள், வியாபார உரிமையாளர்கள், முதலீட்டாளர்கள் ஆகியோர்தான் அவர்கள். பெரும்பாலான மக்கள் ஊழியர்களாகவோ அல்லது சுயமாகத் தொழில் புரிபவர்களாகவோ ஆவதற்குக் கற்றுக் கொள்வதற்குத்தான் பள்ளிக்குச் செல்கின்றனர். இந்த நான்கு வகையான மக்களிடையே இருக்கின்ற மைய வேறுபாடுகளைப் பற்றியும், மக்களால் எவ்வாறு தங்கள் நிலையை மாற்றிக் கொள்ள முடியும் என்பதைப் பற்றியும் நான் அப்புத்தகத்தில் எழுதியுள்ளேன். உண்மையில், எங்களது பயிற்சித் திட்டங்களில் பெரும்பாலானவை, வியாபார உரிமையாளர்கள் மற்றும் முதலீட்டாளர்கள் ஆகியோருக்காகவே உருவாக்கப்பட்டுள்ளன.

‘ரிச் டாட்ஸ் கைடு டு இன்வெஸ்டிங்’ என்ற எனது மூன்றாவது புத்தகத்தில், ஊதியத்திலிருந்து வரும் வருமானத்தைச்

சொத்துக்களிலிருந்து வரும் வருமானமாகவும் பங்குகள் மற்றும் பத்திரங்களிலிருந்து வரும் வருமானமாகவும் மாற்றுவதன் முக்கியத்துவத்தை விரிவாக விளக்கியிருக்கிறேன். என் பணக்காரத் தந்தை, “ஓர் உண்மையான முதலீட்டாளர் செய்வதெல்லாம், ஊதியத்திலிருந்து வரும் வருமானத்தைச் சொத்துக்களிலிருந்து வரும் வருமானமாகவும் பங்குகள் மற்றும் பத்திரங்களிலிருந்து வரும் வருமானமாகவும் மாற்றுவதுதான். நீ என்ன செய்து கொண்டிருக்கிறாய் என்பதை நீ அறிந்திருந்தால், முதலீடு ஆபத்தானது அல்ல. அது வெறும் பொது அறிவுதான்,” என்று கூறுவது வழக்கம்.

பொருளாதாரச் சுதந்திரத்திற்கான திறவுகோல்

ஊதியத்தின் மூலம் வருகின்ற வருவாயை, விரைவில், சொத்துக்களில் இருந்து வரும் வருமானமாகவும் பங்குகள் மற்றும் பத்திரங்களில் இருந்து வருகின்ற வருமானமாகவும் மாற்றக்கூடிய திறன்தான் பெரும் செல்வந்தராவதற்கும் பொருளாதாரச் சுதந்திரத்தைப் பெறுவதற்குமான திறவுகோல். இத்திறமையை எனக்கும் மைக்கிற்கும் கற்றுக் கொடுப்பதில் என் பணக்காரத் தந்தை ஏராளமான நேரத்தைச் செலவிட்டார். நானும் என் மனைவி கிம்மும் பொருளாதாரரீதியான சுதந்திரத்தை அனுபவிப்பதற்கும், இனி ஒருபோதும் வேலை செய்ய வேண்டிய கட்டாயம் இல்லாமல் இருப்பதற்கும் காரணம், இத்திறன் எங்களுக்கு இருப்பதுதான். நாங்கள் தொடர்ந்து வேலை செய்து கொண்டிருப்பதற்குக் காரணம், நாங்கள் அதைத் தேர்ந்தெடுத்திருப்பதுதான். நாங்கள் இன்று ஒரு வீடுமனை முதலீட்டு நிறுவனத்தைச் சொத்துக்களிலிருந்து வருகின்ற வருமானத்திற்காக வைத்திருக்கிறோம்.

புத்தகங்களையும் விளையாட்டுக்களையும் உருவாக்குவதற்காக நாங்கள் ஒரு பொருளாதாரக் கல்வி நிறுவனத்தையும் துவக்கினோம். எங்களுடைய பயிற்சித் திட்டங்கள் அனைத்தும், என் பணக்காரத் தந்தை எனக்குக் கற்றுக் கொடுத்த அதே திறமைகளை, அதாவது, ஊதியத்தின் மூலம் வருகின்ற வருவாயைச் சொத்துக்களில் இருந்து வரும் வருமானமாகவும் பங்குகள் மற்றும் பத்திரங்களில் இருந்து வரும் வருமானமாகவும் மாற்றக்கூடிய திறமைகளைக் கற்றுக் கொடுப்பதற்காக உருவாக்கப்பட்டவைதான்.

நாங்கள் உருவாக்குகின்ற விளையாட்டுகள் முக்கியமானவை. ஏனெனில், புத்தகங்களால் கற்றுக் கொடுக்க முடியாதவற்றை அவை கற்றுக் கொடுக்கின்றன. எடுத்துக்காட்டாக, வெறுமனே ஒரு புத்தகத்தைப் படிப்பதன் மூலம் சைக்கிள் ஓட்ட உங்களால் ஒருபோதும் கற்றுக் கொள்ள முடியாது. நாங்கள் பெரியவர்களுக்காக உருவாக்கியுள்ள கேஷ்ஃப்புளோ விளையாட்டுக்களும், குழந்தைகளுக்காக உருவாக்கியுள்ள கேஷ்ஃப்புளோ

விளையாட்டுக்களும், ஊதியத்தின் மூலம் வருகின்ற வருவாயைச் சொத்துக்களில் இருந்து வரும் வருமானமாகவும் பங்குகள் மற்றும் பத்திரங்களில் இருந்து வருகின்ற வருமானமாகவும் மாற்றக்கூடிய அடிப்படை முதலீட்டுத் திறமைகளை மக்களுக்குக் கற்றுக் கொடுப்பதற்காக வடிவமைக்கப்பட்டுள்ளன. கணக்கியல் மற்றும் பொருளாதாரக் கல்வியின் கோட்பாடுகளையும் அவை கற்றுக் கொடுக்கின்றன. உலகிலேயே, இத்தனைத் திறமைகளையும் ஒரே நேரத்தில் மக்களுக்குக் கற்றுக் கொடுக்கின்ற கல்விப் பயிற்சி விளையாட்டு இது ஒன்றுதான்.

கேஷ்ஃப்ளோ 202 விளையாட்டானது கேஷ்ஃப்ளோ 101 விளையாட்டின் உயர்தர வடிவமாகும். கேஷ்ஃப்ளோ 202 விளையாட்டை விளையாடுவதற்கு முன், கேஷ்ஃப்ளோ 101 பற்றிய முழுமையான புரிதல் தேவை. கேஷ்ஃப்ளோ 101 மற்றும் குழந்தைகளுக்கான கேஷ்ஃப்ளோ விளையாட்டுகள் அடிப்படை முதலீட்டின் கொள்கைகளைக் கற்றுக் கொடுக்கின்றன. நுட்பமான முதலீடானது மேம்பட்ட வர்த்தக உத்திகளை உள்ளடக்கியது. இந்த உயர்தர உத்திகளை ஒருவர் புரிந்து கொள்ளும்போது, பங்குச் சந்தை உயரும்போதும் வீழ்ச்சியடையும்போதும் பணம் சம்பாதிப்பதற்கான திறனைப் பெறுகிறார். என் பணக்காரத் தந்தை, "ஓர் உண்மையான முதலீட்டாளர், சந்தை உயரும்போதும் வீழ்ச்சியடையும்போதும் பணத்தை உருவாக்குகிறார்," என்று கூறுவார். அப்படிப்பட்டவர்களிடம் அதிகமான தன்னம்பிக்கை இருப்பது அவர்கள் அதிகப்படியான பணத்தை உருவாக்குவதற்கான காரணங்களில் ஒன்று. "தோற்பது குறித்த பயம் அவர்களிடம் மிகக் குறைவாகவே இருப்பதால் அவர்கள் அதிகத் தன்னம்பிக்கையைக் கொண்டுள்ளனர்," என்று என் பணக்காரத் தந்தை கூறுவார். வேறு வார்த்தைகளில் கூறினால், சராசரி முதலீட்டாளர்களுக்குப் பணத்தை இழப்பது குறித்த பயம் அதிகமாக இருப்பதால், அவர்கள் குறைவான பணத்தையே சம்பாதிக்கின்றனர். இழப்புகளிலிருந்து தங்களை எவ்வாறு பாதுகாத்துக் கொள்ள வேண்டும் என்று சராசரி முதலீட்டாளர்களுக்குத் தெரிவதில்லை. கேஷ்ஃப்ளோ 202 விளையாட்டு இதைத்தான் கற்றுக் கொடுக்கிறது.

முதலீடு செய்வது ஆபத்தானது என்று சராசரி முதலீட்டாளர்கள் நினைக்கின்றனர். ஏனெனில், தொழில்முறைரீதியான முதலீட்டாளர்களாக இருப்பதற்கு அவர்கள் முறையாகப் பயிற்றுவிக்கப்படவில்லை. "நீங்கள் என்ன செய்து கொண்டிருக்கிறீர்கள் என்று உங்களுக்குத் தெரியாமல் இருப்பதிலிருந்துதான் ஆபத்து வருகிறது," என்று அமெரிக்காவின் பெரும் பணக்கார முதலீட்டாளரான வாரன் பஃபே கூறுகிறார். நாங்கள் உருவாக்கியுள்ள விளையாட்டுக்கள் முதலீட்டின் எளிய அடிப்படைகளைக் கற்றுக் கொடுக்கின்றன.

"உங்களுடைய கல்விரீதியான விளையாட்டுக்கள் அனைத்தும் அதிக விலையுயர்ந்தவையாக இருக்கின்றன," என்று அவ்வப்போது யாரேனும் கூறுவது என் காதுகளில் விழுகிறது. முதலீட்டுக்கான பதிலீடு அல்லது கொடுத்தப் பணத்திற்கு இணையான மதிப்பு திருப்பிக் கொடுக்கப்படுதல் என்ற கேள்வியை இது எழுப்புகிறது. நான் அவர்கள் கூறுவதை ஆமோதித்துத் தலையாட்டிவிட்டு, "ஆமாம், அவை அதிக விலையுயர்ந்தவையாக இருக்கலாம், குறிப்பாக, வெறும் பொழுதுபோக்கிற்கான விளையாட்டுக்களுடன் ஒப்பிடப்படும்போது. ஆனால் கல்லூரிப் பட்டப்படிப்பு, ஊதியத்திற்காக வாழ்நாள் முழுவதும் உழைப்பது, அளவுக்கதிகமான வரி செலுத்துவது, பிறகு முதலீட்டுச் சந்தைகளில் நீங்கள் சம்பாதித்தப் பணம் முழுவதும் போய்விடுமோ என்று பயந்து கொண்டு வாழ்வது ஆகியவற்றோடு ஒப்பிட்டுப் பார்த்தால், எனது விளையாட்டுக்கள் விலை குறைந்தவைதான்," என்று பதிலளிக்கிறேன்.

யாரேனும் ஒருவர் எனது விளையாட்டுக்களின் விலையைப் பற்றி முணுமுணுத்தபடி செல்லும்போது, "நீ பணக்காரனாக இருக்க விரும்பினால், எந்த வருமானத்திற்காக நீ கடினமாக உழைக்க வேண்டும் என்பதும், அதை எவ்வாறு தக்க வைத்துக் கொள்ள வேண்டும் என்பதும், இழப்பிலிருந்து அதை எவ்வாறு பாதுக்காக வேண்டும் என்பதும் உனக்குத் தெரிந்திருக்க வேண்டும். மாபெரும் செல்வத்திற்கான ரகசியம் இதுதான். இந்த மூன்று வகையான வருமானங்களுக்கு இடையேயான வேறுபாடுகள் உனக்குப் புரியவில்லை என்றாலோ, அல்லது அந்த வருவாய்களை எவ்வாறு கைவசப்படுத்திப் பாதுகாக்க வேண்டும் என்பதற்கான திறமைகளை நீ கற்றுக் கொள்ளாவிட்டாலோ, நீ உன் வாழ்நாள் முழுவதும் உன் திறனுக்குக் குறைவாகவே சம்பாதிப்பாய், தேவையானதற்கு மேலாகவே நீ கடினமாக உழைப்பாய்," என்று என் பணக்காரத் தந்தை கூறுவது என் காதுகளில் ரீங்காரமிடும்.

வெற்றிகரமாக இருப்பதற்கு ஒரு நல்ல கல்வித் தகுதியும், ஒரு நல்ல வேலையும், பல வருடக் கடின உழைப்பும் இருந்தால் போதும் என்று என் ஏழைத் தந்தை நினைத்தார். ஒரு நல்ல கல்வித் தகுதி முக்கியம் என்று என் பணக்காரத் தந்தையும் நினைத்தார். ஆனால், மூன்று வகையான வருமானங்களுக்கு இடையேயான வேறுபாடுகளையும், எந்த வருமானத்திற்காகக் கடினமாக உழைக்க வேண்டும் என்பதையும் நானும் மைக்கும் தெரிந்திருக்க வேண்டியதும் முக்கியம் என்று அவர் கருதினார். அவரைப் பொறுத்தவரை, அதுதான் அடிப்படைப் பொருளாதாரக் கல்வி. இந்த மூன்று வகையான வருவாய்களில் உள்ள வேறுபாடுகளை அறிந்திருப்பதும், வெவ்வேறு வருவாய்களை எவ்வாறு கைவசப்படுத்த வேண்டும் என்பதற்கான திறமைகளைக் கற்றுக் கொள்வதும், மாபெரும் செல்வத்தையும் பொருளாதாரச் சுதந்திரத்தையும் பெற முயற்சிக்கின்றவர்களுக்கு மிக மிகத் தேவையான அடிப்படைக்

கல்வியாகும். "பணக்காரர்கள் பணத்திற்காக வேலை செய்வதில்லை. பணத்தைத் தங்களுக்காகக் கடினமாக உழைக்க வைப்பது எப்படி என்பதை அவர்கள் அறிந்துள்ளனர்," என்பது பணக்காரத் தந்தை குறிப்பிடுகின்ற முதல் பாடமாகும்.

"ஊதியத்தின் மூலம் வரும் வருவாய் என்பது நீ வேலை செய்து சம்பாதிக்கும் பணம். சொத்துக்கள், பங்குகள், மற்றும் பத்திரங்களில் இருந்து வருகின்ற வருவாயானது பணம் உனக்காக வேலை செய்து உருவாக்கும் பணமாகும்," என்று பணக்காரத் தந்தை கூறினார். இந்தச் சிறிய வித்தியாசத்தை நான் தெரிந்து கொண்டிருந்தது என் வாழ்வில் பெரும் வித்தியாசத்தை ஏற்படுத்தியது.

செயலில் இறங்குங்கள்!

உங்கள் அனைவருக்கும் இரண்டு மாபெரும் பரிசுகள் கொடுக்கப்பட்டுள்ளன. உங்கள் மனம் மற்றும் உங்கள் நேரம்தான் அவை. அவற்றைக் கொண்டு நீங்கள் என்ன செய்கிறீர்கள் என்பது உங்கள் பொறுப்பு. உங்கள் கையில் வந்து சேரும் ஒவ்வொரு டாலர் பணத்தைக் கொண்டு உங்கள் தலைவிதியைத் தீர்மானிக்கும் சக்தி உங்கள் ஒருவருக்கு மட்டுமே உள்ளது. அந்தப் பணத்தை நீங்கள் முட்டாள்தனமாகச் செலவு செய்தால், ஏழையாக இருப்பதை நீங்கள் தேர்ந்தெடுக்கிறீர்கள். அதைக் கடன்களில் செலவு செய்தால், நடுத்தர வர்க்கத்தினரில் ஒருவராக நீங்கள் ஆகிவிடுகிறீர்கள். அதை உங்கள் மனத்தைப் பயிற்றுவிப்பதில் முதலீடு செய்து, சொத்துக்களைக் குவிப்பது எப்படி என்பதை நீங்கள் கற்றுக் கொள்ளும்போது, செல்வத்தை உங்கள் இலக்காகவும் உங்கள் எதிர்காலமாகவும் நீங்கள் தேர்ந்தெடுக்கிறீர்கள். விருப்பத்தேர்வு உங்களுடையது மட்டுமே. ஒவ்வொரு நாளும் ஒவ்வொரு டாலர் பணத்தையும் பயன்படுத்தி, நீங்கள் யாராக இருக்கத் தீர்மானிக்கிறீர்கள்: பணக்காரராகவா, ஏழையாகவா, அல்லது நடுத்தர வர்க்கத்தைச் சேர்ந்தவராகவா?

இந்த அறிவை உங்கள் குழந்தைகளோடு பகிர்ந்து கொள்ளுங்கள். அப்போது அவர்களது எதிர்காலத்திற்கு அவர்களை நீங்கள் தயார் செய்கிறீர்கள். வேறு யாரும் இதை அவர்களுக்காகச் செய்யப் போவதில்லை.

உங்கள் எதிர்காலமும் உங்கள் குழந்தைகளின் எதிர்காலமும் நீங்கள் இன்று தேர்ந்தெடுக்கும் விஷயங்களால் தீர்மானிக்கப்படுகின்றனவே அன்றி, நாளைக்கு நீங்கள் தேர்ந்தெடுக்கப் போகின்ற விஷயங்களால் அல்ல.

உங்கள் வாழ்வில் உங்களுக்கு ஏராளமான செல்வமும் மட்டற்ற மகிழ்ச்சியும் ஏற்பட வேண்டும் என்று வாழ்த்துகிறேன்.

– ராபர்ட் கியோஸாகி

நாகலட்சுமி சண்முகம்
மொழிபெயர்ப்பாளர்

நாகலட்சுமி மிகச் சிறந்த ஊக்குவிப்புப் பேச்சாளர். மக்களிடம் பரிபூரண மாற்றம் கொண்டுவரும் கருத்தரங்குகளை இவர் நடத்தி வருகிறார். அமெரிக்காவின் ஊக்குவிப்புப் பயிற்சியாளர்களில் தலைசிறந்தவராக விளங்கி வருபவரும், உலகெங்கிலும் கோடிக்கணக்கில் விற்பனையாகிக் கொண்டிருக்கும் 'சிக்கன் சூப் ஃபார் த ஸோல்' புத்தகங்களின் இணையாசிரியருமான ஜாக் கேன்ஃபீல்டிடம் அமெரிக்கா சென்று நேரடிப் பயிற்சி பெற்றுள்ள நாகலட்சுமி, முழுநேரப் பேச்சாளராக ஆவதற்கு முன்பு பத்து வருடங்கள் கணினித் துறையில் தலைமைப் பொறுப்பு உட்படப் பல பதவிகளை வகித்தவர்.

தமிழ் நாடகத் துறையின் முன்னோடி மேதைகளான டிகேஎஸ் சகோதரர்களில் ஒருவரான திரு முத்துசாமி அவர்களின் பேத்தியான நாகலட்சுமியிடம் இருந்த இயல்பான தமிழ் ஆர்வம் அவரைத் தமிழ் மொழிபெயர்ப்புத் துறைக்கு இழுத்து வந்துள்ளது.

நாகலட்சுமி இதுவரை இருபத்தைந்துக்கும் மேற்பட்டப் புத்தகங்களைத் தமிழில் மொழிபெயர்த்துள்ளார்.

நாகலட்சுமி தனது கணவருடனும் இரு குழந்தைகளுடனும் தற்போது மும்பையில் வசித்து வருகிறார்.

ராபர்ட் டி. கியோஸாகி

அமெரிக்காவின் ஹவாய் மாநிலத்தில் பிறந்து வளர்ந்த ராபர்ட் கியோஸாகி, ஒரு வெற்றிகரமான நூலாசிரியர், முதலீட்டாளர், தொழில்முனைவர் மற்றும் ஊக்குவிப்புப் பேச்சாளர். நியூயார்க் கல்லூரியில் பட்டம் பெற்றப் பிறகு, ராபர்ட் கப்பற்படைப் பிரிவு ஒன்றில் சேர்ந்து வியட்நாமில் ஓர் அதிகாரியாகவும் போர் ஹெலிகாப்டர் பைலட்டாகவும் பணியாற்றினார். போரைத் தொடர்ந்து, 'ஜெராக்ஸ்' நிறுவனத்தின் விற்பனைப் பிரிவில் பணியாற்றினார். அவர் 1997ல் சந்தைக்கு முதன்முதலாக நைலான் 'வெல்குரோ பர்ஸ்'களைக் கொண்டு வந்த நிறுவனத்தைத் தொடங்கினார்.

1985ல் உலகமெங்குமுள்ள லட்சக்கணக்கான மாணவர்களுக்குத் தொழிலையும் முதலீடு செய்வதையும் பற்றிக் கற்றுக் கொடுத்த சர்வதேசக் கல்வி நிறுவனம் ஒன்றை அவர் நிறுவினார். தனது பணக்காரத் தந்தை தனக்குக் கற்பித்த பொருளாதார யுக்திகளைத் தனிநபர்களுக்குக் கற்பிப்பதற்காக அவர் 'கேஷ்ஃப்ளோ-101' என்ற அட்டை விளையாட்டை உருவாக்கினார்.

பின்னர் அவர் எழுதிய 'பணக்காரத் தந்தை ஏழைத் தந்தை' என்ற இப்புத்தகம் இதுவரை வெளிவந்துள்ள தனிநபர் நிதி நிர்வாகப் புத்தகங்களின் விற்பனையில் முதலிடத்தைப் பிடித்தது. 'நியூயார்க் டைம்ஸ் பத்திரிகை' தொகுத்து வழங்கும் அதிகமாக விற்பனையாகும் புத்தகங்களின் பட்டியலில் அது ஆறு வருடங்கள் இடம்பெற்றுச் சாதனை புரிந்துள்ளது. அதைத் தொடர்ந்து மேலும் பதினான்கு புத்தகங்களை அவர் எழுதினார். இந்நூல்கள் அனைத்தும், 'த வால் ஸ்ட்ரீட் ஜர்னல்,' 'பிஸினஸ் வீக்,' 'த நியூயார்க் டைம்ஸ்,' 'யுஎஸ்ஏ டுடே', 'ஈ-ட்ரேடு.காம்,' 'அமேசான்.காம்' ஆகியவற்றில் அதிகம் விற்பனையான நூல்களின் வரிசையில் இடம்பிடித்தன. அவரது புத்தகங்கள் மொத்தமாக சுமார் இரண்டு கோடிப் பிரதிகள் விற்பனையாகியுள்ளன.

அவர் ஓப்ரா வின்ஃபிரே, லேரி கிங் லைவ், சிஎன்என் உள்ளிட்ட எண்ணற்றத் தொலைக்காட்சி நிகழ்ச்சிகளில் தோன்றியுள்ளார்.

பணம் குறித்தும் செல்வம் சேர்ப்பது குறித்தும் கோடிக்கணக்கான மக்கள் கொண்டிருந்த தவறான, புராதன கால நம்பிக்கைகளைத் தனியொருவராகவே தகர்தெறிந்தவர் என்ற புகழ் அவருக்கு உண்டு.